டேவிட்டும் கோலியாத்தும்

பின் தங்கியவர்கள், பொருந்தாதவர்கள்,
பேராற்றல் வாய்ந்தவர்களின் போராட்டக் கலை

மால்கம் க்ளாட்வெல்

தமிழில் சித்தார்த்தன் சுந்தரம்

சிக்ஸ்த்சென்ஸ் பப்ளிகேஷன்ஸ்
10/2 (8/2) போலீஸ் குவார்ட்டர்ஸ் சாலை
(தியாகராயநகர் பேருந்து நிலையத்திற்கும் காவல் நிலையத்திற்கும் இடைப்பட்ட சாலை)
தியாகராயநகர், சென்னை – 600 017
Phone: 2434 2771, 65279654 Cell: **72000 50073**
Sixthsense Publications   6 th sense_karthi
e-mail : sixthsensepub@yahoo.com
Website: sixthsensepublications.com

Publisher
K.S. Pugalendi
Editor
Mysticswrite
Managing Editor
P. Karthikeyan
Layout
M.Magesh

No part of this book may be reproduced or transmitted in any form without permission in writing from the author or publisher

நீங்கள் Smart Phone உபயோகிப்பவராக இருந்தால் QR Code Reader Application மூலம் இதை Scan செய்தால் நேரடியாக எமது இணையதளத்திற்கு சென்று மேலும் எங்கள் வெளியீடுகள் பற்றிய விவரங்களைப் பெறலாம்.

ISBN : 978-93-83067 -65 -7

Title:
DAVID AND GOLIATH
UNDERDOGS, MISFITS, AND THE ART OF BATTLING GIANTS
Author:
Malcolm Gladwell
Tamil:
Siddharthan Sundaram
Address:
Sixthsense Publications
10/2(8/2) Police Quarters Road,
(Between Thiyagaraya Nagar Bus Stop & Police Station)
Thiyagaraya Nagar, Chennai - 17
Phone: 2434 2771, 65279654
Cell: **72**000 **5**00**73**

Sixthsense Publications
6 th sense_karthi
e-mail : sixthsensepub@yahoo.com
Website: sixthsensepublications.com

Edition:
First : **January, 2017**
Pages : 352
Price : 300

Copyright © 2013 by **Malcolm Gladwell**

தலைப்பு : **டேவிட்டும் கோலியாத்தும்**

பின் தங்கியவர்கள், பொருந்தாதவர்கள், பேராற்றல் வாய்ந்தவர்களின் போராட்டக் கலை

நூலாசிரியர் : **மால்கம் க்ளாட்வெல்**
தமிழில் : **சித்தார்த்தன் சுந்தரம்**
பக்கங்கள் : 352
விலை : ரூ.300
உரிமை : **மால்கம் க்ளாட்வெல்**
முதற்பதிப்பு : **ஜனவரி, 2017**

சிக்ஸ்த்சென்ஸ் பப்ளிகேஷன்ஸ்
10/2 (8/2) போலீஸ் குவார்ட்டர்ஸ் சாலை
(தியாகராயநகர் பேருந்து நிலையத்திற்கும் காவல் நிலையத்திற்கும் இடைப்பட்ட சாலை)
தியாகராயநகர், சென்னை – 600 017
தொலைபேசி : 24342771, 65279654.
கைபேசி: **72**000 **5**00**73**
மின்னஞ்சல்: sixthsensepub@yahoo.com

இந்தப் புத்தகத்திலுள்ள எந்த ஒரு பகுதியையும் பதிப்பாளர் மற்றும் எழுத்தாளர் அனுமதியை எழுத்து மூலம் பெறாமல் பதிப்பிக்கக் கூடாது.

அச்சிட்டோர் : கணபதி எண்டர்பிரைசஸ்,
சென்னை – 600 005

அறிமுகம்

கோலியாத் — 05
"கம்புகளோடு நீ என்னிடம் வருவதற்கு நான் என்ன நாயா?"

பகுதி 1: அனுகூலமற்ற தன்மைகளின் நன்மைகள் (நன்மைகளின் அனுகூலமற்ற தன்மை)

அத்தியாயம் 1: விவேக் ரணதிவே — 24
"இது உண்மையில் தற்செயலானது. அதாவது, என் அப்பா இதற்கு முன்பு ஒரு போதும் கூடைப்பந்து விளையாடியதில்லை."

அத்தியாயம் 2: தெரசா டி'பிரிட்டோ — 49
"என்னுடைய மிகப் பெரிய வகுப்பிலேயே 29 குழந்தைகள்தான். ஓ, குதூகலமாக இருந்தது."

அத்தியாயம் 3: கரோலின் சாக்ஸ் — 78
"நான் மேரிலாண்ட் பல்கலைக்கழகத்திற்குப் போயிருந்தாலும் நான் அறிவியல் வகுப்பில் தான் இருந்திருப்பேன்."

பகுதி 2: விரும்பத்தக்க சிரமக் கோட்பாடு

அத்தியாயம் 4: டேவிட் பௌவீஸ் — 124
உங்கள் குழந்தைக்கு டிஸ்லெக்சியா (Dyslexia) என்கிற குறைபாடு இருந்தால் நீங்கள் விரும்புவீர்களா, மாட்டீர்களா?

அத்தியாயம் 5: எமில் 'ஜே' ஃப்ரீரைக் — 159
"ஜே அதை எப்படிச் செய்தார், எனக்கு அது தெரியது"

அத்தியாயம் 6: வாயட் வாக்கர் — 213
"கடவுள் படைத்ததிலேயே மிகவும் மென்மையான விலங்கு முயல்"

பகுதி 3: அதிகார வரம்பு

அத்தியாயம் 7: ரோஸ்மேரி லாலர் — 250
"நான் அந்த மாதிரி பிறக்கவில்லை. இது என் மேல் திணிக்கப்பட்டது"

அத்தியாயம் 8: வில்மா டெர்க்சென் — 297
"நாம் நமது வாழ்க்கையில் அச்சமூட்டுகிற மாதிரி ஏதாவது செய்திருப்போம் அல்லது அதற்கான உந்துதலையாவது உணர்ந்திருப்போம்"

அத்தியாயம் 9: ஆண்ட்ரே ட்ராக்மி — 335
"எங்களிடையே குறிப்பிட்ட எண்ணிக்கையில் யூதர்களும் இருக்கிறார்கள் என்பதை உங்களிடம் சொல்லக் கடமைப்பட்டவர்களாக நாங்கள் உணர்கிறோம்"

ஆனால் கர்த்தர் சாமுவேலை நோக்கி, "நீ இவனுடைய தோற்றத்தையும், இவனுடைய சரீர வளர்ச்சியையும் பார்க்க வேண்டாம், ஏனெனில் நான் இவனைப் புறக்கணித்துள்ளேன். மானுடன் பார்க்கிறபடி கர்த்தர் பார்ப்பதில்லை. மனுஷன் முகத்தைப் பார்ப்பான்; ஆனால் கர்த்தரோ இருதயத்தைப் பார்க்கிறார்" என்றார்.

1 சாமுவேல் 16:7

அறிமுகம்
கோலியாத்

"கம்புகளோடு நீ என்னிடம் வருவதற்கு நான் என்ன நாயா?"

1

புராதண பாலஸ்தீனத்தின் இருதயம் போன்ற பகுதியில் அமைந்துள்ளது மலை முகடுகளையும், பள்ளத்தாக்குகளையும் கொண்டிருந்த பகுதியான ஷெஃபேலா (Shephelah). இது கிழக்கிலிருந்த ஜூடியன் (Judaean) மலையை, பரந்து விரிந்து இருந்த தட்டையான மத்திய தரைக்கடல் பகுதியுடன் இணைத்திருக்கிறது. மனதைக் கொள்ளை கொள்ளும் திராட்சைத் தோட்டங்களும், கோதுமை விளையும் வயல் வெளிகளும், அத்தி மற்றும் தேவதாரு மரங்கள் நிறைந்த காடுகளையும் இந்தப் பகுதி கொண்டிருந்ததோடு மட்டுமல்லாமல், போர் யுக்தி மிகுந்த பகுதியாகவும் திகழ்ந்தது.

பலநூற்றாண்டுகளாக இந்தப் பகுதியை தங்கள் கட்டுப்பாட்டுக்குள் கொண்டுவருவதற்கென்று ஏகப்பட்ட சண்டைகள் நடைபெற்றிருக்கின்றன. ஏனென்றால் மத்தியத்தரைக்கடல் பகுதியிலிருந்து ஆரம்பமாகும் பள்ளத்தாக்குகள் ஜுடேயாவின் (Judaean) மலைநாட்டிலிருந்த, ஹீப்ரான் (Hebron), பெத்லஹேம் (Bethlehem), ஜெருசலேம் (Jerusalem) போன்ற நகரங்களைக் கடற்கரையோர பகுதியில் இருப்பவர்கள் சென்றடைவதற்கு ஒரு தெளிவான பாதையாக இருந்தது. இதில் வடக்கிலிருந்த ஐஜலன் (Aijalon) பள்ளத்தாக்கு மிகவும் முக்கியமான ஒன்றாகும். ஆனால் எலா (Elah) தான் அதிகமாகப் பேசப்பட்ட பகுதியாக இருந்தது. இந்தப் பகுதியில்தான் 12 ஆம் நூற்றாண்டில் சலாதீனுக்கும் (Saladin) குருசேட் மாவீரர்களுக்கும் (Knights of Crusades) யுத்தம் நடந்தது. இதற்கும் ஆயிரம் ஆண்டுகளுக்கு முன்பாகச் சிரியாவின் ஆட்சியிலிருந்து தங்களது நாடான ஜூடேயாவைக் கைப்பற்ற மெக்கபீஸ் என அழைக்கப்படும் யூதத் தலைவர்கள் ஈடுபட்ட மெக்கபீன் சண்டைகளின் மையப்பகுதியாக இது இருந்தது. குறிப்பாகப் பழைய ஏற்பாடு காலத்தில், இங்குதான் புதிதாக முளைத்த இஸ்ரேல் ராஜ்யம் பாலஸ்தீனிய (Philistines) ராணுவத்தை முற்றுகையிட்டது .

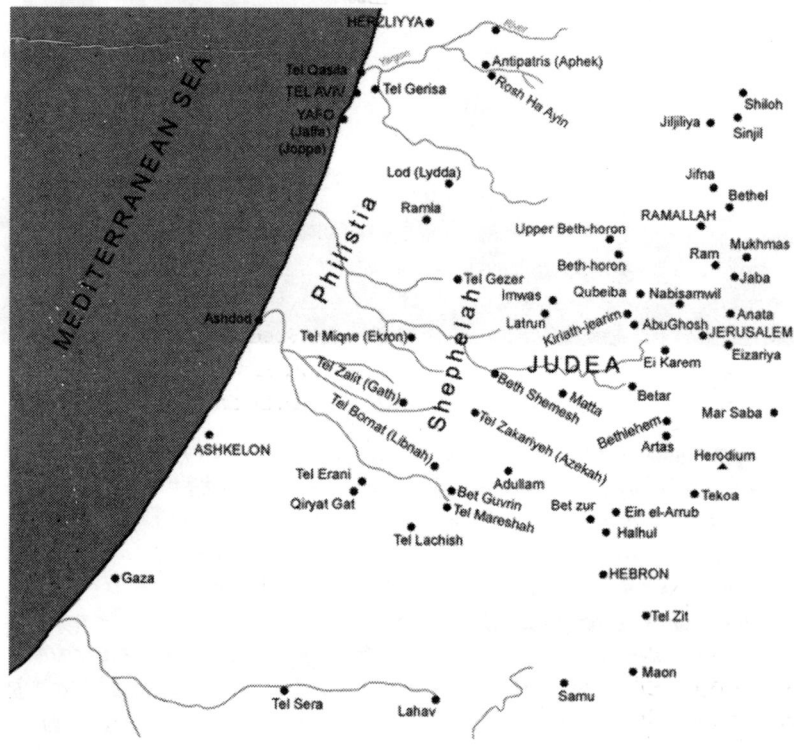

'கிரீட்' (கிழக்கு மத்தியதரைக் கடல் பகுதியில் கிரீஸ் நாட்டிற்குத் தென்கிழக்கில் இருந்த பகுதி) டிலிருந்து வந்தவர்கள் தான் பாலஸ்தீனியர்கள் (Philistines). கடல் வழி பயணம் செய்வதை வழக்கமாகக் கொண்ட இவர்கள் பாலஸ்தீனத்திற்கு வந்து தங்களைக் கடலோரப் பகுதிகளில் குடியமர்த்திக் கொண்டனர். மன்னர் சாலின் (Saul) தலைமையில் இஸ்ரேலியர்கள் மலைப்பகுதிகளில் குழுவினராக வசித்து வந்தனர். கி.மு. பதினோராம் நூற்றாண்டின் இரண்டாம் பாதியில் பாலஸ்தீனியர்கள் கிழக்கில் உள்ள எலா பள்ளத்தாக்கை ஒட்டியுள்ள பகுதியை நோக்கி நகர ஆரம்பித்தார்கள். பெத்லஹேம் அருகில் உள்ள மலை முகட்டை பிடித்துச் சால் ராஜ்யத்தை இரண்டாகப் பிரிப்பதுதான் அவர்களது குறிக்கோளாக இருந்தது. பாலஸ்தீனியர்கள் போரில் அனுபவம் வாய்ந்தவர்கள், ஆபத்தானவர்கள். இஸ்ரேலியர்களுடன் ஜென்மப் பகை கொண்டவர்கள். இதை அறிந்து சுதாரிப்பான அரசர் சால் அவர்களை எதிர் கொள்ளத் தனது படையை மலையிலிருந்து கீழ் நோக்கி உடனடியாக அனுப்பினார்.

பாலஸ்தீனியர்கள் எலாவின் தெற்குப் பகுதியில் உள்ள மலைத் தொடரில் முகாம் அமைத்திருந்தனர். இஸ்ரேலியர்கள் அதற்கு எதிரில் வடக்குப் பகுதியில் உள்ள மலைத் தொடரில் தங்களது முகாமை அமைத்திருந்தனர். ஒரு குறுகிய மலை இடுக்கிற்குக் குறுக்காக இரண்டு ராணுவங்களும் ஒருவரையொருவர் எதிர் கொண்ட மாதிரி தங்களது முகாமை அமைத்திருந்தனர். ஆனால் இருவரும் அவரவர் முகாம்களை விட்டு நகரப் பயந்தார்கள். ஒரு ராணுவம் இன்னொரு ராணுவத்தைத் தாக்க வேண்டுமெனில் முதலில் அவர்கள் தாங்கள் முகாமிட்டிருக்கும் மலையிலிருந்து இறங்கி எதிரி முகாமிட்டிருக்கும் மலை நோக்கி ஏறிச் செல்ல வேண்டும். இது தங்களைத் தாங்களே தற்கொலை செய்து கொள்வதற்குச் சமம் என அவர்கள் நினைத்தார்கள். இறுதியாக, பொறுத்தது போதும் என நினைத்த பாலஸ்தீனியர்கள் இரு ராணுவத்தினரிடையேயான தேக்க நிலையைப் போக்குவதற்காக அவர்களில் மாவீரனாகத் திகழ்ந்த ஒருவனைப் பள்ளத்தாக்கிற்கு அனுப்பினார்கள்.

அவனது உயரம் குறைந்தபட்சம் ஆறு அடி ஒன்பது அங்குலமாவது இருக்கும். வெண்கலத்திலான தலைக்கவசம் அணிந்திருந்ததுடன், தனது முழு உடம்பையும் கவசத்தால் மூடியிருந்தான். அவன் ஈட்டி, வேல், வாள் போன்றவையும் வைத்திருந்தான். பெரிய கேடயமொன்றை அவனுக்கு முன்னால் இன்னொருவன் எடுத்துச் சென்றான். அந்த மாவீரன் இஸ்ரேலியர்களைப் பார்த்து, "உங்களில் ஒருவனைத் தேர்ந்தெடுத்து கீழே என்னிடம் அனுப்புங்கள்! அவன் என்னோடு போரிட்டு என்னைக் கீழே சாய்த்தால் நாங்கள்

எல்லோரும் உங்களுக்கு அடிமைகள். ஆனால் நான் அவனைக் கீழே சாய்த்து வெற்றி பெற்றால் நீங்கள் அனைவரும் எங்களுக்கு அடிமைகளாகி, சேவகம் செய்ய வேண்டும்" என்று அறைகூவல் விட்டான்.

இஸ்ரேலியர் முகாமில் யாரும் அசையவில்லை. இந்தப் பயங்கரமான உருவம் கொண்ட எதிரியை யாரால் எதிர்த்து வெல்ல முடியும்? என நினைத்துக் கொண்டிருக்கையில், பெத்லஹேமிலிருந்து தனது சகோதரர்களுக்குச் சாப்பாடு கொண்டு வந்த ஆடு மேய்க்கும் சிறுவன் ஒருவன் முன்வந்து தான் செல்வதாகக் கூறினான். அரசர் சால் அதற்கு எதிர்ப்பு தெரிவித்தார்: "நீயோ சிறுவன், அவனோ இளைஞனாக இருந்ததிலிருந்து பல போர்களைக் கண்டவன், எனவே அந்தப் பாலஸ்தீனியனுக்கு எதிராகப் போர் புரிய நீ போக முடியாது" என்றார். ஆனால், அந்த ஆடு மேய்க்கும் சிறுவனோ மிகவும் பிடிவாதமாக இருந்தான். அவன் இந்த வீரனை விடக் கொடூரமான எதிரிகளையெல்லாம் தான் எதிர் கொண்டிருப்பதாக விவாதம் செய்தான். "சிங்கமோ அல்லது கரடியோ மந்தையிலிருந்து ஆட்டை எடுத்துச் செல்லும் போது அதைத் துரத்திச் சென்று அதன் பிடியிலிருந்து ஆட்டைக் காப்பாற்றிக் கொண்டு வந்திருக்கிறேன்' என்றான். அரசருக்கு வேறு எந்த வழியும் தெரியவில்லை. அவர் தயங்கினார், ஆனால் ஆடு மேய்க்கும் சிறுவனோ பள்ளத்தாக்கில் நிற்கும் பராக்கிரமசாலியை நோக்கி ஓடினான். அவன் வருவதைப் பார்த்ததும், "என்னிடம் வா, உன்னுடைய சதையை வானுலகில் உள்ள பறவைகளுக்கும், வயல்வெளிகளில் உள்ள மிருகங்களுக்கும் இரையாக்குகிறேன்" என்று ஆக்ரோஷத்துடன் கத்தினான். அந்தப் பராக்கிரமசாலியின் பெயர் கோலியாத். ஆடு மேய்க்கும் சிறுவனின் பெயர் டேவிட்.

2

சாதாரணமானவர்கள் பராக்கிரமசாலிகளை எதிர்கொள்ள நேர்ந்தால் என்ன நடக்கும் என்பதைப்பற்றியதுதான் டேவிட்டும் கோலியாத்தும் என்கிற இந்தப் புத்தகம். 'பராக்கிரமசாலி' என்று நான் குறிப்பிடுவது ராணுவங்கள் மற்றும் மிகப் பெரிய வீரர்களிலிருந்து இயலாமை, துரதிர்ஷ்டம் மற்றும் ஒடுக்குமுறை வரை உள்ளவற்றையும் கொண்ட சக்திவாய்ந்த அனைத்து வகை எதிர்த்தரப்பினரையும் உள்ளடக்கியது ஆகும். பிரபலமானவர் அல்லது இது வரை வெளியுலகிற்கு அறிமுகமாகாதவர், சாதாரணமானவர் அல்லது அதிபுத்திசாலி போன்று எதிர்பாராத மிகப் பெரிய சவால்களை எதிர்கொள்ளவேண்டிய கட்டாயத்திற்குத் தள்ளப்பட்ட வெவ்வேறு மனிதர்களைப் பற்றி ஒவ்வொரு அத்தியாயமும் ஒரு கதை சொல்லும். நான் விதிகளைப் பின்பற்றவா? அல்லது எனது உள்ளுணர்வை பின்பற்றவா? நான் விடாமுயற்சி செய்யவா அல்லது கைவிட்டு விடவா? நான் மீண்டும் தாக்கவா அல்லது மன்னித்துவிடவா?

இந்தக் கதைகளின் வாயிலாக நான் இரண்டு யோசனைகளை ஆராய விரும்புகிறேன். முதலாவதாக, நாம் வசிக்கும் உலகத்தில் இது போன்ற ஒருதலைப்பட்சமான மோதல்களினால் எழக்கூடியவற்றை மதிப்பு வாய்ந்தது எனக் கருதுகிறோம். ஏனென்றால், அதிகமான முரண்பாடுகளை எதிர்கொள்ளும் போது அவை சிறப்பானதாகவும், அழகானதாகவும் இருக்கின்றன. இரண்டாவதாக, இந்த மாதிரியான மோதல்களை நாம் தொடர்ந்து தவறாக எடுத்துக் கொள்வதுடன், தவறாக விளங்கியும் கொள்கிறோம். நாம் நினைப்பது போலப் பராக்கிரமசாலிகள் இருப்பது இல்லை. அவர்களுக்கும் வலு கொடுப்பதாகத் தோற்றமளிக்கும் அதே குணாதிசியங்கள்தான் பெரும்பாலும் அவர்களின் பலவீனத்திற்கான ஆதாரமாகவும் இருக்கிறது. பின்தங்கிய நிலையில் உள்ளோம் என்ற நிதர்சனமே அம்மக்களை(underdog) நாம் மெச்சத்தவறிய வழிகளில் மாற்றவல்லது. சிந்தித்துப் பார்க்க

கூடத் தோன்றாத வழிகளையும், வாய்ப்புகளையும் ஏற்படுத்திக் கொடுப்பதுடன், பயிற்றுவித்தலையும், தெளிவுபடுத்தலையும் இதனால் சாத்தியமாக்க முடிகிறது. பராக்கிரமசாலிகளை எதிர் கொள்வதற்கு நமக்குச் சிறந்த வழிகாட்டி தேவையாக இருக்கிறது மூவாயிரம் ஆண்டுகளுக்கு முன்பு எலா பள்ளத்தாக்கில் நடைபெற்ற, காவியத்தில் இடம்பெற்ற டேவிட், கோலியாத் மோதல் தவிர்த்து இந்தப் பயணத்தை சிறந்த இடமாக வேறெங்கிருந்தும் ஆரம்பிக்க முடியாது.

இஸ்ரேலியர்களைப் பார்த்துக் கோலியாத் தன்னோடு 'ஒத்தைக்கு ஒத்தை' வரும்படி கத்தினான். அந்தக் காலத்தில் 'ஒத்தைக்கு ஒத்தை' சண்டை போட்டுக் கொள்வது என்பது பழக்கத்தில் இருந்து வந்தது. இரண்டு தரப்பினரிடமும் அதிக ரத்த சேதம் ஏற்படுவதைத் தடுப்பதற்காக ஒவ்வொரு தரப்பிலிருந்து ஒரு வீரர் மட்டும் சண்டை போட்டுக் கொள்ளும் பழக்கம் இருந்து வந்தது. உதாரணமாக, ரோமானிய வரலாற்று அறிஞர் குயிண்டஸ் கிளாடியஸ் குவாட்ரிகாரியஸ் (Quintus Claudius Quadrigarius) கி.மு. முதலாம் நூற்றாண்டு சரித்திர முக்கியத்துவம் வாய்ந்த போர்கள் பற்றிச் சொல்லும் போது கால் (Gaul) போர்வீரர்கள் ரோமானிய எதிரிகளைக் கேலிக்குள்ளாக்கியதைக் குறிப்பிடுகிறார். இது பிறப்பில் உயர்குடியைச் சேர்ந்த டைட்டஸ் மான்லியஸுக்கு (Titus Manlius) மிகப் பெரிய சீற்றத்தை உடனடியாக ஏற்படுத்தியதாகக் குவாட்ரிகாரியஸ் எழுதுகிறார். டைட்டஸ், காலிடம் ஒண்டிக்கு ஒண்டி சண்டையிடும்படி சவால் விடுகிறார்.

அவர் முன்னேறினார், ஆனால் ரோமரின் வீரத்திற்குக் கேவலமான குந்தகம் எதையும் கால் ஏற்படுத்தவில்லை. ஸ்பானிய வாளையும், கேடயத்தையும் கொண்டு அவர் காலை எதிர் கொண்டார். இரண்டு ராணுவத்தினருக்கும் முன்பாக ஆனியோ ஆற்றுக்கு (Anio River) மேலுள்ள பாலத்தில், மிகுந்த அச்சத்திற்கிடையே அவர்களுடைய சண்டை நடந்தது. அவர்கள் ஒருவருக்கொருவர் மோதிக் கொண்டனர். காலின் சண்டை போடும் முறைப்படி அவன்

தனக்கு முன்னால் கேடயத்தை ஏந்தி எதிரியின் தாக்குதலுக்காகக் காத்திருந்தான்; மான்லியஸ் தனது திறமையை விடத் துணிவை நம்பி கேடயத்துடன் கேடயத்தை மோதி காலை நிலை தடுமாற வைத்தான். கால் மீண்டும் தனது பழைய நிலைக்குத் திரும்ப முயற்சிக்க, மான்லியஸ் மீண்டும் கேடயத்துடன் கேடயத்தை மோத, கால் தனது நிலையை மாற்றிக் கொள்வதற்கு நிர்பந்திக்கப்பட்டான். இந்த விதத்தில் காலுடைய வாளுக்குக் கீழே நழுவி, தனது ஸ்பானிஷ் வாளினால் அவனது நெஞ்சைத் துளைக்க அவனைக் கொன்றபின் மான்லியஸ் காலினுடைய தலையை வெட்டி, நாக்கை அறுத்து அதை ரத்தத்தால் தோய்த்து தனது கழுத்தைச் சுற்றிப் போட்டுக் கொண்டான்.

தன்னைப் போன்ற வீரன் ஒருவன் தானாக ஒண்டிக்கு ஒண்டி சண்டைக்கு முன்வரவேண்டுமென்ற இந்த முறையைத்தான் கோலியாத் போன்ற வீரர்கள் எதிர்பார்த்துக் கொண்டிருந்தார்கள். இந்த முறைகளைத்தவிர வேறு எந்த அடிப்படையிலும் போர் நடக்கவில்லை. அவனும் அதற்கேற்றமாதிரி தன்னைத் தயார் செய்து கொண்டிருந்தான்.

அவன் உடம்பில் அடிபடாமல் இருப்பதற்காக உடம்பு முழுக்க நூற்றுக்கும் மேற்பட்டு ஒன்றன்மீதொன்று நெருக்கமாகப் பிணைந்த, வெண்கலத்திலான, மீன் செதில் கவசம் அணிந்திருந்தான். அது அவன் கைகளையெல்லாம் மறைத்து, அவன் முழங்கால் வரை நீண்டிருந்தது. அதன் எடை மட்டும் கிட்டத்தட்ட 100 பவுண்டுகள் இருக்கும். அவனுடைய கால்களை மறைக்கப் பாதத்தோடு சேர்த்துப் பாதுகாப்பு கவசமும், தலைக்கு மிகவும் கனமான தலைக் கவசமும் அணிந்திருந்தான். மிகவும் நெருக்கமாக ஒண்டிக்கு ஒண்டி சண்டை போட இருப்பதால் அதற்கேற்றாற் போல அவனிடம் தனித்தனியாக மூன்று போர்க்கருவிகள் இருந்தன. அவன் வைத்திருந்த வெண்கலத்தால் ஆன ஈட்டி கேடயத்தையும், கவசத்தையும் துளைத்துச் செல்லக்கூடிய சக்தி பெற்றிருந்தது. அவனுடைய இடுப்பில் ஒரு வாள் வைத்திருந்தான். முதன்மை போர் கருவியாக அவனிடம் உலோகத் தண்டினாலான குறைந்த தூரம் மட்டும் எறியக்கூடிய ஈட்டி வைத்திருந்தான். அது நெசவாளனின் தறிக்கட்டைப் போல மிகவும் தடிமனாக இருந்தது. ஒரு மெல்லிய நரம்பு மூலம் இணைக்கப்பட்ட நுட்பமான எடைகளின் தொகுப்பின் உதவியால் அசாதாரணமான சக்தி கொண்ட அதைத் துல்லியமாக எறிய முடியும். இது பற்றி வரலாற்று அறிஞர் மோஷே கார்சியல் (Moshe Garsiel), "மிகவும் தடிமனான தண்டையும் நீண்ட இரும்பு பிளேடையும் கொண்டிருந்த அந்த அசாதாரணமான ஈட்டியை தனது பலம் பொருந்திய கைகளால் கோலியாத் எரிந்தால் அது எந்தவொரு வெண்கல

கேடயத்தையும், கவசத்தையும் துளைத்துக் கொண்டு சென்றுவிடும் என்று இஸ்ரேலியர்களுக்குத் தோன்றியதாக" எழுதுகிறார். "ஏன் எந்தவொரு இஸ்ரேலியனும் கோலியாத்துடன் சண்டை போட முன்வரவில்லை என்று இப்போது உங்களால் தெரிந்து கொள்ள முடிகிறதா?"

அதற்குப் பிறகு டேவிட் வந்தான். சால் தன் சொந்த வாளையும், கவசத்தையும் அவனுக்குக் கொடுக்க முயற்சித்தார்.

அப்படியாவது அவனுக்குச் சண்டை போடக்கூடிய வாய்ப்புக் கிடைக்கும் என்று நினைத்தார். ஆனால் டேவிட் மறுத்துவிட்டான். "என்னால் இந்தக் கவசத்தையெல்லாம் அணிந்து கொண்டு நடக்கமுடியாது. ஏனெனில் எனக்கு இதெல்லாம் அணிந்து பழக்கமில்லை' என்றான். அதற்குப் பதிலாக, அவன் கீழே இறங்கிச் சென்று வழவழப்பான 5 சிறு கற்களை எடுத்துத் தோளில் தொங்கிக் கொண்டிருந்த தன்னுடைய பையில் போட்டுக் கொண்டான். பிறகு அவன் ஆடு, மாடு மேய்ப்பவர்கள் வைத்திருக்கும் கைத்தடியுடன் பள்ளத்தாக்கை நோக்கிச் சென்றான். தன்னுடன் சண்டையிட மிகவும் அனுபவசாலியான போர்வீரன் ஒருவன் வருவான் என எதிர்பார்த்துக் கொண்டிருந்த கோலியாத்துக்கு, அதற்கு மாறாக மற்ற எல்லாத் தொழில்களுடனும் ஒப்பிடுகையில் கீழ்த்தரமான தொழிலாகக் கருதப்பட்ட ஆடு மேய்க்கும் தொழில் செய்யும் சிறுவன் ஒருவன் தனது வாளுக்கு எதிராகச் சண்டையிட தன்னை நோக்கி கைத்தடியோடு வருவதைப் பார்த்ததும் அதைத் தனக்கேற்பட்ட அவமானமாகக் கருதினான்.

சிறுவனின் கைத்தடியைக் காண்பித்து, "கம்புகளோடு நீ என்னிடம் வருவதற்கு நான் என்ன நாயா?" என்று கேட்டான்.

அதற்கடுத்து நடந்தது சரித்திரம். டேவிட் தான் கொண்டு வந்த கற்களில் ஒன்றை தோலினால் ஆன தனது கவணில் வைத்து கோலியாத்தின் உடலில் கவசத்தால் மறைக்கப்படாமல் இருந்த இடமான நெற்றியை நோக்கி வீசினான். அந்த வீச்சின் தாக்கத்தில் நிலைகுலைந்த கோலியாத் கீழே விழ, ஒரே திகைப்பு.

டேவிட் அவனை நோக்கி ஓடி அவனிடமிருந்த மிகப் பெரிய வாளை எடுத்து அவனுடைய தலையை ஒரே வெட்டாக வெட்டினான். விவிலியத்தில் சொல்லப்பட்டிருப்பது போல "தனது மிகப்பெரிய வீரன் இறந்துவிட்டான் என்பதைத் தெரிந்து கொண்ட பாலஸ்தீனியர்கள், ஓடி விட்டார்கள்".

இந்தச் சண்டையில் யாரும் எதிர்பார்க்காத, எந்த வகையிலும் வெற்றி பெற முடியாது என்று நினைத்த, வலுவில் பின்தங்கிய ஒருவன் வென்றது அதிசயமான நிகழ்வாகும் என்று தான் இந்தக் கதைப் பற்றிப் பல நூற்றாண்டுகளாக நாம் ஒருவருக்கொருவர் சொல்லிக் கொண்டு வந்திருக்கிறோம். இப்படித்தான் 'டேவிட்டும் கோலியாத்தும்' என்கிற சொல் நமது மொழியில் சாத்தியமற்ற வெற்றிக்கு ஒரு உருவகமாகப் பதிவாகி விட்டது. மேலும் அந்நிகழ்வினைப்பற்றிய சொற்களிலுள்ள பிரச்சனை என்னவெனில் இது குறித்த பெரும்பாலான அனைத்துமே தவறு என்பதுதான்.

3

புராதண காலத்தில் மூன்று வகையான போர் வீரர்கள் உண்டு. முதலாவது, குதிரைப்படை – குதிரை அல்லது ரதத்தில் ஆயுதமேந்தி வரும் போர் வீரர்கள். இரண்டாவது, காலாட்படை – கவசம் அணிந்து வாள் மற்றும் கேடயத்துடன் நடந்து வரும் வீரர்கள். மூன்றாவது, வான்வழித் தாக்கும் – குறிபார்த்து எறியும் படை(எறிபடை) –வில்லாளர்கள் (Archers), அதிலும் முக்கியமாகக் கவண்காரர்கள் (Slingers) –இன்றைக்கு இந்தப் படை பீரங்கிப்படை

(Artillery) என அழைக்கப்படுகிறது. கவண்காரர்களிடம் தோலினால் ஆன சிறிய பை போல ஒன்று இருக்கும் அதனுடைய இரண்டு பக்கங்களும் ஒரு பெரிய கயிறினால் இணைக்கப்பட்டிருக்கும். அவர்கள் அதில் கல்லையோ அல்லது ஈயத்தினால் ஆன சிறிய குண்டையோ வைத்து பரந்தும், வேகமாகவும் சுற்றி– சுழற்றி ஒரு முனையில் உள்ள கயிற்றை விட்டால் அதில் உள்ள கல் அல்லது ஈய குண்டு முன் நோக்கி வேகமாகச் சென்று குறிவைத்த இலக்கைத் தாக்கும்.

கவண் எறிவதற்கு அசாதரணமான திறமையும், பயிற்சியும் தேவைப்படும். ஆனால் நன்கு அனுபவம் வாய்ந்தவர்கள் உபயோகிக்கும்போது இது பேரழிவை உண்டாக்கக்கூடிய ஆயுதம் ஆகும். கவண்காரர்கள் நடுவானத்தில் பறக்கும் பறவைகளைக் கூட இதை வைத்துத் தாக்கியதாகச் சரித்திரத்தின் இடைக்கால ஓவியங்களிலிருந்து தெரியவருகிறது. ஐரீஷ் நாட்டைச் சேர்ந்த கவண்காரர்கள் தங்களால் எவ்வளவு தூரத்திற்குப் பார்க்க முடியுமோ அந்தத் தூரத்தில் ஒரு காசை வைத்தால் அதைக் குறி வைத்து தாக்கக் கூடியவர்கள். பழைய ஏற்பாட்டின் ‘புக் ஆஃப் ஜட்ஜஸ்’ ஸில் கவண்காரர்களைப் பற்றிக் குறிப்பிடுகையில், இவர்கள் ‘முடியின் அகல” அளவிற்குத் துல்லியமாகக் கவண் வீசக் கூடியவர்கள் எனச் சொல்லப்பட்டிருக்கிறது. நல்ல அனுபவம் வாய்ந்த கவண்காரரால் 200 கெஜ (yard. 1 yard = 3 feet) தூரத்தில் உள்ள தனது இலக்கை கொல்லவோ அல்லது காயப்படுத்தவோ முடியும்.*

கவணால் தாக்கப்பட்ட வீரர்களின் உடலில் பதிந்துவிட்ட கல்லை எடுப்பதற்கென்று ஒரு இடுக்கி கூட ரோமானியர்கள் வைத்திருந்தனர். பேஸ் பால் விளையாடும் மேஜர் லீக்கில் (Major League) உங்களின் தலையைக் குறிவைத்து அவன் பந்து எறிவதாக முன்னால் நிற்கும் பிட்சர் ஒருவனைக் கற்பனை செய்து கொள்ளுங்கள். கவண்காரர்களை எதிர் கொள்வதும் இது போலத் தான். ஆனால் தோலினால் ஆன கார்க் பந்துக்குப் பதிலாக இதில் வீசப்படுவது திடமான கல்.

கைகளைக் கொண்டு விளையாடும் ராக், பேப்பர், சிசர்ஸ் விளையாட்டில் இருக்கும் சைகைகள் போலப் புராதண காலத்து போர் முறையிலும் மூன்று வகையான போர் வீரர்கள் ஒருவருக்கொருவர் சமநிலை பெற்றிருந்தார்கள். அந்தக் காலத்து போர் முறையில் கவண் முக்கியப் பங்கு வகித்தது என்று

நவீன காலத்தில் கவணிலிருந்து எறியும் கல் சென்றுவிழும் தூரம் 437 மீட்டர்கள் ஆகும். இந்த உலக ரிகார்டை 1981 ஆம் ஆண்டு லாரி ப்ரே (Lary Bray) ஏற்படுத்தினார். அவ்வளவு தூரத்தில் உள்ள இலக்கை துல்லியமாக அடிக்க முடியாது என்பது தெளிவானதாகும்.

வரலாற்று அறிஞர் பரூச் ஹால்பெர்ன் (Baruch Halpern) கூறுகிறார். காலாட்படை வீரர்கள் தங்களது ஈட்டி, கவசம் மூலம் குதிரைப் படை வீரர்களைப் பயமில்லாமல் எதிர்த்து நிற்க முடியும், குதிரைப் படை வீரர்கள் ஆயுதப்படை எறிபடை வீரர்களை எளிதாகத் தோற்கடிக்க முடியும். ஏனெனில் ஆயுதப்படை–எறிபடை சரியாகக் குறி வைத்துத் தாக்குவதற்கு முன்பே குதிரைப் படை வீரர்கள் வேகமாகச் சென்று அவர்களைத் தாக்கமுடியும். காலாட்படை வீரர்களுக்கு எதிராக ஆயுதப்படை–எறிபடை வீரர்கள் மிகவும் கொடூரமாகச் செயல்படுவார்கள். ஏனென்றால் கவசம் போன்ற கனமான பொருட்களையெல்லாம் மாட்டிக் கொண்டு மிகவும் மெதுவாகச் செயல்படும் அவர்களை ஆயுதப்படை–எறிபடையைச் சேர்ந்த கவண்காரர்களால் நூறு கெஜ தூரத்திலிருந்தே எளிதாகத் தாக்க முடியும். இதனால் ஆயுதப்படையினருக்கு காலாட்படை யினர் ஒரு எளிதான இலக்கு ஆகும். “இந்தக் காரணத்தினால் தான் சிசிலிக்குப் பயணம் செய்த ஏதென்யர்கள் பிலோப்பேன்சியா (Peloponnesian) போரில் தோல்வியடைந்தார்கள்” என்று ஹால்பெர்ன் எழுதுகிறார். “கனமான கவசங்களையும், ஆயுதங்களையும் கொண்ட ஏதென்ஸின் காலாட்படையினரை, பிரதானமாகக் கவணை மட்டும் உபயோகித்தே மிகவும் எளிமையான, உள்ளூரைச் சேர்ந்த வீரர்கள் மலைகளில் வைத்து அவர்களைத் துவம்சம் செய்தார்கள் என்பதை த்யுசிடைட்ஸ் (Thucydides) விளக்குகிறார்”.

கோலியாத் ஆயுதங்கள், கவசங்களெல்லாம் எல்லாம் தாங்கிய ஒரு ‘கனமான’ காலாட்படை வீரன் ஆவான். டைட்டஸ் மான்லியஸுக்கும் காலுக்கும் நடந்த சண்டை போல அவனும் தன்னைப் போன்று ஒரு ‘கனமான’ வீரனுடன்தான் சண்டைப்

போடப்போகிறோம் என நினைத்திருந்தான். அவன் 'என்னிடம் வா, உன்னுடைய சதையை வானுலகில் இருக்கும் பறவைகளுக்கும், வயல்வெளிகளில் அலைந்து திரியும் மிருகங்களுக்கும் இரையாக்குகிறேன்' என்றான். இதில் முக்கியமான சொற்றொடர் 'என்னிடம் வா' என்பதுதான். இதன் அர்த்தம் அவன் தன்னை நெருங்கி வரும்படியும், ஒருவருக்கொருவர் நெருக்கமாகச் சண்டை போட்டுக் கொள்ளலாம் என்பதுதான். அரசர் சால் கூட அப்படி நினைத்துதான் தனது வாளையும், கவசத்தையும் அவனிடம் கொடுக்க முயற்சித்திருக்க வேண்டும். அவரும் டேவிட் கோலியாத்துடன் 'கை கலப்பில்' (குத்துச்சண்டை) ஈடுபடப் போகிறான் என்று நினைத்திருக்கக்கூடும்.

இருப்பினும் டேவிட்டுக்கு வழக்கமான கை கலப்பு / குத்துச் சண்டையின் சம்பிரதாயத்தை மதிக்க வேண்டுமென்கிற எண்ணம் இல்லை. ஆடு மேய்ப்பவனான நான் கரடிகளையும், சிங்கங்களையும் கொன்றிருக்கிறேன் என்று தனது வீரத்தை பற்றி மட்டும் சொல்லாமல் கூடவே, எப்படிக் காட்டு மிருகங்களைக் கொல்வதற்கு நான் கற்றுக் கொண்டேனோ அதே போலச் சண்டையிட்டு கோலியாத்தையும் கொல்ல உத்தேசித்துள்ளேன் என மன்னர் சாலிடம் கூறினான்.

அவன் கோலியாத்தை நோக்கி ஓடினான். கவசம் எதுவும் அணியாததால் அவன் வேகமாகவும், வளைந்து நெளிந்தும் எளிதாக ஓட முடிந்தது. அவன் கவணில் கல்லை வைத்து வினாடிக்கு ஆறேழு முறை, சுற்றி வேகம் வர வைத்து கோலியாத் உடம்பில்

பாதிப்புக்கு உள்ளாகக்கூடிய இடம் என்று தெரிந்த ஒரே இடமான நெற்றியை நோக்கி வீசினான். இது குறித்துக் கணக்கிட்டு, ஆராய்ச்சி செய்த இஸ்ரேல் பாதுகாப்புப் படையில்

இருக்கும் ஏவுகணை நிபுணர் ஏய்டன் ஹர்ஸ் (Eitan Hirsch), "இந்த அளவிலான கல்லைக் கொண்டு ஒரு சிறந்த கவண் வீரர் முப்பத்தைந்து மீட்டர் தூரத்திலிருந்து எறிந்திருந்தால் அது கோலியாத்தின் தலையை வினாடிக்கு முப்பத்து நான்கு மீட்டர் வேகத்தில் தாக்கியிருக்கும் – இது ஒருவரின் கபாலத்தைத் துளைத்து அவரை நினைவிழக்கச் செய்ய அல்லது சாகடிக்கக் கூடிய அளவிற்கு சக்தி கொண்டது" என்றார். இந்தத் துளைக்கும் சக்தி ஏறக்குறைய நவீன காலத்துக் கைத் துப்பாக்கியின் துளைக்கும் சக்திக்குச் சமமானதாகும். ஹர்ஸ் மேலும் எழுதுகையில் எங்கள் கண்டுபிடிப்பின் படி, "ஒரு வினாடிக்கும் சற்று அதிகமான நேரத்திற்குள் டேவிட் தனது கவணைச் சுற்றி கோலியாத்தைத் தாக்கியிருக்க வேண்டும். அந்தக் குறுகிய கால அளவில் அவனால் தன்னைப் பாதுகாத்துக் கொள்ள முடியவில்லை. சொல்லப்போனால் அவன் அந்த நொடியில் எதுவும் செய்யாமல் நடைமுறை காரணங்களுக்காக ஒரே இடத்தில் நின்றிருந்திருக்க வேண்டும்' என்று குறிப்பிட்டிருக்கிறார்.

கோலியாத்தால் என்ன செய்திருக்க முடியும்? கவசம் மட்டும் கிட்டத்தட்ட 100 பவுண்டுக்கு அணிந்திருந்த அவன் மிகவும் நெருங்கிய அளவில் சண்டை போடுவதற்கு ஆயத்தமாக வந்திருந்தான். இதனால் அவன் நிற்கும் இடத்திலிருந்து அதிகமாக நகராமல் தன் மீது விழும் அடிகளைக் கவசம் மூலம் தடுத்து, ஈட்டி மூலம் எதிரியைத் தாக்கலாம் என அவன் நினைத்திருக்கக்கூடும். அவனை நோக்கி டேவிட் வருவதை முதலில் வெறுப்பாகவும் பின்னர் ஆச்சரியத்துடனும் பார்த்தான். அதற்குப் பிறகு அவன் எதிர்பார்த்த சண்டை வடிவம் திடீரென்று மாற்றமடைந்ததைக் கண்டு அநேகமாகத் திகிலடைந்திருக்க வேண்டும் .

டேவிட் கோலியாத்திடம், "நீ எனக்கு எதிராகச் சண்டையிட வாள், ஈட்டி போன்றவற்றைக் கொண்டுவந்திருக்கிறாய். ஆனால் நான் உன்னை எதிர்க்க யாருக்கு நீ அறைகூவல் விட்டாயோ அதே எல்லாம் வல்ல இஸ்ரேல் ராணுவக் கடவுளின் துணையுடன் வந்திருக்கிறேன். கடவுள் என் கைகளில் உன்னை வழங்குவார். நான் உன்னை அடித்து வீழ்த்தி உனது தலையை வெட்டப் போகிறேன்... வாளாலோ அல்லது ஈட்டியாலோ கடவுள் ஒருவனைப் பாதுகாப்பதில்லை என்பது இங்குள்ள அனைவருக்கும் தெரியவரும் : யுத்தம்தான் கடவுள் என்றிருக்க , அவர் உங்கள் எல்லோரையும் எங்களுடைய கைகளுக்குத் தருவார்" என்றான்.

கோலியாத்தின் வாள், ஈட்டி பற்றி டேவிட் மிகவும் அழுத்தமாக இரண்டு முறை கூறியதிலிருந்தே அவனுடைய மாறுபட்ட எண்ணத்தின் ஆழம் தெரிந்திருக்கும். அதற்குப் பிறகு அவன் தனது பையில் இருந்த கல்லை எடுத்தான், அந்த நேரத்தில் மலைத் தொடரின் உச்சியிலிருந்து பள்ளத்தாக்கை நோக்கிப் பார்த்துக் கொண்டிருந்த இரண்டு தரப்பினரில் ஒருவர்கூட டேவிட்டுக்கு வெற்றி சாத்தியமில்லை என்று நினைத்திருக்க மாட்டார்கள். டேவிட்டிடம் கவண் இருந்தது, எறிபடை என்றுமே அதிக முயற்சி யின்றி காலாட்படையைத் தோற்கடித்தது.

"டேவிட்டை எதிர்த்து நின்ற கோலியாத் பற்றி வரலாற்று அறிஞர் ராபர்ட் டோரன்வெண்ட், 0.45 தானியங்கி துப்பாக்கி வைத்திருக்கும் எதிரிக்கு இருக்கிற அதே வாய்ப்பு வெண்கல யுகத்தில் கையில் வாளுடன் இருந்த போர் வீரருக்கும் இருந்திருக்கக்கூடும்" என்று கூறுகிறார்.

*1967ல் நடந்த 'ஆறுநாள் யுத்த' வெற்றிக்கு சூத்ரதாரியாக இருந்த இஸ்ரேல் நாட்டின் பாதுகாப்புத் துறை மந்திரியான மோஷே தயான் கூட டேவிட், கோலியாத் பற்றி ஒரு கட்டுரை எழுதியிருந்தார். அதன் படி, 'கோலியாத்துடன் டேவிட் சிறந்த கருவிகளைக் கொண்டு சண்டையிட்டானே ஒழிய அதற்கு மாறாகக் கீழ்த்தரமான கருவிகளைக் கொண்டு மோதவில்லை. தன்னை விட பலம் பொருந்திய ஒருவனோடு யுத்தம் செய்வதில் அவனுடைய பெருந்தன்மை அடங்கியிருக்கவில்லை மாறாக போர்க்கருவியை தனக்குச் சாதகமாக எப்படி சிறப்பாக உபயோகிப்பது என்பதை தெரிந்து வைத்திருந்தின் மூலம் வலுவானவனாக தன்னை ஆக்கிக் கொண்டதில் இருக்கிறது.

4

ஏலாப் பள்ளத்தாக்கின் அன்றைய தினத்தைச் சுற்றி இந்த அளவிற்குத் தவறான புரிதல் ஏன் ஏற்பட்டது? ஒரு தளத்தில், சக்தி பற்றி நமக்கிருந்த மடமைத்தனத்தை அந்த ஒண்டிக்கு ஒண்டி சண்டை அப்பட்டமாக்கியது . கோலியாத் மிகவும் பெரியவன், டேவிட் ஒரு பொடியன் என்பதால்தான் மன்னர் சாலுக்கு அவனுடைய வெற்றி வாய்ப்புக் குறித்துத் தயக்கம் இருந்தது. சால் மன்னர் சக்தியை உடல்ரீதியானது என்று நினைத்தார்.. விதிகளை மீறுவதன் மூலமும், வலுவுக்கு மாற்றாக வேகம் மற்றும் ஆச்சரியமும் கொண்டு சக்தி வேறு வடிவங்களிலும் வரும் என்பதை அவர் சரியாக உணரவில்லை. சால் மட்டும் இந்தத் தவறைச் செய்யவில்லை. நாம் நம் குழந்தைகளை எப்படிப் பயிற்றுவிக்கிறோம் என்பதிலிருந்து குற்றத்தையும், சீர்குலைவையும் எதிர்த்து எப்படிப் போராடுகிறோம் என்பது வரை இந்த மாதிரியான தவறுகளை இன்றைக்கும் செய்து கொண்டிருக்கிறோம்,

அவற்றின் விளைவுகள் என்னவாக இருக்கும் என்பதை இனி வரும் பக்கங்களில் சொல்லவிருக்கிறேன்.

இரண்டாவது சற்று ஆழமான பிரச்சனை. சாலும், இஸ்ரேலியர்களும் தங்களுக்குக் கோலியாத் யாரென்று தெரியும் என நினைத்திருந்தனர். அவனுடைய உருவத்தை வைத்து அவனுடைய திறமை என்னவென்று அவசர முடிவு செய்திருந்தார்கள்—முடிவுக்குத் தாவினார்கள். ஆனால் அவர்கள் அவனைச் சரியாகப் பார்த்திருக்கவில்லை. கோலியாத்தின் நடவடிக்கைகள் குழப்பமான

ஒன்று என்பதுதான் உண்மை. அவன் வலிமைமிக்கப் போர் வீரனாக இருக்க வேண்டியவன். ஆனால் அவன் அந்த மாதிரி நடந்து கொள்ளவில்லை. அவன் பள்ளத்தாக்கு நோக்கி வரும் போது அவனுக்கு முன்னால் ஒரு சேவகன் கேடயத்தைத் தூக்கிக் கொண்டு வந்தான். புராதண காலத்தில் வில்வித்தை வீரர்கள் வில்லையும், அம்பையும் தூக்கிக் கொண்டு வரும்போது அவர்களுடன் தான் யாராவது ஒருவர் கேடயத்தைத் தூக்கிக் கொண்டு வருவார். ஏனெனில், அவர்கள் கேடயத்தைப் பிடித்துக் கொண்டு வில் சண்டையில் ஈடுபட முடியாது. ஆனால் ஒத்தைக்கு ஒத்தை வாள் சண்டை போட அழைத்த கோலியாத் ஏன் 'மூன்றாவதாக' ஒரு மனிதனை வில் சண்டைக்குத் தேவைப்படும் கேடயத்தை எடுத்துக் கொண்டு அவனுக்கு உதவியாக வரச் சொல்ல வேண்டும்?

இதற்கும் மேலாக, டேவிட்டைப் பார்த்து அவன், "என்னருகில் வா?" என்று ஏன் சொல்ல வேண்டும். கோலியாத் ஏன் டேவிட்டின் அருகில் சென்றிருக்கக்கூடாது? அளவிட முடியாத பலம் கொண்ட ஒருவனைப் பற்றி விவிலியத்தில் அவனால் மெதுவாகத்தான் நடக்க முடியும் என்று கூறப்பட்டிருப்பது வித்தியாசமான ஒன்றாக இருக்கிறது. எது எப்படியிருந்தாலும் டேவிட் வாள் அல்லது கேடயம் அல்லது கவசம் எதுவும் இல்லாமல் வருவதைப் பார்த்த கோலியாத்தினால் ஏன் உடனடியாகப் பதிலளிக்க முடியவில்லை? டேவிடைப் பார்த்தவுடன் அவனது முதல் எதிர்செயல் பயப்படுவதற்குப் பதிலாக அவமதிக்கப்பட்டதாக உணர்வதாக இருந்தது. அவனைச் சுற்றி என்ன நடந்து கொண்டிருக்கிறது என்பது குறித்துக் கவலையற்றவனாக இருந்திருக்கிறான். அவன் இறுதியாக டேவிட்டையும் அவனிடமிருந்த ஆடு மேய்ப்பவர்கள் வைத்திருக்கும் கம்பையும் பார்த்து: 'கம்புகளோடு என்னிடம் நீ வருவதற்கு நான் என்ன நாயா?' என்று கேட்டிருக்கிறான். கம்புகள்ஞ்.? டேவிட்டிடமிருந்தது ஒரே ஒரு கம்புதான், அப்படி யிருக்க அவன் ஏன் 'பன்மை'யில் கேட்க வேண்டும்?

கோலியாத்துக்கு மருத்துவ ரீதியல் கவலைக்கிடமாக இருந்திருக்கும் என்று இப்போது பல மருத்துவ நிபுணர்கள் கருதுகிறார்கள். அவனுடைய குரலையும், உருவத்தையும் வைத்துப் பார்க்கும் போது அவன் 'அக்ரமெக்லீ (acromegaly)' என்கிற வியாதியால் – பிட்யூட்டரி சுரப்பியில் கட்டி இருப்பதன் மூலம் ஏற்படக்கூடிய நோய் – பாதிக்கப்பட்டிருக்கக்கூடும் என நினைத்தார்கள். மனிதர்கள் வளர்ச்சிக்குக் காரணமாக இருக்கும் ஹார்மோன்கள் இந்தக் கட்டியினால் அதிக அளவில் உற்பத்தியாகி யிருக்குமென்றும் அதுவே அவனுடைய அசாதாரண உருவத்திற்குக் காரணமாக இருக்கலாம் என்றும் மருத்துவர்கள் நினைத்தார்கள். (வரலாற்றிலேயே மிகவும் உயரமான மனிதரான ராபர்ட் வேட்லோ

(Rober Wadlow) விற்கு இந்த அக்ரமெக்லீ நோய் இருந்தது. அவர் இறக்கும் போது அவரது உயரம் எட்டு அடி பதினொரு இஞ்ச் ஆக இருந்து மட்டுமல்லாமல் வளர்ந்து கொண்டும் இருந்தது)

பொதுவாக இந்த நோயின் பக்கவிளைவு என்னவெனில் பார்வையில் கோளாறு ஏற்படுவது ஆகும். ஒரு குறிப்பிட்ட இடம் வரை பிட்யூட்டரி கட்டி வளர்ந்து அங்கிருந்து கண்ணுக்குச் செல்லக்கூடிய தசைகளைச் சுருக்கி விடுவதால் இந்த நோயினால் பாதிக்கப்பட்டவர்களுக்கு டிப்லோப்பியா அல்லது இரட்டைப் பார்வை என்கிற பார்வைக் கோளாறு ஏற்படுவதுண்டு. கோலியாத் பள்ளத்தாக்கிற்கு வரும் போது அவனுக்கு முன்னால் சேவகன் ஏன் வந்தான்? ஏனென்றால் அவன் தான் கோலியாத்தின் பார்வைக்கான வழிகாட்டி. அவன் ஏன் மெதுவாக நடந்தான்? ஏனென்றால் அவனைச் சுற்றி யிருந்த உலகம் அவனுக்கு மங்கலாகத் தெரிந்திருக்கிறது. டேவிட் விதியை மாற்றி விட்டான் என்பதை அறிந்து கொள்ள அவன் ஏன் அதிக நேரம் எடுத்துக் கொண்டான்? ஏனென்றால் டேவிட் அவனை நெருங்கும் வரை கோலியாத்தால் அவனைப் பார்க்க முடியவில்லை.

"என்னிடம் வா, உன்னுடைய சதையை வானுலகில் உள்ள பறவைகளுக்கும், வயல்வெளிகளில் உள்ள மிருகங்களுக்கும் இரையாக்குகிறேன்.' என்று கத்தி சொன்னதிலிருந்து அவன் சிறிது நடுங்கியே போயிருக்கவேண்டுமென்பதற்கான குறிப்பாக எடுத்துக் கொள்ளலாம். நீதான் என்னருகில் அவசியம் வரவேண்டும், அப்படி யில்லையென்றால் என்னால் உன்னைப் பார்க்க முடியாது' என்கிற அர்த்தத்தில் அவன் டேவிட்டை அருகில் கூப்பிட்டிருக்கலாம். இது தவிர, ஒரு கம்போடு இருந்த டேவிட்டைப் பார்த்து 'கம்புகளோடு என்னிடம் நீ வருவதற்கு நான் என்ன நாயா? என்று கேட்டதற்கு இதற்கு மேல் வேறு விளக்கம் இருக்க முடியாது. அவனுக்கு அது இரண்டு கம்புகளாகத் தெரிந்திருக்கும்.

மேலே மலைத்தொடரின் உச்சியில் இருந்து பார்த்த இஸ்ரேலியர்களுக்கு அவனது உருவம் பயமுறுத்தக்கூடியதாக இருந்திருக்கும். ஆனல் உண்மையில் அந்த உருவமே அவனது பலவீனமாக இருந்தது. பராக்கிரமசாலிகளுடன் நடக்கக்கூடிய அனைத்துப் போர்களுக்கும் இது ஒரு முக்கியமான பாடமாகும். சக்திவாய்ந்தவராகவும், பலசாலிகளாகவும் தோன்றக்கூடிய அனைவரும் எப்போதும் அப்படியிருப்பதில்லை.

தைரியத்தையும், நம்பிக்கையையும் சக்தியாகக் கொண்டு டேவிட் கோலியாத்தை நோக்கி ஓடி வந்தான். கோலியாத்தின் அணுகுமுறை குருட்டாம் போக்கானது – மிகப் பெரிய உருவம், நடப்பதில் வேகமின்மை, மங்கலான கண்கள் – சூழ்நிலைக்கேற்ப எப்படித் தன்னை மாற்றிக் கொள்ள வேண்டுமென்பதை புரிந்து கொள்ள முடியாதவனாக இருந்தான். இத்தனை ஆண்டுக் காலமும் நாம் இந்தக் கதையைத் தவறாகவே சொல்லிக் கொண்டிருக்கிறோம். டேவிட்டும் கோலியாத்தும் என்கிற இந்தப் புத்தகம் அவற்றைச் சரி செய்யக் கூடும்.

பகுதி 1

அனுகூலமற்ற தன்மைகளின் நன்மைகள் (நன்மைகளின் அனுகூலமற்ற தன்மை)

[The Advantages of Disadvanteage (and the Disadvantages of Advantages)]

"ஒன்றுமில்லாதிருக்கத் தன்னைச் செல்வந்தனாகப் பாராட்டுகிறவனும் உண்டு; மிகுந்த செல்வமிருக்கத் தன்னைத் தரித்திரனாகக் காட்டி பாசாங்கு செய்கிறவனும் உண்டு"

நீதிமொழிகள் 13:7

அத்தியாயம் 1

விவேக்
ரணதிவே

"இது உண்மையில் தற்செயலானது. அதாவது, என் அப்பா இதற்கு முன்பு ஒரு போதும் கூடைப்பந்து விளையாடியதில்லை"

1

விவேக் ரணதிவே தனது மகள் அஞ்சலியின் கூடைப்பந்தாட்ட அணிக்குப் பயிற்சி அளிக்க முடிவெடுத்த போது இரண்டு கொள்கைகளில் தீர்க்கமாக இருந்தார். முதலாவதாக, ஒரு போதும் தனது குரலை உயர்த்தக் கூடாது. இது நேஷனல் ஜூனியர் பேஸ்கட்பால் அதாவது, லிட்டில் லீக் ஆஃ பேஸ்கட்பால். பெரும்பாலும் பனிரெண்டு வயது நிரம்பியவர்கள் கொண்ட அணியாக அது இருந்தது. பனிரெண்டு வயது குழந்தைகள் சத்தம் போட்டாலும்-அதட்டினால் ஒழுங்காகப் பதில் சொல்லமாட்டார்கள் என்பதைத் தன் அனுபவத்திலிருந்து அறிந்திருந்தார். அவருடைய மென்பொருள் நிறுவனத்தில் எப்படித் தனது தொழிலை நிர்வாகிப்பாரோ அதே போலக் கூடைப்பந்தாட்ட மைதானத்திலும் நடந்து கொள்ள வேண்டுமென்று முடிவு செய்து கொண்டார். அவர் மிகவும் அமைதியாகவும், மென்மையாகவும் பேச வேண்டுமென்றும், தனது அணுகுமுறை ஞானத்தை, அதன் காரண-காரியங்கள் மற்றும் இயல்பறிவும் கொண்ட தன்மைமேல் ஈர்ப்பு ஏற்படும் வகையில் அந்தப் பெண்களிடம் அறிவுறுத்த வேண்டுமென்றும் நினைத்துக் கொண்டார்.

இரண்டாவது கொள்கை மிகவும் முக்கியமானது ஆகும். அமெரிக்கர்கள் கூடைப்பந்தாட்டம் விளையாடும் முறை பற்றி ரணதிவே சற்றே குழம்பிப் போயிருந்தார். அவர் மும்பையிலிருந்து வந்தவர். கிரிக்கெட் மற்றும் கால்பந்தாட்டத்துடன் வளர்ந்தவர். அவர் முதன் முதலில் பார்த்த கூடைப்பந்தாட்டப் போட்டியை ஒரு போதும் மறக்கமாட்டார். அது ஒரு மூளையற்ற விளையாட்டு என அவர் நினைத்தார். கி அணி ஸ்கோர் செய்தவுடன் உடனடியாக மைதானத்தில் அவர்களுக்கான பகுதிக்குப் பின்னடைந்து சென்று விடுகிறார்கள். B அணி பக்கவாட்டிலிருந்து பந்தைக் கடத்தி, தட்டிக் கொண்டே அணி கி இருக்கும் பகுதிக்குச் செல்கிறார்கள். அங்கே கி அணி பொறுமையாகக் காத்துக் கொண்டிருப்பார்கள். அதற்குப் பிறகு இந்தச் செயல்பாடு தலைகீழாக மாறும்.

ஒரு தரமான—அங்கீகரிக்கப்பட்ட கூடைப்பந்தாட்ட மைதானம் 94 அடி நீளம் கொண்டது. பெரும்பாலான நேரங்களில் ஒரு அணி அதில் வெறும் 24 அடிகள் வரை தங்களைக் காத்துக் கொண்டு, மீதி உள்ள 70 அடிகளை விட்டுக் கொடுத்து விடுகிறது. மிகவும் அரிதாகவே அவர்கள் முழு மைதானத்தையும் உபயோகிக்கிறார்கள். அதாவது மைதானத்தில் எதிர் அணியினர் முன்னேறி செல்ல முயற்சிக்கையில் அதைத் தடுத்து நிறுத்தும் பொருட்டு உபயோகிக்கிறார்கள். ஆனால் இதைக் கூட அவர்கள் ஒருசமயத்தில் ஒரு சில நிமிடங்கள் தான் செய்கிறார்கள்.

கூடைப்பந்தாட்ட உலகத்தில் எப்படி விளையாட வேண்டும் என்பதில் ஒரு கூட்டுசதி இருப்பதாக ரணதிவே நினைத்ததுடன் அந்தச் சதித் திட்டத்தின் விளைவுதான் நல்ல அணிகளுக்கும், பலவீனமான அணிகளுக்கும் உள்ள இடைவெளி அதிகரிப்புக்கான காரணம் என்றும் எண்ணினார். நல்ல அணி என்பது, அதில் விளையாடுபவர்கள் நல்ல உயரமாகவும், நன்றாகத் தட்டிச் சென்று கூடைக்குள் பந்தைப் போடுபவர்களாவும் இருக்கிறார்கள்; மிகவும் கவனத்துடன் விளையாடி, தங்களால் மிகவும் கச்சிதமாகக் கவனமாகத் தயாரிக்கப்பட்ட விளையாட்டு உத்திகளை எதிர் அணியின் மீது பிரயோகிப்பார்கள்— செயல்படுத்துவார்கள். அப்படியென்றால் பலவீனமான அணியினர், சிறந்த அணியினர் சிறப்பாகச் செயல்படும் விஷயங்களையே அவர்களுக்கு எளிதாக்குமாறு ஏன் விளையாட வேண்டும்?

ரணதிவே தனது அணியில் உள்ள பெண்களைப் பார்த்தார். மோர்கனும், ஜூலியாவும் மிகவும் தீவிரமான கூடைப்பந்தாட்ட வீரர்கள். ஆனால், நிக்கி, ஏஞ்சலா, டானி, ஹாலி, அனிக்கா மற்றும் அவருடைய மகள் அஞ்சலி இதற்கு முன்பாக ஒரு முறை கூடக் கூடைப்பந்தாட்ட விளையாட்டு விளையாடியதில்லை.

அவர்கள் உயரமானவர்களாகவும் இல்லை. அவர்களால் பந்தை கூடைக்குள் போடவும் முடியாது. அவர்களிடம் பந்தைத் தட்டித்தட்டி எடுத்துச் செல்வதற்கான திறமையும் இல்லை. ஒவ்வொரு நாள் மாலையும் மைதானத்தில் விளையாடக்கூடிய வழக்கமும் அவர்களிடம் இல்லை. ரணதிவே கலிஃபோர்னியா சிலிகன் வேலியில் உள்ள மையப்பகுதியான மென்லோ பார்க்கில் வசித்து வந்தார். அவருடைய வார்த்தைகளில் சொல்வதென்றால் அவருடைய அணி 'பொன்னிறமான குட்டிப் பெண்கள் (little blond girls)' கொண்ட அணியாகும். இவர்கள் எல்லாம் வல்லுநர்கள் மற்றும் கம்ப்யூட்டர் புரோகிராமர்களின் (computer programmers) குழந்தைகள். அறிவியல் சம்பந்தப்பட்ட திட்டங்களிலும், நீண்ட, சிக்கலான புத்தகங்களையெல்லாம் படித்துக் கொண்டிருக்கும் இவர்கள் பெரியவர்களாக ஆகும் போது 'கடல் உயிரியலாளர்கள்' ஆக வேண்டுமென்று கனவு கண்டு கொண்டிருப்பவர்கள். பாரம்பரியமான வழியில் விளையாடினால் எந்தவித எதிர்ப்பும் இல்லாமல் எதிரி அணியினர் பந்தைத் தட்டித் தட்டி மைதானத்தின் முன்னேறிவர அனுமதிக்கும் பட்சத்தில் அவர்கள் கூடைப்பந்தாட்டத்தில் பேரார்வம் கொண்டிருந்த பெண்களிடம் உறுதியாகத் தோற்றுவிடுவார்கள் என அறிந்திருந்தார். ரணதிவே தனது பதினேழாவது வயதில் பையில் 50 டாலர்களுடன் அமெரிக்காவிற்கு வந்தவர். இவர் தோல்வியை அவ்வளவு எளிதாக ஒத்துக் கொள்பவர் இல்லை. பிறகு இவருடைய இரண்டாவது கொள்கை, இவருடைய அணியினர் ஒவ்வொரு விளையாட்டையும் எப்போதும் மைதானம் முழுதும் உண்மையில் விளையாடுவார்கள் என்பதுதான். அவருடைய அணியினர் தேசிய சாம்பியன்ஷிப் வரை சென்றனர். 'இது உண்மையில் தற்செயலானது. அதாவது, என் அப்பா இதற்கு முன்னால் ஒரு போதும் கூடைப்பந்து விளையாடியதில்லை" என்று அஞ்சலி ரணதிவே கூறினாள்.

2

கடந்த இருநூறு வருடங்களுக்கும் மேலான காலத்தில் மிகப் பெரிய நாடுகளுக்கும், மிகச் சிறிய நாடுகளுக்கும் இடையே நடந்த யுத்தங்களை எடுத்துக் கொள்வோம். அதாவது ஒரு பக்கத்தினர் இன்னொரு பக்கத்தினரை விடக் குறைந்த பட்சம் பத்து மடங்கு அதிக ஜனத்தொகையும் அதற்கேற்றவாறு ஆயுதங்களும் வைத்திருப்பவர்கள். இப்படிப்பட்ட பெரிய ராணுவம் எத்தனை முறை ஜெயித்திருக்குமென்று எண்ணுகிறீர்கள்? 100 சதவிகிதத்திற்கு நெருக்கமாக அவர்கள் வெற்றி பெற்றிருக்கக்கூடும் என நம்மில் பலர்

சொல்லக்கூடும் என்று நினைக்கிறேன். பத்து மடங்கு வித்தியாசம் என்பது உண்மையிலேயே மிகப் பெரிய எண்ணிக்கைதான். ஆனால் முன்பு கேட்ட கேள்விக்கான விடை உங்களை ஆச்சரியத்தில் ஆழ்த்தும். இவான் அர்குயின் டாஃப்ட் (Ivan Arreguin - Toft) என்கிற அரசியல் விஞ்ஞானி சில வருடங்களுக்கு முன்பு கணக்கிட்டுப் பார்க்கையில் கிட்டத்தட்ட 71.5 சதவிகிதம், அதாவது நான்கில் மூன்று பங்குக்குச் சிறிது குறைவாக, சிறிய நாடுகளே வெற்றிப் பெற்றிருக்கின்றன என்று கூறியிருக்கிறார்.

அதற்குப் பிறகு அர்குயின் டாஃப்ட் கேள்வியைச் சிறிது வித்தியாசமாக, யுத்தத்தில் பலமான பக்கத்திற்கும், பலவீனமான பக்கத்திற்கும் இடையில் பலமான பக்கத்தினர் விரும்புவது போலச் சண்டையிடாமல் டேவிட் செய்தது போல வழக்கத்திற்கு மாறான அல்லது கொரில்லா முறைப்படி சண்டையிட்டால் என்ன ஆகும்? என்று கேட்டார். இதற்கான பதில்: இந்தப் போர் நடக்கும் பட்சத்தில், பலவீனமான பகுதி வெற்றி பெறுவதற்கான சதவிகிதம் 28.5 சதவிகிதத்திலிருந்து 63.6 சதவிகிதத்திற்கு உயர்ந்தது. இதை ஒரு உதாரணத்தோடு கூறுவதென்றால், "கனடா நாட்டை விடப் பத்து மடங்கு அதிக மக்கள் தொகை கொண்ட நாடு அமெரிக்கா. இந்த இரண்டு நாடுகளுக்கிடையே ஏற்படக்கூடிய யுத்தத்தில் கனடா வழக்கமற்ற முறையில் போரிடும் உத்தியைத் தேர்ந்தெடுத்தால், கனடா யுத்தத்தில் ஜெயிக்கும் என நீங்கள் தைரியமாகப் பந்தயம் கட்டலாம் என்று வரலாறு பரிந்துரைக்கிறது".

பின் தங்கிய நிலையில் இருப்பவர்களுக்கு வெற்றி என்பது சாத்தியமற்றது என நாம் நினைப்பதால் தான் டேவிட்டும் கோலியாத்தும் கதை இவ்வளவு காலமாக மிகவும் வலுவாகச் சொல்லப்பட்டு வருகிறது. ஆனால் அர்குயின் டாஃப்ட், பின் தங்கிய அணியினர் (Underdogs) எப்போதுமே வெல்லக் கூடியவர்கள் என்கிறார். அப்படியென்றால் நாம் ஏன் ஒவ்வொரு முறையும் ஒரு டேவிட் ஒரு கோலியாத்தை வென்றான் என்று கேட்டால் அதிர்ச்சியடைகிறோம்? சிறியதாகவோ அல்லது கொஞ்சம் தாழ்ந்த நிலையிலோ அல்லது அதிகத் திறமையற்றோ இருக்கும் ஒருவர் சாத்தியமற்ற நிலையில் தான் இருப்பாரென்று நாம் எப்படி அவ்வளவு தானாகப் பாவித்துக்கொள்கிறோம் ?

அர்குயின் டாஃப்ட்டினுடைய பின்தங்கியவர் (underdogs) களில் வெற்றி பெற்றவர் பட்டியலில் இருப்பவர் டி.இ.லாரன்ஸ் (T.E Law-rence அல்லது நன்கு அறிமுகமான லாரென்ஸ் ஆஃப் அரேபியா). இவர் தான் முதலாம் உலகப் போரின் முடிவில் அரேபியாவை ஆக்ரமித்திருந்த துருக்கி ராணுவத்திற்கு எதிராக அரேபியப் புரட்சிக்குத் தலைமை தாங்கியவர். அரேபியர்களின் இந்தக் கிளர்ச்சிக்குப் பிரிட்டிஷ் உதவி செய்தது. அவர்களுடைய நோக்கம் என்னவெனில், டமாஸ்கஸிலிருந்து ஹெஜாஸ் பாலைவனம் வரை துருக்கியர்கள் கட்டியிருந்த ரயில் பாதையைத் தகர்ப்பது ஆகும்.

இது மிகவும் கடினமான வேலை. துருக்கியர்களிடம் மிகவும் வலிமை மிக்க நவீனமான ராணுவம் இருந்தது. இதற்கு மாறாக லாரன்ஸிடம் கட்டுக்கடங்காத ஒரு பெடோவின் (Bedouin) கும்பல் இருந்தது. அவர்கள் திறமைவாய்ந்த போர்வீரர்கள் இல்லை. அவர்கள் நாடோடிகள். அவர்களைப் பற்றிச் சர் ரெஜினால்ட் வின்கேட் (Sir Reginald Wingate) கூறும் போது, "பயிற்சி எதுவும் பெறாத அவர்களில் பெரும்பாலானவர்களுக்குத் துப்பாக்கி சுட கூடத் தெரியாது" என்றார். ஆனால் அவர்கள் மிகவும் முரடனாவர்கள், எங்கு வேண்டுமென்றாலும் செல்லக் கூடியவர்கள். வழக்கமாக, பெடோவினி வீரர்கள் துப்பாக்கியும், நூறு சுற்றுக்குத் தேவையான வெடிபொருட்களையும், 45 பவுண்ட் வெடிமருந்தையும் எடுத்துச் செல்வார்கள். அவர்கள் பாலைவனத்தில் கோடை காலத்தில் கூட ஒரு நாளைக்குக் கிட்டத்தட்ட 110 மைல் தூரம் பயணம் செய்வார்கள். அப்படிப் பயணிக்கும் போது 'ஒரு பைண்ட் (pint)' தண்ணீர் மட்டுந்தான் எடுத்துச் செல்வது வழக்கம். ஏனெனில் பாலைவனத்தில் தண்ணீர் எங்குக் கிடைக்கும் என்பது அவர்களுக்கு நன்றாகத் தெரியும். 'எங்களது துருப்புச் சீட்டு வேகமும், காலமும் தான் தாக்கும் சக்தி அல்ல" என்று லாரென்ஸ் குறிப்பிட்டிருந்தார். 'எங்களுடைய மிகப் பெரிய சொத்தே பழங்குடி மக்கள் தான். அவர்களுக்குப் பாரம்பரியமாகப்

போரிடும் முறை தெரியாவிட்டாலும் ஓரிடத்திலிருந்து இன்னொரு இடத்திற்குச் செல்வது (நடமாட்டம்), சகிப்புத் தன்மை, தனிநபர் புத்திசாலித்தனம், நாடு பற்றிய அறிவு, தைரியம் போன்றவை அவர்களது வலுவான சொத்துக்களாக இருந்தன. பதினெட்டாம் நூற்றாண்டைச் சேர்ந்த ஜெனரல் மாரிஸ் டி சாக் (Maurice de Saxe), "போர்க் கலை என்பது கைகளைப் பற்றியது இல்லை மாறாகக் கால்களைப் பற்றியது" என்று புகழ்மிக்க முறையில் கூறினார்.

லாரென்ஸின் படையில் இருந்தவர்கள் அனைவரும் கால்களை நம்பியவர்கள். 1917 ஆம் ஆண்டு மார்ச் 24 ஆம் தேதி சேர்ந்தாற் போல அவருடைய படையைச் சேர்ந்தவர்கள் வெடிகுண்டு வைத்து 60 ரயில் தண்டவாளங்களையும், பூஏரில் (Buair) உள்ள தபால்தந்தித் தொடர்பையும் சின்னாபின்னமாக்கினர், மார்ச் 25 ஆம் தேதி அபு அல்நாமில் (Abu al - Naam) ஒரு ரயிலையும், 25 ரயில் தண்டவாளங்களையும் நாசமாக்கினர், மார்ச் 27 ஆம் தேதி இஸ்தாபில் ஆண்டரில் (Istabl Antar) பதினைந்து ரயில் தண்டவாளங்களையும், தபால்தந்தித் தொடர்பையும் வெடிகுண்டு வைத்துத் தகர்த்தனர், துருக்கிய படைவீரர்கள் சூழ்ந்திருந்த கோட்டையையும், ஒரு ரயிலையும் மார்ச் 29 ஆம் தேதி சேதப்படுத்தினர், மீண்டும் புஏருக்குத் மார்ச் 31 ஆம் தேதி திரும்பி ரயில் தண்டவாளங்களுக்குப் பாதிப்பு ஏற்படுத்தினர், ஏப்ரல் 3 ஆம் தேதி ஹெடியா (Hedia) வில் பதினோரு தண்டவாளங்களையும், ஏப்ரல் 4, 5 தேதிகளில் வாடி டெய்ஜி (Wadi Daiji) யில் ரயில் தொடர்பைச் சூறையாடினர், இதே பகுதியில் ஏப்ரல் 6 ஆம் தேதி தாக்குதலை நடத்தினார்கள்.

லாரென்ஸின் மிகப் பெரிய தாக்குதல் என்னவெனில் துறைமுக நகரமான அகாபா (Aqaba) வைத் தாக்கியதுதான். ஏகாபா வளைகுடாவில் ரோந்துப் பணியில் ஈடுபட்டிருந்த பிரிட்டிஷ் கப்பல்கள் மேற்கிலிருந்து தான் தாக்கும் எனத் துருக்கி நினைத்தது. அதற்குப் பதிலாக லாரென்ஸ் கிழக்கிலிருந்து, பாதுகாக்கப்படாத பாலைவனப் பகுதியிலிருந்து நகரத்தை நோக்கி, தாக்க தீர்மானித்தார். ஹெசாஸின் வடக்கிலிருந்து சிரியா பாலைவனம் வரையிலும், அதன் பின் ஏகாபாவை நோக்கியும் கிட்டத்தட்ட அறுநூறு மைல்கள் தூரம் வரை எந்த வித பயமுமில்லாத முறையில் தனது படைக்குத் தலைமையேற்று நடத்தினார். அது ஒரு கோடை காலம். தனது நோக்கம் குறித்துத் துருக்கியர்களைத் திசை திருப்புவதற்காக மத்திய கிழக்குப் பிரதேசத்தில் உள்ள வாழத் தகுதியற்ற சில பகுதிகளின் ஊடாக அவர் டமாஸ்கஸின் வெளிப்புறப் பகுதிக்கு ஓரமாக முன்னேறினார். "அந்த வருடம் பள்ளத்தாக்கில் கொம்பு விரியன் பாம்புகளும், நாகங்களும், கருப்புநிற பாம்புகளும் அதிகமாகத் திரிந்தன" என்று லாரென்ஸ் 'செவன் பில்லர்ஸ் ஆஃப்

'விஸ்டம்' மில் எழுதியிருக்கிறார். அந்தப் பயணம் குறித்து மேலும் அவர்,

பாம்புகள் நீந்திக் கொண்டு இருந்ததாலும் அல்லது விளிம்பைச் சுற்றிக் கூட்டமாக அவை இருந்ததாலும் இருட்டிய பிறகு எங்களால் தண்ணீர் எடுக்க முடியவில்லை. இரண்டு முறை நாங்கள் விவாதம் நடத்தக்கூடிய வளையத்தின் விளிம்பு வரை விரியன் பாம்புகள் வந்தன. பாம்பு கடியால் எங்கள் ஆட்களில் மூன்று பேர் உயிரிழந்தனர்; பயத்திற்கும், அதிக வலிக்கும் பிறகு நான்கு பேர் பிழைத்தாலும், கடித்த இடம் விஷம் பட்டு வீங்கி யிருந்தன. இதற்கு வைத்தியமாக, கடிபட்ட இடத்தைப் பாம்பின் தோல் கொண்டு கட்டி, மிகவும் மோசமான நிலையில் இருக்கும் அவர் சாகும் வரை குரானும் படிக்கப்பட்டது.

அவர்கள் கடைசியாக ஏகாபாவை வந்தடைந்தபோது லாரென்ஸின் படையினர் கிட்டத்தட்ட 1200 துருக்கியர்களைக் கொன்றோ அல்லது உயிருடனோ பிடித்தனர். ஆனால் அவர் இழந்தது 2 வீரர்களை மட்டுமே. தங்களது எதிரிகள் பாலைவனம் பக்கமிருந்து வருவார்கள் எனத் துருக்கியர்கள் நினைத்துக் கூடப் பார்க்கவில்லை.

லாரென்ஸின் வீரர்கள் 'பயிற்சியெதுவுமற்ற கும்பல்' என்று சர் ரெஜினால்ட் வின்கேட் கூறினார். துருக்கியர்களுக்குத்தான்

31

யுத்தத்தில் வெல்வதற்கு அதிகப்படியான வாய்ப்புகள் இருந்தன. ஆனால் அது எவ்வளவு விசித்திரமாக இருந்தது என்று தெரியுமா? அதிகப்படியான படை வீரர்கள், ஆயுதங்கள் மற்றும் வளங்கள் பலவற்றையும் கொண்டிருந்த துருக்கியர்களுக்குச் சாதகமாகத்தான் இருந்தது. ஆனால் அதுவே அவர்களை நடமாடவிடாமலும் தற்காத்துக் கொள்ளவும் செய்துவிட்டது. இதற்கிடையில், நடமாட்டம், சகிப்புத்தன்மை, தனிநபர் புத்திசாலித்தனம், நாடு பற்றிய அறிவு மற்றும் வீரம் ஆகிய அனைத்தும் 'லாரென்ஸின் ஆட்களிடம் அபரிமிதமாக இருந்ததால் அது அவர்களால் சாத்தியமற்றது என்று நினைத்ததையெல்லாம் செய்ய வைத்தது. அதாவது, கிழக்கிலிருந்து ஏகாபாவை தாக்கியது, இந்தப் பயமற்ற யுக்தியை துருக்கியர்கள் ஒரு போதும் எதிர்பார்க்கவில்லை. பொருள் வளங்கள் இருப்பதினால் எப்படிச் சாதகங்கள் இருக்கின்றதோ அது போலப் பொருள் வளம் இல்லையென்றாலும் கூடச் சாதகங்கள் இருக்கின்றன பின்தங்கியவர்கள் பெரும்பாலும் வெற்றிப் பெறுவதற்குக் காரணம், பொருள் வளம் இல்லாததினால் உள்ள சாதகங்கள், பொருள் வளம் இருப்பதால் உள்ள சாதகங்களுக்கு ஏறக்குறைய சரிசமமாக இருக்கிறது.

▲ டி.ஈ.லாரென்ஸ்

இதைக் கற்றுக் கொள்வது ஏதோ சில காரணங்களினால் நமக்கு மிகவும் கடினமாக இருக்கிறது. சாதகம் என்றால் என்ன என்பது பற்றிய வரையறை மிகவும் திடமானதாகவும், மட்டுப்படுத்தப்பட்டதாகவும் இருப்பதாக நான் நினைக்கிறேன். எந்த விஷயங்கள் நமக்கு உதவியாக இருக்குமென்று நினைக்கிறோமோ அது உண்மையாகவே உதவுவ தில்லை, எந்த விஷயங்கள் நமக்கு உதவியாக இருக்காது என்று நினைக்கிறோமோ அது உண்மை யிலேயே நம்மை வலுவுள்ளவர்களாகவும், புத்திசாலிகளாகவும் ஆக்குகின்றன. இந்தத் தவறினால் ஏற்படும் விளைவைக் கண்டுபிடிக்கும் முயற்சிதான் டேவிட்டும் கோலியாத்தும் என்கிற இந்தப் புத்தகத்தின் முதல் பகுதி ஆகும். நாம் மிகப் பெரிய உருவம் கொண்ட ஒருவனைப் பார்த்தவுடன் சண்டையில் வெற்றி அவனுக்குத்தான் என்று ஏன் தானாகப் பாவித்துக்கொள்கிறோம்? டேவிட் அல்லது லாரென்ஸ் ஆஃப்

அரேபியா அல்லது இந்த வகையில் விவேக் ரணதிவேயும் அவர் அணியில் உள்ள திறமைசாலிகளான சிலிகான் வேலி பெண்களும் போன்று பாரம்பரியமாகக் கையாளப்படும் விஷயங்களை ஏற்றுக் கொள்ளதாவர்களை எப்படி எடுத்துக் கொள்வது?

3

ரெட்வுட் சிட்டிக்காக விவேக் ரணதிவேயின் அணியினர் ஏழாவது மற்றும் எட்டாவது கிரேட் பிரிவில் நேஷனல் ஜூனியர் பாஸ்கெட்பால் விளையாடினார்கள். சான் கார்லோஸில் (San Carlos) உள்ள பேயஸ் ப்ளேஸ் (Paye's Place) என்கிற இடத்தில் உள்ள ஜிம்மில் இந்தப் பெண்கள் பயிற்சி செய்தனர். ஏனென்றால் ரணதிவே ஒரு போதும் கூடைப் பந்தாட்டம் விளையாடியதில்லை. எனவே உதவிக்காக இரண்டு நிபுணர்களை வேலைக்கு வைத்துக் கொண்டார். ஒருவர் பெயர் ரோஜர் க்ரெய்க் (Roger Craig). இவர் முன்பு தொழில்ரீதியிலான தடகள ஓட்ட வீரராக இருந்தவர், ரணதிவேவின் நிறுவனத்தில் வேலை பார்த்தவர்.*

ஒப்பந்தம் கையெழுத்தான பிறகு கல்லூரியில் கூடைப்பந்தாட்டம் ஆடிய அவரது மகள் ரோமெத்ராவை (Rometra), வேலையில் அமர்த்தினார். உங்கள் எதிர் அணியில் நன்றாக விளையாடக்கூடிய ஆட்டக்காரரைக் காவல் காப்பது போல நியமித்து அவரை உபயோகமற்ற ஆட்டக்காரர் ஆக்குவதில் சிறந்தவள் என்ற வகையினைச் சேர்ந்தவள் ரோமெத்ரா.அணியிலிருந்த அனைத்துப் பெண்களும் ரோமெத்ராவை விரும்பினார்கள். 'அவள் எப்போதும் என்னுடைய பெரிய அக்கா போல" என்ற அஞ்சலி ரணதிவே 'அவள் எங்களுடன் இருப்பது மிகவும் அற்புதமானது' என்றும் கூறினாள்.

அனைத்து கூடைப்பந்தாட்ட அணியினரும் பந்தை முன்னெடுத்துச் செல்வதற்கான காலக் கெடுவை ஏற்றுக் கொள்வது அவசியம். இதையொட்டியே ரெட்வுட் அணியினரின் தங்களது யுக்தியை உருவாக்கிக் கொண்டனர். முதலாவது, உள்வரக்கூடிய பந்தை அனுப்புவதற்கான/கடத்துவதற்கான (pass) காலக்கெடு. ஒரு அணி ஸ்கோர் செய்ததும், இன்னொரு அணியில் உள்ள ஆட்டக்காரர் வெளியே கொண்டு வந்து பந்தை ஐந்து வினாடிகளுக்குள் மைதானத்திற்குள் உள்ள தனது அணியைச் சேர்ந்த இன்னொருவருக்கு அனுப்ப வேண்டும்.

---

*ரோஜர் க்ரெய்க் ஒரு முன்னால்/மேனாள் தொழில்ரீதியிலான தடகள வீரர் என்று மட்டும் சொல்லிவிட முடியாது. இப்போது ஓய்விலிருந்தாலும், நேஷனல் ஃபுட்பால் லீக் வரலாற்றில் ஒரு சிறந்த 'ரன்னிங் பேக்' காக இருந்தவர்.

இந்தக் காலக்கெடுவிற்குள் அனுப்ப முடியவில்லையெனில் பந்து இன்னொரு அணிக்குச் சென்று விடும். வழக்கமாக இது பிரச்சனை இல்லை. ஏனெனில் உள்ளே வரக்கூடிய பந்தை காப்பதற்காக அவர்கள் அங்கு நின்று கொண்டிருக்காமல் தங்களுக்கான பகுதியை நோக்கிச் சென்று விடுவார்கள். ஆனால் ரெட்வுட் சிட்டி அப்படிச் செய்யவில்லை. ஒவ்வொரு ஆட்டக்காரரும் எதிரணியைச் சேர்ந்த தனக்கு இணையானவரை நிழல் போலத் தொடர்ந்தார்கள். ஏதாவது ஒரு அணி பந்தைத் தட்டி விளையாடும் போது, பாதுகாப்பவர் (defender) அவர் காத்துக் கொண்டிருக்கிற தாக்குதல் ஆட்டக்காரருக்குப் (offensive player) பின்னால் ஆடுவார்.

▲ மகள் ரோமெத்ராவுடன் க்ரெய்க்

▲ மகளுடன் ரணதிவே

இதனால் அவர் மற்றொருவருக்குப் பந்து கிடைப்பதை தாமதப்படுத்தமுடியும். இதற்கு மாறாக ரெட்வுட் சிட்டியைச் சேர்ந்த பெண்கள் மிகவும் தீவிரமாக விளையாடியதுடன் அதிக ரிஸ்க் உள்ள யுக்தியைப் பயன்படுத்தினார்கள். முதலாவதாக, உள்ளே வரக்கூடிய பந்து எதிரணியினருக்குக் கிடைக்காதவாறு அவர்களுக்கு முன்னால் இவர்கள் நின்று கொண்டார்கள். பந்தை உள்ளே எறியக்கூடியவருக்கு முன்பாக யாருமில்லை. அதைப் பற்றி ஏன் கவலைப்படவேண்டும்? ஒரு கூடுதல் ஆட்டக்காரரை ரணதிவே ஃப்ளோட்டராக உபயோகித்தார். இவர் எதிரணியைச் சேர்ந்த சிறந்த ஆட்டக்காரருக்கு எதிரான காவலராகச் செயல்பட்டார்.

ரணதிவே, 'கால்பந்தாட்டத்தை எடுத்துக் கொள்ளுங்கள். அதில் 'குவார்ட்டர் பேக் (QB) ஆட்டக்காரர் பந்துடன் ஓட முடியும். எங்கு வேண்டுமானாலும் எறிவதற்கு அவரால் முடியும். இருந்தாலும் கூட 'பாஸ்' செய்வதை முடிப்பது என்பது மிகவும் கடினமான காரியம்" என்றார். கூடைப்பந்தாட்டத்தில் அது இன்னும் கடினம். சிறிய மைதானம் (court). ஐந்து வினாடி காலக் கெடு. அதிக எடை கொண்ட பெரிய பந்து. அடிக்கடி இல்லையென்றாலும் ரெட்வுட் சிட்டிக்கு எதிராக விளையாடும் அணியினர் ஐந்து

வினாடிகளுக்குள் உள் நோக்கி பந்தை அனுப்புவதில்லை. அல்லது எங்கே ஐந்து வினாடி சீக்கிரம் முடிந்துவிடுமோ என்கிற நினைப்பிலேயே பீதியடைந்தார்கள். அல்லது அந்த ஆட்டக்காரர் 'பாஸ்' செய்வதை ரெட்வுட் சிட்டியைச் சேர்ந்த ஆட்டக்காரர் தடுத்து நிறுத்தினார்கள். ரணதிவே அணியினர் மிகவும் வெறித்தனமாக விளையாடினார்கள்.

கூடைப்பந்தாட்டத்தில் இரண்டாவது கெடு என்னவெனில் எந்தவொரு அணியும் ஆட்ட அரங்கின் மையத்தைத் தாண்டி எதிர் அணியினர் இருக்கும் பக்கத்திற்குப் பத்து வினாடிகளுக்குள் பந்து செல்லும்படி பார்த்துக் கொள்ள வேண்டும். ரெட்வுட் சிட்டியுடன் எதிராக விளையாடும் அணியினர் பந்து உள்ளே வருவதற்கான 5 வினாடி காலக்கெடுவில் வெற்றி பெற்றுவிட்டால் பிறகு தங்களுடைய கவனத்தை இரண்டாவது காலக்கெடு பக்கம் திருப்புவார்கள். உள் வந்த பந்தைப் பிடித்துக் கொண்ட ஆட்டக்காரரை அவர்கள் 'கோழி'யை அமுக்குவது போல அமுக்கப் பார்ப்பார்கள். இதில் அஞ்சலி ரணதிவே சிறந்தவள். ஓடியும், பந்தைத்தட்டியும், அவளுடைய நீளமான கையை மேலேயும், பக்கவாட்டிலும் நீட்டுவதன் மூலமும் பந்தை தன் வசம் வரும்படி செய்வதுண்டு. ஒரு வேளை இன்னொரு ஆட்டக்காரர் இவளுடைய அதிரடி நடவடிக்கைகளைப் பார்த்துப் பீதியில் கூடத் தூக்கி எறியக்கூடும் அல்லது தன்னிடமே பந்தை வைத்துக் கொண்டிருப்பதால் அதைப் பார்த்து நடுவர் (ரெஃப்ரீ) விசில் அடிக்கக்கூடும்.

"நாங்கள் முதலில் விளையாட ஆரம்பித்தபோது யாருக்கும் பாதுகாப்பாகவோ அல்லது வேறெப்படியுமோ விளையாடத் தெரியாது. ஆகவே அப்பா எங்களிடம், விளையாட்டு முழுவதும் யாராவது ஒருவரை நிழல் போலப் பாதுகாப்பதின் மூலம் உள்ளே வரக்கூடிய பந்து ஒருபோதும் அவர்களுக்குக் கிடைக்காதபடி பார்த்துக் கொள்ள வேண்டும்" என்று கூறியதாக அஞ்சலி கூறினாள். யாரிடமிருந்தாவது பந்தைக் கைப்பற்றிக் கொள்ளும் போது ஏற்படக்கூடிய உணர்வு உலகத்திலேயே அலாதியான ஒன்று. நாங்கள் பந்து உள்ளே வருவதற்கு முன்போ அல்லது பின்போ தாக்குதல் நடத்தும் அணிக்கும் அழுத்தம் கொடுத்து கொடுத்து பந்தைக் கைப்பற்றிக் கொள்வோம். இந்த மாதிரி திரும்பத் திரும்பச் செய்வதால் அவர்களுக்கு ஒரு படபடப்பு ஏற்பட்டுவிடும். எங்களை விட அதிக நாட்களாக, சிறப்பாக விளையாடும் அணிகளைக் கூட நாங்கள் தோற்கடிப்போம்".

ரெட்வுட் சிட்டி அணியினர் 40, 60, 80, 120 என்று ஸ்கோரில் முன்னேறிச் செல்வது வழக்கம். ஒரு முறை அவர்கள் 250 எடுத்து முன்னனியில் இருந்தனர். ஏனென்றால்

வழக்கமாக அவர்கள் பந்தை எதிரிகள் கூடையின் அடிவரை கொண்டு சென்றுவிடுவார்கள், மிகவும் அரிதாகவே அவர்கள் தூரத்திலிருந்து பந்தைக் கூடைக்குள் போடுவதற்கு முயற்சி செய்தார்கள், காரணம் இதற்கு அதிகத் திறமையும், பயிற்சியும் தேவை. அவர்கள் 'லேஅப்'பின் மூலம் பந்தைக் கூடைக்குள் போட்டார்கள். அந்த ஆண்டு ரெட்வுட் சிட்டி விளையாடிய சில ஆட்டங்களில் தோற்ற ஒரு ஆட்டத்தின் போது நான்கு ஆட்டக்காரர்கள்தான் வந்திருந்தார்கள். இருந்தாலும் அவர்கள் மூன்று புள்ளி வித்தியாசத்தில் தான் தோற்றார்கள்.

"இந்தப் பாதுகாப்பு (டிஃபென்ஸ்) முறையில் விளையாடியதால் எங்களது பலவீனங்களை மறைத்துக் கொள்ள முடிந்தது. வெளியிலிருந்து ஷூட் செய்யக்கூடிய நல்ல ஆட்டக்காரர்கள் இல்லை என்பதையும், உயரமான ஆட்டக்காரர்களின் அணிவகுப்பு எங்களிடம் இல்லை என்பதையும் இதன் மூலம் எங்களால் மறைக்க முடிந்தது. ஏனென்றால் நாங்கள் டிஃபென்சிவாக விளையாடும் போது பந்தைக் கைப்பற்றுவதும், எளிதான 'லேஅப்'புகளும் எங்களுக்குக் கிடைத்தன. நான் ஆட்டக்காரர்களிடம் வெளிப்படையாகவே, கூடைப்பந்தாட்டத்தில் நாம் சிறந்த அணி' இல்லை என்று கூறினேன். அவர்களும் தங்களுக்கான பங்கை நன்கு புரிந்து கொண்டிருந்தனர். ரோமேத்ராவுக்காக 12 வயது சிறுமி போருக்குக் கூடப் போவாள். அவர்கள் அற்புதமானவர்கள்" என்று ரோமேத்ரா க்ரெய்க் கூறினாள்.

துருக்கியர்கள் வலுவாக இருந்த பகுதிகளை விட்டுவிட்டு எங்கு அவர்கள் பலவீனமாக இருந்தார்களோ மிகவும் தூரத்தில் யாரும் இல்லாத புறக்காவல் பகுதியில் இருந்த ரயில் தண்டவாளங்கள்

அங்கே தான் லாரென்ஸ் தாக்குதல் நடத்தினார். ரெட்வுட்சிட்டி அணியினரும் பந்தை உள்ளே 'பாஸ்' செய்யும் போது எதிரணி யினரைத் தாக்கினர். விளையாட்டில் இந்தக் குறிப்பிட்ட விஷயத்தில் பலமான அணி கூடப் பலவீனமான அணி போலவே பெரும்பாலான நேரங்களில் பாதிப்புக்குள்ளாகும். டேவிட்டும் கோலியாத்துடன் மிகவும் நெருங்கி சண்டை போட்டிருந்தால் கண்டிப்பாகத் தோல்வி அடைந்திருப்பான். ஆனால் அவன் மிகவும் தள்ளி நின்று, பள்ளத்தாக்கு முழுவதையுமே தனது போர்க்களமாக உபயோகித்தான். ரெட்வுட்சிட்டி அணியினரும் இதே மாதிரியான உபாயத்தைத்தான் உபயோகித்தார்கள். அவர்கள் கூடைப்பந்தாட்ட மைதானத்தின் 94 அடியையும் பயன்படுத்தி மிகவும் பாதுகாப்பாக (டிஃபென்சிவ்வாக) ஆடினார்கள். 'ஃபுல் கோர்ட் ப்ரஸுக்கு உதவுவது கால்கள் தானே ஒழிய கைகள் இல்லை. இங்கு முயற்சி திறமையைப் பிடுங்கியெறிந்து விட்டது. லாரென்ஸின் பெடோவின் போன்றவர்களுக்கு இது"முறைப்படியான போர்திறனுக்குப் பழக்கப்பட்டவர்கள் இல்லை. இவர்களுடைய சொத்தெல்லாம் நகர்வுகள், சகிப்புத்தன்மை, தனிப்பட்டவரின் புத்திசாலித்தனம்ஞ்.. வீரம்" கூடைப்பந்தாட்டம் தான்.

'இது முற்றும் சோர்வடையவைக்கும் யுக்தி' என்று ரோஜர் க்ரெய்க் கூறினார். அவரும் ரணதிவேவும் ரணதிவேவின் மென்பொருள் நிறுவன கான்ஃபரன்ஸ் அறையில் உட்கார்ந்து அவர்களுடைய 'ட்ரீம் சீஸனை' நினைவுபடுத்திக் கொண்டிருந்தார்கள். ரணதிவே போர்டுக்கு முன்னால் நின்று கொண்டு ரெட்வுட் சிட்டி அணியினருக்கு 'பந்தைத் தட்டிச் செல்வதில் (press)' இருந்த சிக்கல்களைப் பற்றி விளக்கப்படம் மூலம் சொல்லிக் கொண்டிருந்தார். க்ரெய்க் உட்கார்ந்திருந்தார்.

"என் அணியில் உள்ள பெண்கள் மற்ற அணியினரை விட நல்ல உடல்நலத்துடன் கச்சிதமாக இருந்தாக வேண்டியிருந்தது" என்றார் ரணதிவே.

"அவர்களை அவர் ஓடச் சொல்வார்" என்று க்ரெய்க் தலையாட்டினார்.

"நாங்கள் பயிற்சிக்குக் கால்பந்து யுக்தியைப் பின்பற்றினோம். நான் அவர்களை ஓட, ஓட, ஓட செய்வேன். அந்தக் குறுகிய காலகட்டத்தில் திறன் குறித்து என்னால் அவர்களைப் பயிற்றுவிக்க முடியவில்லை. எனவே அவர்கள் உடல்நிலை கச்சிதமாக இருக்கும்படியும், விளையாட்டு பற்றி அடிப்படையான புரிதல்கள் குறித்தும் பயிற்சியளித்தேன். நீங்கள் விரைவில் களைப்படைந்து விடும் நேரத்தில்தான் மனப்பான்மை கை கொடுக்கும்" என்றார்.

'களைப்பு' என்பதை அங்கீகரித்தது போல ரணதிவே கூறினார். ரணதிவேவின் விமானி அப்பா, தனது நாட்டு விமானங்களின் பாதுகாப்புக் குறித்துச் சவால் விட்டுக் கொண்டிருந்ததால் இந்திய அரசினால் கைது செய்யப்பட்டவர். இருந்தாலும் அவர் தனது சவால்களை நிறுத்தவில்லை. எம். ஐ. டி பற்றிய டாக்குமெண்டரியைப் பார்த்தவுடன் அது தான் தனக்கேற்ற கல்விக்கூடம் என்று நினைத்து அதில் சேர தீர்மானித்தார். 1970களில் மாணவர்கள் கல்விக்காக வெளிநாடு செல்ல வேண்டுமென்றால் அந்நியச் செலவாணிக்கு இந்திய அரசின் அனுமதி தேவையாக இருந்தது. இதற்காக ரிசர்வ் பேங்க் ஆஃப் இந்தியாவின் கவர்னர் அலுவலகம் முன்பு ரணதிவே தனக்குப் பணம் கிடைக்கும் வரை முகாமிட்டிருந்தார். ரணதிவே மிகவும் மெலிதான தேகமும், தளர்வான நடையும், சலனமில்லாத குணமும் கொண்டவர். இதற்காக அவர் அலட்சியப்போக்குடையவர் என்று தவறாகப் புரிந்து கொள்ளக்கூடாது. ரணதிவே குடும்பத்தினர் எதற்கும் அயர்ந்தவர்கள் இல்லை.

அவர் க்ரெய்க் பக்கம் திரும்பி, "நம்மை மீண்டும் உற்சாகப்படுத்தியது எது?" என்று கேட்டார்.

இருவரும் ஒரு கணம் சிந்தித்து விட்டுச் சேர்ந்தாற்போல, "ஒன், டூ, த்ரீ, மனப்பான்மை!" என்றார்கள்.

மற்றவர்களை விடக் கடுமையாக முயற்சி செய்வதில் விருப்பம் கொண்டிருந்ததுதான் ரெட்வுட் சிட்டி அணியினரின் தத்துவமாக இருந்தது.

"ஒரு முறை சில புதிய பெண்கள் அணியில் சேர்ந்தனர். அவர்களுக்கான முதல் பயிற்சி வகுப்பின் போது நான் இது அனைத்தையும் சொல்லிவிட்டு, எல்லாமே நமது மனப்பான்மையில்தான் இருக்கிறது" என்று கூறினேன். அணியில் சேர்ந்த புதிய பெண்களில் ஒருத்தி இந்த மனப்பான்மை சம்பந்தப்பட்ட விஷயத்தைச் சரியாகப் புரிந்து கொள்ளவில்லையோ எனக் கவலைப்பட்டேன். அதற்குப் பிறகு உற்சாகப்படுத்தும் சமயத்தில் அவள், 'இல்லை, இல்லை, ஒன், டூ, த்ரீ மனப்பான்மை என்று இல்லை. பதிலாக, 'ஒன், டூ, த்ரி, மனப்பான்மை, ஹா!" என்றாள்

அந்த நேரத்தில் ரணதிவேயும், க்ரெய்க்கும் வெடிச்சிரிப்பு சிரித்தார்கள்.

4

1971 ஆம் ஆண்டு ஃபோர்டெம் யுனிவர்சிட்டி ராம்ஸ், யுனிவர்சிட்டி ஆஃப் மஸாசூசெட்ஸ் (யுமாஸ் Umass) ரெட்மென்னுடன் கூடைப்பந்தாட்டம் விளையாடினார்கள். இந்த விளையாட்டு 1969 ஆம் ஆண்டு டிசம்பரிலிருந்து ரெட்மென்

அணியினர் தோல்வியடையாத மைதானமான அம்ஹெர்செட்டில் (Amherst) உள்ள 'கேஜில்(Cage)' விளையாடப்பட்டது. அவர்களுடைய ரெகார்ட் 111 என்ற நிலையில் இருந்தது. ரெட்மென்னின் நட்சத்திர விளையாட்டு வீரர் கூடைப்பந்தாட்டக்காரர்களிலேயே சிறந்த ஆட்டக்காரர், ஜூலியஸ் எர்விங் டாக்டர் ஜே. யுமாஸ் அணியினர் மிகவும் சிறப்பாக விளையாடக்கூடியவர்களைக் கொண்டிருந்தது. அதற்கு மாறாக ஃபோர்டெம் அணி இங்கொன்றும், அங்கொன்றுமாக ப்ரான்க்ஸ், புரூக்ளீனிலிருந்து வந்திருந்த சிறுவர்களைக் கொண்டிருந்தது. முதல் வார பயிற்சியின் போது மத்தியில் நின்று விளையாடக்கூடிய ஆட்டக்காரரின் முழங்கால் சதை பிய்ந்து விட்டதால் அவர் வெளியே இருந்தார், அணியிலிருந்த ஆட்டக்காரர்களில் உயரமானவர் 6 அடி 5 அங்குலம் இருந்தார். அவர்களுடைய பார்வர்ட்களில் வழக்கமாக இவர்களும் மத்தியில் நின்று விளையாடுபவர்களின் உயரம் இருப்பார்கள் ஆரம்பத்தில் நின்று விளையாடியவர் சார்லி யெல்வெர்ட்டன் (Charlie Yelverton), இவருடைய உயரம் ஆறு அடி இரண்டு அங்குலம். ஆனால் ஆரம்பத்தில் அடித்த விசிலிலிருந்து ராம்ஸ் விட்டுக் கொடுக்காமல் மைதானம் முழுவதும் விளையாடினார்கள். "நாங்கள் 13 6 என்கிற நிலையில் முன்னிலையில் இருந்தோம் அதற்குப் பிறகும் ஒரு யுத்தம் போன்ற நிலைமைதான்" என்று ஃபோர்டெம்மின் பயிற்சியாளர் டிக்கர் ஃபெல்ப்ஸ் (Digger Phelps) நினைவு கூர்ந்தார். மேலும் அவர், "இந்த அணியில் இருந்தவர்கள் எல்லாம் நகரத்தைச் சேர்ந்த வலுவானவர்கள். நாங்கள் 94 அடி முழுவதும் விளையாடினோம். இப்போதோ அல்லது சிறிது நேரம் கழித்தோ கண்டிப்பாகக் கடினமான நிலையைத் தாண்டி விடுவோம் என்று தெரிந்து வைத்திருந்தோம்" என்றார் ஃபெல்ப்ஸ் எர்விங்கை வளைப்பதற்காக அணியிலிருந்து அயராத ஐரிஷ் அல்லது இத்தாலிய ஆட்டக்காரர்களை ஒருவருக்குப் பின்

ஒருவராக அனுப்பினார். அவர்கள் ஃபவுல் ஆனார்கள். யாரும் எர்விங்கிற்குச் சமமானவர்கள் இல்லையென்றாலும் அது பெரிய விஷயமாகப் படவில்லை. காரணம், இறுதியாக ஃபோர்டெம் 8779 புள்ளிகள் எடுத்து வெற்றிப் பெற்றது.

கோலியாத்தை ஜெயிப்பதற்காக டேவிட் முழு மைதானத்தையும் உபயோகப்படுத்தி வெற்றி பெற்ற 'காவிய' கதைகள் கூடைப்பந்தாட்டத்தைப் பொருத்தளவில் ஏராளமாக உள்ளன. ஆனாலும் 'பிரஸ்' என்கிற புதிர் ஒரு போதும் பிரபலமாக இருந்தது இல்லை. யு மாஸை அதிரடியாக ஜெயித்த பின் டிக்கர் ஃபெல்ப்ஸ் மீதியுள்ள காலத்தில் என்ன செய்தார்? மைதானம் முழுவதும் விளையாடிய அதே முறையில் ஒருபோதும் மறுபடியும் விளையாடவில்லை. யு மாஸின் பயிற்சியாளரான ஜேக் லீமேன் (Jack Leaman) தனது ஜிம்மிலேயே தெருச் சிறுவர்களால் அடிபணியவேண்டியதாயிற்று அவர் தனது தோல்வியிலிருந்து எதுவும் கற்றுக் கொண்டு அதைப் பின் தங்கிய அணியினருடன் விளையாடும் போது உபயோகப்படுத்தினாரா என்கிற கேள்விக்குப் பதில்: இல்லை என்பதுதான். கூடைப்பந்தாட்ட உலகத்தில் பெரும்பாலானவர்கள் 'பிரஸ்' முழுமையானது இல்லை என்பதால் அதை நம்புவதில்லை. நன்றாகப் பயிற்சியளிக்கப்பட்ட அணியில் திறமையான முறையில் பந்தைக் கையாளும் ஆட்டக்காரர்களும், புத்திசாலித்தனமாகப் பந்தை 'பாஸ்' செய்யக்கூடியவர்களும் இருந்தால் மைதானம் முழுவதும் விளையாடக்கூடிய அணியைத் தோற்கடிக்க முடியும். ரணதிவே கூட இதை உடனடியாக ஏற்றுக் கொண்டார். ரெட்வுட்சிட்டி அணியினரை தோற்கடிக்க வேண்டுமெனில் எதிரணியினர் 'ப்ரஸ் பேக் (Press Back)' செய்ய வேண்டும். அவர்களுடைய முறையையே திரும்பக் கையாள்வதில் ரெட்வுட் அணியைச் சேர்ந்த பெண்கள் சிறந்தவர்கள் இல்லை. அனால் இதை ஆட்சேபித்தவர்களெல்லாம் ஒரு விஷயத்தைத் தவறவிட்டுவிடுகிறார்கள் . ரணதிவேயின் பெண்கள் அணியும், ஃபோர்டெம்மின் ராம்ஸ் அணியினரும் பாரம்பரிய முறையில் விளையாடியிருந்தால் முப்பது புள்ளிகள் வித்தியாசத்தில் தோற்றிருப்பார்கள். பின் தங்கிய அணியினருக்கு 'கோலியாத்' போன்ற பராக்கிரமசாலிகளை வெல்வதற்கு ப்ரஸ் தான் சிறந்த வாய்ப்பாகும். தர்க்கரீதியாகப் பார்த்தால், விளையாடக்கூடிய எந்தவொரு பின் தங்கிய அணியும் இந்த மாதிரி விளையாட வேண்டும், இல்லையா? ஆனால் அவர்கள் ஏன் அவ்வாறு விளையாடுவதில்லை?

அர்குயின் டாஃப்ட்டும் இதே மாதிரி ஒரு புரியாத அமைப்பைப் (pattern) பார்த்தார். பின் தங்கிய அணியினர், 'டேவிட்' போல விளையாடும் போது வழக்கமாக அவர்கள் வெற்றி பெறுவதை அவதானித்தார். ஆனால் பெரும்பாலான நேரங்களில் பின் தங்கிய

அணியினர் 'டேவிட்' போல 'சண்டை (போட்டி)' போடுவதில்லை. அர்குயின் டாஃப்ட்டிடம் இருந்த 202 போட்டிகள் குறித்த தகவலின்படி, பாரம்பரிய முறைப்படி விளையாடிய அவர்கள் 152 போட்டிகளில், 119 போட்டிகளில் தோல்வியடைந்திருந்தார்கள். 1809 ஆம் ஆண்டுப் பெருவியர்கள், ஸ்பானியார்களுடன் நேரடியாகப் போட்டியிட்டு தோல்வியடைந்தனர்; 1816 ஆம் ஆண்டு ஜார்ஜியர்கள் ரஷ்யர்களுடன் போட்டியிட்டு தோல்வியடைந்தனர்; 1817 ஆம் ஆண்டு ஆங்கிலேயர்களுடன் போட்டியிட்டுப் பிண்டாரியர்கள் தோல்வியடைந்தனர்; 1817 ஆம் ஆண்டு ஏற்பட்ட கண்டி கலகத்தில் இலங்கையர் ஆங்கிலேயருடன் போரிட்டு தோல்வியடைந்தனர்; 1823 ஆம் ஆண்டு ஆங்கிலேயருடன் போரிட்டு பர்மியர் தோல்வியடைந்தனர். தோல்விக்கான பட்டியல் முடிவற்றது ஆகும். 1940களில் வியட்நாமில் ஏற்பட்ட கம்யூனிஸ்ட் கலகம் 1951 ஆம் ஆண்டு வியட் மிங்க் அமைப்பின் வல்லுநரான வோ நுயன் கியாப் (Vo Nguyen Giap) பாரம்பரிய சண்டை முறைக்கு மாறும் வரை ஃபிரெஞ்சுக்கு பெரிய தலைவலியாக இருந்தது ஆனால், இப்படிச் சண்டை முறையை மாற்றிய பிறகு நடந்த சண்டைகளில் எல்லாம் தொடர்ந்து வியட்நாம் தோற்றது. அமெரிக்கப் புரட்சியின் போதும் ஜார்ஜ் வாஷிங்டன் கொரில்லா சண்டை முறையிலிருந்து பாரம்பரிய முறைக்கு மாறியதும் இதே நிலைதான் ஏற்பட்டது. இது குறித்து வில்லியம் போல்க் (William Polk) தனது 'வயலண்ட் பாலிடிக்ஸ், பாரம்பரியமற்ற போர்த்திறம் குறித்த வரலாறு (Violent Politics, a history of unconventional warfare)' குறித்து 'அவரால் எவ்வளவு வேகமாக முடியுமோ அந்த அளவிற்குப் பிரிட்டிஷில் இருப்பது போன்ற ஒரு ராணுவத்தை, காண்டினெண்டல் லைன்,

வடிவமைப்பதில் தனது சக்தியையெல்லாம் செலவழித்தார். விளைவு, மறுபடியும் மறுபடியும் தோல்வியைச் சந்தித்து ஏறக்குறைய போரில் தோற்கக்கூடிய நிலைக்கு வந்து விட்டார்' என்று எழுதியிருந்தார்.

ஏகாபாவை நோக்கி பாலைவனம் முழுவதும் பயணித்த லாரென்ஸைப் பற்றி நினைக்காவிட்டால் இதில் எந்த அர்த்தமும் இல்லை. பாம்புகள் அடர்ந்த பாலைவனத்தில் ஒட்டகத்தின் மேல் அமர்ந்து அறுநூறு மைல்கள் பயணிப்பதை விட வீரர்களுக்குரிய சீருடையை அணிந்து கொண்டு "ஃபைஃப் மற்றும் ட்ரம் (fife-and-drum)" சப்தத்திற்குப் பரேடு செல்வது எளிதாக இருக்கும். ஒவ்வொரு புள்ளி முன்னேறியதும், பின்னடைந்து சென்று தத்தம் இடங்களில் நின்றுகொண்டு கச்சிதமாகத் திட்டங்களைச் செயல்படுத்துவதென்பது வளைந்து திரிந்து, கைகளை வீசிக்கொண்டு கூடைப்பந்து மைதானத்தை அங்குலம் அங்குலமாகக் கவர்ந்து போட்டியிடுவதைவிட எளிமையானதாகவும், திருப்தியளிக்கக்கூடியதாகவும் இருக்கும். ஆனால் பின் தங்கிய அணியினரின் யுக்திகள் எப்போதுமே கடினமாகத்தான் இருக்கும்.

▲ ரிக் பிட்டினோ

ஃபோர்டெமுக்கும், யுனிவர்சிட்டி ஆஃப் மசாஸுசெட்ஸுக்கும் நடந்த பிரசித்திபெற்ற போட்டியின் மூலம் படிப்பினைகளைக் கற்றுக் கொண்ட ஒரே ஆட்டக்காரன் யுமாஸில் முதல்வருட மாணவர் கூடைப்பந்து அணியின் காப்பாளனான ஒரு பொடியன், ரிக் பிட்டினோ (Rick Pitino) தான் என்று தோன்றியது. அவன் அன்றைக்கு விளையாடாமல், விளையாடுவதைக் கவனித்துக் கொண்டிருக்கையில் அவனுடைய கண்கள் அகன்றது. 40 ஆண்டுகளுக்குப் பிறகு இப்போது கூட அவரால் ஃபோர்டெம் அணியில் ஆடிய ஒவ்வொரு ஆட்டக்காரரின் பெயரையும் யெல்வர்ட்டன், சுலிவன், மைனார், சார்லஸ், ஷாம்பெட்டி என நினைவுக்குக் கொண்டுவர முடிந்தது. "நான் பார்த்ததிலேயே நம்ப முடியாத புது அணியினர் அவர்கள் தான்" என்றார் பிட்டினோ. " ஐந்து பேர் 6 அடி 5 அல்லது 6 அங்குல உயரத்தில் இருந்தனர். அவர்கள் மைதானத்தை எப்படி 'கவர்' செய்தார்கள் என்பதை நம்பமுடியவில்லை . நான் அதை ஆழ்ந்து பார்த்துக் கொண்டிருந்தேன். அவர்கள் எங்களைத் தோற்கடித்திருக்கவே முடியாது. கேஜில் எங்களை யாரும் தோற்கடித்தது கிடையாது" என்றார்.

பிட்டினோ 1978ல் பாஸ்டன் யுனிவர்ஸிட்டியின் தலைமைப் பயிற்சியாளராக ஆனார் . அப்போது அவருக்கு வயது

இருபத்தைந்து. 'ப்ரஸ்' முறையில் விளையாடிதன் மூலம் இருபத்தி நான்கு வருடங்களில் முதன் முதலாக என் சி ஏ ஏ டோர்னமெண்ட்டில் அவரது அணியைப் பங்கு பெறச்செய்தார். அதற்குப் பிறகு, ப்ராவிடென்ஸ் கல்லூரியின் தலைமைப் பயிற்சியாளராகப் பொறுப்பேற்றுக் கொண்டார். அவர் சேருவதற்கு முந்தைய ஆண்டில் 1120 என்கிற நிலையில் இந்தக் கல்லூரி இருந்தது. இந்த அணியில் இருந்தவர்கள் குள்ளமாகவும், அச்சு அசல் ஃபோர்டெம் ராம்ஸ் அணியிலிருந்தவர்களைப் போலத் திறமையெதுவும் இல்லாதவர்களாகவும் இருந்தார்கள். அவர்கள் 'ப்ரஸ்' முறையில் விளையாடி நேஷனல் சாம்பியன்ஷிப்பில் விளையாடுவதற்கு ஒரு நிலை முன்பு வரை சென்றிருந்தார்கள்.

▲ ஃபைஃப் மற்றும் ட்ரம்

தனது போட்டியாளர்களுடன் ஒப்பிடும் போது மிக, மிகக் குறைவான திறமை மட்டுமே கொண்டிருந்த அணிக்குப் பயிற்சியாளராக இருந்த பிட்டினோ சளைக்காமல் தன் துறையில் அசாதாரணமாக விஷயங்களைச் சாதித்தார்.

"ஒவ்வொரு வருடமும் நிறையப் பயிற்சியாளர்கள் ப்ரஸ் கற்றுக் கொள்வதற்காக என்னிடம் வந்தார்கள்' என்று பிட்டினோ கூறினார். அவர் இப்போது யுனிவர்சிட்டி ஆஃப் லூயிஸ்விலேயின் தலைமைப் பயிற்சியாளராக இருந்து வருகிறார். கோலியாத்துக்களை ஜெயிப்பது எப்படி என்று முயற்சிக்கக்கூடிய டேவிட்டுகளுக்கு லூயிஸ்விலே ஒரு மெக்கா ஆகும்." பிறகு அவர்கள் மின்னஞ்சல் மூலம் தொடர்பு வைத்திருந்தார்கள். அவர்களால் இது முடியாது என்று சொன்னார்கள். ஆட்டக்காரர்கள் நீடித்து இருப்பார்களா என்றும் அவர்களுக்குத் தெரியவில்லை". பிட்டினோ தலையை அசைத்தபடி தொடர்ந்தார், " நாங்கள் தினமும் இரண்டு மணி நேரம் பயிற்சி செய்வோம். 98 சதவிகிதமான நேரம்

ஆட்டக்காரர்கள் நகர்ந்துகொண்டேதான் இருக்கிறார்கள் . நாங்கள் பேசுவதற்கென்று குறைந்த நேரமே செலவிட்டோம். அதுவும் தவறுகளைத் திருத்திக் கொள்வது சம்பந்தமாகத்தான் பேசிக் கொள்வோம்." அதாவது பிட்டினோவும், அவரது பயிற்சியாளர்களும் தங்கள் ஆணைகளைப் பிறப்பிக்கும்பொருட்டு ஆட்டத்தை நிறுத்தும்பொழுது "அந்தத் திருத்தங்கள் பற்றிய அறிவுரை கூட 7 வினாடிகள் தான். இதனால் எங்களது இதயத்துடிப்பு (heart rate) ஒரு போதும் ஓய்வெடுக்காமல் இருந்தது. நாங்கள் எப்போதும் வேலை செய்து கொண்டே இருக்கிறோம்" என்றார். 7 வினாடிகள்! லூயிஸ்விலேக்கு வரும் பயிற்சியாளர்கள் காலரியில் உட்கார்ந்து இந்தத் தொடர் நடவடிக்கைகளைப் பார்த்து நம்பிக்கையின்மையுடன் இருந்தார்கள். டேவிட் மாதிரி விளையாட வேண்டுமென்றால் நீங்கள் ஒரு வெறியுடன் இருக்க வேண்டும். அதைவிட்டால் வேறு வழியில்லை என்கிற அளவிற்கு மோசமானவராக இருக்க வேண்டும். காலரியில் அமர்ந்திருந்த பயிற்சியாளர்களின் அணிகள் இது நடைமுறைக்கு ஒத்துவராத உத்தி என்று தாமாகவே உணரும் அளவிற்குத் தேர்ச்சிபெற்றவர்கள். கடினமாக விளையாட வேண்டும் என்று வரட்டுத்தனமாக அவர்களது அணியினரை சமாதானம் செய்யவே முடியாது. அவர்கள் அந்த அளவிற்கு வெறியுடன் இல்லை. ஆனால் ரணதிவே? அவர் மிகவும் வெறியுடன் இருந்தார். அவரது அணியில் உள்ள பெண்களைப் பார்த்தால் அவர்களுக்குப் பந்தை பாஸ் செய்யத் தெரியாது, பந்தை சுற்றி, சுற்றி ட்ரிபிள் பண்ணத் தெரியாது, ஒழுங்காகக் கூடையில் போட தெரியாது. இவையெல்லாம் அவர்களின் மிகப்பெரிய பலவீனம் என்று நீங்கள் நினைக்கக்கூடும். ஆனால் அது அப்படி இல்லை, இல்லையா? அதே குறைபாடுகள்தான் அவர்களது வெற்றிக்கான யுக்தியை உருவாக்கக் காரணமாக இருந்தது.

5

கூடைப்பந்தாட்டப் போட்டியில் ரெட்வுட்சிட்டி அணியினர் வெற்றி பெறும் போது எதிரணி பயிற்சியாளர்கள் கோபத்திற்குள்ளானதோடு நில்லாமல் பல விளைவுகளைச் சந்தித்தனர்.. ரெட்வுட்சிட்டி அணியினர் நியாயமாக விளையாடவில்லை என்பது அவர்கள் தரப்பு வாதமாக இருந்தது. விளையாட்டின் நுணுக்கங்கள் பற்றி அறிந்து கொள்ள அப்போதுதான் ஆரம்பித்திருக்கும் 12 வயது சிறுமிகளைக் கொண்டு மைதானம் முழுவதும் 'ப்ரஸ்' முறையில் விளையாடுவது சரியில்லை என்று கூறினார்கள். எதிர்ப்புக்குரல் எழுப்பிய அனைவரும் சேர்ந்து, இளைஞர்கள் கூடைப்பந்தாட்டத்தின்

▲ ரிக் பிட்டினோ இளம் வயதில்

முக்கிய நோக்கம் அவர்கள் கூடைப்பந்தாட்டம் சம்பந்தப்பட்ட திறமைகளைக் கற்றுக் கொள்வதுதான் என்று கூறினார்கள். ரணதிவே அணியைச் சேர்ந்த சிறுமிகள் விளையாடுவது உண்மையான கூடைப்பந்தாட்டம் இல்லை என்று கூறினார்கள். ப்ரஸ் முறையில் விளையாடுவதால் 12 வயது சிறுமிகள் கூடைப்பந்தாட்ட விளையாட்டு குறித்த பயனுள்ள நல்ல பாடங்களை பாரம்பரியமாக விளையாடும் முறைக்கான சவாலாகவும் முயற்சிதான் திறனை வெல்லும் துருப்புச்சீட்டு என்று கற்றுக் கொள்ள முடியும் என்று இவர்களாலும் கண்டிப்பாக விவாதம் செய்ய முடியும். ஆனால் ரெட்வுட்சிட்டி யிடம் கணிசமான புள்ளிகள் வித்தியாசத்தில் தோல்வியுற்ற எதிரணி பயிற்சியாளர்கள் இதைத் தத்துவரீதியாகப் பார்த்து பாராட்டவில்லை.

"கார்கள் நிறுத்துமிடத்தில் ஒரே ஒருவர் மட்டும் என்னோடு இது சம்பந்தமாகச் சண்டை போட விரும்பினார். பார்ப்பதற்குக் கொஞ்சம் வாட்ட சாட்டமாக இருந்தார். அவர் உடம்பை வைத்துப் பார்த்தால் அவரே கால்பந்தாட்டம், கூடைப்பந்தாட்டம் விளையாடுபவர் போல இருந்தது. அவரோடு ஒப்பிடும் போது எனக்கு மெலிந்த உடல். தன்னுடைய விளையாட்டில் ஒரு வெளிநாட்டுக்காரன் தோற்கடிக்கிறானே என்கிற கோபத்தில் அவர் என்னை அடிக்க நினைத்திருக்கக்கூடும்".

சில சமயங்களில் மைதானத்தில் நடப்பதைப் பார்த்து தான் திகைத்துப் போனதாக ரோஜர் க்ரெய்க் கூறினார். "மற்ற பயிற்சியாளர்கள் சிறுமிகள் அவமானப்படும்படி அவர்களைப் பார்த்துக் கத்தினார்கள். அவர்கள் ரெஃப்ரீயைப் பார்த்து, 'அது ஃபவுல், இது ஃபவுல்' என்று கூறினார்கள். ஆனால்

45

நாங்கள் ஃபவுல் எதுவும் செய்யவில்லை. நாங்கள் மிகவும் தீவிரமாக 'டிஃபென்ஸ்' முறையில் தான் எங்கள் விளையாட்டை விளையாடினோம்.

"ஈஸ்ட் சான் ஜோஸ் (East San Jose) அணியுடன் ஒரு முறை விளையாடினோம். அவர்கள் வருடக்கணக்காக விளையாடிக் கொண்டிருப்பவர்கள். அவர்கள் எல்லோரும் கூடைப்பந்தாட்டம் விளையாடுவதற்கென்றே பிறந்த பெண்கள் போல அவ்வளவு சிறப்பாக விளையாடக்கூடியவர்கள். ஆனால் நாங்கள் அவர்களைச் சக்கையாகப் பிழிந்து 200 என்கிற புள்ளி கணக்கில் முன்னணியில் இருந்தோம். எங்கள் அணி அவர்களை உள்ளே பந்து எறியவே அனுமதிக்கவில்லை, இதைப் பார்த்துப் பயிற்சியாளர் கோபமடைந்து நாற்காலியைத் தூக்கி எறிந்தார். அவர் தனது அணியில் விளையாடும் சிறுமிகளைப் பார்த்து கத்தினார். அதிகமாகச் சத்தம் போட, போட அந்தச் சிறுமிகள் பதட்டமடைய ஆரம்பித்தனர்" என்ற ரணதிவே தலையை அசைத்தார். நீங்கள் எந்த நேரத்திலும் குரலை உயர்த்தக்கூடாது. "இறுதியாக, ரெஃப்ரீ அந்த மனிதரை கட்டிடத்தை விட்டே வெளியே போகும்படி செய்தார். அதை அவரால் சகித்துக் கொள்ள முடியாது என நான் நினைத்தேன். ஏனென்றால் திறன் அடிப்படையில் தாழ்ந்திருந்த எங்கள் அணியினர் அவருடைய அணியினரை சின்னா பின்னமாக்கிக் கொண்டிருந்தனர்".

சிறப்பான கூடைப்பந்தாட்ட வீரரை வித்தியாசப்படுத்திக் காட்டுவது அவர்களுடைய திறமையும், நேர்த்தியாகத் திட்டத்தை நிறைவேற்றுவதலும்தான். விளையாட்டில் திறமையைக் காட்டிலும் முயற்சி கைதூக்க ஆரம்பிக்கும் போது அதை அடையாளமே கண்டு கொள்ள முடியாது: அது ஒரு ஒழுங்கற்ற விளையாட்டாலும், வேகமாக இயங்கும் கைகால்களாலுமான அதிர்ச்சியூட்டும் கலவையாகத் திறமையான ஆட்டக்காரர்களையும் பதைபதைப்புக்கு உள்ளாக்கி அவர்கள் பந்தை வெளியே எறியக் கூடிய அளவிற்குக் கொண்டு சென்றுவிடும். நீங்கள் இந்த அமைப்புக்கு வெளியில் இருந்து இந்த மாதிரி விளையாடுவதற்கு விளையாட்டுக்குப் புதியவராகவோ அல்லது நியூயார்க்கைச் சேர்ந்த ஒரு கடைநிலைப் பொடியனாகவோ இருக்க வேண்டும் இவ்வளவு தைரியமாக அவர்களை எதிர்த்து விளையாட .

T.E.லாரென்ஸால் வெற்றிபெற முடிந்தது. ஏனென்றால் அவரை முறையான பிரிட்டிஷ் ராணுவ அதிகாரியுடன் ஒப்பிடுவது என்பது இயலாத ஒன்று. அவர் மிகப்பிரபலமான ஆங்கில ராணுவ அகாடமியில் படித்த பட்டதாரி இல்லை. அவர் தெளிவற்ற உரைநடை எழுதிய ஒரு தொல்பொருளியலாளர். அவர் உயர் அதிகாரிகளைப் பார்க்கச் செல்லும் போது சாதாரணச் செருப்பையும், பெடோவினர்

அணியும் ஆடையையும் போட்டுச் செல்லக்கூடியவர். அவர் அராபிக் மொழியை மிகவும் லாவகமாகப் பேசக்கூடியவர். வாழ்நாள் முழுவதும் ஒட்டகத்துடனே இருப்பவர் என்று நினைக்கக்கூடிய அளவிற்கு ஒட்டகத்தைக் கையாளக்கூடியவர். பயிற்சியற்ற அவருடைய கும்பலைப் பற்றி ராணுவ அதிகாரிகள் என்ன நினைப்பார்கள் என்பது பற்றித்துளியும் அக்கறை கொள்ளாதவர். ஏனென்றால் அவர் ராணுவத்திற்கென்று அதிகமாக செலவு செய்திருக்கவில்லை. அப்புறம் 'டேவிட்' ஒரு உதாரணப் புருஷனாக இருந்தான். பாலஸ்தீனியர்களுடனான சண்டை நெறிமுறைப்படி வாள் சண்டையாகத்தான் இருக்கும் என்று அவனுக்கு அவசியம் தெரிந்திருக்க வேண்டும். ஆனால் அவனோ ஒரு இடையன். அந்தக் காலத்தில் ஆடு மாடு மேய்ப்பது என்பது மிகவும் கீழான ஒரு தொழிலாகக் கருதப்பட்டு வந்தது. அவனுக்கு ராணுவச் சம்பிரதாயங்கள் எதுவும் தெரிந்திருக்கவில்லை.

▲ எதிரணிப் பயிற்சியாளருடன்

மிக உயர்ந்த அமைப்புகள், ஆதாரங்கள், கௌரவம் போன்றவற்றைச் சார்ந்திருப்பது நம்மைச் சிறந்தவனாக ஆக்கும் என்பது பற்றியே நாம் அதிகமாகச் சிந்தித்துக் கொண்டிருக்கிறோம். இந்த மாதிரியான பொருள் சார்ந்த வசதிகள் நமது வாய்ப்புகளை வரையறுக்கின்றன என்பதைத் தெரிந்து கொள்வதில் நாம் அதிக நேரம் செலவழிப்பதில்லை. எதிரணியைச் சேர்ந்த பயிற்சியாளர்களும், பெற்றோர்களும் ரணதிவேவை திட்டும் போது அவர் ஒதுங்கியே இருந்தார். வேறு யாராவது அந்த இடத்தில் இருந்திருந்தால் இந்த மாதிரியான விமர்சனங்களைக் கேட்டுக் கேட்டு மிகவும் சோர்ந்து போயிருந்திருப்பார்கள். ஆனால் ரணதிவே சோர்வடையவில்லை. இது உண்மையில் தற்செயலானது. இதற்கு முன்னால் என் அப்பா ஒரு போதும் கூடைப்பந்து விளையாடியதில்லை. கூடைப்பந்தாட்ட உலகம் அவரைப் பற்றி என்ன நினைக்கிறது என்பது பற்றி அவர் ஏன் அக்கறைகாட்ட வேண்டும்? கூடைப்பந்தாட்ட விளையாட்டு பற்றி எதுவுமே தெரியாத அவர் அந்த விளையாட்டில் எந்தவொரு திறமையும் இல்லாத சிறுமிகளுக்குப் பயிற்சியளித்தார். அவர் பின்தங்கியவர் (underdog) மட்டுமல்லாமல் பொருத்தமற்றவராகவும் (misfit) இருந்தார். அதுதான் அவருக்கு யாரும் கனவில் கூட நினைத்துப் பார்க்க முடியாத விஷயங்களை முயற்சித்துப் பார்க்கக்கூடிய சுதந்திரத்தைக் கொடுத்தது.

6

தேசிய நிலை விளையாட்டுப் போட்டிகளில் ரெட்வுட்சிட்டி அணியினர் முதல் இரண்டு போட்டிகளில் வெற்றி பெற்றனர். மூன்றாவது சுற்றில் எதிரணியில் விளையாடியவர்கள் ஆரஞ்ச் கவுண்ட்டியைச் சேர்ந்தவர்கள். அவர்களுடைய மைதானத்தில் அந்தச் சுற்று காலை எட்டு மணிக்கு நடைபெறுவதாக இருந்ததால் ரெட்வுட்சிட்டி அணியினர் ட்ராபிக்கைத் தவிர்ப்பதற்காகக் காலை ஆறு மணிக்கே தாங்கள் தங்கியிருந்த ஹோட்டலில் இருந்து கிளம்பிவிட்டனர். இந்தச் சுற்றுக்கு ரெஃப்ரீயையும் அவர்களே நியமித்திருந்தார்கள். நடுவர், 'ஒன், டூ, த்ரீ, மனப்பான்மை, ஹா!' என்று சொல்வதை நம்பவில்லை. விளையாட்டில் பந்தை உள்ளே வரவிடாமல் தடுப்பது கூடைப்பந்தாட்டமே இல்லை என்று அவர் நினைத்தார். இதனால் மாறி, மாறி ஃபவுல் என்று சொல்லிக் கொண்டேயிருந்தார்.

'அவையெல்லாம் 'டச் ஃபவுல்'கள் என்ற க்ரெய்க் அதைப் பற்றி நினைத்தாலே கஷ்டமாக இருக்கிறது என்று கூறினார்.

'என்னுடைய அணியினருக்கு அது புரியவில்லை. ரெஃப்ரீ எதிரணியினருக்கு எத்தனை முறை ஃபவுல் கொடுத்தாரோ அது போல நான்கு மடங்கு எங்கள் அணியினருக்கு ஃபவுல் கொடுத்தார்' என்று ரணதிவே கூறினார்.

'பார்வையாளர்கள் எல்லாம் கேலி செய்தனர், மிகவும் மோசமான ஒரு சூழ்நிலை' என்றார் க்ரெய்க்.

'இரண்டுக்கு ஒன்று என்றளவில் இருந்தால் பராவியில்லை. நாம் புரிந்து கொள்ளலாம். ஆனால் நான்குக்கு ஒன்று என்றால்ஞ்?' ரணதிவே தலையசைத்தார்.

"ஒரு பெண் ஃபவுல் மூலமே வெளியேற்றப்பட்டாள்."

"நாங்கள் இதைப் பெரிதுபடுத்தவில்லை. வெற்றி பெறுவதற்கான வாய்ப்பு இன்னும் இருந்தது. ஆனால்."

ரணதிவே ப்ரஸ் செய்ய வேண்டாம் என்று கூறினார். அவர் அந்த மாதிரியான ஒரு கட்டத்தில் இருந்தார். ரெட்வுட்சிட்டி அணியினர் தங்களது பகுதியின் கடைசிக்குச் சென்று எதிரணி யினர் மைதானத்தை நோக்கி முன்னேறிச் செல்வதை அமைதியாகப் பார்த்துக் கொண்டிருந்தனர். ரெட்வுட்சிட்டி அணியினர் ஓடவில்லை. அவர்கள் அவ்வப்போது நிறுத்தி பந்து தங்கள் கைக்கு வரும் இடைவெளியில் தங்களுக்குள் கலந்துரையாடிக் கொண்டனர். கூடைப்பந்தாட்டம் எப்படி விளையாட வேண்டுமோ அதே போல் அவர்கள் விளையாடியதால் இறுதியில் தோற்றனர் ஆனால் 'கோலியாத்' அவன் நினைப்பது போலப் பராக்கிரமசாலி இல்லை என்பதை நிரூபித்த பின்னரே இது நடந்தது.

அத்தியாயம் 2

தெரசா டி'பிரிட்டோ

"என்னுடைய மிகப் பெரிய வகுப்பிலேயே 29 குழந்தைகள்தான். ஓ! எனக்கு அது குதூகலமாக இருந்தது."

1

'குழந்தை பெருக்க' சகாப்தத்தில் (இரண்டாம் உலகப் போருக்குப் பின் *1946* ஆம் ஆண்டிலிருந்து *1964* ஆம் ஆண்டு வரையிலான காலத்தில்) குழந்தைகளின் பெருக்கம் அதிகமாக இருந்தது. இந்தக் காலகட்டத்தில் பிறந்த குழந்தைகள் 'பேபி பூமர்ஸ்' சகாப்தத்தைச் சேர்ந்தவர்கள் (Baby boomers era) எனச் சொல்வதுண்டு) பிறந்தவர்களின் குழந்தைகளுக்குச் சேவை செய்யும் பொருட்டு ஷேபாக் வேலி மிடில் ஸ்கூல் (Shepaug Valley Middle School) கட்டப்பட்டது. ஒவ்வொரு நாள் காலை வேளையில் கிட்டத்தட்ட முந்நூறு மாணவர்கள் பள்ளிக்கூடப் பேருந்துகளில் இருந்து திமுதிமுவென்று இறங்குவார்கள். இந்தக் கூட்டத்தைச் சமாளிக்கப் பள்ளிக்கூட வாசலில் வரிசையாக இரட்டைக் கதவு வைத்த வாயில்கள் திறந்து இருக்கும். உள்ளே வராந்தாவைப் பார்த்தால் பரபரவென்றிருக்கிற நெடுஞ்சாலை போலக் காட்சியளிக்கும்.

இது நீண்ட நாட்களுக்கு முன்னால் காணப்பட்ட காட்சி. 'குழந்தை பெருக்கம்' எப்படி ஏற்பட்டதோ அப்படியே போயும் விட்டது. நியூயார்க் நகரத்தில் வசித்து வந்த சில பணக்காரத் தம்பதிகள் காலனிய ஆதிக்கக் காலத்தின் சுவடுகளைக் கொண்டிருந்த பகுதியான, கிராமிய மணம் கமழும் கனெக்டிகட்டின் மூலையில் இருந்த ஷேபாக்கை கண்டுபிடித்தனர். ரியல் எஸ்டேட் விலை மள மளவென்று எகிறியது. இளவயது குடும்பத்தினர்கள் அந்தப் பகுதியில் வசிப்பது கட்டுபடியாகவில்லை. பள்ளியில் குழந்தைகளைச் சேர்க்கும் எண்ணிக்கை *245* ஆகக் குறைந்தது. அதற்குப் பிறகு *200* ஆனது. இப்போது ஆறாவது கிரேடில் *80* மாணவர்கள் இருக்கிறார்கள். அந்தப் பகுதியில் உள்ள ஆரம்பப் பள்ளிக்கூடங்களிலிருந்து வெளிவரும் மாணவர்களின் எண்ணிக்கையைக் கணக்கில் கொண்டால் இங்கு வந்து சேரக்கூடிய மாணவர்களின் எண்ணிக்கைப் பாதியாகக் குறையக்கூடும். அப்படியாகும் பட்சத்தில் ஒரு வகுப்பில் சராசரி மாணவர்களின் எண்ணிக்கை தேசிய அளவிலான சராசரி எண்ணிக்கையை விடக் குறைவாகவே இருக்கும். ஒரு காலத்தில் மிக அதிக மாணவர்களைக் கொண்ட பள்ளி இப்போது அதற்குத் தலைகீழாக மாறிவிட்டிருந்தது.

இந்த நிலையில், நீங்கள் உங்கள் குழந்தைகளை ஷேபாக் வேலி மிடில் ஸ்கூலுக்கு அனுப்புவீர்களா?

2

நாம் எது அனுகூலமானது, எது அனுகூலமற்றது என்று நினைக்கிறோமோ அது எப்போதும் சரியாக இருப்பதில்லை. அவையிரண்டும் கலந்து போய் இருக்கின்றன என்பது விவேக் ரணதிவே, ரெட்வுட்சிட்டி பெண்கள் கூடைப்பந்தாட்ட அணியின் நிகழ்வுகள் மூலம் நமக்குத் தெரியவருகிறது. இந்த அத்தியாயத்திலும், அடுத்த அத்தியாயத்திலும் கல்வி பற்றி எளிதாகத் 'தோன்றக்கூடிய' இரண்டு கேள்விகளுக்கு அந்தக் கருத்தை உபயோகிக்க விரும்புகிறேன். நான் 'தோன்றக்கூடிய' என்று சொல்வதற்குக் காரணம் அவையிரண்டும் எளிமையானது போலத் தோன்றுவதால் தான், ஆனால் போகப் போகத் தெரியவரும் அவை எப்படிப்பட்டதென்று...

இந்த இரண்டு எளிமையான கேள்விகளில் முதல் கேள்வி 'ஷேபாக் வாலி மிடில் ஸ்கூல்' பற்றியது. நீங்கள் உங்கள் குழந்தைகளை மிகவும் சிறப்பான முறையில் கவனித்துக் கொள்ளப்படும் இந்த மாதிரி பள்ளிகளில் தான் படிப்பதற்கு விடுவீர்கள் என்பது எனது ஊகம். உலகமெங்கும் பெற்றோர்களாகட்டும், கொள்கையை வகுப்பவர்களாகட்டும் குறைந்த மாணவர்களைக் கொண்ட வகுப்பறையே குழந்தைகளுக்குச் சிறந்தது என்று நினைத்துக் கொண்டிருக்கின்றனர். கடந்த சில வருடங்களில் அமெரிக்கா, பிரிட்டன், ஹாலண்ட், கனடா, ஹாங்ஹாங், சிங்கப்பூர், கொரியா மற்றும் சீனா போன்ற பல நாடுகள் வகுப்பறையில் மாணவர்களின் எண்ணிக்கையைக் குறைப்பது சம்பந்தமாகப் பல பெரிய நடவடிக்கைகளை எடுத்து வருகின்றனர். கலிஃபோர்னிய மாநிலத்தில் உள்ள கல்வி நிறுவனங்களின் வகுப்பறையில் மாணவர்களின் எண்ணிக்கையைக் குறைக்க வேண்டும் என்று முற்றிலும் மாற்றம்தரும் சில திட்டங்களை அறிவித்தவுடன் அம்மாநில கவர்னரின் புகழ் மூன்று வாரங்களில் இரண்டு மடங்கு அதிகமானது. அதற்குப் பிறகு ஒருமாதத்திற்குள் மேலும் இருபது கவர்னர்கள் இதே மாதிரியான திட்டத்தை அறிவித்தனர், 45 நாட்களுக்குள் வெள்ளை மாளிகையே வகுப்பறையில் மாணவர்களின் எண்ணிக்கையைக் குறைப்பது குறித்துத் தனது திட்டத்தை வெளியிட்டது. இன்றைக்கு, அமெரிக்கர்களில் 77 சதவிகிதத்தினர் மக்களின் வரிப்பணத்தில் ஆசிரியர்களின் சம்பளத்தை அதிகரிப்பதை விட வகுப்பறையில் மாணவர்களின் எண்ணிக்கையைக் குறைப்பது அர்த்தமுள்ள விஷயம் என நினைக்கின்றனர். 77 சதவிகித அமெரிக்கர்கள் சில விஷயங்களை எப்படி ஒத்துக்கொண்டார்கள் என்று உங்களுக்குத் தெரியுமா?

ஷேபாக் வாலி பள்ளிக்கூடத்தில் வகுப்பறைக்கு *25* மாணவர்கள் வரை இருந்தார்கள். ஆனால் இப்போது *15* மாணவர்கள் என்கிற நிலைக்குக் குறைந்து விட்டது. இதன் அர்த்தம் என்னவெனில், ஒவ்வொரு மாணவனின் மீதும் ஆசிரியர்கள் தங்களது தனிப்பட்ட கவனத்தை அதிக நேரம் செலுத்துவார்கள் என்பதுதான். ஆசிரியரின் கவனம் அதிகமாக இருந்தால் மாணவர்களின் கற்கும் திறன் அதிகரிக்கும் என்பது நமது பொது அறிவுக்கு எட்டிய ஒன்றாகும். இந்தப் புதிய, அந்யோன்யமான சூழ்நிலை கொண்ட ஷேபாக் வாலி பள்ளிக்கூட மாணவர்கள் முன்பு அதிக மாணவர்கள் கொண்ட வகுப்பறையில் இருந்து படித்த மாணவர்களை விடச் சிறப்பாகப் படித்திருப்பார்கள் அப்படித்தானே?

இது உண்மையா, இல்லையா என்பதைப் பரிசோதித்துப் பார்ப்பதற்கு ஒரு நேர்த்தியான வழி இருக்கிறது. ஷேபாக் போலக் கனைக்ட்டிக்கட்டில் (Connecticut) ஏராளமான பள்ளிக்கூடங்கள் இருக்கின்றன. இந்த மாநிலத்தில் நிறையச் சிறிய நகரங்களும், சிறிய ஆரம்பப்பள்ளிகளும் இருக்கின்றன. சிறிய நகரங்களுக்கே உள்ள பிறப்பு விகிதமும், ரியல் எஸ்டேட் விலையில் ஏற்ற தாழ்வுகளும் இங்கும் இருந்தது. அதாவது ஒரு வருடம் வகுப்பில் மாணவர்கள் அதிகம் இல்லாமலும், அடுத்த வருடம் அதிக மாணவர்களைக் கொண்டும் இருப்பதற்கான வாய்ப்புகள் இருந்தன. கனெக்ட்டிக்கட்டில் உள்ள இன்னொரு பள்ளியில் *5* ஆம் கிரேடு மாணவர்கள் சேர்க்கை பற்றி ஆண்டு வாரியான பட்டியல் கீழே கொடுக்கப்பட்டுள்ளது.

1993	18	2000	21
1994	11	2001	23
1995	17	2002	10
1996	14	2003	18
1997	13	2004	21
1998	16	2005	18
1999	15		

2001 ஆம் ஆண்டில் ஐந்தாவது கிரேடில் 23 மாணவர்கள் இருந்தார்கள். அதற்கு அடுத்த வருடம் 10 மாணவர்கள் தான்! 2001 ஆம் ஆண்டிலிருந்து 2002 ஆம் ஆண்டு வரை பள்ளிக்கூடத்தில் எந்த மாறுதலும் ஏற்படவில்லை. அதே ஆசிரியர்கள், அதே முதல்வர், அதே பாடப்புத்தகங்கள், அதே கட்டிடம், ஊரும் அதே ஊர்! உள்ளூர் பொருளாதாரத்திலும், மக்களிடத்திலும் எந்த மாற்றமும் இல்லை. இந்த ஓராண்டில் ஐந்தாவது கிரேடில் உள்ள மாணவர்களின் எண்ணிக்கையில் மட்டும் தான் மாற்றம் நிகழ்ந்தது. குறைவாக மாணவர்கள் இருந்த வருடத்தை விட அதிகமாக மாணவர்கள் இருந்த வருடத்தில் சிறப்பாகச் செயல்பட்டது என்றால் அது வகுப்பறையில் இருந்த மாணவர்களின் எண்ணிக்கையினால்தான் ஏற்பட்டிருக்கும் என்று உறுதியாகச் சொல்ல முடியும். சரிதானே?

இதற்கு 'இயற்கைப் பரிசோதனை (natural experiment)' என்று பெயர். சில சமயங்களில் முறையான பரிசோதனைகள் மூலம் அனுமானங்களைப் பரிசோதித்துப் பார்க்க விஞ்ஞானிகள் முயற்சி செய்வார்கள். அதே கோட்பாடுகளை இயற்கையாகவே பரிசோதித்துப் பார்க்கும் சந்தர்ப்பங்கள் மிக அரிதாகச் சில வேளைகளில் நடப்பதுண்டு முறையான பரிசோதனைகளைக் காட்டிலும் இயற்கையான பரிசோதனைகளில் அதிக நன்மைகள் உள்ளன. கனெக்டிக்கட்டின் இயற்கைப் பரிசோதனையை நாம் உபயோகித்தால் என்ன நடக்கும் குறைந்த மாணவர்கள் கொண்ட வகுப்பறையில் படித்த ஒவ்வொரு மாணவனின் முடிவையும், அதிக மாணவர்கள் கொண்ட வகுப்பறையில் படித்த ஒவ்வொரு மாணவனின் முடிவையும் ஆண்டுக்கு ஆண்டு ஒப்பிட்டுப் பார்த்தால் என்ன நடக்கும்? பொருளாதார நிபுணர் கரோலின் ஹாக்ஸ்பி (Caroline Hoxby) கனெக்டிக்கட் மாநிலத்தில் உள்ள ஒவ்வொரு ஆரம்பப்பள்ளியையும் ஆராய்ந்து பார்த்ததில் அவருக்கு எதுவும் தெரியவரவில்லை. "கொள்கை மாற்றத்தால் ஏற்பட்ட விளைவுகள் எதுவும் புள்ளியியல் ரீதியில் முக்கியத்துவம்

▲ கரோலின் ஹாக்ஸ்பி

இருப்பதாக எந்தவொரு ஆய்வின் முடிவுகளும் தெரிவிக்கவில்லை. இது குறித்து ஹாக்ஸ்பி, "இதனால் விளைவு எதுவும் ஏற்படவில்லை என்று கருத முடியாது. இது சொல்வது என்னவென்றால் தரவுகளில் இதற்கான அறிகுறி எதுவுமில்லை என்பதுதான். இந்தக் குறிப்பிட்ட ஆய்வில், மதிப்பீடுகள் துல்லியமாக ஜீரோவைச் சுற்றி இருந்தது. இதை வேறு மாதிரி சொல்ல வேண்டுமெனில், விளைவுகள் எதுவும் இல்லை" என்பதுதான்.

இது ஒரே ஒரு ஆய்வு என்பது உண்மைதான். ஆனால் வகுப்பறையில் மாணவர்களின் எண்ணிக்கையினால் ஏற்படும் விளைவுகள் குறித்துச் செய்யப்பட்ட மற்ற அனைத்து ஆய்வுகளிலிருந்தும் பல ஆண்டுகளாக இது குறித்து நூற்றுக்கணக்கான ஆய்வுகள் செய்யப்பட்டு வந்திருக்கின்றன தெளிவாக ஒன்றும் தெரியவரவில்லை. குறைந்த மாணவர்கள் கொண்ட வகுப்பில் படிக்கும் மாணவர்கள் சிறப்பாகப் படிப்பார்கள் என்று புள்ளியியல் முக்கியத்துவம் வாய்ந்த 15 சதவிகித முடிவுகள் கூறின. இன்னொரு 15 சதிவிகித முடிவுகள் குறைந்த மாணவர்கள் கொண்ட வகுப்பில் படிப்பவர்களின் செயல்பாடு மிகவும் மோசமாக இருப்பதாகக் கூறியது. 20 சதவிகிதமான முடிவுகள் ஹாக்ஸ்பியின் ஆய்வு முடிவு போல எதையும் தெளிவாகக் கூறவில்லை. வகுப்பில் உள்ள மாணவர்கள் குறித்த எந்தவொரு ஆய்வின் முடிவும் கீழே கொடுக்கப்பட்டுள்ளது போலத்தான் இருந்தது.

ஆஸ்திரேலியா, ஹாங்காங், ஸ்காட்லாண்ட் மற்றும் அமெரிக்க ஐக்கிய நாட்டில் நடத்தப்பட்ட அடையாளம் கண்டுகொள்ளும் யுக்தி, வகுப்பில் உள்ள மாணவர்களின் எண்ணிக்கை சம்பந்தப்பட்ட விளைவுகள் குறித்து எதையும் உறுதியுடன், துல்லியமாகக் கூறும் படி அமையவில்லை. கிரீஸ், ஐஸ்லாண்டில் ஆகிய இரண்டு நாடுகளிலும் குறைந்த மாணவர்கள் கொண்ட வகுப்பினால் அசாதரணமான நன்மை இருப்பதாகத் தெரியவந்தது. கணிதம் மற்றும் அறிவியல் கற்பிப்பதில் குறிப்பிடத்தக்க வித்தியாசம் இருப்பதாக ஃப்ரான்ஸில் நடந்தப்பட்ட ஆய்வில் தெரியவந்தது: கணிதப் பாடத்தைப் பொருத்தளவில் வகுப்பினுடைய அளவு ஏற்படுத்தும் விளைவு புள்ளியியல் முக்கியத்துவம் வாய்ந்ததாக இருந்ததாகவும், அறிவியல் பாடம் கற்பிப்பதில் அந்த அளவிற்கு இல்லையென்றும் தெரியவந்தது. கணிதம் மற்றும் அறிவியல் இரண்டிலும் எந்தவொரு பெரிய மாறுதலும் இல்லையென்று, இரண்டு பெல்ஜியன் பள்ளிக்கூடங்கள் மற்றும் கனடா, செக்கோஸ்லோவாக்கியா, கொரியா, போர்ச்சுக்கல், ரொமேனியா, ஸ்லோவானியா, ஸ்பெயின் ஆகியவற்றில் தலா ஒன்றும் ஆகிய ஒன்பது பள்ளி அமைப்புகளில் இருந்து தெரியவந்தது. இறுதியாக, ஜப்பான், சிங்கப்பூர் ஆகிய இரண்டு நாடுகளிலும் வகுப்பு அளவைப் பொறுத்து மாணவர்களின் செயல்பாட்டில் குறிப்பிடத்தக்க மாற்றம் எதுவும் இல்லை.

உங்களால் இதைப் புரிந்து கொள்ள முடிந்ததா? பதினெட்டு நாடுகளில் உள்ள மாணவர்களின் செயல்பாடுகள் குறித்த ஆயிரக்கணக்கான பக்கங்கள் கொண்ட தரவுகளைப் பார்வை யிட்ட பிறகு உலகத்தில் இரண்டே இரண்டு நாடுகளில் கிரீஸ், ஐஸ்லாண்ட் மட்டும் "மாணவர்கள் குறைவாக உள்ள வகுப்புகளில் படிப்பதால் அசாதரணமான விளைவுகள் ஏற்படுகின்றன" எனத் தெரியவந்தது. கிரீஸ் மற்றும் ஐஸ்லாண்ட்? அமெரிக்க ஐக்கிய நாட்டில் ஒரு வகுப்பில் குறைவான எண்ணிக்கையிலேயே மாணவர்கள் இருக்க வேண்டும் என்கிற விதி நடைமுறைக்கு வந்ததால் 1996 ஆம் ஆண்டிலிருந்து 2004 ஆம் ஆண்டு வரை கிட்டத்தட்ட 2.5 லட்சம் ஆசிரியர்கள் வேலைக்கு அமர்த்தப்பட்டனர். இந்தக் காலகட்டத்தில் ஒவ்வொரு மாணவனுக்கும் செலவிடப்படும் தொகை 21 சதவிகிதம் அதிகரித்தது புதிய ஆசிரியர்களை வேலைக்கமர்த்துவதற்காகப் பல பில்லியன் டாலர்கள் செலவழித்ததும் இதில் அடங்கும். உலகத்தில் வேறெந்தத் தொழிலிலும் கடந்த இருபதாண்டுகளில்

இந்த அளவுக்குச் செலவு செய்து, இவ்வளவு ஆட்களை அல்லது இவ்வளவு வேகத்தில் வேலைக்கு ஆள் எடுத்திருக்கமாட்டார்கள் என்று மிகவும் நம்பிக்கையுடன் கூற முடியும். ஒரு நாட்டிற்குப் பிறகு இன்னொரு நாடு என்று எல்லோரும் செலவு செய்தார்கள். ஏனென்றால், ஒவ்வொரு ஆசிரியருக்கும் ஒவ்வொரு மாணவனைப் பற்றியும் அறிந்து கொள்ளக் கூடியதாக இருந்த ஷேப்பாக் வாலி பள்ளிக்கூடம் போல இருக்க வேண்டும் என நினைத்தார்கள். நாமும் 'இந்த மாதிரியான ஒரு இடத்திற்குத் தான் நமது குழந்தையை அனுப்ப வேண்டும்' என்று நினைக்கிறோம். ஆனால், நன்மைகள் இருப்பதாக நாம் நம்மைச் சமாதானம் செய்து கொண்டாலும் அந்த அளவிற்கு ஒன்றும் பெரிய நன்மை இல்லை என்பதுதான் சான்றுகள் மூலம் தெரியவருகிறது. *

3

ஹாலிவுட்டில் மிகவும் செல்வாக்கான ஒருவரை சமீபத்தில் சந்திக்க நேரிட்டது. அவர் மினியாபோலிஸில் (Minneapolis) தனது குழந்தைப்பருவம் எப்படியிருந்தது என்பது பற்றிச் சொல்ல ஆரம்பித்தார். ஒவ்வொரு ஆண்டும் குளிர்காலம் ஆரம்பிப்பதற்கு முன்பு தான் வசித்து வந்த இடத்தைச் சுற்றியுள்ள தெருக்களின் மேலும் கீழுமாக நடந்து அங்குள்ள மக்களிடமிருந்து டிரைவ் வே மற்றும் நடைபாதையில் உள்ள பனிக்கட்டிகளை அப்புறப்படுத்துவதற்கான 'கமிட்மெண்ட்டை' பெற்றார். அதற்குப் பிறகு அந்த வேலையைச் செய்ய அக்கம்பக்கத்தில் தனக்குத் தெரிந்த சிறுவர்களுடன் ஒப்பந்தமிடுவார். அவர்கள் வேலையை முடித்தவுடன் உடனடியாக அதற்கான பணத்தை, தன் இருப்பிலிருந்து கொடுத்துவிடுவார். அதற்குப் பின் தனக்குரிய பணத்தை வேலை செய்யச் சொன்னவர்களிடம் வாங்கிக் கொள்வார். அதுதான் ஒரு குழுவைக் கடுமையாக உழைக்கவைக்க நிச்சயமான வழி என்பதைக் கற்றுணர்ந்தார். சில சமயங்களில் 8

---

*எரிக் ஹனுஷேக் (Eric Hanushek) என்கிற கல்வியியல் பொருளியலாளர் பல்வேறு எண்ணிக்கையிலான வகுப்பறைகள் குறித்து தீர்க்கமான பல ஆய்வுகளைச் செய்திருக்கிறார். 'தி எவிடன்ஸ் ஆன் க்ளாஸ் சைஸ்" என்பதில் எரிக், 'பள்ளிக்கூடங்களில் 'வகுப்பறையில் இருப்பவர்களின் எண்ணிக்கை' என்கிற ஒரு அம்சம் குறித்து நடத்தப்பட்டிருக்கிற ஆய்வுகள் போல வேறு எந்த அம்சங்கள் குறித்தும் இந்த அளவுக்கு ஆய்வு நடத்தப்பட்டிருக்காது. இந்த ஆய்வுகள் பல வருடங்களாக நடந்து கொண்டிருக்கின்றன. ஆனால் வகுப்பறையில் உள்ளவர்களின் எண்ணிக்கைக்கும், சாதனைக்குமான உறவு குறித்து ஒரு சீரான உறவுமுறை இருப்பதைச் சுட்டிக்காட்டக்கூடிய நம்பும்படியான காரணம் எதுவுமில்லை' என்கிறார்.

அல்லது 9 சிறுவர்கள் கூட அவரிடம் வேலை பார்த்தனர். இலையுதிர் காலத்தில் கீழே விழுந்து கிடக்கும் இலை தழைகளை அகற்றும் வேலையைச் செய்தார்.

"அவர்கள் வேலை செய்யும் போது நான் சென்று பார்ப்பதுண்டு. அதற்குப் பிறகு எனக்கு வேலை கொடுத்தவர்களிடம் சென்று அவர்கள் சொன்னபடி வேலையைச் செய்து முடித்துவிட்டதாகக் கூறுவேன்" என்று தனது இளமை காலத்தை நினைவு கூர்ந்தார். "சில சமயங்களில் ஒன்று அல்லது இரண்டு சிறுவர்கள் சரியாக வேலை செய்யவில்லை என்பதால் அவர்களை வேலையை விட்டு 'தூக்க' வேண்டிய கட்டாயம் ஏற்பட்டது" என்றார். அவருக்கு அப்போது 10 வயது. 11 வயதில் அவருடைய வங்கிக் கணக்கில் 600 டாலர்கள் இருந்ததாகக் கூறினார். எல்லாப் பணமும் அவர் சம்பாதித்தது. இது நடந்தது 1950களில். இன்றைக்கு அது 5000 டாலர்களுக்குச் சமம். "நான் எங்கே போகவேண்டுமென்று நினைத்தோனோ அங்கே போவதற்கு என்னிடம் பணம் இல்லை," என்னவோ எல்லாப் பதினொரு வயது பையனுக்கும் எங்கே போவதென்று தெளிவாகத் தெரிந்திருக்கும் என்பதுபோல் தோளைக் குலுக்கியபடி அலட்சியமாகக் கூறினார் "எந்த ஒரு முட்டாளுக்கும் பணத்தைச் செலவு செய்யத் தெரியும். ஆனால் சம்பாதிக்கவும், அதைச் சேமிக்கவும், ஆசைகளைத் தள்ளிப் போடவும் தெரிந்திருந்தால் அப்பொழுதிலிருந்து பணத்தை வேறுவிதமாக மதிப்பிட கற்றுக்கொள்வீர்கள் " என்றார்.

'கலப்பு அண்டை அயலார்கள்' வசித்து வரும் பகுதி என்று மக்கள் நாகரீக நகைச்சுவையாகக் கூறும் ஒரு பகுதியில் அவருடைய குடும்பம் வசித்து வந்தது. அவர் பொதுப் பள்ளிக்கூடங்களுக்குச் சென்றார், பழைய துணிகளை அணிந்தார். அவருடைய அப்பா பொருளாதார வீழ்ச்சியைச் சந்தித்தவர் என்பதால் பணம் பற்றி மிகவும் தெளிவாகப் பேசக்கூடியவராக இருந்தார். ' ஓடும் போது போட்டுக் கொள்ளக்கூடிய ஷூ அல்லது சைக்கிள் என்று எனக்கு ஏதாவது வேண்டுமென்று கேட்டால், அதற்கு ஆக வேண்டிய செலவில் பாதியை என்னைக் கொடுக்கும்படி சொல்வார்" என்று அந்த ஹாலிவுட் மனிதர் என்னிடம் கூறினார். அவர் விளக்கை அணைக்காமல் சென்றுவிட்டால் அவருடைய அப்பா

57

▲ மினியாபோலிஸிலிருந்து பெவர்லிஹில்ஸிற்கு

அதற்கான மின்சாரப் பில்லை அவரிடம் காட்டி, "இதோ பார், இது நாம் மின்சாரத்திற்குச் செலவு செய்வது. நீ ஒரு சோம்பேறி, விளைக்கை அணைக்கக்கூட முடியவில்லை. உன்னுடைய சோம்பேறித்தனத்திற்காக நாம் செலவழிக்க வேண்டியிருக்கிறது. வேலை செய்வதற்கு இருபத்தி நான்கு மணி நேரமும் விளக்கு வெளிச்சம் தேவையென்றால் பிரச்சனையில்லை" என்று சொல்லக்கூடியவராக இருந்தார் அவருடைய அப்பா.

அவருடைய பதினாறாவது வயதில் கோடை காலத்தின் போது அப்பா செய்து வந்த பழைய உலோகப்பொருள் (ஸ்க்ராப் மெட்டல்) வியாபரத்தில் சேர்ந்து வேலை செய்ய ஆரம்பித்தார். அது உடல் உழைப்பு அதிகமுள்ள வேலையாகும். மற்ற தொழிலாளர்கள் எப்படி நடத்தப்பட்டார்களோ அதே போல் தான் இவரும் நடத்தப்பட்டார். "மினியப்போலிஸில் இனி வசிக்கத் தேவை யில்லை என்கிற ஒரு நிலையை அது உருவாக்கியது. அப்பாவுக்காக வேலைபார்ப்பதை ஒருபோதும் நம்பியிருக்கக்கூடாது என்கிற ஒரு நிலையை இது உருவாக்கியது. மிகவும் மோசமான ஒரு நிலைமை. வேலை அசுத்தமானதாகவும், கடினமாகவும் இருந்ததுடன் சலிப்பையும் ஏற்படுத்தியது. சிறு சிறு உலோகத்துண்டுகளை எடுத்துப் பீப்பாயில் போடுவதுதான் வேலையாக இருந்தது. நான் அங்கே மே மாதம் 15 ஆம் தேதியிலிருந்து தொழிலாளர் தினம் (கனடாவிலும் அமெரிக்காவிலும் செப்டம்பர் மாதம் முதல் திங்கட்கிழமை இது கொண்டாடப்படுகிறது) வரை வேலை செய்தேன். என்னிடமிருந்து அழுக்கை அகற்ற முடியவில்லை. நான் அங்கே வேலை பார்க்க வேண்டுமென்று அப்பா விரும்பினார். ஏனென்றால் நான் அங்கே வேலை செய்தால்

அந்தச் சூழ்நிலை பிடிக்காமல் அங்கேயிருந்து தப்பித்து, வேறு ஏதாவது செய்வதற்குத் தூண்டுகோலாக அது அமையும் என அவர் நினைத்திருக்கக்கூடும்" என்று இப்போது அந்த நிகழ்வை நினைக்கும் போது எனக்குத் தோன்றுகிறது.

கல்லூரியில் படிக்கும் போது அவருடன் படித்த பணக்கார இளைஞர்களின் துணிகளை எடுத்துக் கொண்டு போய் டிரைக்ளினீங் செய்து மீண்டும் கொண்டு வந்து கொடுக்கும் லாண்டரி சேவையைச் செய்து வந்தார். மாணவர்கள் ஐரோப்போ செல்வதற்காக 'சார்ட்டர் விமான' சேவையையும் ஏற்பாடு செய்தார். அவர் தனது நண்பர்களுடன் கூடைப்பந்தாட்ட விளையாட்டு பார்க்கச் சென்றார். அப்படிச் செல்லும் போது அவர் மோசமான இருக்கைகளில் தூண்களால் மறைக்கக்கூடிய மாதிரி உட்கார நேரிட்டது. அப்போதெல்லாம் மைதானத்திற்கு மிகவும் அருகில் உள்ள ப்ரிமீயர் இருக்கைகளில் உட்கார்ந்தால் எப்படியிருக்கும் என்று நினைப்பார். அவர் நியூயார்க்கில் உள்ள வணிக மற்றும் சட்ட கல்லூரிகளில் படித்தார். பணத்தைச் சேமிக்க வேண்டுமென்பதற்காக அவர் புரூக்ளினில் சாதாரணமான பகுதியில் வசித்து வந்தார். அவருக்குப் பட்டப்படிப்பு முடித்தவுடன் ஹாலிவுட்டில் வேலை கிடைத்தது. அதைத் தொடர்ந்து கொஞ்சம் பெரிய வேலை, அதற்குப் பின் அதைவிடப் பெரிய வேலை, தொழில் ஒப்பந்தங்கள், பரிசுகள் என அசாதாரணமான வெற்றிகள் அவரை வந்தடைந்தன. அது அவரைப் பாதுகாப்பாக விமானம் நிறுத்த எவ்வளவு பெரிய இடம் தேவைப்படுமோ (airplane hanger) அந்த அளவிற்குப் பெவர்லி ஹில்ஸில் ஒரு வீடு, சொந்தத்தில் ஜெட் விமானம், கராஜில் ஒரு ஃபெராரி கார், காராஜிற்கு முன்னால் 'இடைக்கால' ஐரோப்பாவில் உள்ள கோட்டையிலிருந்து நேராகப் பெயர்த்துக் கொண்டுவந்தது போல நீண்டு இருந்த ட்ரைவ் வே போன்றவை வைத்துக் கொள்ளுமளவிற்கு அவரை உயர்த்திச் சென்றது. பணம் பற்றிய புரிதலை அவர் பெற்றிருந்தார். மினியப்போலிஸில் இருந்த போது பணத்தின் மதிப்பு குறித்தும் அதனுடைய செயல்பாடுகள் குறித்தும் நல்ல படிப்பினை இருந்ததால் அது குறித்த நல்ல புரிதல் இருந்தது என்பதை உணர்ந்தார் .

"எனக்கு அதிகச் சுதந்திரம் தேவைப்பட்டது. பல்வேறு விஷயங்களை அடைய வேண்டுமென்கிற லட்சியம் இருந்தது. என்னுடைய லட்சியத்தியத்தையும், விருப்பங்களையும் அடைவதற்குப் பணத்தை ஒரு கருவியாகப் பயன்படுத்த என்னால் முடியும். யாரும் இதை எனக்குக் கற்றுத்தரவில்லை, நானாகக் கற்றுக் கொண்டேன். வெற்றி பெறும் வரை முயற்சிக்கும் ஒரு 'ட்ரெயல் அன்ட் எரர்' முறையாகவே இருந்தது. அதனுடைய

சாரம் எனக்குப் பிடித்திருந்தது. அதிலிருந்து என்னைப் பற்றிய ஒரு உயர்வான எண்ணத்தை/மதிப்பைப் (self esteem) பெற்றேன். என் வாழ்க்கையின் மீது அதிகக் கட்டுபாடு இருப்பது போன்ற உணர்வைப் பெற்றேன்” என்றார்.

பெரும்பாலனவர்களின் வீட்டின் அளவை ஒத்த வீட்டிலுள்ள மிகப் பெரிய அலுவலக அறையில் உட்கார்ந்திருந்த அவர் விஷயத்திற்கு வந்தார். அவருடைய குழந்தைகளை மிகவும் பிரியமாக நேசித்தார். மற்ற எல்லாப் பெற்றோர்களையும் போலவே, தன்னிடம் இருப்பதை விட அதிகமாக அவர்களுக்குக் கொடுக்க வேண்டும் என்கிற ஆசை அவருக்கும் இருந்தது. ஆனால் அவர் மிகப் பெரிய முரண்பாடு ஒன்றை ஏற்படுத்தியிருந்தார், அது பற்றி அவருக்கு நன்றாகவே தெரியவும் செய்யும். அவர் வெற்றிபெற்றவராக இருந்தார். ஏனென்றால் அவர் நீண்டகாலமாக, பணத்தின் மதிப்பை அறியும் நீண்டகால, கடினமான முறையையும், உலகத்தில் தனக்கென்று ஒரு தனிவழியை நிறைவேற்றும் உழைப்பு மற்றும் மகிழ்ச்சி குதூகலத்திற்கான அர்த்தத்தையும், உணர்ந்து கொண்டவராகவும் இருந்தார். அவர் இந்த மாதிரி

வெற்றி பெற்றதனாலேயே அவருடைய குழந்தைகளால் இதே மாதிரி பாடங்களைக் கற்றுக் கொள்வது சிரமமாக இருந்தது. ஹாலிவுட்டில் வசித்து வரும் கோடீஸ்வரர்களின் குழந்தைகள் பெவர்லிஹில்ஸில் வசித்து வரும் அண்டைஅயலார்களின் வீட்டிற்கு முன்பு கிடக்கும் இலைகளையெல்லாம் அகற்றுவதில்லை. அவர்கள் விளக்கை அணைக்காமல் அப்படியே விட்டிருந்தாலும் தந்தைகள் அவர்களின் முகத்திற்கு எதிராக எலக்ட்ரிஷிட் பில்லை கோபத்துடன் காட்டுவதில்லை. அவர்கள் கூடைப்பந்தாட்ட போட்டியை தூண் மறைக்ககூடிய இடத்திலிருந்து பார்ப்பதற்குப் பதிலாக மைதானத்திற்குப் பக்கத்தில் உட்காரவேண்டும் என நினைப்பதில்லை. மாறாக அவர்கள் ‘மைதானத்திலேயே’ வசித்து வந்தார்கள்.

‘வசதியான சூழ்நிலையில் குழந்தைகளை வளர்த்து ஆளாக்குவது என்பது மற்றவர்கள் நினைப்பதை விட எனது உள்ளுணர்வின் படி மிகவும் கடினமான விஷயமாகும். சவாலான பொருளாதாரத்தை எதிர் கொள்பவர்களின் வாழ்க்கை சீரழிகிறது. அது போலச் சொத்துக்கள் அதிகம் இருப்பதன் மூலமும் ஒருவரின் வாழ்க்கை சீரழிகிறது. ஏனென்றால் அவர்கள் தங்களது பேராவலையும், கர்வத்தையும், தங்களுக்குள்ள சுய மதிப்பையும் இழந்து விடுகிறார்கள். அலைக்கற்றையின் இரண்டு முனைகளும் சிரமமானதுதான். இரண்டிற்கும் நடுவில் எல்லோருக்கும் சிறந்ததாகப் பொருந்தும் ஓரிடம் இருக்கிறது.” என்றார் அவர்.

பணக்காரர்கள் தங்கள் குழந்தைகளுக்காக எச்சரிக்கைக் கூக்குரலிடுவதை விடக் குறைந்த அனுதாபத்தை ஊக்குவிக்கின்ற சில விஷயங்கள் இருக்கின்றன. ஹாலிவுட்டின் குழந்தைப் பருவத்திலிருந்து உருவாகும் மனிதர்கள் சிறந்த வீட்டைத் தவிரச் சாதாரண வீட்டிலோ, முதல் வகுப்பு தவிர வேறெங்குமோ வசிக்கவோ அல்லது உட்காரவோமாட்டார்கள். ஆனால் இவர் பொருளால் ஆன வசதியை மட்டும் பற்றி மட்டும் குறிப்பிடவில்லை. அவர் தனக்கென்று, தானாக ஒரு மதிப்பை ஏற்படுத்திக் கொண்டவர். அவருடைய சகோதர்களில் ஒருவர் குடும்பத் தொழிலான ஸ்க்ராப் தொழிலை மேற்கொண்டு சிறப்படைந்தார். இன்னொருவர் பிரபல மருத்துவர் ஆனார். அவருடைய அப்பா தனது மூன்று மகன்களையும் ஊக்குவித்தார். அவர்களும் உலகில் அவரவற்கென்று ஒன்றை சாதித்துக் கொண்டார்கள். அவருடைய கருத்து என்னவெனில், பல மில்லியன் டாலர்கள் சொத்துள்ள எனக்கு என் அப்பா மினியப்போலிஸின் கலப்பு அண்டை அயலார்கள் மத்தியில் தனது குழந்தைகளை வளர்த்தது போல என் குழந்தைகளை நான் வளர்ப்பது அவ்வளவு எளிதில்லை என்பதுதான்.

4

ஹாலிவுட்டிலிருந்து வந்த அவர் மட்டும் இந்த வெளிப்பாட்டைக் கொண்டிருந்த முதல் மனிதர் இல்லை. நம்மில் பலரும் இதை உள்ளுணர்வோடு புரிந்து கொண்டிருப்போம் என நினைக்கிறேன். பெற்றோருக்கும் பணத்துக்கும் உள்ள தொடர்பை நினைக்கும் போது ஏதோ ஒரு முக்கியமான கோட்பாடு அதை வழிப்படுத்துவதாகத் தெரிகிறது 'அதிகமாக இருப்பது என்பது எப்போதும் சிறப்பல்ல' என்கிற கோட்பாடுதான் அது.

பணம் குறைவாக இருக்கும் போது நல்ல பெற்றோராக இருப்பது கடினமான விஷயம் என்பது தெள்ளத் தெளிவான ஒன்று. வறுமை என்பது சுமையும், மன அழுத்தமும் கொண்டது. தேவைகளைப் பூர்த்திச் செய்வதற்கு இரண்டு வேலைகள் பார்க்க வேண்டுமெனில் குழந்தைகள் படுக்கைக்குச் செல்லுமுன் அவர்களுக்குப் படித்துக் காட்டுவதற்கு உங்களிடம் சக்தி இருக்காது. நீங்கள் வேலைக்குப் போகும் 'ஒற்றைப் பெற்றோர்' என்றால், வீட்டு வாடகை, சாப்பாடு, குடும்பத்தினருக்கு வேண்டிய துணி வாங்குவது, வேலைக்குச் சென்று வருவதில் உள்ள அலுப்பு எனப் பலவற்றிற்கு இடையே ஆரோக்கியமான குடும்பச்சூழல்

உருவாக்கத்திற்குத் தேவையான அன்பு, கவனிப்பு, ஒழுக்கத்தைத் தொடர்ந்து கொடுப்பது என்பதும் கடினமானதுதான்.

ஆனால் உங்களிடம் அதிகப் பணம் இருந்தால் நீங்கள் எப்போதும் நல்ல பெற்றோராக இருப்பீர்கள் என்பது உண்மையென்று யாரும் ஒருபோதும் சொன்னதில்லை. குழந்தை வளர்ப்புக்கும் (Parenting), பணத்திற்கும் உள்ள தொடர்பு பற்றி உங்களை ஒரு வரைபடம் வரையச் சொல்லிக் கேட்டால் நீங்கள் கீழே உள்ளது போல வரையமாட்டீர்கள்.

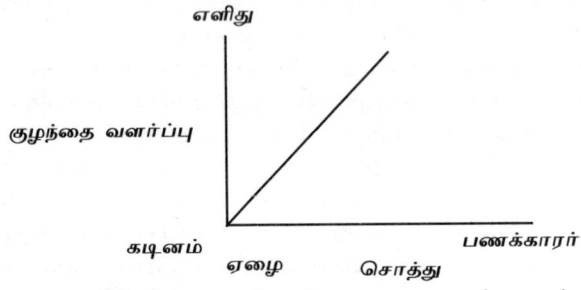

ஒரு குறிப்பிட்ட கட்டம் வரை பணம் குழந்தை வளர்ப்பை எளிதாக்கும். அந்தக் கட்டத்தைத் தாண்டிய பிறகு இந்த இரண்டிற்குமுள்ள வித்தியாசம் குறுக ஆரம்பித்துவிடும். அப்படிக் குறுக ஆரம்பிக்கக்கூடிய அந்தக் கட்டம் எது? மகிழ்ச்சி சம்பந்தமாக ஆராய்ச்சி செய்த அறிஞர்கள், குடும்ப வருமானம் ஆண்டுக்கு 75,000 டாலர்களைத் தாண்டும் போது மக்களிடையேயான மகிழ்ச்சியைக் குறைக்கிறது என்கிற முடிவுக்கு வந்தார்கள். பொருளாதார நிபுணர்கள் சொல்லும் 'டிமினிஷிங் மார்ஜினல் ரிடர்ன்ஸ் (diminishing marginal returns)' என்பது இதுதான். உங்கள் குடும்பத்தினரின் வருமானம் 75,000 டாலர்கள், உங்கள் பக்கத்து வீட்டில் இருப்பவர்களின் வருமானம் 100,000 டாலர்கள் எனும் போது அந்த அதிகபட்சமான 25,000 டாலர்கள் வருமானத்தினால் உங்கள் பக்கத்து வீட்டுக்காரர்கள் ஒரு நல்ல காரில் போக முடியும், அதிக முறை வெளியே சென்று சாப்பிட முடியும். ஆனால் அது அவர்களை உங்களை விட அதிக மகிழ்ச்சியுள்ளவர்களாக ஆக்காது அல்லது அதனாலேயே சிறந்த பெற்றோராக இருப்பதற்குச் செய்ய வேண்டிய ஆயிரக்கணக்கான சிறிய, பெரிய விஷயங்களைக் கையாள்வதற்குச் சிறப்பாக அவர்களைத் தயார் செய்ய முடியாது. குழந்தை வளர்ப்பு வருமானத்திற்கான தொடர்பை கீழே கொடுக்கப்பட்டுள்ள வரைபடம் கொஞ்சம் நன்றாக விளக்கக்கூடியதாக இருக்கிறது.

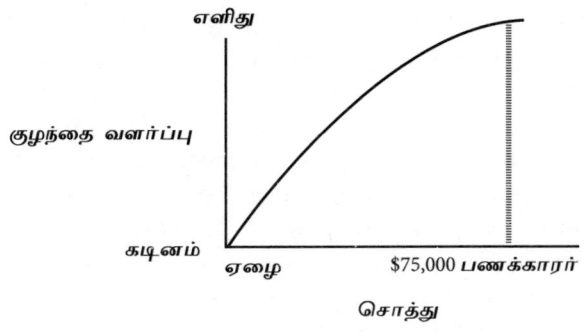

ஆனால் இந்த வரைபடம் பாதிக் கதையைத்தான் சொல்கிறது. இல்லையா? ஏனென்றால் பெற்றோரின் வருமானம் கணிசமாக அதிகரிக்கும் போது குழந்தை வளர்ப்பு இன்னும் கடினமாக ஆகிறது. நாம் வளர்ந்து வந்த உலகில் பண்புகளுக்கும், நாம் நம்முடைய குழந்தைகளுக்காக உருவாக்கிய உலகத்திற்கும் அதிக வித்தியாசமொன்றுமில்லை என்பது நம்மில் பெரும்பாலனோருக்குத் தெரியும். ஆனால் மிகவும் பணக்காரராக ஆன ஒருவரைப் பொருத்தவரை அது உண்மையில்லை. மன உளவியலாளரான ஜேம்ஸ் க்ரப்மேன் (James Grubman) 'செல்வநிலைக்கு உயர்ந்து குடியேறியவர்கள் (immigrants to wealth)' என்று அவர்களை அற்புதமாக வெளிப்படுத்துகிறார். முதல் தலைமுறை கோடீஸ்வரர்களைப் பற்றிய அவரின் வெளிப்பாடு இது. இதன் அர்த்தம் என்னவெனில் புதிதாக ஒரு நாட்டில் குடியேறியவர்கள் எதிர்கொள்ளும் சவால்களைப் போன்று முதல் தலைமுறை கோடீஸ்வரர்களும் தங்கள் குழந்தைகளைப் புரிந்துகொள்வதில் சவால்களை எதிர் கொள்கின்றனர் என்பதுதான். ஹாலிவுட்டில் பிரபலமான ஒருவர் மத்தியதர குடும்பத்தினர் வசித்து வந்த பகுதியில் வளர்ந்து பெரியவர் ஆகிறார். அவருக்கு அங்கு நிலவும் பற்றாக்குறை என்பது தூண்டுகோலாகவும், ஒரு ஆசானாகவும் அமை கிறது. அவருடைய அப்பா அவருக்குப் பணம் குறித்தும், யாரையும் சார்ந்திருக்காமல் இருப்பதில் உள்ள நல்லொழுக்கம் குறித்தும், கடின உழைப்பு குறித்தும் சொல்லித் தந்திருக்கிறார். ஆனால் அவருடைய குழந்தைகளோ பணக்காரர்கள் வாழ்ந்து வருகிற 'புதிய உலகில்' வாழ்கிறார்கள். அங்குப் பழக்கத்திலிருக்கும் விதிகள் முற்றிலும் வேறாகவும், குழப்பமடையச் செய்வதாகவும் இருக்கின்றன. தங்களைச் சுற்றி இருப்பதைப் பார்க்கும் குழந்தைகள் தாங்கள் ஒரு போதும் கடினமாக உழைக்கவோ, யாரையும் சார்ந்திருக்காமல் இருக்கவோ அல்லது பணத்தின் அருமையையோ தெரிந்து கொள்ளவோ வேண்டாம் என்கிற உணர்வு கொண்டவர்களாக இருக்கிறார்கள். இவர்களிடம் எப்படி 'கடினமாக வேலை

செய், யாரையும் சார்ந்திருக்காமல் இரு, பணம் என்றால் என்ன என்பதைக் கற்றுணர்ந்துகொள்' என்று கற்றுக் கொடுக்க முடியும்? இதனால் உலகமெங்கிலும் உள்ள பண்பாடுகளில் செல்வம் அதிகம் இருக்கக்கூடிய சூழ்நிலையில் குழந்தைகளை வளர்ப்பது கடினம் என்பதைக் குறிக்கும் வகையில் பழமொழிகள் இருக்கின்றன. ஆங்கிலத்தில் 'Shirtsleeves to shirtsleeves in three generations' (முதல் தலைமுறையால் சம்பாதித்த செல்வம் மூன்றாவது தலைமுறைவரை வரும்) என்றும், இத்தாலியில் "Dalle stele alle stalle" (நட்சத்திரத்திலிருந்து தொழுவத்திற்கு) என்றும், ஸ்பெயினில் "Quien no lo tiene, lo hance; y guien lo tiene, lo deshance" (யாரிடம் இல்லையோ அவர் முறையாகச் செய்வார்; இருப்பவர் அதைமுறையின்றி செய்வார்) என்றும் சொல்லப்பட்டு வருகிறது. செல்வத்தில் அதன் அழிவிற்கான விதைகளும் இருக்கின்றன.

"வரையறைகளைப் பெற்றோர் நிர்ணயிக்க வேண்டும். ஆனால் செல்வக் குடியேறிகளுக்கு இது மிகவும் கஷ்டமான ஒன்று, ஏனென்றால் அவர்களிடம் இது வரை இருந்து வந்த ஒரே மறுப்பான 'எங்களால் இது முடியாது' என்கிற அஸ்திரம் இப்போது இல்லை. அவர்கள், 'எங்களிடம் பணம் இல்லை' என்று பொய் சொல்வதை விரும்பமாட்டார்கள். ஏனென்றால், விடலைப்பருவ வயதில் இருக்கும் குழந்தைகள், அவர்களிடம் 'என்னை மன்னிக்கவும், உங்களிடம் போர்ஷ் (Porsche) இருக்கிறது அம்மாவிடம் மேசார்ட்டி (Maserati) இருக்கிறது' என்று சொல்வார்கள். எனவே பெற்றோர் 'இல்லை, எங்களால் முடியாது' என்று சொல்வதிலிருந்து 'இல்லை, நாங்கள் செய்ய மாட்டோம்' என்று சொல்ல கற்றுக் கொள்ள வேண்டும்" என்றார் க்ரப்மேன்.

ஆனால் 'நாங்கள் செய்யமாட்டோம்' என்று சொல்வது இன்னும் கடினம் என்கிறார் க்ரப்மேன். 'எங்களால் முடியாது' என்று சொல்வது எளிதான ஒன்று. சிலவேளைகளில் பெற்றோராகிய நீங்கள் இதை ஒரு முறை அல்லது இரண்டு முறை சொல்லும்படியாக இருக்கும். மத்தியதரக் குடும்பத்தைச் சேர்ந்த குழந்தை தனக்குக் குதிரைக்குட்டி ஒன்று வேண்டும் என்று கேட்பதில் எந்தவித ஒரு அர்த்தமும் இல்லை என்பதை உணர்ந்து கொள்ளும். ஏனென்றால் அதைக் கேட்டாலும் கிடைக்கப் போவதில்லை என்று அதற்குத் தெரியும்.

"நாங்கள் செய்யமாட்டோம்" குதிரைக் குட்டி வாங்கித் தரமாட்டோம் என்று சொல்வதற்கு ஒரு உரையாடல் தேவையாக இருக்கும். எது முடியுமோ அது எப்போதும் சரியாக இருப்பதில்லை என்பதை விளக்குவதற்கு நேர்மையும், திறமையும் தேவை. "நான் சந்தித்த பல பணக்காரப் பெற்றோர்களுக்கு இந்த

மாதிரி நிலையில் என்ன சொல்வதென்று தெரிவதில்லை. இது குறித்து அவர்களுக்கு, “ஆமாம், உனக்காக என்னால் வாங்கித் தர முடியும். ஆனால் வேண்டாமென்று நான் நினைக்கிறேன். நமது பண்புகளுடன் இது ஒத்துப் போகாது” என்று சொல்லுமாறு கற்றுக் கொடுத்திருக்கிறேன். ஆனால் அப்படிச் சொல்ல வேண்டுமென்றால் உங்களிடம் அது போன்ற பண்புகள் இருக்க வேண்டும், அதை எப்படி வெளிப்படுத்துவது என்று தெரிய வேண்டும், அதைக் குழந்தைகள் நம்பத்தகுந்த மாதிரி எப்படிச் சொல்ல வேண்டும் என்று தெரிந்திருக்க வேண்டும். எந்தவொரு சூழ்நிலையிலும் இதைச் சொல்வது சிரமமான காரியம். குறிப்பாக, உங்களின் டிரைவ்வேயில் ஃபெராரியும், சொந்த ஜெட் விமானமும், பெவர்லி ஹில்ஸில் மிகப் பெரிய வீடும் இருக்கக்கூடிய சூழ்நிலையில் அது இன்னும் கடினமான ஒன்றாகும்.

ஹாலிவுட்டில் உள்ள இந்த மனிதரிடம் அதிகமாகப் பணம் இருக்கிறது. ஒரு பெற்றோராக அதுதான் அவரின் பிரச்சனை. அவரைப் பொருத்தமட்டில் பணம் என்பது ஒரு விஷயத்தை இன்னும் சிறப்பாக அல்லது மோசமாக ஆக்கும் என்கிற நிலையை எப்போதோ கடந்து விட்டார். தனது குழந்தைகளை வழக்கமான, நன்கு ஒத்துப் போகக் கூடியவர்களாக வளர்ப்பது மிகவும் கடினம் என்கிற ஒரு கட்டத்தில் அவர் இப்போது இருக்கிறார். இந்தக் கட்டத்தில் குழந்தை வளர்ப்பு வரைபடம் எப்படியிருக்கும் என்பது கீழே கொடுக்கப்பட்டுள்ளது.

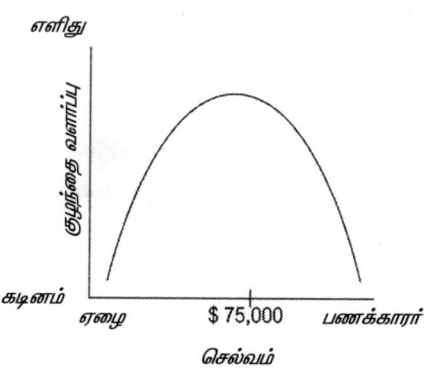

*மனவியலாளர்களான பேரி ஷ்வார்ட்ஸும் (Barry Schwartz) ஆதாம் கிராண்ட்டும் (Adam Grant) தங்களின் சிறப்பான கட்டுரையொன்றில், விளைவுகளைப் பொருத்தவரை அனைத்தும் தலைகீழ் யு வடிவத்தைத் தான் பின்பற்றுகின்றன. “உளவியலின் பல பிரிவுகளில் X என்பது சீயை ஒரு குறிப்பிட்ட அளவிற்கு மேலே கொண்டு செல்கிறது அதன் பின் Y குறைய ஆரம்பிக்கிறது... முற்றிலும் சிறப்பானது என்று எதுவும் இல்லை. உயர்நிலையில் நேர்மறையான பண்புகளுக்கும், நிலைகளுக்கும், அனுபவங்களுக்கும் ஒரு விலை இருக்கிறது. அவை அவற்றிற்கான ஆதாயங்களை விஞ்சியதாக இருக்க ஆரம்பிக்கிறன’

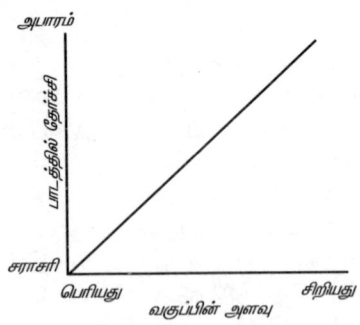

அல்லது இப்படிக் கூட இல்லை:

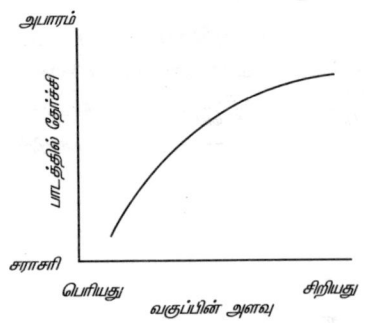

இது மாதிரி இருந்தால் என்ன?

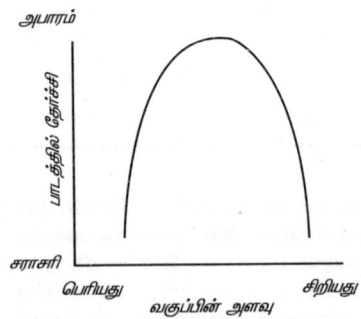

இதை 'தலைகீழ்யு வரைபடம்' எனக் கூறுவதுண்டு. தலைகீழ் யு வரைபடங்களைப் புரிந்து கொள்வது மிகவும் கடினம். இது நம்மை ஆச்சரியப்படுத்த தவறுவதில்லை. இதில் உள்ள நன்மைகள், தீமைகள் பற்றி அடிக்கடி நாம் குழம்பிப் போவதற்குக் காரணங்களில் ஒன்று நாம் யு வடிவ உலகச்சூழ்நிலையில் இயங்குவதை மறந்து விட்டிருப்பதுதான்.

இது நம்மை மீண்டும் வகுப்பில் மாணவர்களின் எண்ணிக்கை குறித்த குழப்பத்திற்கு இட்டுச் செல்கிறது. வகுப்பில் உள்ள மாணவர்களின் எண்ணிக்கைக்கும், கல்வி செயல் திறனுக்குமான தொடர்பு இப்படியில்லையென்றால் என்ன:

ஷேபாக் வாலி மிடில் ஸ்கூலின் முதல்வர் ஒரு பெண். அவர் பெயர் தெரஸா டிபிரிட்டோ. அவர் அந்தப் பள்ளியில் இருந்த ஐந்து வருட காலத்தில் ஒவ்வொரு வருடமும் மாணவர்களின் சேர்க்கை குறைந்து கொண்டு வருவதை கவனித்துள்ளார். பெற்றோர்களைப் பொருத்தவரையில் அது ஒரு நல்ல செய்தியாக இருக்கலாம். ஆனால் அவர் இது பற்றி நினைத்த போது, கடைசி வரைபடம் தான் அவர் மனதில் இருந்தது.

"இன்னும் சில வருடங்களில், ஆரம்பப்பள்ளிக்கூடத்திலிருந்து வரவிருக்கும் ஒரு வகுப்பின் எல்லாப் பிரிவுகளையும் சேர்த்தே ஐம்பதுக்கும் குறைவான மாணவர்கள் தான் இருப்பார்கள்" என்று கூறும்பொழுதே அவர் , "இதனால் நாங்கள் போராட வேண்டியிருக்கும்" என்று அச்சப்படுகிறார்.

5

'தலைகீழ் யு வளைகோடுகள்' மூன்று பகுதிகளைக் கொண்டிருப்பதோடு ஒவ்வொரு பகுதியும் வெவ்வேறான தர்க்கவியலைக் கொண்டிருக்கின்றன. இடது பக்கம், அதிகச் செயல்பாட்டாலோ அல்லது அதிகமாக இருப்பதாலோ அது ஒரு விஷயத்தைச் சிறப்பாக்குகிறது. நடுவில் தட்டையாக இருக்கிறது,

---

*கணிதவியலாளரும், ஒரு காரியத்தை இப்படித்தான் செய்யவேண்டும் என்பதில் குறிப்பாக இருப்பவருமான என் அப்பா இதிலிருந்து வேறுபடக்கூடும். நான் விஷயத்தை மிகவும் எளிதாக ஆக்குகிறேன் என்று அவர் குறிப்பிட்டார். உண்மை யிலேயே 'தலைகீழ் யு' வளைவுகள் நான்கு பகுதிகளைக் கொண்டிருக்கின்றன. முதலாவது நிலையில், வளைவு நேரானது (Curve is linear). இரண்டாவது நிலையில், 'ஆரம்பத்தில் இருந்த நேரியல் தொடர்பு தளர்ச்சியடைந்துவிடும்'. இது மங்கிவரும் வருமானக் குறைவுகள் (diminishing marginal returns) ஆகும். மூன்றாவது நிலையில், அதிகப்படியான வளங்களினால் விளைவுகளில் எந்த மாற்றமும் ஏற்படுவதில்லை. நான்காவது நிலையில், அதிக வளங்கள் எதிர்மறை விளைவை ஏற்படுத்தக்கூடியதாக இருக்கும். அவர், 'வீட்டுக் கட்டுமானத்தில் உபயோகப்படுத்தப்படும் ஒரு சொல்லான அஸ்திவாரம் (footing) என்பதை முதல் நிலைக்கான பெயராக எடுத்துக் கொள்வோம். அதைத் தொடர்ந்து வரும் நிலைகளுக்கு 'உயர்த்துதல், சரிசம மட்டப்படுத்தல், சரிவு அமைத்தல் (footing, flagging, flat, falling)" என்கிற பெயர்களை உபயோகிக்கலாம்" என எழுதினார்.

மது குடிப்பதற்கும், ஆரோக்கியத்துக்கும் இடையேயான தொடர்பை தலைகீழ்யூ வளைவில் காண முடியும். குடிக்கவே மாட்டேன் என்பதிலிருந்து வாரத்திற்கு ஒரு க்ளாஸ் ஒயின் குடிப்பேன் என்கிற நிலைக்கு போகும் போது நீங்கள் அதிக நாட்கள் வாழ்வீர்கள், வாரத்திற்கு இரண்டு க்ளாஸ் என்றால் நீங்கள் இன்னும் அதிக நாட்கள் வாழ்வீர்கள், மூன்று க்ளாஸ்கள் என்றால் இன்னும் அதிக நாட்கள் இப்படியே வாரத்திற்கு ஏழு க்ளாஸ்கள் என்பது வரை அதிகரித்துக் கொண்டே செல்லும் (இந்த எண்ணிக்கை ஆண்களுக்கானது மட்டுமே, பெண்களுக்கல்ல). இது ஒரு ஏறுமுகம் அதிகமாக இருந்தால், குதூகலம். அதன் பிறகு, அதாவது வாரத்துக்கு ஏழு க்ளாஸ் ஒயினிலிருந்து பதினான்கு க்ளாஸ்கள் வரை ஒரு நீட்டிப்பு. இந்த வரையறைக்குள் நீங்கள் குடிப்பதால் உங்களுக்கு எந்த பயனுமோ அல்லது பாதகமுமோ ஏற்படப் போவதில்லை. இது இந்த வளைவின் மத்தியப் பகுதியாகும். இறுதியாக, வளைவின் வலது பக்கம் அதாவது இறங்கு முகம். நீங்கள் வாரத்திற்கு பதினான்கு க்ளாஸ்களுக்கு மேல் ஒயின் குடிக்கும்போது வாழக்கூடிய நாட்களும் குறைந்து கொண்டே வரும். இயல்பில் மது என்பது நல்லதோ அல்லது கெட்டதோ அல்லது நடுநிலைமையானதோ கிடையாது. அது நல்லதில் ஆரம்பித்து, நடுநிலையாகி கடைசியில் கெட்டதில் முடிகிறது.

▲ தெரஸாவுடன் ஷெபாக் வேலி மாணவி

இங்கு அதிகமாக ஏதும் செய்தாலும் அப்படியொன்றும் அதிக வித்தியாசம் இருப்பதில்லை. அதற்குப் பிறகு வலது பக்கம், அதிகச் செயல்பாடோ அல்லது அதிகமாக இருப்பதோ ஒரு விஷயத்தை மேலும் மோசமாக்குகிறது.

வகுப்பில் மாணவர்களின் எண்ணிக்கைக் குறித்த புதிரை இந்த முறையில் நினைத்துப் பார்க்கையில் எது குழப்புவதாகத் தோன்றியதோ அது இன்னும் கொஞ்சம் அர்த்தம் தருவதாக இருக்கிறது. இங்கு வகுப்பில் மாணவர்களின் எண்ணிக்கை என்பது பெற்றோர்களிடம் உள்ள பணத்திற்குச் சமம். அனைத்துமே நீங்கள் இந்த வளைகோட்டில் எங்கே இருக்கிறீர்கள் என்பதைப் பொருத்து இருக்கிறது. உதாரணமாக, காலங்காலமாகவே இஸ்ரேலில் உள்ள ஆரம்பப் பள்ளிக்கூட வகுப்புகளில் மாணவர்களின் எண்ணிக்கை அதிகமாகத்தான் இருந்து வந்திருக்கிறது. இஸ்ரேல் கல்வித்துறையில் ‘மாய்மோனிடிஸ் விதி’ (இது 12 ஆம் நூற்றாண்டில் வாழ்ந்த யூத தத்துவஞானியின் பெயரால் அழைக்கப்படுகிறது) கடைப்பிடிக்கப்பட்டு வருகிறது. மாய்மோனிடிஸ், வகுப்பில் நாற்பது மாணவர்களுக்கு மேல் இருக்கக்கூடாது என்கிற ஒரு விதியைக் கொண்டுவந்தார். இதனால் ஆரம்பப்பள்ளி வகுப்பறைகளில் பெரும்பாலும் 38 அல்லது 39 மாணவர்கள் இருப்பார்கள். எப்போது 40 என்கிற எண்ணிக்கையைத் தொடுகிறதோ உடனே இன்னொரு பிரிவை ஆரம்பித்து ஒவ்வொரு வகுப்பறையிலும் 20 மாணவர்கள் இருப்பது போலப் பார்த்துக் கொள்வார்கள். ஹாக்ஸ்பி பாணியில்

பகுப்பாய்வு செய்து வகுப்பின் கல்வி செயல்திறனை ஒப்பீடு செய்து பார்க்கும் போது 20 மாணவர்களைக் கொண்டிருக்கும் வகுப்பறையை விடக் குறைந்த அளவில் மாணவர்களைக் கொண்டிருக்கும் வகுப்பறையின் செயல்த்திறன் சிறப்பாக இருக்கும். இதில் ஆச்சரியமில்லை. ஒரு வகுப்பில் 36 அல்லது 37 மாணவர்களைக் கையாள்வது எந்தவொரு ஆசிரியருக்குமே சவால் தான். இந்த 'தலைகீழ் யு வளைகோட்டில்' இஸ்ரேல் இடதுபுறமிருக்கிறது.

இப்போது மீண்டும் கனெக்டிக்கட்டை நினைத்துக் கொள்ளுங்கள். ஹாக்ஸ்பி ஆராய்ச்சிக்குட்பட்ட பள்ளிகளில், பதின்ம வயதினர் அதிகமிருந்த 20க்கு இடைப்பட்ட அல்லது அதைவிடக் குறைவாக மாணவர்களைக் கொண்டிருந்த வகுப்பறைகளில் தான் அதிக மாறுபாடு இருந்தது. இந்த ஆராய்ச்சியில் குறிப்பாக எதுவும் தெரியவரவில்லை என்று அவர் சொன்னதின் அர்த்தம் என்னவெனில், இந்த இடைப்பட்ட (மத்திய) வரிசையில், வகுப்பறையில் மிகவும் குறைந்த மாணவர்கள் இருப்பதால் நன்மையெதுவும் இல்லை என்பதுதான். வேறுமாதிரி சொல்ல வேண்டுமெனில் இஸ்ரேலுக்கும், கனெக்டிக்கட்டுக்கும் இடையே, வகுப்பறை மாணவர்களின் எண்ணிக்கையால் ஏற்படும் விளைவு வளைகோட்டின் தட்டையான மத்திய பகுதியை நோக்கி நகர்ந்தது இந்தப் பகுதியில் இன்னும் வளங்களைச் சேர்த்தாலும் அது குழந்தைகள் மத்தியில் சிறப்பான அனுபவங்கள் எதையும் ஏற்படுத்தவில்லை.

25 மாணவர்கள் இருந்த வகுப்பறைக்கும், 18 மாணவர்கள் இருந்த வகுப்பறைக்கும் கல்வி செயல்திறனில் அவ்வளவாக வேறுபாடு இல்லாதது ஏன்? 18 மாணவர்கள் இருக்கும் வகுப்பறையை ஆசிரியர் கையாள்வது எளிது என்பதில் எந்தக் கேள்விக்கும் இடமில்லை: கிரேடு போடுவதற்குச் சில மாணவர்கள்தான், குறைந்த எண்ணிக்கையிலான மாணவர்கள் பற்றி நன்கு தெரிந்து கொள்வதும், அவர்களுக்கு வேண்டியதைச் செய்வதும் எளிதான விஷயம். ஆசிரியர்களுக்கு வேலை பளு குறைவாகத்தான் இருக்கும். எனவே குறைந்த மாணவர்கள் கொண்ட வகுப்பறையின் செயல்த்திறன் சிறப்பாக இருக்க வேண்டுமெனில் ஆசிரியர்கள் தாங்கள் கற்பிக்கும் முறையை மாற்றிக் கொள்ள வேண்டும். ஆனால் இந்த இடைப்பட்ட (midrange) மாவர்களின் எண்ணிக்கையில்

உள்ள வகுப்புகளில் பாடம் நடத்தும் ஆசிரியர்கள் அந்த மாதிரி செய்வதில்லை என்பதற்கான சான்றுகள் இருக்கின்றன. அவர்கள் குறைந்த அளவு வேலையே செய்தார்கள். இது மனித இயல்புதான் . உங்களை ஒரு டாக்டராக நினைத்துக்

▲தத்துவ ஞானி மாய்மோனிடிஸ்

கொள்ளுங்கள். வெள்ளிக்கிழமை மதிய வேளையில் வழக்கமாக 25 நோயாளிகளைப் பரிசோதிக்கும் நீங்கள் அன்றைக்கு 20 நோயாளிகளைத்தான் பரிசோதிக்கிறீர்கள். ஆனால் சம்பளத்தில் மாற்றம் எதுவும் இல்லை. இப்படிப்பட்ட நிலையில் நீங்கள் நோயாளிகளின் எண்ணிக்கைக் குறைவு என்பதால் ஒவ்வொருவரிடம் அதிக நேரம் செலவழிப்பீர்களா? அல்லது வழக்கமாக 7.30 க்கு கிளம்பும் நீங்கள் 6.30க்கே கிளம்பிச் சென்று உங்கள் குழந்தைகளுடன் சேர்ந்து இரவு உணவு சாப்பிடுவீர்களா?

இப்போது மிகவும் முக்கியமான ஒரு கேள்வி. பெற்றோரில் ஒருவர், மிதமிஞ்சிப் பணம் சம்பாதித்து விட முடியுமா? அதுபோல, ஒரு வகுப்பறை மிகக்குறைவான மாணவர்கள் உள்ளதாக இருக்க முடியுமா? (அப்படிச் செய்வதால், ஏகப்பட்ட அனுகூலங்களைப் பெற்றுவிட முடியுமா?) இந்தக் கேள்வியை அமெரிக்கா, கனடாவில் வேலை பார்க்கும் எண்ணற்ற ஆசிரியர்களிடம் கேட்டேன். ஒவ்வொரு ஆசிரியரும் அது முடியும் என ஒத்துக் கொண்டனர்.

அந்தக் கேள்விக்கான எதிர்வினை கீழே:

என்னைப் பொருத்தவரை பதினெட்டு என்பது முழுமையான எண்ணிக்கை. இதனால் அந்த வகுப்பில் உள்ள எவரும் தான் பாதிக்கப்படுகிறேன் என்று உணரமாட்டார்கள். மாறாக, தங்களின் முக்கியத்துவத்தை உணர்வார்கள். பதினெட்டு மாணவர்கள் கொண்ட குழுவை இரண்டு அல்லது மூன்று அல்லது ஆறு மாணவர்கள் கொண்ட குழுவாக எளிதில் வகைப்படுத்தலாம் இதனால் பல்வேறு நிலையிலான நெருக்கம் ஏற்படும். பதினெட்டு மாணவர்கள் இருக்கும் நிலையில் நான் எளிதாக ஒவ்வொருவரையும் அணுக முடியும். இருபத்திநான்கு என்பது எனக்குப் பிடித்த மற்றொரு எண்ணிக்கை அதிகப்படியான ஆறு பேர் இயல்பு நிலைக்குச் சவால் விடக்கூடிய அதிருப்திகொண்ட ஒருவனை, கிளர்ச்சியை ஏற்படுத்தும் ஓரிருவரைக் கொண்டிருப்பதற்கான சாத்தியக்கூறுகளை அதிகரிக்கிறது . ஆனால் இருபத்து நான்கு மாணவர்கள் என்று வரும்பொழுது ஒரு சமரசம் செய்யவேண்டியிருக்கும். அது என்னவெனில் குழு

என்ற வரம்பைத் தாண்டி சக்தி மிக்க கும்பலாகி விடுகிற விளிம்பிற்கு வகுப்பறை வந்துவிடும் . இன்னும் ஆறு பேர் சேர்த்து முப்பதாகும் போது ஆசிரியர் மாணவருக்கிடையிலான வலிமையான பிணைப்பு சிறிது பலவீனமாகக்கூடும். இதனால் மாணவர்களிடையே அதீத ஈர்ப்புடைய(அ) அதிகப்படியாக மாணவர்களை வசீகரித்த ஆசிரியர்கள் கூடத் தங்களது கவர்ந்திழுக்கும் சக்தியை எப்போதும் தக்கவைத்துக்கொள்ள முடியாது.

இதற்கு நேர்மாறாக மாணவர்களின் எண்ணிக்கை 18க்கும் குறைவாக இருந்தால் எப்படியிருக்கும்? முழுமையான பதினெட்டு என்கிற எண்ணிக்கையை 'கடைசி இரவு உணவுக்கு (Last Supper)' அமருவோர் அளவுக்குக் குறைத்தாலும் பிரச்சனை வரும். பனிரெண்டு என்பது கிறிஸ்துமஸ் அல்லது விடுமுறையின் போது உபயோகிக்கப்படும் சாப்பாட்டு மேசையைச் சுற்றி உட்காருபவர்களின் எண்ணிக்கையை விடக் குறைவு உயர்நிலைப் பள்ளி மாணவர்கள் பலருக்கு தங்களது சுயாட்சியைப் பாதுகாத்துக் கொள்ள வேண்டிய காலகட்டத்தில் இது மிகவும் நெருக்கமான ஒரு சூழ்நிலையை உருவாக்கும். இவர்கள் யாரேனும் ஒருவரால் எளிதாக ஆதிக்கம் செலுத்தப்படுவார்கள், அது ஒரு வேளை ஆசிரியராகக்கூட இருக்கலாம். ஆறு மாணவர்களைக் குறைக்கும் போது நடக்கும் நிகழ்வுகள் எதையும் மறைக்க முடியாது. அது மட்டுமல்லாமல், சிந்தனையிலும், அனுபவத்திலும் அதிக மாணவர்கள் உள்ள வகுப்பறை அளவிற்கு ஒரு செறிவு இருக்காது.

அதிக மாணவர்கள் உள்ள வகுப்பை நிர்வகிப்பது எவ்வளவு கஷ்டமோ அதே கஷ்டம் குறைந்த மாணவர்கள் கொண்ட வகுப்பை நிர்வகிப்பதிலும் உண்டு. ஒரு விதத்தில், சாத்தியமான தொடர்புகளை நிர்வகிக்கும் பிரச்சனை, இன்னொரு விதத்தில் எந்த அளவிற்கு இந்தச் சாத்தியமான தொடர்புகளில் ஈடுபடுவது என்பது குறித்த பிரச்சனை. வகுப்பில் உள்ள மாணவர்களின் எண்ணிக்கை குறைவாக இருப்பது பற்றி, இன்னொரு ஆசிரியர், "இந்த மாதிரியான சூழ்நிலையில், காருக்குப் பின் சீட்டில் உட்கார்ந்திருக்கும் உடன்பிறப்புகள் போல மாணவர்கள் நடந்து கொள்வார்கள். சண்டையிடும் சுபாவம்கொண்ட மாணவர்களை ஒருவரையொருவர் சீண்டாமல் பார்த்துக்கொள்ளச் சுலபமான வழிகள் எதுவும் இல்லை." என்று நினைவில் நிற்குமாறு கூறினார்.

சமீபத்தில் ஒரு உயர்நிலைப்பள்ளி ஆசிரியரின் வகுப்பில் முப்பத்திரண்டு மாணவர்கள் இருந்தது அவருக்குப் பிடிக்கவில்லை. அது குறித்து அவர் வெளியிட்ட கருத்து, "இந்த மாதிரியான ஒரு பெரிய வகுப்பை நான் ஒவ்வொரு முறை எதிர் கொள்ளும் போது நான் நினைப்பது, மதிப்பெண் கொடுக்க வேண்டுமென்பதற்காக ஒவ்வொரு முறையும் மாணவர்களிடம் ஏதாவது சேகரிக்கும் போது, சே! என் குழந்தைகளுடன் போதிய நேரம் செலவிடாமல் பள்ளிக்கூடத்தில் எவ்வளவு நேரத்தை செலவழிப்பது" என்பதுதான். இருந்தாலும், இருபதுக்கும் குறைந்த மாணவர்கள் உள்ள வகுப்பிற்கும் இவர் பாடம் எடுக்க விரும்புவதில்லை:

எந்தவொரு வகுப்பிற்கும் உயிர்நாடியாக இருப்பது கலந்துரையாடல்தான். கலந்துரையாடலில் கலந்து கொள்ள ஒரு குறிப்பிட்ட அளவிற்கு மாணவர்கள் தேவை. இப்போது நான் பாடம் எடுத்துக் கொண்டிருக்கும் வகுப்பில் மாணவர்கள் எதைப் பற்றியும் கலந்துரையாடுவதில்லை. சில வேளைகளில் அது மிகவும் கொடுமையாக இருக்கும். மாணவர்களின் எண்ணிக்கை குறைவாக இருந்தால் கலந்துரையாடல் பாதிக்கப்படும். முப்பத்திரண்டு மாணவர்கள் உள்ள வகுப்பில் அனைவருக்கும் முன்னால் பேசத் தயங்கும் மாணவன் பதினாறு பேர் உள்ள வகுப்பில் பேசக்கூடும் என நான் நினைத்தேன். ஆனால் அது எனது உள்ளுணர்வுக்கு மாறாக இருந்தது. அமைதியாக இருப்பவர்கள் அப்போதும் அமைதியாகத்தான் இருந்தார்கள். வகுப்பில் மாணவர்கள் குறைவாக இருந்தால், அதிகமான கருத்துக்களை வெளிக் கொணர முடியாது. எனவே மாணவர்களின் உண்மையான ஆற்றல் நிலையை அறிந்து கொள்வது கடினம். சிறிய குழுவில் உள்ள இருவருக்கிடையே முரண்பாடு ஏற்படும் வாய்ப்புக் குறைவாகத்தான் இருப்பதால் அந்த உராய்வில் உண்டாகும் சக்தி அவர்களுக்குக் கிடைக்காமலே போய்விடும்.

உண்மையிலேயே மிக, மிகச் சிறிய வகுப்பு எனில்? எச்சரிக்கையாய் இருங்கள்.

பனிரெண்டாவது வகுப்பு ஃப்ரெஞ்ச் பாடம் கற்பிக்கும் எனது வகுப்பில் ஒன்பது மாணவர்கள் மட்டுந்தான் இருந்தார்கள். கனவு போல் தோன்றுகிறது, இல்லையா? ஆமாம் பயங்கரக் கனவுதான்! உரையாடல் அல்லது கலந்துரையாடல் எதுவும் இலக்கு மொழி நோக்கி செல்லவில்லை. சொல்லகராதி,

இலக்கணத் திறன் போன்றவற்றை வலுப்படுத்துவதற்கென்றுள்ள விளையாட்டு விளையாடுவது மிகவும் சிரமமாக இருந்தது. கற்றுக் கொள்வதற்கான வேகம் அவர்களிடம் இல்லை.

இது போன்றே ஜெஸ்ஸி லெவின் (Jesse Lewin) என்கிற பொருளாதார நிபுணர் டச் பள்ளிக்கூட மாணவர்களை மையமாகக் கொண்டு சில அற்புதமான ஆய்வுகளைச் செய்தார். வகுப்பில் ஒரே மாதிரியான கல்வித்திறன் கொண்டவர்கள் எத்தனை பேர் இருக்கிறார்கள் என்பதை அவர் கணக்கிட்டார். ஒரு மாணவனுக்கு இணையான கல்வித்திறன் பெற்றவர்கள் எவ்வளவுபேர் உள்ளார்கள் என்பது ஆச்சர்யமூட்டும் வகையில் அவரின் கல்வி செயலாக்கத்துடன் இணையுறவு (correlation)' கொண்டதாக இருப்பது தெரியவந்தது. குறிப்பாக, சரியாகப் படிக்காத மாணவர்களிடம்.*

வேறு மாதிரியாகச் சொல்ல வேண்டுமெனில், நீங்கள் ஒரு மாணவனாக குறிப்பாகச் சரியாகப் படிக்காத மாணவனாக இருந்தால், உங்களைச் சுற்றி இருப்பவர்களும் அதே கேள்விகளைக் கேட்கக் கூடியவர்களாகவும், அதே பிரச்சனைகளுடன் போராடுபவர்களாகவும், நீங்கள் எதைப்பற்றிக் கவலைப் படுகிறீர்களோ அதைப்பற்றிக் கவலைப்படுபவர்களாகவும் இருந்தால் நீங்கள் அதிகம் தனிமைப்படுத்தப்பட்டவராகவாக உணரமால் எப்பவும் இருப்பது போல் உணர்வீர்கள்.

---

* தெளிவான விதிவிலக்கு: தீவிரமான நடத்தை அல்லது கற்றுக் கொள்ள இயலாமையுடன் 'தலைகீழ் யு வளைகோடு' வலது பக்கம் வெகுதூரத்திற்கு மாற்றப்பட்டிருந்தது.

குறைந்த அளவு மாணவர்கள் கொண்ட வகுப்புகளில் இது தான் பிரச்சனை என்கிறார் லெவின். அறையில் மிகவும் குறைந்த மாணவர்கள் இருக்கும் போது அவர்களைப் போன்ற அதே மாதிரி மாணவர்கள் சுற்றியிருப்பதற்கான வாய்ப்புகள் உள்ளபடியே குறைய ஆரம்பிக்கும். மேலும் லெவின், 'வகுப்பில் மாணவர்கள் குறைப்பு என்பது சரியாகப் படிக்க முடியாமல்கூடிய குழந்தைகள். பிரத்யேக தேவை கொண்ட மாணவர்களைப் பொருத்தவரையில்,

போராடும் மாணவர்கள் யாரிடமிருந்து கற்றுக் கொள்ள வேண்டுமோ அவர்களை அந்த இடத்திலிருந்து அப்புறப்படுத்தி விடுகிறது' என்றார்.

தெரஸா டிபிரிட்டோ ஷேபாக் வாலி பற்றி ஏன் கவலைப்பட்டார் என்று இப்போது தெரிகிறதா? அவர் நடுநிலைப்பள்ளியின் முதல்வராக இருந்தார். குழந்தைப் பிராயத்திலிருந்து பதின்ம பருவத்திற்கு மாறக்கூடிய நிலையில் இருந்த மாணவர்களுக்கு அவர் கல்வி கற்பித்துக் கொண்டிருந்தார். அவர்கள் மனக்கலக்கம் உடையவர்களாகவும், சுய உணர்வு கொண்டவர்களாகவும், சாமர்த்தியசாலிகளாகத் தோற்றமளிப்பதற்குப் பேரார்வமும் கொண்டிருந்தனர். அவர்களுக்கும் ஆசிரியருக்கும் இடையேயான சாதாரணக் கேள்விபதில் அமர்விற்கு அப்பால் அவர்களை மற்றவற்றில் ஈடுபட வைப்பது என்பது 'பற்களைப் பிடுங்கிக் கொள்வது' போல இருந்தது என்று கூறினார். அவருடைய வகுப்புகளில் சுவராசியமான, பல்வேறு விதமான விஷயங்கள் பற்றிக் கேட்பதற்கு விருப்பமுடையவராக இருந்தார். ஒரே மாதிரியான பிரச்சனை கொண்டிருந்த மாணவர்களிடமிருந்து இந்த மாதிரியான உற்சாகத்தை எதிர்பார்த்தார். பாதி வகுப்புக் காலியாக இருக்கும் போது இதை எப்படிச் செய்ய முடியும்? "அதிக மாணவர்கள் இருந்தால் கலந்துரையாடலில் பல்வேறு விதமான விஷயங்கள் இருக்கும். எண்ணிக்கை குறைவாக உள்ள வகுப்பில் மாணவர்களும் வயது குறைவானவர்களாக இருந்தால் அவர்கள் வாய்க்குப் பூட்டு போட்டது போலப் பேசாமல் இருப்பார்கள்" என்றார். அவர் இதை வாய்விட்டுச் சொல்லவில்லை, ஆனால் யாராவது ஒருவர் பள்ளிக்கூடத்திற்குப் பக்கத்தில் உள்ள பசும்புல் வெளியில் பிரம்மாண்டமான இன்னொரு துணைப் பிரிவை உருவாக்கியருந்தால் அவர் அந்த அளவிற்குக் கவலைப்பட்டிருக்கமாட்டார் என்கிற அவரது நினைப்பை நீங்கள் கற்பனை செய்து பார்க்க முடியும்.

"நான் மெரிடியனில் உள்ள நடுநிலைப்பள்ளியில் கணித ஆசிரியையாக ஆரம்பித்தேன். இது மத்திய தர மற்றும் கீழ்த்தட்டு

மக்களைக் கொண்டிருந்த நகரமாகும். இது மாநிலத்தின் இன்னொரு பகுதியில் இருந்தது. நான் பாடம் எடுத்ததிலேயே பெரிய வகுப்பு என்று சொன்னால் அது 29 மாணவர்களைக் கொண்டதாகும்" என்றார். இவ்வளவு மாணவர்களையும் பின்பற்றி, அவர்களைப் பற்றித் தெரிந்து கொண்டு, அவர்களுக்கு எதிர்வினை புரிவது என்பது மிகவும் கடினமான காரியம் என்றும் கூறினார். மேலும் அவர், "உங்கள் தலைக்குப் பின்னால் கூடக் கண்கள் இருக்க வேண்டும். நீங்கள் ஒரு குறிப்பிட்ட மாணவர்கள் குழுவுடன் வேலை செய்து கொண்டிருக்கும் போது என்ன நடக்கிறது என்பதைக் கேட்கவும் வேண்டும். மாணவர்கள் அதிகம் இருக்கும் போது உண்மையிலேயே நீங்கள் கொஞ்சம் சூசகமாக இருக்க வேண்டும். அப்போதுதான் ஏதாவது ஒரு மூலையில் தேவையற்றது பற்றி ஏதாவது பேசிக்கொண்டிருக்கிறார்களா என்று தெரிந்து கொள்ள முடியும்" என்றார்.

ஆனால் அதற்குப் பிறகு அவர் அந்த வகுப்பில் பாடம் எடுப்பதை விரும்புவதாக ஒத்துக் கொண்டார். அவருடைய பணி வாழ்க்கையிலேயே அது மிகவும் சிறப்பான வருடங்கள் என்றார். 12, 13 வயது குழந்தைகளுக்குக் கணிதம் சொல்லித் தருவதில் இருந்த மிகப்பெரிய சவால் அதில் அவர்களுக்குச் சுவாரஸ்யம் குன்றாமல் பார்த்துக்கொள்வதுதான் அதிலும் 29 மாணவர்களுக்கு என்று நினைக்கும் போது இன்னும் பரபரப்பாக இருந்தது. "அதிகமானவர்களுடன் தொடர்பு வைத்துக் கொள்ளும் வாய்ப்பு இதனால் ஏற்பட்டது. அவர்கள் எப்போதும் இந்த ஒரு குழுவினருடன் மட்டும் தொடர்பு கொண்டிருக்கவில்லை. பல விதமான அனுபவங்களுக்கு இவை ஒரு வாய்ப்பாக இருந்தது. குழந்தைகள் செயலற்றவர்களாக இல்லாமல் அவர்களை

உயிரூட்டுவதற்கும், வளப்படுத்துவதற்கும், ஈடுபாடு கொள்ளச் செய்வதற்கும் என்ன செய்ய வேண்டும் என்பது தான் உண்மையான பிரச்சனை" என்றார்.

ஷேபாக்கில் உள்ள ஒவ்வொரு வகுப்பிலும் அவர் 29 குழந்தைகள் இருக்க வேண்டுமென்று விரும்பினாரா? கண்டிப்பாக இல்லை. டிபிரிட்டோவுக்கு அவர் மற்றவர்களைப் போல இல்லை என்று தெரியும். மற்ற ஆசிரியர்களுக்குச் சரியான மாணவர்களின் எண்ணிக்கை அதைவிடக் குறைவுதான். வகுப்பு அளவு பற்றிய அவரது கருத்து என்னவெனில், சிறிய வகுப்புகளால் ஏற்படும் நன்மைகளிலேயே அதிகக் கவனம் செலுத்துவதால் பெரிய வகுப்பறைகளில் கிடைக்கக்கூடிய அனுகூலங்களைப் பற்றி முற்றிலுமாக மறந்துவிட்டோம். வகுப்பில் உங்கள் குழந்தையுடன் இருக்கும் மற்ற குழந்தைகளைக் கற்றுக் கொள்ளுதல் என்கிற சாகசச் செயலின் கூட்டாளிகளாகக் கருதாமல் ஆசிரியரின் கவனத்தைக் கவர்வதில் போட்டியாளர்களாக நினைக்க வைக்கக்கூடிய கல்விக் கோட்பாடு வினோதமான ஒன்று, இல்லையா? தனது மெரிடியன் நாட்களை நினைக்கையில் டிபிரிட்டோவின் கண்கள் தூரமாக உள்ள ஒன்றைப் பார்ப்பது போல நிலைகுத்தி இருந்தது. "நான் அந்தச் சத்தத்தை விரும்புகிறேன். அவர்கள் ஒருவருக்கொருவர் தொடர்பு கொண்டதை கேட்க விரும்புகிறேன். ஓ, அது ஒரு குதூகலமான நேரம்" என்றார்.

6

ஹாட்ச்கிஸ் (Hotchkiss) பள்ளிக்கூடம் ஷேபாக் வாலியிலிருந்து அரை மணிநேர பயணத் தூரத்தில் கனெக்ட்டிக்கட்டில் லேக்வில்லே என்ற நகரத்தில் இருக்கிறது. அமெரிக்காவில் உள்ள தனியாருக்குச் சொந்தமான பிரபலமான போர்டிங் பள்ளிகளில் இதுவும் ஒன்று. இங்குப் படிப்பதற்குக் கட்டணம் வருடத்திற்கு 50,000 டாலர்கள். பள்ளிக்கூடத்தில் இரண்டு ஏரிகள், இரண்டு ஹாக்கி மைதானங்கள், நான்கு டெலஸ்கோப்புகள், ஒரு கால்ஃப்

*ஹாட்ச்கிஸ் இணையத்தளம் தங்களிடம் பனிரெண்டு ஸ்டெயின்வே பியானோக்கள் இருப்பதாகக் கூறினாலும், அந்தப் பள்ளிக்கூடத்தின் இசை இயக்குநர் எங்கோ ஓரிடத்தில் தங்களிடம் இருபது பியானோக்கள் இருப்பதாகக் கூறியிருக்கிறார். அதோடு பியானோ உலகில் 'ரோல்ஸ்ராய்ஸ்'' எனக் கருதப்படும் ஃபாஸியொலி (Fazioli) இருந்ததாகவும் கூறியிருக்கிறார். அதன் விலை மில்லியன் டாலர்களுக்கும் மேல் இருக்கும். ஹாட்ச்கிஸ்ஸில் உள்ள பயிற்சி அறையில் நீங்கள் 'Chopsticks' இசைக்கும் போது கேட்பதற்கு ரம்மியமாக இருக்கும்.

மைதானம், 12 பியானோக்கள் இருந்தன. இந்தப் பியானோக்கள் சாதாரணப் பியானோக்கள் இல்லை. மாறாக, விலை அதிகமான, கௌரவமிக்க ஸ்டெயின்வே (Steinway) பியானோக்கள். இதைக் குறிப்பிட்டுச் சொல்வதற்குப் பள்ளிக்கூட நிர்வாகம் அதிகச் சிரமம் எடுத்துக் கொண்டது.*

மாணவர்களின் கல்வியைப் பொருத்தவரை இந்தப் பள்ளிக்கூடம் எதிலும் குறை வைக்கவில்லை. இந்தப் பள்ளிக்கூடத்தில் சராசரியாக வகுப்பிற்கு எத்தனை பேர் இருந்தார்கள்? பனிரெண்டு. தெரஸாவை அச்சம்கொள்ளவைத்த அதே வகுப்பின் அமைப்பு.. ஷேபாக் வாலி இருந்த அதே இடத்தில் அரைமணி தொலைவில் இருந்த ஹாட்ச்கிஸ் இதைத் தனது பெரிய சொத்தாகக் கருதினார்கள். " (எங்களுடைய) கற்றுக் கொடுக்கும் சூழ்நிலை மிகவும் நெருக்கமானது, ஒருவருக்கொருவர் தொடர்பு கொண்டது, உள்ளடக்கியது (intimate, interactive and inclusive)" என்று தங்களது பள்ளிக்கூடம் பற்றிக் கூறினர்.

மாணவர்களை மோசமாக்கும் இதை ஹாட்ச்கிஸ் போன்ற பள்ளிக்கூடங்கள் ஏன் செய்கின்றன? இதற்கான ஒரு பதில்; இந்த மாதிரியான பள்ளிக்கூடங்கள் மாணவர்களைப் பற்றிச் சிந்திப்பதில்லை. இவர்கள் மாணவர்களின் பெற்றோர்களை நினைக்கிறார்கள், தாங்கள் கொடுக்கக்கூடிய 50,000 டாலர் நன்கு செலவழிக்கப்படுவதற்குச் சான்றாகக் கால்ஃப் மைதானமும், ஸ்டெயின்வே பியானோவும், குறைந்த மாணவர்கள் கொண்ட வகுப்பும் இருக்கக்கூடிய பள்ளிக்கூடமாக இருப்பதாக அவர்கள் நினைக்கிறார்கள். ஆனால் இதற்குச் சிறந்த பதில் என்னவெனில், ஹாட்ச்கிஸ் பணக்கார மக்கள், பணக்கார அமைப்புகள், பணக்கார நாடுகள் அனைவரும் கோலியாத்துகள் என்கிற வலையில் விழுந்து விட்டது என்பதுதான். பணத்தால் வாங்கக்கூடியதெல்லாம் எப்போதும் யதார்த்த உலகின் சாத்தியக்கூறுகளாக மாறிவிடும் என்று இந்தப் பள்ளிக்கூடங்கள் அனுமானித்துக் கொள்கின்றன. ஆனால், கண்டிப்பாக அப்படி யில்லை. இது தான் 'தலைகீழ் யு வளைகோட்டின்' படிப்பினை. உங்கள் எதிராளியை விடப் பெரியதாகவும், வலிமையாகவும் இருப்பது நல்லதுதான். மணிக்கு 150 மைல் வேகத்தில் கல் ஒன்று வீசும் போது நகர முடியாமல் மிகப் பெரிய உருவத்துடனும், மிகப் பெரிய பலத்துடனும் எதிர்கொண்டுள்ள ஆபத்தை உணராமல் இருப்பது நல்லதில்லை. கோலியாத் என்ன விரும்பினானோ அது கிடைக்கவில்லை. ஏனென்றால் அவன் மிகவும் பெரியவனாக இருந்தான். எப்படிப்பட்ட பெற்றோராக இருக்க வேண்டுமென்று ஹாலிவுட்டைச் சேர்ந்த மனிதர் நினைத்தாரோ அப்படி இருக்க முடியவில்லை. ஏனென்றால் அவர் மிகப் பெரிய பணக்காரராக இருந்தார். ஹாட்ச்கிஸ் எப்படிப்பட்ட பள்ளிக்கூடமாக இருக்க

வேண்டுமென்று விரும்பியதோ அப்படி இருக்க முடியவில்லை. ஏனென்றால் அங்கிருந்த வகுப்பில் எல்லாம் மாணவர்கள் மிகவும் குறைவான எண்ணிக்கையில் இருந்தனர். பெரிதாக இருப்பதும், பலமாக இருப்பதும், அதிகச் சொத்து வைத்திருப்பதும் நமக்கு எப்போதும் நல்லது என்று நாம் அனுமானம் செய்து கொள்கிறோம். ஆனால் அது அப்படியில்லை என்று விவேக் ரணதிவே, டேவிட் என்கிற ஆட்டிடையன், ஷேபாக் வாலி நடுநிலைப்பள்ளியின் முதல்வர் ஆகியோர் உங்களுக்குச் சொல்கிறார்கள்.

அத்தியாயம் 3

கரோலின் சாக்ஸ்

"நான் மேரிலாண்ட் பல்கலைக்கழகத்திற்குப் போயிருந்தாலும் அறிவியல் வகுப்பில் தான் இருந்திருப்பேன்."

1

நூற்றைம்பது ஆண்டுகளுக்கு முன்பு, பாரீஸ் கலை உலகின் மையமாக இருந்த போது, ஒவ்வொரு நாள் மாலை வேளையிலும் ஓவியர்கள் பாடினியோலில் (Batignolles) உள்ள கஃபே (Café Guerbois)வில் கூடுவது வழக்கமாக இருந்தது. இந்தக் குழுவின் தலைவர் எட்வார் மனே (Edouard Manet). இந்தக் குழுவில் முதிர்ந்த, நன்கு அறியப்பட்ட, அழகான, அனைவரோடும் இணைந்து செல்லக்கூடியவரான இவர் தனது முப்பதுகளின் ஆரம்பத்தில் இருந்தார். நவநாகரீகமாக உடையணிந்திருந்த இவர் தனது ஆற்றலாலும், நகைச்சுவையினாலும் தன்னைச் சுற்றி யிருப்பவர்களைக் கவர்ந்திழுப்பவராக இருந்தார். மானேயின் நண்பர் எட்கார் டிகாஸ் (Edgar Degas). தணியாத வேகமும் கூர்மையான பேச்சும் கொண்டிருந்தனர். சில சமயங்களில் கடுமையான விவாதங்களில் குதிப்பதுண்டு. உயரமாகவும், முரட்டுத்தன்மையும் கொண்ட பால் ஸேசான் (Paul Cezanne) Ümங்கு வந்து ஒரு மூலையில் உட்காருவார். அவருடைய பேண்ட்டை கயிறு ஒன்று பற்றியிருந்தது. “நான் கை கொடுக்க மாட்டேன்” என்று ஸேசான் மானேயிடம் ஏற்கனவே ஒரு முறை அவர் கீழே விழுந்த போது சொல்லியிருக்கிறார். “நான் எட்டு நாட்களாகக் கைகளைச் சுத்தம் செய்து கொள்ளவில்லை”. எப்போதும் தன்னைப் பற்றி நினைத்துக் கொண்டும், திடமான உறுதியும் கொண்ட க்ளோட் மோனே (Claude Monet), ஒரு மளிகைக்கடை வியாபாரியின் மகன். மற்ற சிலரைப் போலச் சரியாகப் படிக்காதவர். அவருடைய சிறந்த நண்பர் “எளிமையான போக்கிரி பையன்’ ‘பியர் ஓகூஸ்ட் ரஹனுவார் (Pierre - Auguste Renoir). இவர் தங்கள் இருவரின் நட்புக்கிடையே மோனேயின் 11 உருவப்படங்களை வரைந்தார். இந்தக் குழுவின் தார்மீக திசைகாட்டி காமில் பிஸ்ஸாரோ (Camille Pissarro). இவர் அரசியலில் தீவிரமானவர், விசுவாசமானவர், கொள்கை பிடிப்புள்ளவர். வெறுக்கத்தக்க அளவிற்குச் சினம் கொண்டவரும், மற்ற ஆண்களிடமிருந்து அந்நியப்பட்டவருமான ஸேசான் கூடப் பிஸ்ஸாரோவை நேசித்தார். சில வருடங்களுக்குப் பிறகு தன்னை அவர் ‘ ஸேசான், பிஸ்ஸாரோவின் மாணவன்’ என்று அடையாளப்படுத்திக் கொண்டார்.

மிகவும் குறிப்பிடத்தக்க ஓவியர்களைக் கொண்ட இந்தக் குழு ‘இம்பிரஷனிஸம் (உணர்வுப்பதிவு வாதம், Impressionism)’ என்கிற இயக்கத்தின் மூலம் நவீனக் கலையைக் கண்டுபிடிப்பதில் ஈடுபட்டனர். அவர்கள் ஒருவருக்கொருவரையும், ஒருவருக்கு அடுத்து இன்னொருவரையும் ஓவியமாகத் தீட்டியும், ஒருவருக்கொருவர்

உணர்ச்சிப்பூர்வமாகவும், நிதி உதவியளித்தும் ஆதரவு தெரிவித்துக் கொண்டனர். இன்று உலகத்தில் உள்ள புகழ் பெற்ற கலை மியூஸியங்களில் அவர்களது ஓவியங்கள் காட்சிக்கு வைக்கப்பட்டிருக்கின்றன. ஆனால் 1860களில் அவர்கள் சிரமத்துடன் போராடிக் கொண்டிருந்தனர். மோனேயிடம் பணம் எதுவும் இல்லை. அவர் பட்டினியோடு இருக்கக்கூடாது என்பதற்காக ரஹனுவார் அவருக்குப் பிரெட் வாங்கிக் கொடுத்தார். இதற்காக ரஹனுவார் ஒன்றும் பிரமாதமாக இல்லை. அவருடைய கடிதங்களுக்குத் தபால்தலை வாங்கக்கூடப் பணமில்லாமல் இருந்தார். அவர்களுடைய ஓவியங்கள் மீது விருப்பம் தெரிவித்த டீலர்கள் யாரும் இல்லை. 1860 களில் பாரீஸில் சில கலை விமர்சகர்கள் இருந்தனர் உணர்வுப்பதிவுவாதிகள் என்கிற இம்பிரஷனிஸ்டுகளை மிகவும் தாழ்வாக விமர்சித்து வந்தார்கள். மோனேயும் அவரது நண்பர்களும் இருட்டாக இருந்த கஃபே கெஃபுவாவில் மார்பிள் மேற்புறத்தைக் கொண்ட மேசைகளின் முன், உலோகத்திலான நாற்காலிகளில் உட்கார்ந்து குடித்துக் கொண்டும் சாப்பிட்டுக் கொண்டும் அரசியல், இலக்கியம், கலை பற்றி விவாதம் செய்து கொண்டிருந்தார்கள். அதிலும் குறிப்பாக அவர்களின் வேலை குறித்தும் பேசிக் கொண்டிருந்தனர். ஏனென்றால், இம்பிரஷனிஸ்டுகள் எல்லாம் ஒரு முக்கியமான கேள்வியுடன் மல்லு கட்டிக் கொண்டிருந்தனர். வரவேற்பறை (Salon) பற்றி அவர்கள் என்ன செய்வது? என்பது தான் அது.

19 ஆம் நூற்றாண்டில் பிரான்ஸின் கலாச்சார வாழ்க்கையில் கலை என்பது முக்கியப்பங்கு வகித்து வந்தது. இன்றைக்கு மருத்துவம் அல்லது சட்டம் போன்றவை எப்படி ஒரு தொழிலாகக் கருதப்பட்டு வருகிறதோ அது போல அன்றைக்கு ஓவியக்கலையும் ஒரு தொழிலாகக் கருதப்பட்டு வந்தது. அது 'மினிஸ்ட்ரி ஆஃப் தி இம்ப்பீரியல் ஹவுஸ் அண்ட் தி ஃபைன் ஆர்ட்ஸ் (Ministry of the Imperial House and the Fine Arts)' என்கிற நுண்கலைகளுக்கான அரசுத் துறைக் கட்டுப்பாட்டின் கீழ் இருந்து வந்தது. முன்னேறி வரக்கூடிய ஓவியர் ஒருவர் பாரீஸில் உள்ள 'Ecole Nationale Superieure des Beaux - Arts" ல் சேர்ந்து கடுமையான, முறைப்படியான கல்வியைப் கற்றால், படங்களைக் காப்பிப் பண்ணுவதிலிருந்து உயிரோட்டமுள்ள

மாடல்களை ஓவியம் தீட்டுமளவுக்கு முன்னேறலாம். அவருடைய படிப்பின் ஒவ்வொரு நிலையிலும் போட்டிகள் இருக்கும். அதில் யாராவது மோசமாகச் செய்திருந்தால் அவர்கள் நீக்கப்படுவார்கள். அதில் வெற்றி பெற்றவர்கள் பரிசுகளையும், கௌரவமான ஃபெல்லோஷிப் என்கிற புத்தாய்வு மாணவர் ஆதார ஊதியத்தையும் பெறலாம். இந்தத் தொழிலின் உச்சம் எதுவென்றால், சலூந் ஐரோப்பிவிலேயே மிகவும் முக்கியமான தலைசிறந்த க்லைக் கண்காட்சி.

பிரான்சில் உள்ள ஒவ்வொரு ஓவியரும் தங்களது படைப்புகளிலேயே சிறந்தது என நினைக்கும் இரண்டு அல்லது மூன்று படைப்புகளை நிபுணர்கள் அடங்கிய குழுவிடம் சமர்பிப்பார்கள். இதற்கான இறுதி நாள் ஏப்ரல் மாதம் முதல் தேதி ஆகும். உலகமெங்கிலும் இருந்து வரும் கலைஞர்கள் தங்களது கான்வாஸ்'களைக் கரடுமுரடான கற்கள் பதியப்பட்ட பாரிஸ் சாலையில் கைவண்டியில் வைத்துக் தள்ளிக்கொண்டு சாம்ப்ஸ் எலீசுக்கும் (Champs-Elysees) சீய்ன்க்கும் (Seine) இடையில், பாரீஸ் உலக சந்தைக்காகக் (Paris World Fair) கட்டப்பட்டிருந்த, பாலைஸ் டி இன்டஸ்ட்ரே (Palais de l'Industrie) என்கிற கண்காட்சி அரங்கை நோக்கி செல்வார்கள். அதற்குப் பிறகு, சில வாரங்கள் ஒவ்வொரு ஓவியத்திற்கும் தேர்வுக்குழுவில் உள்ள ஒவ்வொருவரும் வாக்களிப்பார்கள். சமர்ப்பிக்கப்பட்ட ஓவியங்களில் ஏற்றுக் கொள்ள முடியாத ஓவியங்களுக்குச் சிவப்பு நிறத்தில் "R" for Rejected என்று முத்திரை குத்தப்படும். ஏற்றுக் கொள்ளப்பட்ட ஓவியங்கள் Palais சுவற்றில் தொங்கவிடப்படும். மே மாதத்தின் ஆரம்பத்திலிருந்து ஆறு வாரங்கள் லட்சகணக்கான மக்கள்

அந்தக் கண்காட்சிக்கு வருகை தருவர்கள். தங்களுக்குப் பிடித்த கலைஞர்களின் ஓவியங்களைப் பார்வையிட முண்டியடித்துக் கொண்டு செல்வதும், பிடிக்காத ஓவியர்களின் படைப்புகள் பற்றிக் கேலி செய்வதும் பார்வையாளர்களின் வழக்கம். சிறந்த ஓவியங்களுக்கு மெடல் வழங்கப்படும். வெற்றிபெற்றவர்களின் படைப்புகளின் விலை 'சர்ரென்று' ஏறுவதும், அவர்களைக் கொண்டாடுவதும் வழக்கம். வெற்றி பெறாதவர்கள் திரும்பவும் தங்களது தொழிலை மேற்கொள்ள நொண்டிக்கொண்டு வீடு நோக்கி செல்வார்கள்.

"பாரீஸில் சலூந் ஒப்புதல் இல்லாமல் ஓவியத்தை விரும்பக்கூடிய, கலை ஆர்வம் மிக்கவர்கள் 15 பேர்கள் இருந்தாலே அதிகம்" என்று ரஹனுவார் கூறினார். 80,000 பேர் இருந்தாலும் சலூந்தில் தொங்கவிடப்படாத ஓவியரின் ஓவியங்களை யாரும் சீண்டக்கூடமாட்டார்கள் . ஒரு வருடம் நீதிபதிகளுக்கிடையேயான கருத்துப் பரிமாற்ற நேரத்தின் –தீர்ப்பு குறித்த விவாதத்தின்போது போது ரஹனுவார் தன்னுடைய படைப்புகள் தேர்ந்தெடுக்கப்பட்டிருக்கிறதா, இல்லையா எனத் தெரிந்து கொள்வதற்காக Palais க்கு வெளியில் ஆர்வ மிகுதியால் போய் உட்காரும் அளவிற்குச் சலோந் அவரை ஆட்கொண்டிருந்தது.. அங்குள்ளவர்களிடம் இது குறித்துக் கேட்க வெட்கப்பட்டுக் கொண்டு அவர் தன்னை ரஹனுவாரின் நண்பர் என அறிமுகப்படுத்திக் கொண்டார். கெஃபுவாவிற்கு வழக்கமாகச் செல்லும் இன்னொருவர் ஃபிரெட்ரீக் பசீல் (Frederic Bazille) அவர் தன்னைப் பற்றி ஒரு முறை, "நான் நிராகரிக்கப்பட்டு விடுவேனோ என்கிற பயம் எனக்குள் இருந்தது" என்றார். கலைஞர் ஜூல்ஸ் ஹோல்ட்ஷாஃப்ல் (Jules Holtzapffel) தான் 1866 ஆம் ஆண்டுச் சலூந்தில் தேர்ந்தெடுக்கப்படவில்லை என்பதற்காகத் தனது தலையில் சுட்டுக் கொண்டார். "நடுவர் குழு என்னை நிராகரித்து விட்டார்கள். எனவே எனக்குத் திறமை இல்லை. எனவே நான் சாகத்தான் வேண்டும்" என்று ஒரு குறிப்பு எழுதி வைத்துவிட்டு தற்கொலை செய்து கொண்டார். 19 ஆம் நூற்றாண்டைச் சேர்ந்த ஓவியர்களுக்குச் சலூந் தான் அனைத்துமாக இருந்தது. ஆனால் இம்பிரஷனிஸ்ட்களைப் பொருத்தவரை மீண்டும் மீண்டும் இது ஒரு பிரச்சனையாகவே இருந்தது. ஏனென்றால் சலூந் நடுவர் குழு அவர்களை நிராகரித்தது.

சலூந்தின் அணுகுமுறை பாரம்பரியமான ஒன்று. "படைப்புகள் நுண்ணோக்கித் துல்லியமாக இருப்பதுடன், ஒழுங்காக முடிவுற்றதாகவும், முறையாக ஃப்ரேம் செய்யப்பட்டும். முறையான கண்ணோட்டத்துடனும், கலை மரபுகள் சார்ந்த அனைத்தையும் கொண்டதாக இருக்க வேண்டும் என்று எதிர்பார்க்கப்பட்டது"

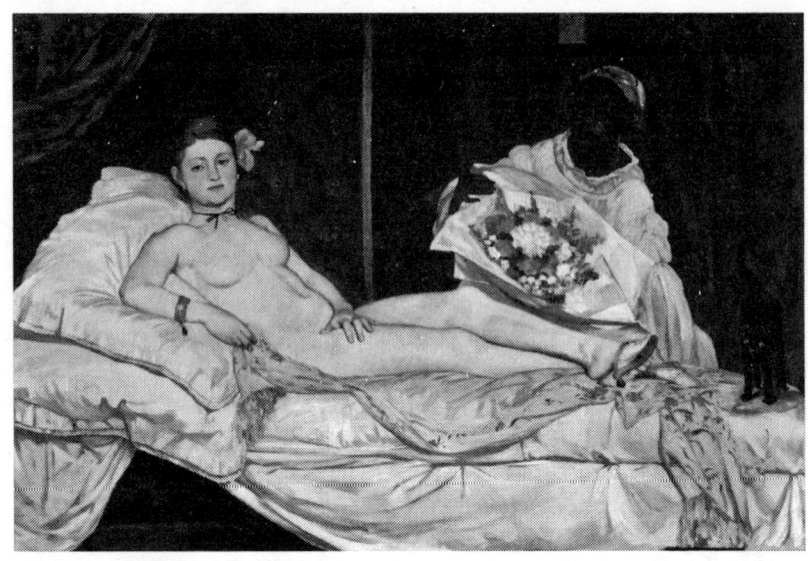

என்று கலை வரலாற்றாசிரியர் சூ ரோ (Sue Roe) எழுதினார். "வெளிச்சம் மிகைப்படுத்திய நிகழ்வையும், இருள் தீவிரம்/ கண்ணியம்/புகழைக் குறிக்கும். கதை சொல்லக்கூடிய ஓவியங்களில் காட்சிகள் மட்டும் 'துல்லியமாக' இருப்பதுடன் தார்மீக ரீதியில் ஏற்றுக் கொள்ளக் கூடியதாகவும் இருக்க வேண்டும். பாரீஸ் ஓபெராவில் இரவு நேரத்தில் பார்வையாளர்கள் எழுச்சியையும், பொழுது போக்கையும் எதிர்பார்ப்பது போலச் சலூந்தில் பகல் நேரத்தில் பார்வையாளர்கள் அதை எதிர்பார்ப்பார்கள். பெரும்பாலும் அவர்களுக்குத் தாங்கள் என்ன விரும்பினோம் என்று தெரியும், அவர்களுக்கு என்ன தெரியுமோ அதைப் பார்க்க விரும்பினார்கள்". "பதக்கம் வெற்றி பெற்ற ஓவியங்கள் எல்லாம் மிகப் பெரியதும், கான்வாசில் மிகவும் கவனத்துடனும் வரையப்பட்டிருந்தன. படைவீரர்கள் புறப்பாடு (Soldier's Departure), ஒரு கடிதத்தைக் கண்டு அழும் இளம்பெண் (Young Woman Weeping over a Letter), மற்றும் கைவிடப்பட்ட வெகுளித்தனம் (Abandoned Innocence) போன்ற தலைப்புகளில் குதிரைகளும், ராணுவமும் அல்லது அழகான பெண்களைக் கொண்ட ஃபிரெஞ்சு தேசத்து வரலாறு அல்லது புராணம் ஆகியவற்றை விளக்கும் விதமாக ஓவியங்கள் கலை என்றால் என்ன என்பது பற்றி இம்பிரஷனஸிட்டுகளின் கருத்து முற்றிலும் வேறு விதமாக இருந்தது. அவர்கள் தினசரி வாழ்க்கையை வரைந்தார்கள். அவர்களுடைய தூரிகைகளின் தீட்டுதல் (brushstrokes) அதில் தெரிந்தது. அவர்கள் வரைந்த உருவங்கள் தெளிவற்றவையாக இருந்தன. Palais க்கு கண்காட்சியைப்

பார்க்கவரும் மக்களுக்கும், சலூந்தின் நடுவர் குழுவுக்கும் அவர்களுடைய ஓவியங்கள் அமெச்சூர் தனமாக இருந்ததுடன் அதிர்ச்சியாகவும் இருந்தது. 1865 ஆம் ஆண்டு ஆச்சரியப்படும் வகையில் சலூந் மானேயின் 'ஒலிம்பியா' எனப் பெயரிடப்பட்ட விலைமாது ஓவியத்தை ஏற்றுக் கொண்டது. அந்த ஓவியம் பாரீஸ் முழுவதும் ஒரு அமளியைக் கிளப்பியது. அந்த ஓவியத்தைக் கூட்டத் திலிருந்தும், பார்வையாளர்களிடமிருந்தும் கட்டுப்படுத்துவதற்காகக் காவலர்கள் நியமிக்கப்பட்டனர். வரலாற்றாசிரியர் ராஸ் கிங், "அந்தச் சூழ்நிலையில் வெறியும், பயமும் ஆதிக்கம் செலுத்தின. சில பார்வையாளர்கள் 'வெறி சிரிப்பு என்கிற தொற்றில்' மயங்கி விழுந்தார்கள். மற்றவர்கள், குறிப்பாக, பெண்கள் அந்தப் படத்தைப் பார்த்ததும் பயத்தினால் தங்கள் தலையைத் திருப்பிக் கொண்டனர்" என்றார். 1868 ஆம் ஆண்டில் ரஹனுவார், பசீல் (Bazille), மோனே ஆகியோரின் ஓவியங்கள் சலூந்தால் ஒரு வழியாக ஏற்றுக் கொள்ளப்பட்டன. ஆனால் கண்காட்சி நடைபெறும் ஆறு வார காலத்தின் நடுவிலேயே அவர்களின் ஓவியங்கள் அகற்றப்பட்டுப் பிரதானமான பகுதியிலிருந்து, கட்டிடத்திற்குப் பின்னால் வீணான பொருட்கள் போடக்கூடிய சிறிய, இருளடைந்த அறையில்(depotoir) போடப்பட்டது. தோல்வியடைந்த ஓவியங்களை இந்த மாதிரி இடமாற்றம் செய்வதுண்டு. ஓவியங்கள் ஏற்றுக் கொள்ளாமல் இருப்பதற்கும், இப்படிச் செய்ததற்கும் பெரிதாக வித்தியாசமொன்றுமில்லை.

உலகத்திலேயே மிகவும் முக்கியமான கலைக் கண்காட்சி சலூந் ஆகும். கஃபே கெஃபுவாவுக்கு வருகிற ஒவ்வொருவரும் இதை ஒத்துக் கொள்வார்கள். ஆனால் சலூந் படைப்புகளை ஏற்றுக் கொள்ள வேண்டுமெனில் அதற்குக் கலைஞர்கள் ஒரு விலை கொடுத்தாக வேண்டும்: அதாவது அவர்களைப் பொருத்தவரை அர்த்தமற்ற ஓவியங்களைப் படிக்கவேண்டியிருக்கும் , மற்ற ஓவியர்களின் மத்தியில் அவர்களுடைய முக்கியத்துவத்தை இழக்க வேண்டும். அந்த அளவுக்கு மதிப்புள்ளதா இது? ஒவ்வொரு நாள் இரவும், தாங்கள் சலூந் கதவைப் போய்த் தட்டலாமா அல்லது தங்களுக்கென்று ஒரு கண்காட்சியை ஆரம்பிக்கலாமா என இம்பிரஷனிஸ்ட்டுகள் தங்களுக்குள் விவாதம் செய்து கொண்டார்கள். அவர்கள் 'சலூந் என்கிற பெரிய குளத்தில் சிறிய மீனாக இருக்க விரும்புகிறார்களா அல்லது தங்களுடைய சிறிய குளத்தில் பெரிய மீனாக இருக்க விரும்புகிறார்களா?' என்பது கேள்வியாக இருந்தது.

இறுதியில், இம்பிரஷனிஸ்டுகள் சரியான முடிவை எடுத்ததால் இன்று உலகத்தில் உள்ள அனைத்து கலை மியூஸியங்களிலும் அவர்களது ஓவியங்கள் தொங்கிக் கொண்டிருக்கின்றன. இந்த

மாதிரியான குழப்பம் நமது வாழ்க்கையிலும் மீண்டும், மீண்டும் வருவதுண்டு. ஆனால் பெரும்பாலான சமயங்களில் நாம் புத்திசாலித்தனமான முடிவைத் தெரிவு செய்வதில்லை. இது நமக்குத் தலைகீழான யு வளைவைத்தான் நினைவுபடுத்துகிறது. அதாவது ஒரு குறிப்பிட்ட அளவிற்கு மேல் பணமும் மற்ற வளங்களும் நமது வாழ்வை மேம்படுத்துவதற்குப் பதிலாக மோசமாக்குகிறது. இம்பிரஷனிஸ்ட்களின் கதை இதற்கு இணையான இன்னுமொரு பிரச்சனையை முன்வைக்கிறது . நம்மால் முடிந்த மட்டும் சிறப்பான அமைப்புகளுடன்/ நிறுவனங்களுடன் தான் நம்மை இணைத்துக் கொள்ள முயற்சிப்போம். ஆனால் மிகவும் புகழ் பெற்ற அமைப்புகள் தான் நமக்கு எப்போதும் சிறந்ததா என்று இம்பிரஷனிஸ்ட்டுகள் சிந்தித்தது போல மிகவும் அரிதாகத்தான் சிந்திப்போம். இது போல இன்னும் பல உதாரணங்கள் இருக்கின்றன. ஆனால் மேலும் சில உதாரணங்கள் நாம் எந்தப் பல்கலைக்கழகத்தில் சேர வேண்டும் என்பது குறித்த நமது சிந்தனைக்கு மாற்றாகவும் இருக்கின்றன.

2

கரோலின் சாக்ஸ் (Caroline Sacks)* வாஷிங்டன் டி.சி. மெட்ரோபாலிட்டன் பகுதியிலிருந்து தூரமாக உள்ள ஒரு இடத்தில் வளர்ந்தவள். அவள் உயர்நிலை வகுப்பு வரை பப்ளிக் ஸ்கூலில் படித்தவள். அவளுடைய அம்மா ஒரு அக்கவுண்டெண்ட், அப்பா தொழில்நுட்ப நிறுவனமொன்றில் வேலை செய்து வந்தார். இவள் குழந்தையாக இருக்கும் போது தேவலாய பாடல் குழுவில் பாடி வந்தாள். எழுதுவதையும், வரைவதையும் அவள் மிகவும் விரும்பினாலும் அவளைப் பரவசப்படுத்தியது அறிவியல் தான்.

“நான் புல்வெளியில் பூதக் கண்ணாடியுடனும், ஸ்கெட்ச் புத்தகத்துடனும் பூச்சிகளோடு பூச்சியாகத் தவழ்ந்து சென்று அவற்றை வரைந்தேன்” என்று சாக்ஸ் கூறினாள். சாக்ஸ் சிந்தித்துத் தெளிவாகப் பேசக்கூடிய நேர்மையான ஒரு இளம் பெண்.

“பூச்சிகள், சுறா மீன்கள் எனக்குப் பிடித்தவை. நான் ஒரு கால்நடை மருத்துவராகவோ அல்லது மீன்கள் பற்றிப் படிக்கும் இக்தியாலஜிஸ்ட் (Ichthyologist) ஆகவோ விரும்பினேன். யூஜின் க்ளார்க் (Eugenie Clark) ிான் எனது ஹீரோ. அவர் தான் முதல் பெண் நீச்சல்காரர் (diver). அவர் நியூயார்க் நகரத்தில் குடியேறிகளின்

*அவளுடைய பெயரையும் அவள் குறித்த அடையாளங்களையும் மாற்றியிருக்கிறேன்

குடும்பத்தில் பிறந்து வளர்ந்து, தனது துறையில் நல்ல நிலையை அடைந்தவர். மற்றவர்கள் அவரைப் பார்த்து, "ஓ, நீ ஒரு பெண். உன்னால் கடலுக்குக் கீழேயெல்லாம் போக முடியாது' என்கிற வார்த்தைகளைக் கேட்டுக் கேட்டே வளர்ந்தவர். அவர் மிகச் சிறந்தவர் என நான் நினைத்தேன். என்னுடைய அப்பா அவரைச் சந்தித்திருக்கிறார். அவர் கையொப்பமிட்ட ஃபோட்டோவை

அப்பா என்னிடம் தந்த போது நான் அடைந்த பரவசம் சொல்லி மாளாது. நான் செய்ததிலேயே மிகப் பெரிய பகுதி அறிவியல் சம்பந்தப்பட்டது தான்" என்றாள்.

சாக்ஸ் தனது வகுப்பில் 'டாப்பராகி' உயர்நிலைப் பள்ளிக்கூடத்தை விட்டு வெளியே வந்தாள். அவள் உயர்நிலைப் பள்ளிக்கூடத்தில்

இருக்கும் போதே பக்கத்தில் உள்ள கல்லூரியில் அரசியல் விஞ் ஞானப் பிரிவை தேர்ந்தெடுத்திருந்ததோடு இன்னொரு சமூகக் கல்லூரியில் மல்ட்டிவேரியண்ட் கால்குலஸ் பாடத்தையும் எடுத்திருந்தாள். அவள் இரண்டிலும் கி கிரேடு பெற்றாள். அது போல உயர்நிலைப் பள்ளியில் படித்த அனைத்து வகுப்புகளிலும் அவள் கி கிரேடு வாங்கியிருந்தாள். 'அட்வான்ஸ்ட் பிளேஸ்மெண்ட் ப்ரீ காலேஜ்' பாடப்பிரிவுகளில் எல்லாம் அவள் நிறைவான (perfect) மதிப்பெண்கள் வாங்கியிருந்தாள்.

உயர்நிலைப் பள்ளியில் அவளுடைய ஜூனியர் ஆண்டுக்குப் பிறகு வந்த கோடைகாலத்தில் அவளுடைய அப்பா அவளைக் கூட்டிக் கொண்டு அமெரிக்கப் பல்கலைக் கழகங்களுக்கெல்லாம் ஒரு சூறாவளிப் பயணம் சென்றார். "மூன்று நாட்களில் ஐந்து

பல்கலைக்கழகங்களுக்குச் சென்றோம் என நினைக்கிறேன்' என்றார். அவை, வெஸ்லியான், ப்ரௌன், ப்ராவிடன்ஸ் காலேஜ், பாஸ்டன் காலேஜ், ஏல். வெஸ்லியான் குதூகலம் நிறைந்தது, ஆனால் மிகவும் சிறியது. 'ஏல் இதமானது', ஆனால் எனக்கு அது கண்டிப்பாக ஒத்து வராது. ஆனால் ப்ராவிடன்ஸ் ரோட் ஐலாண்டில் உள்ள ப்ரௌன் யுனிவர்சிட்டி அவளுடைய இதயத்தைக் கவர்ந்தது. அது சிறியதாக, பிரத்யேகமானதாக இருந்தது. அது பத்தொன்பதாம் நூற்றாண்டின் மத்திய காலகட்டத்தைச் சேர்ந்த சிவப்பு நிற செங்கற்கள் கொண்ட ஜார்ஜியன் மற்றும் காலனித்துவக் கட்டிடங்களுக்கு மத்தியில் மலையிறக்கத்தில் அமைந்திருந்தது. அமெரிக்காவில் மிகவும் அழகான கல்லூரி வளாகம் இதுவாகத்தான் இருக்கும். அவள் ப்ரௌன் பல்கலைக்கழகத்திற்கு விண்ணப்பித்ததுடன், பாதுகாப்பிற்காக யுனிவர்சிட்டி ஆஃப் மெரிலாண்ட்டிற்கும் விண்ணப்பித்தாள். சில மாதங்களுக்குப் பின் அவளுக்கு வந்த கடிதம் மூலம் அவளுக்கு அங்குப் படிக்க இடம் கிடைத்தது உறுதியானது.

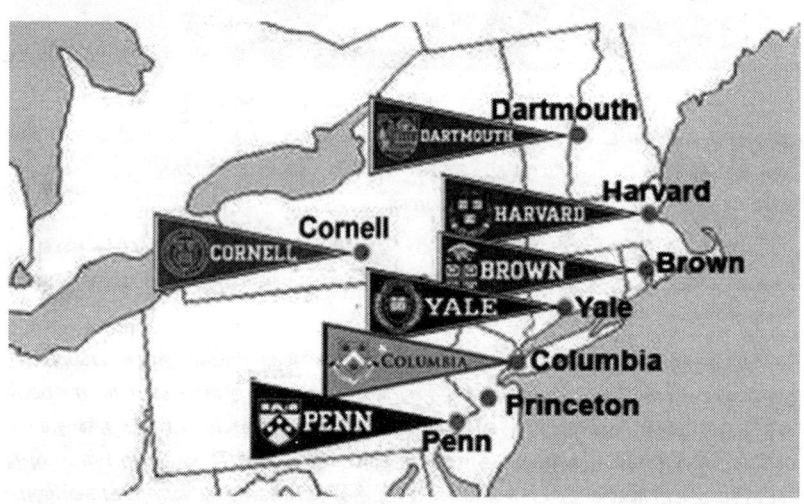

"ப்ரௌன் யுனிவர்சிட்டியில் படிப்பவர்கள் எல்லாம் பணக்காரர்களாகவும், நல்ல விஷய ஞானமுள்ளவர்களாகவும் இருப்பார்கள் என நினைத்தேன். நான் அங்குச் சேர்ந்த பிறகு, அனைவரும் என்னைப் போலத்தான் விஷய ஞானத்தில் விருப்பமுள்ளவர்களாகவும், பதட்டத்துடனும், தீவிரமான ஆர்வத்துடனும், இவர்களையெல்லாம் நண்பர்கள் ஆக்கிக் கொள்ள முடியுமா என்கிற உறுதியற்றத் தன்மையுடனும் இருந்தார்கள்

என்பதைத் தெரிந்து கொண்டேன். இது எனக்குள் ஒரு உறுதியை ஏற்படுத்தியது.” அவளுக்கு அனைத்துப் பாடங்களிலும் விருப்பம் இருந்ததால் எதை எடுப்பது, எதை விடுவது என்பதில் குழப்பம் ஏற்பட்டது. இறுதியாக அவள், அறிமுக வேதியியல் (Introductory Chemistry), ஸ்பானிஷ், மொழிகளின் பரிணாமம் (Evolution of Language), நவீன மருந்தின் தாவர மூலங்கள் (Botonical Roots of Modern Medicine) கற்று இதைப் பற்றி அவள், ‘இது பாதிப் பாட்டெனி வகுப்பாகவும், பாதி மருத்துவத்துக்குப் பயன்படும் செடிகள் பற்றியும், என்ன வகையான வேதியியல் கோட்பாடுகளை அவை அடிப்படையாகக் கொண்டது என்பது பற்றியுமானதாக இருந்தது” என்றும் கூறினாள். இதற்கெல்லாம் பிறகு அவளுக்குச் சுவர்க்கத்தில் இருப்பது போன்ற ஒரு உணர்வு ஏற்பட்டது.

3

கரோலின் சாக்ஸ் செய்தது சரியான தெரிவா? நம்மில் பெரும்பாலோனோர் அவள் செய்தது சரிதான் என்று சொல்வோம். அவள் தனது அப்பாவுடன் ‘சூறாவளி’ சுற்றுப்பயணம் செய்த போது அவள் சென்ற கல்லூரிகளையெல்லாம் ‘சிறந்ததிலிருந்து மோசமானது’ வரை வரிசைப்படுத்தியிருந்தாள். அதன்படி, ப்ரௌன் யுனிவர்சிட்டி முதலாவதாக இருந்தது. யுனிவர்சிட்டி ஆஃப் மெரிலாண்ட் அவளுடைய ‘கடைசித் தேர்வாகவே இருந்தது. ஏனென்றால் அது ப்ரௌன் மாதிரி சிறப்பான கல்வி நிறுவனம் இல்லை. பிரபலமான ‘ஐவி லீக்’ கல்வி நிறுவனங்களில் ப்ரௌன் நிறுவனமும் ஒன்று. மெரிலாண்டை விட அதிக வளமும், படிப்பில் கெட்டிக்கார மாணவர்களும், திறமையான ஆசிரியர்களும் ப்ரௌனில் இருந்தார்கள். ‘யு.எஸ். நியூஸ் - வேர்ல்ட் ரிப்போர்ட்’ என்கிற பத்திரிகை அமெரிக்கக் கல்லூரிகளின் தரவரிசையை ஒவ்வொரு வருடமும் வெளியிடும். அந்தப் பட்டியலில் தொடர்ந்து ப்ரௌன் தலை சிறந்த 10 அல்லது 20 கல்லூரிகளில் ஒன்றாகவும் மெரிலாண்ட் அந்தப் பட்டியலில் மிகவும் பின் தங்கிய இடத்திலும் இருக்கும்.

இம்பிரஷனிஸ்ட்கள் சலூந் பற்றி நினைத்தமாதிரி கரோலினின் முடிவையும் நாம் நினைத்துப் பார்ப்போம். கஃபே கெஃபுவாவில் இம்பிரஷனிஸ்ட்டுகளுக்கு மத்தியில் நடைபெற்ற முடிவற்ற விவாதங்களில் சலூந்நுக்கும், தனி நிகழ்ச்சிக்கும் இடையேயான தெரிவில் இதுதான் மிகச் சிறந்தது, இது அதற்கடுத்துச் சிறந்தது என்று கூறுவது எளிதான விஷயமாக இருக்கவில்லை. மாறாக

இது முற்றிலும் வேறுபட்ட இரண்டு வாய்ப்புகளிடையேயான தெரிவாகும். ஒவ்வொன்றும் அதற்கே உண்டான பலங்களையும், பலவீனங்களையும் கொண்டிருக்கின்றன.

சலூந் ஒரு பிரபலமான 'ஐவி லீக்' கல்வி நிறுவனம் போன்றது. இந்த மாதிரி அமைப்புகளில் தான் நற்பெயர்கள் உருவாகிறது. இதன் சிறப்பிற்கான காரணம் அது எப்படித் தேர்ந்தெடுக்கப்பட்டிருக்கிறது என்பதுதான். 1860களில் 'தேசிய அளவில் புகழ் பெற்ற' மூவாயிரத்திற்கும் அதிகமான ஓவியர்கள் ஃபிரான்ஸில் இருந்தனர். அவர்கள் ஒவ்வொருவரும் தங்களுடைய சிறந்த படைப்புகளில் இரண்டு அல்லது மூன்று ஓவியங்களைச் சலூந்தில் சமர்ப்பிக்க அது ஒரு சிறிய மலை அளவிற்கு உயர்ந்திருந்தது. இதிலிருந்து சலூந்தில் நடுவர் சிறந்ததைத் தெரிவு செய்ய வேண்டியிருந்தது. நிராகரிப்பு என்பதே வழக்கமாக இருந்தது. அவற்றிலிருந்து ஏதாவது ஒன்று தேர்ந்தெடுக்கப்பட்டால் அது மிகச் சிறந்த சாதனையாகக் கருதப்பட்டது. "சலூந்தான் உண்மையான யுத்தகளமாக இருந்தது' என்றார் மனே. "அங்குதான் தத்தம் திறமைகளை நாமே சீர்தூக்கிப்பார்த்துக்கொள்ள" என்ற அவர் இம்பிரஷனிஸ்ட்கள் அனைவரிலும் சலூந்தின் மதிப்பு குறித்து மிகவும் நம்பிக்கை

கொண்டவராக இருந்தார். கெஃபுவா அமைப்பைச் சார்ந்திருந்த கலை விமர்சகரான தியோடர் டூரே (Theodore Duret) க்கும் இதில் உடன்பாடு இருந்தது. 1874 ஆம் ஆண்டு அவர் பிஸாரோவிற்கு (Pissarro), "நீங்கள் பொதுமக்களிடையே பரவலாக அறியப்படுவதற்கும், டீலர்கள், கலைவிரும்பிகள் உங்களை ஏற்றுக் கொள்வதற்கும் இந்த ஒரு அடி எடுத்து வைக்கத்தான் வேண்டும்ஞ்.. காட்சி படுத்துமாறு உங்களை நான் வேண்டிக் கொள்கிறேன், ஆரவாரம் எழுப்புவதிலும், விமர்சனங்களை வரவேற்பதிலும், எதிர்ப்பதிலும், பொதுமக்களில் குறிப்பிடத்தக்கவர்களை நேருக்கு நேர் சந்திப்பதிலும் நீங்கள் வெற்றி பெற வேண்டும்" என்று எழுதினார்.

ஆனால் சலூந்தை எது மிகவும் கவர்ச்சிகரமாக உருவாக்கியதோ மிகவும் பிரத்யேகமான தெரிவும் அதன் கௌரவமும் அதுவே பிரச்சனையாகவும் இருந்தது. கட்டிடத்தில் முன்னூறு யார்டு நீளமும், மத்தியில் இருந்த இடைக்கழி இரண்டு மாடிகள் அளவிற்கு உயரத்தையும் கொண்டிருந்தது பளைஸ் (Palais). வழக்கமாகச் சலூந் மூவாயிரம் அல்லது நான்காயிரம் ஓவியங்களை ஏற்றுக் கொள்ளும். அவை நான்கு அடுக்குகளாகத் தரையிலிருந்து, மேற்கூரை வரை தொங்கவிடப்பட்டிருக்கும். நடுவர் குழுவின் ஏகோபித்த அனுமதி பெற்ற ஓவியங்கள் மட்டும் 'கண்ணில் படக்கூடிய உயரத்தில் / கண்பார்வையின்

நேர்க்கோட்டில்' தொங்கவிடப்பட்டிருக்கும். உங்கள் ஓவியம் 'வானளவு உயரத்தில்' அதாவது சீலிங்கை / உத்திரத்தை ஒட்டி தொங்கவிடப்பட்டிருந்தால் அதைப் பார்ப்பது கண்டிப்பாக முடியாத காரியமாகும். டெபோடைரில் (depotoir) ரஹனுவாரின் ஓவியம் அவ்வளவு உயரத்தில் தொங்கவிடப்பட்டிருந்தது). எந்தவொரு ஓவியரும் மூன்று படைப்புகளுக்கு மேல் சமர்ப்பிக்க முடியாது. கூட்டம் எப்போதுமே அளவுக்கு அதிகமாகத்தான் இருந்தது. சலூந் ஒரு பெரிய குளம். அதில் சிறிய மீனாக இருப்பதைக் காட்டிலும் மற்ற எல்லாமே மிகவும் கடினம் தான்.

மனேயுடன் பிஸாரோவும், மோனேயும் கருத்து வேறுபாடு கொண்டனர். அவர்கள் சிறிய குளத்தில் பெரிய மீனாக இருப்பதே அர்த்தமுடையதாக இருக்கும் என நினைத்தனர். அவர்கள் தங்களுக்கென்று ஒரு கண்காட்சியை நடத்தினால் சலூந்தினுடைய கட்டுப்படுத்தப்பட்ட விதிகளுக்கு உட்படத் தேவையில்லை என நினைத்தார்கள். சலூந்தில் ராணுவ வீரர்களின் ஓவியமும், அழுது கொண்டிருக்கும் பெண்களின் ஓவியமும் மெடல்களைத் தட்டிச் சென்றன. ஒலிம்பியா என்கிற ஓவியம் உணர்வுகளைப் புண்படுத்துவதாகக் கருதப்பட்டது. அவர்கள் நினைப்பதையெல்லாம் வரைய முடியும், கூட்டத்தில் முகவரி இல்லாமல் போவதற்கு வாய்ப்பிருக்காது. ஏனெனில் அவர்களுடைய கண்காட்சிக்கு கூட்டமே இருக்காது. 1873 ஆம் ஆண்டுப் பிஸாரோவும், மோனேயும் இம்பிரஷனிஸ்ட்களிடம் 'சோஸியட் அனானிம் கோவாபரேடிவ் டெஸ் ஆர்டிஸ்ட்ஸ், பெயின்டர்ஸ், ஸ்கல்ப்சர்ஸ், கிரேவியர்ஸ்('Societe Anonyme Cooperative des Artistes Peintres, Sculpteurs, Graveurs') என்கிற ஒரு கூட்டமைப்பை அமைக்கும்படி ஆலோசனை கூறினார்கள். இதில் போட்டியெதுவும் நடத்தப்படமாட்டாது, நடுவர் குழு இருக்காது, பரிசுகளும் வழங்கப்படமாட்டாது. ஒவ்வொரு கலைஞனும் சரிசமமாக நடத்தப்படுவார்கள். இந்தக் கூட்டமைப்பில் மனேயைத் தவிர அனைவரும் சேர்ந்தனர்.

அந்தக் கூட்டமைப்பிற்கு பௌல்வார்டு டெஸ் காபகைன்ஸ் (Boulevard des capucines) இருந்த கட்டிடமொன்றின் மேல் மாடியில் புகைப்படக்காரர் ஒருவர் காலி செய்திருந்த இடம் ஒன்று கிடைத்தது. அதில் ப்ரௌன் சிவப்பு நிற சுவர்களைக் கொண்ட சிறிய சிறிய அறைகள் வரிசையாக இருந்தன. 1874 ஆம் ஆண்டு ஏப்ரல் மாதம் 15 ஆம் தேதி ஆரம்பிக்கப்பட்ட இம்பிரஷனிஸ்ட்களின் கண்காட்சி ஒரு மாத காலம் நீடித்தது. அதற்கு நுழைவு கட்டணமாக ஒரு ஃபிராங் வசூலிக்கப்பட்டது. அதில் 165 கலைப் படைப்புகள் காட்சிக்கு வைக்கப்பட்டிருந்தன. ஸேசானின் மூன்று படைப்புகளும், டீஹாஸின் பத்து ஓவியங்களும், மோனேயின்

ஒன்பது படைப்புகளும், ரஹனுவாரின் ஆறு ஓவியங்களும், ஆல்ஃபிரட் சிஸ்லேயின் ஐந்து படைப்புகளும் இதில் இருந்தன நகரெங்கும் சலூந்தில் காட்சிக்கு வைக்கப்பட்டிருந்ததோடு ஒப்பிடும் போது இந்த எண்ணிக்கை மிகவும் சிறியது. அவர்களுடைய கண்காட்சியில், இம்பிரஷனிஸ்ட்கள் தாங்கள் விரும்பியபடி எத்தனை கான்வாஸ்களை வேண்டுமென்றாலும் காட்சியில் அனைவரும் உண்மையிலேயே பார்க்கும்படி தொங்க விட முடிந்தது. "சலூந் ஓவியங்களில் இம்பிரஷனிஸ்ட்களின் ஓவியங்கள் ஏற்றுக் கொள்ளப்பட்டாலும் அவை கூட்டத்தில் தனது இருப்பை இழந்திருந்தது. ஆனால், இந்தத் தனிப்பட்ட கூட்டமைப்பினுடைய காட்சியின் மூலம் அவர்கள் பொதுமக்களின் கவனத்தை ஈர்த்தார்கள்" என்று கலை வரலாற்றாசிரியர்கள் ஹாரிஸன் ஒயிட்டும், சிந்தியா ஒயிட்டும் எழுதினார்கள்.

கண்காட்சியில் கிட்டத்தட்ட 3500 பார்வையாளர்கள் கலந்து கொண்டனர். முதல் நாள் மட்டும் 175 பேர் கலந்து கொண்டனர். கலைஞர்களின் கவனத்தைக் கவர்வதற்கு இது போதுமான எண்ணிக்கையாக இருந்தது. அனைத்தின் மீதும் நேர்மறையான கவனம் படவில்லை. 'துப்பாக்கியில் வண்ணத்தை ஊற்றி கேன்வாஸை நோக்கி சுடுகிறார்கள் இம்பிரஷனிஸ்ட்கள்' என்கிற ஜோக் அந்த நேரத்தில் வலம் வந்து கொண்டிருந்தது. ஆனால் 'சிறிய குளத்தில் பெரிய மீன்' என்கிற பேரத்தின்/யோசனையின் இரண்டாவது பகுதியாக இது இருந்தது. 'சிறிய குளத்தில் பெரிய மீன்' என்கிற தெரிவை 'வெளியில்' இருந்த சிலர் நிந்தித்துக் கொண்டிருந்தனர். ஆனால்

‘உள்ளே’ இருந்தவர்களுக்குச் சிறிய குளம் ஒரு வரவேற்கதக்க இடமாக இருந்திருக்கிறது. அவர்களுக்குச் சமூகத்திடமிருந்தும், நண்பர்களிடமிருந்தும் அனைத்து ஆதரவுகளும் கிடைத்தன இங்குப் புதுமை குறித்தோ அல்லது தனித்துவம் குறித்தோ யாரும் நெற்றியைச் சுருக்கிக் கொள்ளவில்லை. “இது எங்களுக்கென்று ஒரு தனியிடத்தை உருவாக்கிக் கொள்வதற்கான ஆரம்பமாக இருந்தது” என்று நம்பிக்கையுடன் பிஸாரோ தனது நண்பருக்கு எழுதிய கடிதத்தில் குறிப்பிட்டிருந்தார். மேலும் அவர், “கூட்டத்தின் மத்தியில் எங்களுக்கென்று ஒரு பேனரை அமைத்துக் கொள்ள ஊடுருவியவர்களாக நாங்கள் வெற்றி பெற்றோம். யாருடைய கருத்துக்களையும் பொருட்படுத்தாமல் முன்னெடுத்துச் செல்வதுதான் எங்களுக்கிருந்த பெரிய சவாலாக இருந்தது” என்றும் குறிப்பிட்டிருந்தார். இது முற்றிலும் சரியான கருத்தாக இருந்தது. இம்பிரஷனிஸ்ட்கள் தங்களுக்கென்று ஒரு அடையாளத்தை ஏற்படுத்திக் கொண்டனர். அவர்கள் தங்களுக்கென்று படைப்பாற்றல் சுதந்திரம் ஒன்றை ஏற்படுத்திக் கொண்ட கொஞ்ச காலத்திற்குள் இந்தக் கூட்டமைப்பிற்கு வெளியே இருந்தவர்கள் இதைக் கவனிக்க ஆரம்பித்தனர். நவீனத்துவக் கலை வரலாற்றில் மிக முக்கியமான அல்லது மிகவும் பிரபலமான கண்காட்சி ஒரு போதும் இருந்ததில்லை. அந்தக் கட்டிடத்தின் மேல் தளத்தில் இருக்கும் அறைகளில் உள்ள ஓவியங்களை இப்போது நீங்கள் வாங்க முயற்சித்தால் அதன் விலை ஒரு பில்லியன் டாலருக்கும் அதிகமாக இருக்கும்.

சில வேளைகளில், சில இடங்களில் ‘பெரிய குளத்தில் சிறிய மீனாக இருப்பதை விடச் சிறிய குளத்தில் பெரிய மீனாக இருப்பது நல்லது’ என்பது தான் இம்பிரஷனிஸ்ட்களின் படிப்பினையாக இருந்தது. பிஸாரோ, மோனே, ரஹனுவார், ஸேசான் போன்றோருக்கு அடுத்தவர்கள் கண்களில் படவேண்டுமென்பதை விடக் கௌரவமும், சுதந்திரத்தை விடத் தெரிவும் முக்கியமாகப்பட்டது. பெரிய குளத்திற்கான செலவும் அதிகமாக இருக்கும் என்கிற முடிவுக்கு வந்தனர். கரோலின் சாக்ஸூம் இதே மாதிரியான வாய்ப்பைச் சந்திக்க வேண்டியிருந்தது. அவள் யுனிவர்சிட்டி ஆஃப் மேரிலாண்ட்டில் பெரிய மீனாகவோ அல்லது உலகத்தில் உள்ள மிகச் சிறந்த பல்கலைக்கழகமொன்றில் சிறிய மீனாகவே இருக்கமுடியும். அவள் பௌல்வார்டு டெஸ் காபசைன்ஸ் (Boulevard des Capucines) ல் உள்ள மூன்று அறைகளை விடச் சலூந்தைத் தேர்ந்தெடுத்தாள் இதனால் அவள் அதிக விலை கொடுக்க வேண்டியதாக இருந்தது.

4

கரோலின் சாக்ஸ் வேதியியல் படிப்பதற்காகத் தன்னைப் பதிவு செய்து கொண்ட போது அவளுக்குப் பிரச்சனை ஆரம்பமாயிற்று. அநேகமாக அவள் அதிகமான பிரிவுகளை எடுத்திருந்ததுடன், பாடம் சாராத நடவடிக்கைகளிலும் அதிகமாக ஈடுபட்டிருந்ததை உணரத் தொடங்கினாள். அவளுக்குத் தனது மூன்றாவது இடைத் தேர்வினுடைய கிரேடைப் பார்த்தபோது இதயமே சுருங்கிவிட்டது போல இருந்தது. அவள் இது குறித்து தனது பேராசிரியரிடம் பேசியதற்கு அவர் அவளிடம் சில பயிற்சிகளைக் கொடுத்து அதைச் செய்யச் சொன்னார். அதற்கான விடைகளைப் பார்த்த அவர், 'சில அடிப்படைக் கோட்பாடுகளில் உனக்குக் குறைபாடு இருக்கிறது. எனவே நீ சில வகுப்புகளில் பங்கெடுப்பதைக் கைவிட்டு விடு, இறுதித் தேர்வு பற்றிக் கவலைப்பட வேண்டாம். அவற்றை நீ அடுத்தப் பருவத்தில் எழுதிக் கொள்ளலாம்' என்று ஆலோசனை கூறினார். அவளும் பேராசிரியர் ஆலோசனைபடியே செய்தாள். அவள் இரண்டாவது ஆண்டு இலையுதிர் காலப் பருவத்தில் அந்தப் பிரிவுகளை மீண்டும் எடுத்துக் கொண்டாள். ஆனால் அப்போதும் அவள் அதில் சிறப்பாகத் தேர்ச்சி பெறவில்லை. அவளுக்கு அதிர்ச்சியூட்டும் வகையில் 'பி' கிரேடில் கூடக் கீழ் நிலைதான் கிடைத்தது. 'எனது படிப்பைப் பொருத்தவரையில் நான் ஒருபோதும் 'பி' கிரேட் வாங்கியதில்லை. நான் ஒருபோதும் சிறப்பாகத் தேர்ச்சியடையமால் இருந்ததில்லை. அதிலும் நான் அந்தப் பிரிவுகளை இரண்டாவது முறையாக எடுத்துப் படித்தேன், அதாவது இரண்டாம் ஆண்டு மாணவியாக, வகுப்பில் இருந்த மற்ற மாணவர்கள் எல்லோரும் புதிதாகச் சேர்ந்து முதல் பருவத்தில் படித்துக் கொண்டிருந்தவர்கள். இதனால் மனதே விட்டுப் போய்விட்டது' என்று கூறினாள்.

அவள் ப்ரௌன் யுனிவர்சிட்டியில் படிக்க முடிவெடுத்தபோதே அதுவொன்றும் பள்ளிக்கூடம் போல இருக்காது என்பது அவளுக்குத் தெரிந்திருந்தது. பள்ளிக்கூடம் போல அது இருக்கவும் முடியாது. வகுப்பிலேயே ஸ்மார்ட்டஸ்ட் பெண்ணாக அவளால் இனி இருக்க முடியாது. அவளும் அந்த உண்மையை ஏற்றுக் கொண்டாள். 'எவ்வளவுதான் நான் என்னைத் தயார்ப்படுத்திக் கொண்டிருந்தாலும் அங்கிருந்த மற்றவர்கள் நான் அதுவரை ஒருபோதும் கேட்டிராத விஷயங்களைத் தெரிந்து வைத்திருந்தனர். அவையெல்லாம் தெரிந்தது போலக் காட்டிக் கொள்ள நான் முயற்சித்துக் கொண்டிருந்தேன்". ஆனால் வேதியியலோ

அவளது கற்பனைக்கு அப்பால் இருந்தது. அவளுடைய வகுப்பில் இருந்த மாணவர்கள் போட்டி மனப்பான்மையுடன் இருந்தனர். 'வகுப்பில் இருந்தவர்களுடன் பேசுவது கூட எனக்கு அதிகச் சிரமமாக இருந்தது. அவர்கள் எப்படிப் படிக்கிறார்கள் என்கிற பழக்கத்தைக் கூட அவர்கள் பகிர்ந்து கொள்ள விரும்பவில்லை. நாங்கள் கற்றுக் கொண்டிருப்பது பற்றிக் கூட அவர்கள் பேச விரும்பவில்லை. எங்கே அப்படிப் பேசினால் நான் அதிகமாகத் தெரிந்து கொண்டுவிடுவேனோ என அவர்கள் நினைத்திருக்கக்கூடும்' என்று கூறினாள்.

இரண்டாம் ஆண்டில் வசந்தகாலப் பருவத்தின் போது அவள் தன்னை 'ஆர்கானிக் கெமிஸ்ட்ரி' பாடத்திற்குப் பதிவு செய்து கொண்டாள் அது அவளை இன்னும் மோசமான நிலைக்கு இட்டுச் சென்றது. 'கோட்பாடு எப்படி வேலை செய்கிறது என்பதை மனப்பாடம் செய்து கொள்ளலாம். அதற்குப் பிறகு அது வரை பார்த்திராத ஒரு மூலகத்தைக் கொடுத்து அதை இன்னொரு பார்த்திராத மூலகமாக மாற்ற சொல்லி கேட்பார்கள். அது போல நீங்கள் ஒரு மூலகத்தை இன்னொரு மூலகமாக மாற்ற வேண்டும். சிலர் ஐந்து நிமிட யோசனைக்குப் பிறகு அதைச் செய்து முடித்தார்கள். இவர்கள்தான் வளைவில் முந்துபவர்கள் . இன்னும் சிலரால் கடினமான பயிற்சியின் மூலம் அதே போல நினைக்க முடிந்தது. நான் கடினமாக உழைத்தேன். ஆனால் என்னால் ஒரு போதும் அந்த மாதிரியான ஒரு நிலைக்கு வர முடியவில்லை' என்றாள். ஆசிரியர் கேள்வி கேட்கும்போது அவளைச் சுற்றியுள்ள அனைவரும் தங்களது கைகளை உயர்த்தினார்கள். ஆனால் சாக்ஸ் அமைதியாக உட்கார்ந்து அனைவருடைய புத்திசாலித்தனமான பதில்களையும் கேட்டுக் கொண்டிருந்தாள். 'இது அவளிடத்தில் இயலாத தன்மையின் உணர்வை மேலோங்கச் செய்தது'.

ஒரு நாள் இரவு அவள் வெகுநேரம் விழித்து ஆர்கானிக் கெமிஸ்ட்ரி பாடத்தின் மதிப்பீட்டு அமர்விற்காகத் தன்னைத் தயார் படுத்திக் கொண்டிருந்தாள். அப்போது அவள் மோசமான நிலையில் இருந்ததுடன் மிகவும் கோபமாக வேறு இருந்தாள். அவள் காலையில் மூன்று மணிக்கு ஆர்கானிக் கெமிஸ்ட்ரி பாடம் சம்பந்தமான வேலையைச் செய்ய விரும்பவில்லை. அது

சம்பந்தமாக அவள் செய்து கொண்டிருக்கும் வேலை அவளை எங்கும் எடுத்து செல்லவில்லை. 'அந்தத் தருணத்தில்தான் நான் இதை இனி மேற்கொண்டு தொடர வேண்டாம் என நினைத்திருக்கக் கூடும் என ஊகிக்கிறேன்' என்று அவள் கூறினாள். அவளுக்கு இது போதும் போதுமென்றாகி விட்டது.

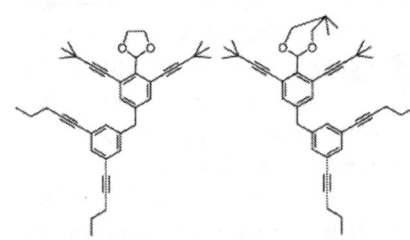

ஆனால் இதில் சோகமான விஷயம் என்னவெனில் சாக்ஸுக்கு அறிவியல் என்றால் உயிர் . அவளுடைய 'முதல் காதலான அறிவியலை' கைவிடப் போவதைப் பற்றிப் பேசிய அவளுக்கு அவள் விரும்பி படித்திருக்கக்கூடிய மற்ற பாடங்களையும் உடலியல், தொற்றுநோய் சம்பந்தமான படிப்பு, உயிரியல், கணக்கு இனி படிக்க முடியாமல் போய்விடும் என்று எண்ணி வருந்தினாள். அவளுடைய இரண்டாம் ஆண்டுக்குப் பின் வந்த கோடைகாலத்தில் தனது முடிவை நினைத்து வேதனை அடைந்தாள்: 'நான் வளர்ந்து வரும் போது, 'எனக்கு ஏழு வயதாகிறது. எனக்குப் பூச்சிகள் மீது விருப்பமுண்டு! நான் அவை பற்றிப் படிக்க விரும்புகிறேன், எந்த நேரமும் அவை பற்றிதான் படித்துக் கொண்டிருப்பேன், அவற்றை எனது வரைபட நோட்டில் வரைந்து அதன் ஒவ்வொரு பாகத்தையும் குறித்து அவை எங்கே வசிக்கிறது, என்ன செய்கிறது என்பது குறித்தும் பேசுவேன்.' என்று இந்தப் பாடங்கள் குறித்து எல்லோரிடமும் சொல்வது பெருமிதத்திற்குரிய விஷயமாக இருந்தது. அதுவே நாளடைவில் "எனக்கு மக்களின் மீதும், அவர்களின் உடல் எப்படி வேலை செய்கிறது என்பதிலும் சுவராசியம் உண்டு. அதுவும் அற்புதமான விஷயம் தானே?" என்றானது 'நான் அறிவியல் பாடம் படிக்கும் பெண்' என்று சொல்லிக் கொள்வதில் நிச்சயமாகப் பெருமை உண்டு. ஆனால் இப்போது அதைக் கைவிட்டுவிட்டு 'என்னால் அறிவியல் பாடங்களைப் படிக்க முடியவில்லை எனவே எளிதாக உள்ள பாடங்களைப் படிக்கப் போகிறேன் என்று சொல்வது எனக்கு வெட்கமாகத்தான் இருக்கிறது'. ஆனால் நான் முழுவதும் தோல்வியடைந்து விட்டது போல அப்போதைக்கு அந்த வழியைத் தான் எண்ணிக் கொண்டிருந்தேன் . இதுதான் எனது குறிக்கோளாக இருந்துவந்தது. ஆனால் என்னால் அதை அடைய முடியாது.'

அவள் ஆர்கானிக் கெமிஸ்ட்ரி பாடத்தை எப்படிப் படித்தாள் என்பது ஒரு விஷயமாக இருக்கக்கூடாது, அப்படி இருக்க வேண்டுமா? அவள் ஆர்கானிக் கெமிஸ்ட் ஆக வேண்டுமென்று

ஒருபோதும் விரும்பவில்லை. அது வெறும் ஒரு பாடப்பிரிவுதான். பெரும்பாலனவர்களுக்கு ஆர்கானிக் கெமிஸ்ட்ரி படிப்பது என்பது முடியாத ஒரு விஷயமாகவே இருந்திருக்கிறது. மருத்துவப் படிப்புக்கு முன்பாக முழுப் பருவகாலப் பயிற்சிக்கென்று கோடை காலத்தில் இன்னொரு கல்லூரியில் ஆர்கானிக் கெமிஸ்ட்ரி எடுத்துப் படிப்பது பொதுவான ஒரு செய்கையில்லை. அதைவிடவும், சாக்ஸ் ஆர்கானிக் கெமிஸ்ட்ரி எடுத்திருப்பது அசாதாரணமான, மிகவும் போட்டி நிறைந்த, கடுமையான பல்கலைக்கழகத்தில் ஆகும். உலகளவில் ஆர்கானிக் கெமிஸ்ட்ரி எடுத்த மாணவர் கள் அனைவரையும் வரிசைப்படுத் தினால் சாக்ஸ் ஒரு வேளை 99th percentile ல் இருப்பாள் (a) *99* விழுக்காடு மாணவர்களுக்கு இணையாகவோ அல்லது கூடுதலாகவோ தேர்ச்சி பெற்றவளாக இருப்பாள்.

ஆனால் சாக்ஸின் பிரச்சனை என்னவெனில் அவள் தன்னை உலகத்தில் ஆர்கானிக் கெமிஸ்ட்ரி எடுத்திருந்த அனைவருடன் ஒப்பிட்டுப் பார்க்கவில்லை. அவள் தன்னைப் பிரௌன் பல்கலைக்கழகத்தில் படித்த சக மாணவர்களுடன் தான் ஒப்பிட்டுப் பார்த்தாள். நாட்டிலேயே மிகவும் போட்டி நிறைந்த, ஆழமான குளத்தில் அவள் சிறிய மீனாக இருந்தாள் தன்னோடு மற்ற புத்திசாலி மீன்களை ஒப்பிட்டுப் பார்க்கும் அனுபவம் அவளது நம்பிக்கையை உலுக்கிவிட்டது. அவள் முட்டாள் இல்லையென்றாலும் இது அவளைத் தான் ஒரு முட்டாள் என உணர்வை ஏற்படுத்தியது. "வாவ்! நான் ஆரம்பத்தில் எதுவும் தெரியமால் இருந்தது போல இருந்தவர்கள்கூட இதில் தேர்ச்சி பெறுகிறார்கள். ஆனால் இந்தமாதிரி யோசிக்க என்னால் கற்றுக்கொள்ள முடியும் என்று எனக்குத் தோன்றவில்லை...'

5

இரண்டாம் உலகப் போரின்போது சமூகவியலாளர் சாமுவெல் ஸ்டௌஃபர் (Samuel Stouffer) 'ஒப்புநோக்கத்தக்க இழப்பு (relative deprivation)' என்கிற ஒரு சொற்றொடரை உருவாக்கினார். இப்போது அந்த நிலையில் தான் கரோலின் சாக்ஸ் இருக்கிறாள். ராணுவ வீரர்களின் அணுகுமுறை, கட்டுப்பாட்டமைதி ஆகியவற்றைப் பற்றி ஆய்வு செய்வதற்காக யு.எஸ் ராணுவம் ஸ்டௌஃபரை நியமித்தது. இந்த ஆய்விற்காக அவர் கிட்டத்தட்ட *5* லட்சம் ஆண், பெண்களைச் சந்தித்தார். இந்த ஆய்வில் அவர் ராணுவ வீரர்கள் தங்களது மேலதிகாரிகளை எந்தக் கண்ணோட்டத்தில்

பார்க்கிறார்கள் என்பதிலிருந்து கருப்பின ராணுவ வீரர்கள் தாங்கள் ராணுவத்தில் நடத்தப்படுவது குறித்து என்ன நினைக்கிறார்கள், யாருமில்லாத தனிமைப்படுத்தப்பட்ட இடங்களைக் கையாள்வதில் அவர்கள் படும் சிரமங்கள் எனப் பல விஷயங்கள் குறித்த தகவல்களைச் சேகரித்தார்.

ஆனால் ஒரு குறிப்பிட்ட கேள்வித் தொகுதி மட்டும் அதில் மிகவும் சிறப்பாக இருந்தது. அவர் ராணுவக் காவல் துறையில் பணிபுரியும் வீரர்களையும், ஏர் ஃபோர்ஸுக்கு ஆரம்பகட்டமான ஏர் கார்ப்ஸில் பணிபுரியும் வீரர்களையும் சந்தித்தார். திறமை உள்ளவர்களை அடையாளம் கண்டு கொண்டு அவர்களை அங்கீகரிப்பதிலும், பதவி உயர்வு கொடுப்பதிலும் ராணுவம் எப்படி நடந்து கொள்கிறது என்று கேட்டார். அவர் கேட்ட கேள்விக்கான விடை மிகவும் தெளிவாக இருந்தது. ராணுவக் காவல் துறையில் பணிபுரிபவர்கள் ஏர் கார்ப்ஸில் பணிபுரிபவர்களைக் காட்டிலும் தாங்கள் சார்ந்திருக்கும் அமைப்பு குறித்து நேர்மறைக் கருத்துக்களைக் கூறினர்.

மேலோட்டமாகப் பார்க்கப் போனால், இதில் அர்த்தம் எதுவும் இல்லையென்றுதான் சொல்ல வேண்டும். ஏனெனில் அனைத்து ராணுவச் சேவையிலும் பதவி உயர்வு தருவதில் மோசமான விதிகளைக் கொண்டது ராணுவ காவல் துறைதான். இதில் மிகச் சிறந்தது ஏர் கார்ப்ஸ். ஏர் கார்ப்ஸில் சேர்ந்த ஒருவர் அதிகாரி என்கிற நிலைக்கு வருவதற்கான வாய்ப்பு ராணுவக் காவல் துறையில் சேர்ந்தவர்களை விட இரண்டு மடங்கு அதிகம். அப்படியென்றால், ஏன் ராணுவக் காவல் துறையைச் சேர்ந்தவர்கள் மிகவும் திருப்தியாக இருக்கிறார்கள்? இதற்கான காரணத்தை ஸ்டீஃபர், ‘ராணுவக் காவல் துறையைச் சேர்ந்தவர்கள் தங்களை அந்தத் துறையைச் சேர்ந்தவர்களுடன் தான் ஒப்பிட்டுப் பார்த்துக் கொண்டார்கள்” என்று ஒரு பிரமாதமான விளக்கத்தைக் கொடுத்தார். ராணுவக் காவல் துறையில் ஒருவருக்குப் பதவி உயர்வு கிடைப்பது என்பது அரிதான நிகழ்வு. எனவே அந்த மாதிரி சந்தர்ப்பங்களில் பதவி உயர்வு கிடைக்கும் போது அவர்கள் மிகவும் மகிழ்ச்சி அடைவார்கள். அப்படிப் பதவி உயர்வு கிடைக்கவில்லையெனில் மற்றவர்களைப் போலத் தானும் ஒருவர் என நினைத்து இருந்துவிடுவார் இதனால் யாரொருவரும் மிகவும் வருத்தமடைவதில்லை.

'அதே கல்வித் தகுதியும், பணி ஆண்டுகளும் கொண்ட ஏர் கார்ப்ஸைச் சேர்ந்தவர்கள் இதற்கு நேர் மாறானவர்கள்" என்று ஸ்டூஃபர் எழுதினார். அவர்களுக்கு அதிகாரி ஆவதற்கான வாய்ப்பு 50 சதவிகிதத்திற்கும் அதிகமாகவே இருந்தது. 'ஒருவருக்குத் தன்னுடைய பிரிவில் உள்ள பெரும்பாலானவர்கள் போலத் தனக்கும் பதவி உயர்வு கிடைத்தால் அது ராணுவக் காவல் துறையைச் சேர்ந்தவருக்குக் கிடைப்பதை விடக் குறைவான

கவனத்தைக் கவர்கிற செயலாகத்தான் இருக்கும். ஆனால் ஒருவருக்கு, பெரும்பாலான மற்றவர்களைப் போலப் பதவி உயர்வு கிடைக்கவில்லையென்றால், அவர் தனிப்பட்ட முறையில் விரக்தி அடைவதற்கு எண்ணற்ற காரணங்கள் இருப்பதாக உணர்வார். அது பதவி உயர்வு கொடுப்பதற்கான முறையை விமர்சனம் செய்வதாக அமையும்'.

நாம் நமது கருத்துக்களைப் பரந்த அளவில் ஒப்பீடாமல் நம்மைச் சுற்றியிருப்பவர்களுடனேயே ஒப்பிட்டு வடிவமைத்துக் கொள்கிறோம் என்று ஸ்டூஃபர் குறிப்பிட்டார். நாம் எந்த அளவிற்கு இழந்திருக்கிறோம் என்பது ஒரு ஒப்புநோக்கல் ஆகும். இது குழப்பக்கூடிய மற்ற அவதானிப்புகள் போல் இல்லாமல் தெளிவான, ஆழ்ந்த அவதானிப்பு ஆகும். உதாரணமாக, எங்கு அதிகத் தற்கொலை நடக்கிறதென்று நீங்கள் நினைக்கிறீர்கள்?: மக்கள் நாங்கள் மகிழ்ச்சியாக இருக்கிறோம் என்று கூறிய ஸ்விட்சர்லாந்து, டென்மார்க், ஐஸ்லாண்ட், தி நெதர்லாண்ட்ஸ், கனடா போன்ற நாடுகளிலா? அல்லது மக்கள் நாங்கள் அவ்வளவு மகிழ்ச்சியாக இல்லை என்று கூறிய கிரீஸ், இத்தாலி, போர்ச்சுக்கல், ஸ்பெயின் போன்ற நாடுகளிலா? இதற்கான பதில்: மக்கள் நாங்கள் மகிழ்ச்சியாக இருக்கிறோம் என்று கூறிய நாடுகளில் தான். ராணுவ காவல் துறை, ஏர் கார்ப்ஸ் விஷயத்தில் எப்படியோ அதே மாதிரியான தோற்றப்பாடுதான் இந்த விஷயத்திலும். அதிக மக்கள் மகிழ்ச்சியில்லாமல் இருக்கும் இடத்தில் நீங்கள் சோர்வாக இருந்தால், உங்களைச் சுற்றியிருக்கும் அவர்களுடன் உங்களை நீங்கள் ஒப்பீட்டுப் பார்த்துக் கொள்வதால் அவ்வளவு

மோசமாக இருப்பதாகக் கருதமாட்டீர்கள். ஆனால் அதே நேரத்தில் சுற்றியிருக்கும் அனைவரும் தங்கள் முகத்தில் மிகப் பெரியபுன்னகையைக் காட்டிக் கொண்டிருக்கும் இடத்தில் மிகவும் சோர்வாகக் காட்சியளிப்பது எவ்வளவு சிரமம் என்று உங்களால் கற்பனை செய்து பார்க்க முடியுமா?'*

இதோ இன்னொரு உதாரணம், இது கரோல் கிரஹாமின் 'Happiness Around the World -The Paradox of Happy Peasants and Miserable Millionaires" என்கிற புத்தகத்திலிருந்து. சிலி நாட்டில் வசித்து வரும் ஏழை அல்லது ஹோண்ட்ராஸில் வசித்து வரும் ஏழை, இவர்களில் யார் மகிழ்ச்சியானவர் என நீங்கள் நினைக்கிறீர்கள்? தர்க்கரீதியில் பார்த்தால் சிலி நாட்டில் வசித்து வருபவர்தான். சிலி நாடு நவீன பொருளாதார முறையில் வளர்ச்சி பெற்ற நாடாகும். சிலியில் ஏழையாக இருக்கும் ஒருவர் ஹோண்ட்ராஸில் ஏழையாக இருப்பவரை விட இரண்டு மடங்கு சம்பாதிக்கக் கூடியவராக இருப்பார். எனவே அவரால் நல்ல வீட்டில் வசித்து, நல்ல சாப்பாடு சாப்பிட்டு செளகரியமாக இருக்க முடியும். ஆனால் இந்த இரு நாடுகளிலும் உள்ள ஏழைகளின் மகிழ்ச்சிக்கான மதிப்பெண்ணை ஒப்பிடும் போது ஹோண்ட்ராஸைச் சேர்ந்தவர்களின் மதிப்பெண் சிலியர்களின் மதிப்பெண்ணை விட அதிகமாக இருந்தது. அது ஏன்? ஏனென்றால்

---

*இது மேரி டாலி என்கிற பொருளாதார நிபுணரின் ஆய்விலிருந்து எடுக்கப்பட்ட உதாரணம் ஆகும். இவ்விஷயம் குறித்து இவர் மிகவும் பரவலாக எழுதியிருக்கிறார். இதோ பூன்னொரு உதாரணம், இது கரோல் கிரஹாமின் `Happiness Around the World -The Paradox of Happy Peasants and Miserable Millionaires" என்கிற புத்தகத்திலிருந்து. சிலி நாட்டில் வசித்து வரும் ஏழை அல்லது ஹோண்ட்ராஸில் வசித்து வரும் ஏழை, இவர்களில் யார் மகிழ்ச்சியானவர் என நீங்கள் நினைக்கிறீர்கள்? தர்க்கரீதியில் பார்த்தால் சிலி நாட்டில் வசித்து வருபவர்தான். சிலி நாடு நவீன பொருளாதார முறையில் வளர்ச்சி பெற்ற நாடாகும். சிலியில் ஏழையாக இருக்கும் ஒருவர் ஹோண்ட்ராஸில் ஏழையாக இருப்பவரை விட இரண்டு மடங்கு சம்பாதிக்கக் கூடியவராக இருப்பார். எனவே அவரால் நல்ல வீட்டில் வசித்து, நல்ல சாப்பாடு சாப்பிட்டு செளகரியமாக இருக்க முடியும். ஆனால் இந்த இரு நாடுகளிலும் உள்ள ஏழைகளின் மகிழ்ச்சிக்கான மதிப்பெண்ணை ஒப்பிடும் போது ஹோண்ட்ராஸைச் சேர்ந்தவர்களின் மதிப்பெண் சிலியர்களின் மதிப்பெண்ணை விட அதிகமாக இருந்தது. அது ஏன்? ஏனென்றால் ஹோண்ட்ராவில் உள்ளவர்கள் மற்ற ஹோன்ட்டுராக்கள் எப்படி இருக்கிறார்கள் என்பதைத் தான் அக்கறையோடு கவனிப்பார்கள். 'மகிழ்ச்சியைப் பொருத்தவரை நாட்டினுடைய சராசரி வருமானம் முக்கியமில்லை, ஆனால் சராசரி வருமானத்திலிருந்து எவ்வளவு அருகில்/தூரத்தில் நீங்கள் இருக்கிறீர்கள் என்பது தெரிந்தால் போதும். ஹோன்ட்ராஸைச் சேர்ந்த ஏழைகள் மகிழ்ச்சியாக இருக்கிறார்கள் ஏனென்றால் சராசரி வருமானத்திற்கும், தனிப்பட்ட நபரின் வருமானத்திற்குமான இடைவெளி மிகவும் குறைவாக இருந்ததுதான். சிலி நாட்டை விட ஹோண்ட்ராஸில் ஏழைகளாக இருந்தவர்களின் சொத்து மதிப்புக்கும் மத்திய தரவகுப்பைச் சேர்ந்தவர்களின் சொத்து மதிப்புக்கும் ஆன இடைவெளி மிகவும் குறுகியாதகவே இருந்ததால் அவர்களுக்கு தாங்கள் நன்றாக இருப்பது போன்ற ஒரு உணர்வு ஏற்பட்டது.

ஹோண்ட்ராவில் உள்ளவர்கள் மற்ற ஹோன்ட்டுராக்கள் எப்படி இருக்கிறார்கள் என்பதைத் தான் அக்கறையோடு கவனிப்பார்கள். 'மகிழ்ச்சியைப் பொருத்தவரை நாட்டினுடைய சராசரி வருமானம் முக்கியமில்லை, ஆனால் சராசரி வருமானத்திலிருந்து எவ்வளவு அருகில்/தூரத்தில் நீங்கள் இருக்கிறீர்கள் என்பது தெரிந்தால் போதும். ஹோன்ட்ராஸைச் சேர்ந்த ஏழைகள் மகிழ்ச்சியாக இருக்கிறார்கள் ஏனென்றால் சராசரி வருமானத்திற்கும், தனிப்பட்ட நபரின் வருமானத்திற்குமான இடைவெளி மிகவும் குறைவாக இருந்ததுதான். சிலி நாட்டை விட ஹோண்ட்ராஸில் ஏழைகளாக இருந்தவர்களின் சொத்து மதிப்புக்கும் மத்திய தரவகுப்பைச் சேர்ந்தவர்களின் சொத்து மதிப்புக்கும் ஆன இடைவெளி மிகவும் குறுகியாதகவே இருந்ததால் அவர்களுக்கு தாங்கள் நன்றாக இருப்பது போன்ற ஒரு உணர்வு ஏற்பட்டது.

ஆர்கானிக் கெமிஸ்ட்ரி வகுப்பில் கரோலின் சாக்ஸ் தன்னைச் சுற்றி உள்ளவர்களுடன் தன்னை மதிப்பீட்டுக் கொள்வது ஒன்றும் விசித்திரமான செயலோ அல்லது பகுத்தறிவற்ற நடத்தையோ இல்லை. மனிதர்கள் வழக்கமாக இதைத்தான் செய்வார்கள். நம்மைப் போன்ற சூழ்நிலையில் உள்ளவர்களுடன் தான் நாம் நம்மை ஒப்பிட்டுப் பார்த்துக் கொள்வோம். இதன் அர்த்தம் என்னவெனில், மிகவும் பிரபலமான பள்ளிக்கூடத்தில் படிக்கும் மாணவர்கள் அநேகமாக வகுப்பில் முதல் சில இடங்களில் இருப்பவர்களைத் தவிர்த்து குறைந்த போட்டி நிறைந்த சூழலில் இல்லாத சுமையை அவர்கள் இங்குச் சந்திப்பார்கள். மகிழ்ச்சியற்ற நாடுகளை விட மகிழ்ச்சி அதிகம் உள்ள நாட்டில் தான் மக்கள் அதிகமாகத் தற்கொலை செய்து கொள்கிறார்கள். ஏனென்றால் அவர்கள் தங்களைச் சுற்றி சிரித்த முகங்களையே

பார்க்கிறார்கள். இதனால் வித்தியாசம் மிகப் பெரியதாக இருக்கும். 'சிறந்த' பள்ளிக்கூடங்களில் படிக்கும் மாணவர்கள் தங்களைச் சுற்றி மிகவும் புத்திசாலியான மாணவர்களைத் தான் பார்ப்பார்கள், அந்த நிலையில் அவர்கள் எப்படி உணர்வார்கள் என்று நீங்கள் நினைக்கிறீர்கள்?

இந்த 'ஒத்து நோக்கத்தக்க இழப்பு' என்கிற கருத்தை கல்வியில் பிரயோகப்படுத்தும் போது அது மிகவும் பொருத்தமாக 'பெரிய மீன் சிறிய குள விளைவு' ஆக இருக்கிறது. எந்த அளவிற்குக் கல்வி நிறுவனம் மிகவும் பிரபலமாக இருக்கிறதோ அந்த அளவிற்குத் தங்களது கல்வித் திறமை பற்றி மாணவர்கள் மோசமாக உணர்வார்கள். 'நல்ல' பள்ளிக்கூடத்தில் வகுப்பில் முதலாவதாக இருப்பவர்கள் உண்மையிலேயே 'மிகவும் நல்ல' பள்ளிக்கூடத்தில் மிகவும் கீழே இருப்பார்கள். தாங்கள் பாடங்களில் மேதாவித்தன்மை அடைந்து விட்டோம் என நல்ல பள்ளியில் படித்த மாணவர்கள் உணர்வார்கள். ஆனால் அவர்களது அந்த உணர்வு மிகவும் நல்ல பள்ளிக்கூடத்தில் சேர்ந்து படிக்கும் போது அதளப் பாதாளத்திற்குப் போய்விடும். அந்த உணர்வின் மேல் மிகவும் தற்சார்பு உடையதும், நகைப்பிற்குரியதாகவும், முரண்பாடானதாகவும் தோன்றக்கூடியது அக்கறைப்படத்தான் வேண்டும். சவால்களைச் சமாளிக்கவும், சிரமமான வேலைகளை முடிக்கவும் விரும்பும் உங்களின் விருப்பத்தை வகுப்பறை வடிவமைக்கக்கூடியதாக இருக்கும் சந்தர்ப்பத்தில் நீங்கள் உங்களுடைய திறமைகள் பற்றி உங்களுடைய கல்வியின் 'சுய கோட்பாடு' எப்படி உணருவீர்கள். உங்களை ஊக்குவிப்பதிலும், நம்பிக்கையூட்டுவதிலும் இது ஒரு முக்கியமான ஆக்கக்கூறு ஆகும்.

பெரிய மீன் சிறிய குளம் என்கிற கோட்பாட்டின் முன்னோடி மனவியலாளர் ஹெர்பெர்ட் மார்ஷ் ஆவார். மார்ஷைப் பொருத்தவரை பெரும்பாலான பெற்றோர்களும், மாணவர்களும் தவறான காரணங்களின் அடிப்படையில் பள்ளிக்கூடங்களைத் தெரிவு செய்திருக்கிறார்கள் என்று நினைத்தார். 'கல்வியில் சிறந்த– கல்வித்தேர்வு அடிப்படையில் மாணவர்களைச் சேர்க்கும் பள்ளிக்கூடத்திற்குச் செல்வது நல்லது எனப் பெரும்பாலான மக்கள் நினைத்திருக்கிறார்கள். ஆனால் அது உண்மையில்லை. நிஜ வாழ்வில் அது ஒரு கலவை' என்று கூறிய அவர் மேலும், ' நான் சிட்னியில் வசித்து வரும் போது அங்கு மிகவும் பிரத்யேகமான பொதுப் பள்ளிக்கூடங்கள் இருந்தன. அவை பிரபலமான தனியார்கள் பள்ளிகளை விடச் சிறப்பு வாய்ந்தவை . அந்தப் பள்ளிக்கூடங்களில் சேருவதற்கு நடத்தப்படும் தேர்வுகள்

மிகவும் போட்டிமயமானது. ஆகையால், சிட்னி மார்னிங் ஹெரால்ட் இது அங்கு ஒரு பெரிய தினசரி எப்போதெல்லாம் அவர்கள் நுழைவுத் தேர்வு நடத்துகிறார்களோ அப்போதெல்லாம் என்னை அழைப்பார்கள். ஒவ்வொரு வருடமும் இது நடக்கும், எனவே ஏதாவது புதிதாகச் சொல்லவேண்டுமென்கிற மன அழுத்தம். ஆகவே, கடைசியாக அவர்களிடம் சொல்லாமல்கூட இருந்திருக்கலாம் 'சுய கோட்பாடு' குறித்த நேர்மறைகளைப் பிரபலமான பள்ளிக்கூடங்களில் நீங்கள் பார்க்க வேண்டுமென்று விரும்பினால் நீங்கள் தவறான ஒருவனை மதிப்பீட்டுக் கொண்டிருக்கிறீர்கள். அதற்குப் பதிலாக, நீங்கள் பெற்றோர்களை மதிப்பிட வேண்டும்' என்றேன்.

6

கரோலின் சாக்ஸுக்கு என்ன நடந்ததோ அது மிகவும் பொதுவாக நடக்கக்கூடியதுதான். அமெரிக்க மாணவர்களில் பாதிக்கும் அதிகமானவர்கள் ஆரம்பத்தில் அறிவியல், தொழில்நுட்பம், கணக்குப் பாடங்கள் (Science, Technologhy, Maths - STEM) என ஆரம்பித்து முதல் அல்லது இரண்டாவது வருடத்திலேயே அவர்கள் அதைக் கைவிட்டு விடுவார்கள். நவீன பொருளாதாரச் சூழ்நிலையில் இளைஞர்களுக்கு அறிவியல் பட்டயம் என்பது விலை மதிக்க முடியாத ஒரு சொத்தாக இருந்தாலும், 'ஸ்டெம்' பாடங்களை எடுத்தவர்கள் அதிக வேலை பளு இல்லாத, போட்டி குறைவாக உள்ள கலைத் துறைக்குத் தங்களை மாற்றிக் கொண்டு விடுகிறார்கள். அமெரிக்க ஐக்கிய நாட்டில் அமெரிக்காவில் படித்த தகுதி வாய்ந்த அறிவியலறிஞர்கள் மற்றும் பொறியியலாளர்களுக்குத் தட்டுப்பாடு நிலவுவதற்கு இது ஒரு காரணம் ஆகும்.

யார் இந்தப் படிப்பிலிருந்து பாதியில் விலகுகிறார்கள், ஏன் விலகுகிறார்கள் என்பது குறித்துத் தெரிந்து கொள்ள நியூயார்க்கில் உள்ள ஹார்ட்விக் கல்லூரியில் அறிவியல் துறையில் சேர்பவர்களை எடுத்துக் கொள்ளலாம். இது வடகிழக்குப் பிராந்தியத்தில் பொதுவாகக் காணக்கூடிய ஒரு லிப்ரல் ஆர்ட்ஸ் கல்லூரி.

ஹார்ட்விக்கில் இருந்த ஸ்டெம் என்கிற பிரதான பாடங்களை மூன்று பிரிவுகளாக மேல் மூன்றாவது, மத்திய மூன்றாவது, கீழ் மூன்றாவது (top third, middle third and bottom third) - கணக்குப் பாடத்தில் எடுத்த மதிப்பெண்களை வைத்து அவர்கள் பிரித்திருந்தார்கள். இந்த மதிப்பெண்கள் எல்லாம் 'SAT' தேர்விலிருந்து பெரும்பாலான அமெரிக்கக் கல்லூரிகள் நுழைவுத் தேர்வாக இந்தத் தேர்வைத்தான் பயன்படுத்துகிறார்கள். இந்தத் தேர்வில் கணக்குப் பகுதிக்கான மொத்த புள்ளிகள் 800.

STEM Majors	Top Third	Middle Third	Bottom Third
Maths SAT	569	472	407

நாம் SAT யை ஒரு வழிகாட்டியாக எடுத்துக் கொண்டால், ஹார்ட்விக்கில் கணிதத் திறமையில் சிறந்த மாணவருக்கும், மோசமான மாணவருக்கும் இடையே அதிக வித்தியாசம் இருப்பதைக் கவனிக்கலாம்.

ஹார்ட்விக்கில் உள்ள இந்த மூன்று பிரிவுகளும் அறிவியல் பட்டயத்தில் என்ன வாங்கியிருக்கிறார்கள் என்று பார்க்கலாம்.

STEM degrees	Top Third	Middle Third	Bottom Third
Percent	55.0	27.1	17.8

ஹார்ட்விக்கில் அறிவியல் பட்டம் பெற்றவர்களில் பாதிக்கும் மேலானவர்கள் மூன்றில் ஒன்றான மேல் பகுதியைச் சேர்ந்தவர்கள். மூன்றில் ஒன்றான அடிமட்ட மூன்றில் ஒரு பகுதியினர் 17.8 சதவிகதம் பேரே அறிவியல் பட்டயம் பெற்றவர்களாக இருந்தார்கள். கணிதத் திறமையில் மோசமாக இருந்த மாணவர்கள் ஹார்ட்விக்கில் சேர்ந்தவுடன் கணிதம் மற்றும் அறிவியல் பிரிவுகளிலிருந்து வெளியேறினார்கள். இது பொது உணர்வு போலத் தோன்றக்கூடும். பொறியியலாளர் அல்லது விஞ்ஞானி ஆவதற்கு அட்வான்ஸ்ட் கணிதமும் அறிவியலும் கற்றுக் கொள்ள வேண்டும். ஆனால் அது மிகவும் கடினம் வகுப்பில் மேல் நிலையில் உள்ள சில மாணவர்கள் தான் இதைக் கையாளக்கூடிய நிலையில் இருந்தார்கள்.*

உலகத்தில் பிரபலமான பல்கலைக்கழகங்களில் ஒன்றான ஹார்வர்ட் பல்கலைக்கழகத்தை மையமாக வைத்து இந்தப் பகுப்பாய்வை செய்து பார்க்கலாம்.

---

*சமூகவியலாளர்களான ரோஜர்ஸ் எலியட், கிரிஸ்டோஃபர் ஸ்ட்ரெண்டா போன்றவர்கள் எழுதிய என்கிற *'The Role of Ethnicity in Choosing and Leaving Science in Highly Selective Institutions'* கட்டுரையிலிருந்து இந்த புள்ளிவிபரங்கள் எடுக்கப்பட்டது. SAT மதிப்பெண்கள் எல்லாம் 1990களின் முற்பகுதியைச் சேர்ந்தது. இப்போது வேறுபட்டு இருக்கக்கூடும்.

STEM majors	Top Third	Middle Third	Bottom Third
Math SAT	753	674	581

ஹார்வர்ட் மாணவர்களின் SAT கணித மதிப்பெண்கள் ஹார்ட்விக் மாணவர்கள் எடுத்த மதிப்பெண்களை விட அதிகமாக இருந்தது. சொல்லப் போனால், ஹார்வர்ட் மாணவர்களில் அடிமட்டத்தைச் சேர்ந்தவர்கள் ஹார்ட்விக்கில் மேல்மட்டத்தைச் சேர்ந்த மாணவர்கள் பெற்றிருந்த மதிப்பெண்களை விட அதிகம் பெற்றிருந்தனர். அறிவியல் பட்டம் வாங்குவது என்பது நீங்கள் எவ்வளவு புத்திசாலியாக இருக்கிறீர்கள் என்பதைப் பொருத்தது என்றால் ஹார்வர்ட் மாணவர்கள் அனைவரும் அறிவியல் பட்டம் பெற்றிருக்க வேண்டும் இல்லையா? ஹார்வர்ட் மாணவர்கள் யாரும் புத்திசாலித்தனத்தில் குறைந்தவர்கள் இல்லை. ஒவ்வொரு பிரிவிலும் எவ்வளவு பேர் அறிவியல் பட்டம் பெற்றார்கள் என்று இப்போது பார்க்கலாம்.

STEM degree	Top Third	Middle Third	Bottom Third
Percent	53.4	31.2	15.4

இது வினோதமாக இல்லை? ஹார்வர்டில் அடிமட்டத்தைச் சேர்ந்தவர்களில் கணிதம், அறிவியல் பட்டம் வாங்கியவர்களின் எண்ணிக்கை ஹார்ட்விக் கல்லூரியில் அதே பிரிவைச் சேர்ந்தவர்கள் பட்டம் வாங்கியவர்களின் எண்ணிக்கைக்கு ஏறக்குறைய சமமாக இருந்தது. அறிவியல் பட்டத்தைப் பொருத்தவரை ஹார்ட்விக்கு ஹார்ட்வர்டும் ஏறக்குறைய ஒரே விகிதாச்சாரத்தில் தான் இருந்தது.

இதைப் பற்றி ஒரு கணம் நினைத்துப் பாருங்கள். ஹார்ட்விக்கில் சிறந்த சாதனையாளார்கள் கொண்ட குழு இருக்கிறது. அவர்களை நாம் 'ஆல் ஸ்டார்ஸ்" என அழைக்கலாம். இந்தக் குழுவோடு ஹார்வர்டில் உள்ள குறைந்த சாதனையாளார்கள் குழு ஒன்றும் நம்மிடையே இருக்கிறது. அவர்களை நாம் 'ஹார்வர்ட் டிரெக்ஸ் (Dregs)" என அழைக்கலாம். ஒவ்வொருவரும் ஒரே பாடப்புத்தகத்தைப் படித்துக் கொண்டும், கோட்பாடுகளுடன் 'மல்லு கட்டி' கொண்டும், அட்வான்ஸ்ட் கால்குலஸிலும், ஆர்கானிக் கெமிஸ்ட்ரியிலும் ஒரே மாதிரியான பிரச்சனைக்குரிய தொகுப்பில் 'மாஸ்டர்' ஆக முயற்சித்துக் கொண்டிருந்தார்கள். தேர்வு மதிப்பெண்களை வைத்துப் பார்த்தால் அவர்களுடைய கல்வித் திறமை ஒரே மாதிரியாகத் தான் இருந்தது. ஆனால் ஹார்ட்விக் 'ஆல் ஸ்டார்ஸை' சேர்ந்தவர்களில் அதிகமானவர்களுக்கு அவர்கள் என்ன வேண்டும் என்று விரும்பினார்களோ அது கிடைத்தது. அதனால் அவர்கள் பொறியியலாளர்களாகவோ அல்லது உயிரியலாளார்களாகவோ

ஆனார்கள். இதற்கிடையில் ஹார்வர்ட் டிரெக்ஸ் மிகவும் பிரபலமான பல்கலைக்கழகத்தில் சேர்ந்து படிப்பவர்கள் தங்களது அனுபவத்தால் மிகவும் சோர்வுற்று அறிவியல் பிரிவை விட்டே முழுவதுமாக வெளியே வந்து அறிவியல் பாடங்கள் அல்லாத வேறு பாடங்களைப் பிரதான பாடங்களாக எடுத்துக் கொண்டார்கள். ஹார்வர்ட் டிரெக்ஸைச் சேர்ந்தவர்கள் பெரிய, பயமுறுத்தக்கூடிய குளத்தில் சிறிய மீன்கள் போன்றவர்கள். ஆனால் ஹார்ட்விக் ஆல் ஸ்டார்ஸைச் சேர்ந்தவர்கள் வரவேற்பு அதிகமாக இருக்கக்கூடிய குளத்தில் பெரிய மீன்களைப் போன்று இருந்தார்கள். அறிவியல் பட்டம் வாங்குவதற்கு முக்கியமான விஷயம் என்னவெனில் நீங்கள் எவ்வளவு புத்திசாலியாக இருக்கிறீர்கள் என்பதில் இல்லை. அதற்கு மாறாக வகுப்பில் உள்ள மற்றவர்களுடன் ஒப்பிடும் போது நீங்கள் எவ்வளவு புத்திசாலியாக உணர்கிறீர்கள் என்பதில் இருக்கிறது.

இந்த மாதிரியான படிவம் நீங்கள் எந்தப் பள்ளிக்கூடம், கல்லூரியை எடுத்துக் கொண்டாலும் அதற்குப் பொருந்தும் அதனுடைய கல்வித் தரம் எப்படியிருந்தாலும் அது ஒரு பொருட்டு இல்லை. அமெரிக்க ஐக்கிய நாட்டில் உள்ள பதினோரு வெவ்வேறு லிபரல் ஆர்ட் பிரிவுகள் உள்ள கல்லூரிகளில் சமூகவியலாளர்களான ரோஜர்ஸ் எலியட்டும், கிறிஸ்டோஃபர் ஸ்ட்ரெண்டாவும் இது போன்றே ஒரு ஆய்வு நடத்தினார்கள். அதை நீங்களே கீழே பார்க்கலாம்:

Sr	School	Top	Math	Middle	Math	Bottom	Math
1	Harvard University	53.4%	753	31.2%	674	15.4%	581
2	Dartmouth College	57.3%	729	29.8%	656	12.9%	546
3	Williams College	45.6%	697	34.7%	631	19.7%	547
4	Colgate University	53.6%	697	31.4%	626	15.0%	534
5	University of Richmond	51.0%	696	34.7%	624	14.4%	534
6	Bucknell University	57.3%	688	24.0%	601	18.8%	494
7	Kenyon College	62.1%	678	22.6%	583	15.4%	485
8	Occidental College	49.0%	663	32.4%	573	18.6%	492
9	Kalamazoo College	51.8%	633	27.3%	551	20.8%	479
10	Ohio Wesleyan	54.9%	591	33.9%	514	11.2%	431
11	Hartwick College	55.0%	569	27.1%	472	17.8%	407

கரோலின் சாக்ஸ் கதைக்கே மீண்டும் சென்று ப்ரௌன் யுனிவர்சிட்டிக்கும், யுனிவர்சிட்டி ஆஃப் மேரிலாண்டுக்கும் இடையிலான தெரிவின் போது அவளுடைய சிந்தனை எப்படியிருந்திருக்குமென்பதை மறு கட்டமைப்புச் செய்து பார்க்கலாம். ப்ரௌனுக்குப் போவதன் மூலம் பிரபலமான பல்கலைக்கழகத்துக்குச் செல்கிறோம் என்ற பெருமை அவளுக்குக் கிடைத்திருக்கும். அவளுக்கும் சுவராசியமான, பணக்கார நண்பர்கள் கிடைத்திருக்கக்கூடும். இந்தப் பல்கலைக்கழகத்தின் மூலம் கிடைத்திருக்கக் கூடிய தொடர்புகளாலும், ப்ரௌன் பல்கலைக்கழகப் பட்டம் என்பதாலும் வேலைக்கான சந்தையில் அவள் ஒரு படி முன்னே இருந்திருக்கக்கூடும். இதெல்லாம் 'பெரிய குளத்து'க்கு உள்ள சாத்தியக்கூறுகள். ப்ரௌன் தான் இங்குச் சலூந்.

ஆனால் அவள் ரிஸ்க் எடுத்தாள். அவள் அறிவியல் சம்பந்தப்பட்ட பாடங்களில் இருந்து முழுவதுமாக வெளியேறுவதற்கான வாய்ப்பு இதில் அதிகம் இருந்தது. அது எவ்வளவு பெரிய ரிஸ்க்? யுனிவர்சிட்டி ஆஃப் கலிஃபோர்னியாவைச் சேர்ந்த மிட்சல் சாங்கின் ஆய்வுப்

படி, அனைத்தும் சமமாக இருக்கும்பட்சத்தில் யுனிவர்சிட்டியின் சராசரி SAT மதிப்பெண்கள் 10 புள்ளிகள் குறைந்தால் ஸ்டெம் பட்டம் முடிப்பவர்களின் எண்ணிக்கை 2 சதவிகிதம் அதிகரிக்க வாய்ப்புள்ளது, என்று தெரியவந்தது.*(திளிளிஜிழிளிஜிணி) உங்கள் நண்பர்கள் எந்த அளவு புத்திசாலிகளாக இருக்கிறார்களோ, அந்த அளவிற்கு நீங்கள் முட்டாள் போல உணர்வீர்கள்; முட்டாள் போல உணர ஆரம்பித்து விட்டால் நீங்கள் அறிவியல் பிரிவை விட்டு வெளியே வருவதற்கான வாய்ப்பு அதிகமாக இருக்கும். யுனிவர்சிட்டி ஆஃப் மேரிலாண்டுக்கும், ப்ரௌன் யுனிவர்சிட்டிக்கும் இடையே SAT மதிப்பெண்ணில் 150 இடைவெளி யிருந்தது. அவள் 'நல்ல' பல்கலைக்கழகத்தை விட 'சிறந்த' பல்கலைக்கழகத்தைத் தேர்ந்தெடுத்ததால் அறிவியல் பட்டம் பெறுவதற்கான வாய்ப்பில் 30 சதவிகிதத்தை இழந்தாள். இது தான் அவள் சிறந்த பல்கலைக் கழகத்தைத் தேர்ந்தெடுத்ததுக்குக் கொடுத்த 'கூலி' ஆகும். முப்பது சதவிகிதம்! லிபரல் ஆர்ட் பட்டம் பெற்ற மாணவர்கள் வேலைக்காகப் போராடிக் கொண்டிருக்கும் போது 'ஸ்டெம்' பட்டம் பெற்ற மாணவர்களுக்கு வேலை உறுதியாகக் காத்திருந்தது. அறிவியல், பொறியியல் படித்தவர்களுக்கு வேலை வாய்ப்பும், சம்பளமும் கொட்டிக் கிடந்தது. இது 'ஐவி லீக்'கைச் சேர்ந்த கல்வி நிறுவனங்களில் சேருவதற்காக எடுக்கும் 'மிகப் பெரிய ரிஸ்க்' கிற்குக் கிடைக்கும் பலன் ஆகும்.*

'பெரிய குளம்' பற்றி இன்னொரு உதாரணமும் கொடுக்கிறேன். இது அதைவிட இன்னும் நன்றாக 'உறைக்கிற/அதிர்ச்சி தருகிற'

---

*இது ஒரு முக்கியமான விஷயம் என்பதால் விபரமாகச் சொல்ல வேண்டும். முதலாம் ஆண்டு படிக்கும் பல ஆயிரம் மாணவர்களை ஆய்வு செய்து, எந்தக் காரணி அவர்களை அறிவியல் பாடத்திலிருந்து வெளியேறச் செய்கிறது எனபதை சாங் மற்றும் அவரோடு ஆய்வில் ஈடுபட்டவர்களும் கணக்கிட்டார்கள். மிகவும் முக்கியமான காரணி? பல்கலைக்கழக மாணவர்கள் கல்வியில் எவ்வளவு திறமைசாலிகளாக இருக்கிறார்கள் என்பதை அறிவதுதான். 'எந்தவொரு கல்விநிறுவனத்திலும் புதிதாக சேரும் மாணவர்களின் SAT மதிப்பெண் சராசரி SAT மதிப்பெண்ணை விட 10 மதிப்பெண் அதிகமாக இருந்தால் அவர்களைத் தக்க வைத்துக் கொள்வதற்கான வாய்ப்பில் 2 சதவிகிதம் அளவிற்குக் குறைந்தது" என்று ஆய்வாளர்கள் எழுதினார்கள். அதே நேரத்தில் சிறுபான்மை இனத்தைச் சேர்ந்த மாணவர்களின் SAT மதிப்பெண் சராசரி மதிப்பெண்ணை விட 10 அதிகம் இருந்தால் அவர்களைத் தக்க வைத்துக் கொள்வதற்கான வாய்ப்பில் 3 சதவிகித அளவிற்குக் குறைந்தது ஒரு சுவராசியமான விஷயம் ஆகும். 'அவர்கள் தங்களது முதல் தெரிவாக எந்தக் கல்வி நிறுவனத்தைத் தேர்ந்தெடுத்துச் சேர்ந்தார்களோ அந்த நிறுவனத்திலேயே பயோ மெடிக்கல் அல்லது பிஹேவியரல் சயின்ஸை முக்கியப் பாடமாக கொள்வதற்கான வாய்ப்பு குறைவு" என அவர்கள் எழுதினார்கள். உங்களால் முடிந்த அளவுக்கு 'ஃபேன்சியஸ்ட்' கல்வி நிறுவனத்துக்குப் போக வேண்டுமென்று நீங்கள் நினைக்கிறீர்கள். ஆனால், நீங்கள் போவதில்லை.

மாதிரி இருக்கும். நீங்கள் ஒரு பல்கலைக்கழகம் என வைத்துக் கொள்வோம். பட்டப்படிப்பு முடித்துக் கல்லூரியிலிருந்து வெளிவரும் சிறந்த மாணவர்களை நீங்கள் தேர்ந்தெடுக்க வேண்டுமெனில் என்ன செய்வீர்கள்? பிரபலமான கல்லூரி யிலிருந்து வெளிவருபவர்களை மட்டும் தேர்ந்தெடுப்பீர்களா அல்லது எந்தக் கல்லூரியாக இருந்தாலும் பரவாயில்லை ஆனால் அந்தக் கல்லூரியின் 'டாப்'பர்களாக வந்தவர்களை மட்டும் தேர்ந்தெடுப்பீர்களா?

பெரும்பாலான பல்கலைக் கழகங்கள் முதல் உத்தியைத்தான் பின்பற்றும். அது குறித்து அவர்கள். 'நாங்கள் மிகவும் பிரபல கல்லூரிகளிலிருந்தே மாணவர்களைத் தேர்ந்தேடுப்போம்' என்று இறுமாப்பாக வேறு பேசிக் கொள்வார்கள். ஆனால் இவ்வளவுக்கும் பிறகு அந்த நிலை குறித்து உங்களுக்கு ஒரு தயக்கம் அல்லது சந்தேகம் இருக்கும். 'பெரிய குளத்தில் உள்ள சின்ன மீனை" தேர்ந்தெடுப்பதற்கு முன்னால் ~சிறிய குளத்தில் பெரிய மீனை' குறைந்தபட்சம் கருத்தில் கொள்வது நல்லது இல்லையா?

இந்த இரண்டு செயல்திட்டங்களையும் ஒப்பீட்டுப் பார்ப்பதற்கு அதிர்ஷ்டவசமாக ஒரு வழி இருக்கிறது. அது பொருளாதாரத்தில் பி.எச்.டி செய்து கொண்டிருந்த மாணவர்கள் குறித்து ஜான் கோன்லேயும் (John Conley), அலி சினா ஓண்டரும் (Ali Sina Onder) பண்ணிய ஆராய்ச்சிதான். கல்வி சார்ந்த பொருளாதாரத்தைப் பொருத்தவரை சில பொருளாதார ஜர்னல்கள் (பத்திரிகைகள்) அந்தத் துறையைச் சார்ந்த ஒவ்வொருவராலும் படிக்கப்படுவதும், மதிக்கப்படுவதும் உண்டு. அப்படிப்பட்ட பத்திரிகைகள் மிகவும் சிறந்த, படைப்பாற்றல் மிக்க ஆராய்ச்சிக் கட்டுரைகளைத்தான் வெளியிடும். இந்தமாதிரியான உயர்ந்த தரம் வாய்ந்த பத்திரிகைகளில் தங்களது கட்டுரைகள் எத்தனை வந்திருக்கிறது என்பதன் அடிப்படையில், பெரும்பாலான நேரங்களில், பொருளாதார நிபுணர்கள் தங்களுக்குள் ஒருவரையொருவர் மதிப்பீட்டுக் கொள்வது உண்டு. சிறந்த மாணவர்களைத் தேர்ந்தெடுப்பதற்குச் சிறந்த உத்தி என்னவென்று தெரிந்து கொள்வதற்கு 'சிறிய குளத்தில் உள்ள பெரிய மீன்களும்' 'பெரிய குளத்தில் உள்ள சிறிய மீன்களும்' இந்த மாதிரி பிரபலமான பத்திரிகைகளில் தங்களது எத்தனை கட்டுரைகளை வெளியிட்டு இருக்கிறார்கள் என்பதை ஒப்பிட்டுப் பார்க்கலாமென்று கான்லேயும், ஓண்டரும் தங்களுக்குள் விவாதித்துக் கொண்டனர். அந்த ஆய்விலிருந்து அவர்களுக்குத் தெரியவந்தது என்ன? மிகச் சிறந்த கல்வி நிறுவனத்தைச் சேர்ந்த நல்ல மாணவர்களை விடச் சாதாரணக் கல்வி நிறுவனங்களைச் சேர்ந்த சிறந்த மாணவர்களைத் தேர்ந்தெடுப்பது எப்போதும் நல்லது' என்கிற முடிவுக்கு வந்தனர்.

இதை நான் எனது ‘உள்ளுணர்வுக்கு எதிரான’ ஒரு விஷயமாக உணர்ந்தேன். ஹார்வர்ட், எம் ஐ டி போன்ற பல்கலைக்கழகங்களிலிருந்து மாணவர்களைத் தேர்ந்தெடுப்பது சரியான கருத்து இல்லை என்கிற அவர்கள் முடிவு எனக்குக் கோமாளித்தனமாகப் பட்டது. ஆனால் கான்லே, ஓண்டரின் பகுப்பாய்வை நிரகாரிப்பது மிகவும் கடினமானதாக இருந்தது.

வடக்கு அமெரிக்காவில் உள்ள பிரபல பி எச் டி ப்ரோக்ராம்களை இப்போது நாம் பார்ப்போம். இவையெல்லாம் உலக அளவில் புகழ் பெற்ற கல்வி நிறுவனங்களான ஹார்வர்ட், எம் ஐ டி, யேல், பிரின்ஸ்டன், கொலம்பியா, ஸ்டேன்ஃபோர்ட் மற்றும் யுனிவர்சிட்டி ஆஃப் சிகாகோவில நடத்தப்படுபவை. மாணவர்களுடைய வகுப்புத் தரவரிசைப்படி அவர்களை வகைப்படுத்தி ஒவ்வொரு பி எச் டி மாணவரின் முதல் ஆறு ஆண்டுக் கல்விப் பணியில் எத்தனை கட்டுரைகள் வெளிவந்திருக்கிறது என்பதைக் கணக்கிட ஆரம்பித்தனர்.

	99th	95th	90th	85th	80th	75th	70th	65th	60th	55th
Harvard	4.31	2.36	1.47	1.04	0.71	0.41	0.30	0.21	0.12	0.07
MIT	4.73	2.87	1.66	1.24	0.83	0.64	0.48	0.33	0.20	0.12
Yale	3.78	2.15	1.22	0.83	0.57	0.39	0.19	0.12	0.08	0.05
Princeton	4.10	2.17	1.79	1.23	1.01	0.82	0.60	0.45	0.36	0.28
Columbia	2.90	1.15	0.62	0.34	0.17	0.10	0.06	0.02	0.01	0.01
Stanford	3.43	1.58	1.02	0.67	0.50	0.33	0.23	0.14	0.08	0.05
Chicago	2.88	1.71	1.04	0.72	0.51	0.33	0.19	0.10	0.06	0.03

இதில் எண்கள் அதிகமாக இருப்பதை உணர்ந்தேன். ஆனால் இடது பக்கத்தைப் பாருங்கள் 99வது சதவிகிதத்தில் இருக்கும் மாணவர்களைப் பாருங்கள். பணியின் ஆரம்பக் காலகட்டத்தில் மிகவும் பிரபலமான பத்திரிகையில் 3 அல்லது 4 கட்டுரைகள் பிரசுரமாவது என்பது ஒரு நல்ல சாதனைதான். இவர்கள் உண்மை யிலேயே சிறந்த மாணவர்கள்தான். அந்த அளவிற்குப் புரிகிறது .எம் ஐ டி அல்லது ஸ்டான்ஃபோர்டில் பொருளாதாரத் துறையில் டாப்பராக இருப்பது மிகவும் அசாதாரணச் சாதனையாகும்.

ஆனால் இப்போதுதான் புதிரே ஆரம்பமாகிறது. 80வது சதவிகிதப் பத்தியை பாருங்கள் எம் ஐ டி, ஸ்டேன்ஃபோர்டு போன்ற கல்வி நிறுவனங்கள் வருடத்திற்கு ஏறக்குறைய இரண்டு டஜன் மாணவர்களைப் பி எச் டி படிப்பிற்குத் தேர்ந்தெடுக்கும். நீங்கள் 80வது சதவிகிதத்தில் இருந்தால் வகுப்பில் ஏறக்குறைய ஐந்தாவது அல்லது ஆறாவது மாணவராக இருப்பீர்கள். இவர்கள்

கூட அசாதாரணமான மாணவர்கள் தான். ஆனால் அவர்களது எத்தனை கட்டுரைகள் பிரசுரமாகியிருக்கின்றன என்று பாருங்கள்! சிறந்த மாணவர்கள் பிரசுரம் செய்ததில் ஒரு சிறிய பகுதிதான் இவர்களுடைய கட்டுரைகள். 55 சதவிகிதம் குறித்த விவரம் உள்ள இறுதி பத்தியைப் பாருங்கள், அந்த மாணவர்கள் சராசரிக்கும் கொஞ்சம் மேலே அவ்வளவுதான். ஒரு பிரபலமான கல்வி நிறுவனத்தில் சேரும் அளவிற்கு அவர்கள் புத்திசாலிதான். உலகளவில் அதிகப் போட்டியிருக்கக்கூடிய இளங்கலை வகுப்பில் சேரும் அளவிற்குப் புத்திசாலித்தனம் உள்ளவர்கள் வகுப்பில் முதல் 50 சதவிகிதத்தில் ஒருவராக வந்து படிப்பை முடித்தாலும் அவர்கள் கட்டுரைகள் எதையும் பிரசுரிக்கவில்லை. தொழில்ரீதி பொருளாதார நிபுணர்களாகப் பார்க்கும் போது இவர்கள் பெரிய ஏமாற்றம் என்றுதான் கருத வேண்டும்.

அடுத்து, சாதாரணக் கல்வி நிறுவனங்களின் பட்டதாரிகள் பற்றிப் பார்க்கலாம். நான் சாதாரணமான என்றழைக்கக் காரணம், அப்படித்தான் ஐவீ லீக்கைச் சேர்ந்த ஏழு கல்வி நிறுவனங்களும் மற்ற கல்வி நிறுவனங்களை அழைத்தன. இளங்கலை கல்வி நிறுவனங்களின் தரவரிசையை வெளியிடும் வருடாந்திர 'யு.எஸ் நியூஸ் அண்ட் ரிப்போர்ட்' பட்டியலில் இந்தக் கல்வி நிறுவனங்கள் பற்றிக் கடைசியில் எங்கோ ஒரு மூலையில் குறிப்பிடப்பட்டிருக்கும். நான் ஒப்பீட்டிற்காக மூன்று கல்வி நிறுவனங்களை எடுத்துக் கொண்டேன். முதல் நிறுவனம் நான் படித்த 'யுனிவர்சிட்டி ஆஃப் டொராண்டோ' (ஏதோ

அதனுடனான தொடர்பு என்னைப் பிடித்துக் கொண்டது), இரண்டாவதாக ‘பாஸ்டன் யுனிவர்சிட்டி’, மூன்றாவதாகக் கான்லே, ஓண்டர் அழைத்த ‘சிறந்தது அல்லாத முப்பது’ அதாவது அந்தப் பட்டியலில் கீழே இருந்த கல்வி நிறுவனங்களின் சராசரி.

	99th	95th	90th	85th	80th	75th	70th	65th	60th	55th
Univ of Toronto	3.13	1.85	0.80	0.61	0.29	0.19	0.15	0.10	0.07	0.05
Boston Univ	1.59	0.49	0.21	0.08	0.05	0.02	0.02	0.01	0.00	0.00
Non- top	1.05	0.31	0.12	0.06	0.04	0.02	0.01	0.01	0.00	0.0030

இதில் சுவராசியம் என்னவென்று உங்களுக்குத் தெரிகிறதா? ஐவீ லீக் கல்வி நிறுவனங்களைச் சேர்ந்தவர்கள் கால் வைக்கக்கூட இழிவாக நினைக்கும், வரிசைப் பட்டியலின் அடியில் இருந்த ‘சிறந்தது அல்லாத முப்பது’ கல்வி நிறுவனங்களைச் சேர்ந்த மிகச் சிறந்த மாணவர்களின் கட்டுரை பிரசுரிப்பின் எண்ணிக்கை 1.05. இது ஹார்வர்ட், எம் ஐ டி, யேல், பிரின்ஸ்டன், கொலம்பியா, ஸ்டான்ஃபோர்ட், சிகாகோ தவிர்த்த மற்ற கல்வி நிறுவனங்களுடன் ஒப்பிடும் போது சிறப்பாகவே இருக்கிறது. பெரிய குளத்திலிருந்து நடுத்தர அளவிலான மீனைத் தேர்ந்தெடுப்பதை விட மிக மிகச் சிறிய குளத்திலிருந்து பெரிய மீனை தேர்ந்தெடுப்பது சிறப்பாக இருக்குமா? ஆம், இது முற்றிலும் சரியான ஒன்றாகும்.

கான்லேயும், ஓண்டரும் தங்களது ஆய்வு முடிவை விளக்குவதற்குப் போராடினார்கள்,* “ஹார்வர்டில் சேர்வதற்கு விண்ணப்பதாரர் மிக நல்ல கிரேடு பெற்றிருக்க வேண்டும், தேர்வில் சரியான மதிப்பெண்கள், வலுவான, நம்பத்தகுந்த பரிந்துரைகள் ஆகியவற்றுடன் விண்ணப்பங்களைப் பரிசீலிக்கும் குழுவினருக்குப் பளிச்சென்று தெரியுமாறு எப்படி ‘பேக்கேஜ்’ செய்து விண்ணப்பிக்க வேண்டும் என்பதும் தெரிந்திருக்க

---

*ஒரு சிறிய தெளிவுபடுத்தல்: கான்லே, ஓண்டரின் விளக்கப்படத்தில் இருப்பது ஒவ்வொரு பொருளாதார நிபுணரின் மொத்த வெளியீடுகள் அடங்கிய பட்டியல் இல்லை. அதில் குறிப்பிட்டிருப்பது முக்கியத்துவம் குறித்த எண் ஆகும் மிகவும் மதிப்பு மிக்க ஜர்னல்கள் ஆன ‘தி அமெரிக்கன் எக்கனாமிக் ரெவ்யூ’ அல்லது ‘எகனாமெட்ரிகா’ போன்றவற்றில் வெளியாகும் ஒரு கட்டுரைக்கு சாதாரண ஜர்னல்களில் வெளிவரும் கட்டுரைகளைக் காட்டிலும் அதிக முக்கியத்துவம் கொடுக்கப்படும். அப்படி கொடுக்கப்பட்ட எண் தான் அது. இதை வேறு மாதிரியாக சொல்ல வேண்டுமெனில், இந்த எண்கள் எல்லாம் ஒரு கல்வியாளர் எத்தனை கட்டுரைகளை எழுதினார் என்பதை குறிப்பது அல்ல. மாறாக, அவருடைய ‘சிறந்த தரம்’ கொண்ட கட்டுரைகளை எவ்வளவு பதிப்பிக்கப்பட்டது என்பதைக் குறிக்கும்.

வேண்டும். ஆகவே, வெற்றிகரமான மாணவர்கள் மிகவும் கடின உழைப்பாளியாகவும், புத்திசாலியாகவும், இளங்கலை பட்டப்படிப்பில் நன்கு பயிற்சி பெற்றவராகவும், பேரார்வம் கொண்டவராகவும் இருக்க வேண்டும். இளங்கலை படிப்புக்கு விண்ணப்பிக்கப்படும் வரை சரியான விஷயங்களைச் செய்து கொண்டு வெற்றிகரமாக இருக்கும் விண்ணப்பதாரர்கள் பயிற்சியெல்லாம் முடிந்தபின் ஏன் சுவராசியமற்றுப் போய்விடுகிறார்கள்? மாணவர்கள் நம்மை (நம் எதிர்பார்ப்புகளை) தோல்வியடையச் செய்கிறார்களா இல்லை நாம் அவர்களைத் தோல்வியடையச் செய்கிறோமா? என்று எழுதினார்.

இதற்கான பதில் இரண்டுமில்லை. யாரும் யாரையும் தோல்வி பெறச் செய்யவில்லை. இது உச்சத்தில் இருப்பவர்களுக்குப் பிரபல கல்வி நிறுவனங்கள் ஒரு அற்புதமான இடம் என்று ஆவதுபோல் மற்றவர்களுக்கு அப்படியில்லை என்பது போன்றது. கரோலின் சாக்ஸுக்கு என்ன நடந்ததோ அதே போன்று இன்னொரு வடிவம். பெரிய குளம் உண்மையிலேயே புத்திசாலியான மாணவர்களைத் தேர்ந்தெடுத்து அவர்களைத் தளர்ச்சி உடையவர்களாக ஆக்கி விடுகிறது.

ஆனாலும், 'பெரிய குளம்' சம்பந்தப்பட்ட அபாயத்தை ஐம்பது ஆண்டுகளுக்கு முன்பே அடையாளம் கண்டு கொண்ட பிரபலமான கல்வி நிறுவனம் எதுவென்று உங்களுக்குத் தெரியுமா? ஹார்வர்ட்! 1960 களில் ஃப்ரெட் க்ளிம்ப் (Fred Glimp) மாணவர்கள் சேர்க்கைப் பிரிவுக்கு இயக்குநராகப் பதவி ஏற்றவுடன் 'மகிழ்ச்சியானகடைசிகால்பகுதி (happy-bottom-quarter)' என்கிற ஒரு கொள்கையைக் கொண்டுவந்தார். அவர் பதவியேற்றவுடன் எழுதிய முதல் குறிப்பாணை ஒன்றில், 'எவ்வளவு திறமையானவர்களைக் கொண்ட வகுப்பாக இருந்தாலும் அங்கும் 'கடைசிக் கால்பகுதி' யைச் சேர்ந்தவர்கள் இருக்கத்தான் செய்வார்கள். மிகவும் திறமையான குழுவில் கூடத் தான் சராசரியாக இருப்பதாக ஒருவர் உணரும் போது உளவியல் ரீதியிலான விளைவுகள் என்னவாக இருக்கும்? 'உளவியல்' அல்லது 'சந்தோஷமாக இருப்பதற்கு என்ன இல்லை என்கிற சகிப்புத் தன்மை' அல்லது 'கடைசிக் கால்பகுதியில் இருக்கையில் எவ்வளவு

முடியுமோ அவ்வளவிற்குக் கல்வியை உபயோகித்துக் கொள்வது' போன்றவற்றுடன் அடையாளங் கண்டு கொள்ளக்கூடிய வகையில் உள்ளதா?" என எழுதியிருந்தார். சிறந்தவர்களைத் தவிர்த்து மற்றவர்களைப் பெரிய குளம் எப்படித் தளர்ச்சியுடையவர்களாக ஆக்கும் என்பது அவருக்கு நன்றாகவே தெரியும். க்ளிம்ப்பைப் பொருத்தவரையில் அவருடைய வேலை, மிகவும் உறுதியான மாணவர்களைக் கண்டுபிடிப்பதுடன், வகுப்பறைக்கு வெளியிலும் அவர்கள் ஏதாவது சாதித்திக்கக்கூடியவர்களாக இருக்க வேண்டும். அதோடு, ஹார்வர்ட் என்கிற பெரிய குளத்தில் மிகச் சிறிய மீனாக இருக்கப் போகும் அவர்கள் மன

---

*ரிச்சர்ட் சான்டர் என்கிற சட்டவியல் பேராசிரியர் உடன்பாடான நடவடிக்கைக்கு எதிரான 'பிக் பாண்ட்' விஷயத்தின் ஆதரவாளர். இந்த விஷயம் குறித்து வசீகரிக்கக்கூடிய 'Mismatch: How affirmative Action Hurts students. It's intended to Help, and Why Universities Won't Admit it' என்கிற புத்தகத்தை ஸ்டூவர்ட் டெய்லருடன் சேர்ந்து எழுதியிருக்கிறார். சாண்டர்ஸ் விவாதத்தின் சாராம்சத்தை இந்தப் புத்தகத்தின் கடைசியில் குறிப்புகள் பகுதியில் நான் கொடுத்துள்ளேன்.

உதாரணமாக, பல கேள்விகளில் ஒன்றாக சாண்டர் இதைப் பார்க்கிறார். சிறுபான்மை வகுப்பைச் சேர்ந்த மாணவர் ஒருவர் சிறந்த கல்வி நிறுவனத்துக்கு படிப்பதற்குச் சென்றால் அவர் வழக்கறிஞர் ஆவது மிகவும் கடினம். இது தெளிவானது. நல்ல கல்வி நிறுவனத்திலிருந்து பெறப்படும் டிகிரி இன்னும் மதிப்பு மிக்கதாக இருந்தால் அது இந்த சிரமத்தை சரி செய்துவிடக்கூடியதாக இருந்தால் எப்படியிருக்கும்? உண்மையில்லையென்று சாண்டரும், டெய்லரும் விவாதிக்கலாம். சிறந்த கல்வி நிறுவனங்களில் படித்து நல்ல கிரேட் வாங்குவதும் நல்ல கல்வி நிறுவனங்களில் படித்து சிறந்த கிரேட் வாங்குவதென்பதும் ஒரே மாதிரியாகவோ அல்லது இது அதைவிட கொஞ்சம் சிறப்பாகவோ இருக்கும்.

முப்பதாவது இடத்தில் இருக்கும் ஃபோர்டெம் கல்வி நிறுவனத்தில் ஒரு மாணவர் படித்து முதல் ஐந்து இடங்களில் ஒருவராக வரும்போது அவருக்கான வேலைவாய்ப்பும், சம்பாத்தியமும் அதைவிட போட்டிகள் நிறைந்த ஐந்தாம் இடத்திலிருக்கும் கொலம்பியா கல்வி நிறுவனத்தில் படித்து சராசரியான கிரேட் வாங்குபவருக்குரிய வேலைவாய்ப்பும் சம்பாத்தியமும் ஏறக்குறைய ஒரே மாதிரிதான் இருக்கும். சொல்லப்போனால், பெரும்பாலும் இந்த மாதிரியான நேரங்களில் ஃபோர்டெம் மாணவருக்குத்தான் வேலைவாய்ப்பு கொஞ்சம் அதிகம் சாதகமாக அமையும் என்பதை நான் கண்டறிந்தேன்.

இதில் ஆச்சரியப்படுவதற்கு ஒன்றுமில்லை. வகுப்பின் சாதகமற்ற நிலையிலிருந்து வற்புறுத்திப் படிக்க வைக்கப்படுபவர்களிடமிருந்து கறுப்புநிற மாணவர்கள் ஏன் வித்தியாசமாக நடந்து கொள்ள வேண்டும்?

சாண்டருடைய விவாதம் சர்ச்சைக்குரியது. ஆய்வின் சில முடிவுகள் மற்ற சமூக அறிவியலறிஞர்களால் வேறுவிதமாக அர்த்தம் கொள்ளப்பட்டு சர்ச்சைக்குள்ளானது. பொதுவான நிலையிலிருந்து பார்த்தால் இவர் 'பிக் பாண்ட்'டில் இருக்கக்கூடிய நெருக்கடிகள் என சொல்லியது, பல உளவியலாளர்கள் இரண்டாம் உலகப் போரின் போது ஸ்டௌஃபர் செய்த ஆய்வு வரை பின்னோக்கி சென்றாலும் இதை ஒரு இயல்பறிவு என்றே கருதுவர்.

அழுத்தத்துக்கு ஈடு கொடுத்து வாழ்பவர்களாகவும் இருக்க வேண்டும். இப்படியாகத்தான் ஹார்வர்டில் இந்தப் பழக்கம் தொடங்கப்பட்டது (இன்றைக்கும் அந்தப் பழக்கம் அங்கே தொடர்கிறது) இந்தப் புதிய முறையின் கீழ், விளையாட்டில் திறமையுள்ளவர்கள், படிப்பைப் பொருத்தளவில் அவர்கள் மற்ற மாணவர்களை விடப் பின் தங்கியிருந்தாலும், ஹார்வர்டில் சேர்க்கப்பட்டனர். வகுப்பில் ஒருவர் உபயோகமற்றவராக இருந்தாலும், கால்பந்தாட்ட மைதானத்தில் தான் ஒரு திறமைசாலி எனக் காட்டுவதற்கு மாற்று வழி இருந்தது.

'உடன்பாட்டு நடவடிக்கை'க் (affirmative action) குறித்த விவாதத்திற்கும் இதே தர்க்கம் சரியாகப்படுகிறது. கல்லூரிகளிலும், தொழிற்பள்ளிகளும் பின் தங்கிய சிறுபான்மையினரை சேர்த்துக் கொள்வதற்காகச் சேர்க்கை நிபந்தைனைகளைத் தளர்த்திக் கொள்ள வேண்டுமா என்பது குறித்து அமெரிக்க ஐக்கிய நாட்டில் மிகப் பெரிய சர்ச்சை எழுந்திருக்கிறது. ஆண்டாண்டு காலமாகப் பாகுபாடு காட்டி வருவதைச் சரி செய்ய வேண்டுமெனில் தெரிவு செய்யப்பட்ட கல்வி நிறுவனங்களில் அவர்கள் சேர்வதற்கு உதவும் பொருட்டுச் சேர்க்கை நிபந்தனைகளைத் தளர்த்த வேண்டுமென்று 'உடன்பாட்டு நடவடிக்கை'யின் ஆதரவாளர்கள் கூறினார்கள். தெரிவு செய்யப்பட்ட கல்வி நிறுவனங்களில் சேர்வதற்குக் கல்வித் தகுதியை மட்டுமே அடிப்படையாகக் கொள்ள வேண்டுமென்று இந்த உடன்பாட்டுக்கு எதிரானவர்கள் குரல் கொடுத்தனர். இந்த இரண்டு அணிகளுக்கும் இடைப்பட்டு இருந்தவர்கள் இனப்பிரிவை வைத்துச் சலுகை அளிப்பது தவறு. ஆனால் அதற்குப் பதிலாக ஏழையாக இருப்பவர்களுக்குச் சலுகை அளிக்கலாம் என்றனர். இந்த மூன்று அணியினரும் புகழ் பெற்ற கல்வி நிறுவனங்களில் 'மேல் அடுக்கில்' உள்ள கொஞ்ச இடங்களுக்காகப் போட்டி போடுவது மதிப்பு மிக்கது என்பது நியாயமானது தான் என்றெண்ணிக் கொண்டார்கள். ஆனால் அந்த இடங்கள் விலைமதிப்பற்றது என்றும், போட்டி போடுவது நியாயமானதுதான் என்றும் அவர்கள் தங்களைச் சமாதானப் படுத்திக் கொண்டது ஏன்?

சட்டம் பயிலக்கூடிய கல்வி நிறுவனங்களில் இந்த 'உடன்பாட்டு நடவடிக்கை' யை மிகவும் கடுமையாகக் கடைப்பிடிக்க ஆரம்பித்தார்கள். அதாவது, கருப்பின மாணவர்களுக்கு வழக்கமாக வழங்கப்படும் 'நிலை'களை விட ஒரு நிலை அதிகமாகவே வழங்கப்பட்டது. இதனால் ஏற்பட்ட விளைவு என்ன? சட்டப் பேராசிரியர் ரிச்சர்ட் ஸாண்டர் (Richard Sander), அமெரிக்காவில் பாதிக்கும் மேற்பட்ட 51.6 சதவிகிதம் ஆப்ரிக்க அமெரிக்கச் சட்ட மாணவர்கள் சட்ட வகுப்பறைகளைப்

பொருத்தவரையில் கீழ் 10 சதவிகிதத்தைச் சேர்ந்தவர்களாகவும், கிட்டடத்தட்ட 75 சதவிகிதத்தினர் கீழ் 20 சதவிகிதத்தைச் சேர்ந்தவர்களாகவும் இருந்தார்கள். *

வகுப்பில் அடிமட்டடத்தில் இருந்தால் அறிவியல் பட்டம் பெறுவது எவ்வளவு கடினம் என்று படித்த பிறகு, இந்தப் புள்ளி விவரங்கள் உங்களைப் பயமுறுத்தக்கூடும். கரோலின் சாக்ஸ் சொன்னது உங்களுக்கு நினைவிருக்கிறதா? “வாவ்! நான் ஆரம்பத்தில் எதுவும் தெரியமால் இருந்தது போல இருந்தவர்கள்கூட இதில் தேர்ச்சி பெறுகிறார்கள். ஆனால் இந்தமாதிரி யோசிக்க என்னால் கற்றுக்கொள்ள முடியும் என்று எனக்குத் தோன்றவில்லை..” என்றாள். அதற்காக, சாக்ஸ் முட்டாள் இல்லை. அவள் உண்மையிலேயே மிகவும் புத்திசாலி. ஆனால் ப்ரௌன் பல்கலைக்கழகம் அவள் ஒரு முட்டாள் என்கிற உணர்வைக் கொடுத்தது அவள் உண்மையிலேயே அறிவியல் பட்டம் வாங்க வேண்டும் என்று நினைத்திருந்தால் அவள் செய்திருக்க வேண்டியது ஒரு நிலை கீழே சென்று மேரிலாண்டில் சேர்ந்திருக்க வேண்டும்.

விவேகமுள்ள யாரும் அவள் பிரச்சனைக்குத் தீர்வாக இன்னும் போட்டி அதிகமுள்ள ஸ்டான்ஃபோர்ட் அல்லது எம் ஐ டியில் போய்ச் சேர் எனச் சொல்லியிருக்கமாட்டார்கள். ஆனால் உடன்பட்ட நடவடிக்கை என்று வரும் போது நாம் இதைத்தான் செய்திருப்போம். கரோலின் சாக்ஸ் போன்ற நம்பிக்கைக்குரிய மாணவர்களை அவர்கள் கருப்பினத்தைச் சேர்ந்தவர்களாக இருக்கும்பட்சத்தில் ஒரு படி மேலே உயர்த்துவதற்கு உதவலாம்.

நாம் ஏன் அதைச் செய்ய வேண்டும்? ஏனென்றால் நாம் அவர்களுக்கு உதவுவதாக நினைத்துக் கொண்டு இதைச் செய்கிறோம்.

இதனால் 'உடன்பாடு நடவடிக்கை' தவறு என்று அர்த்தமில்லை. இது நல்ல எண்ணங்களுடன் தான் செய்யப்பட்டது. பிரபலமான கல்வி நிறுவனங்களிடம் இருப்பது போல மற்ற கல்வி நிறுவனங்களிடம் ஏழை மாணவர்களுக்கு உதவுவதற்கான வசதி இருப்பது இல்லை. ஆனால் ஹெர்பெர்ட் மார்ஷ் சொல்வது போலப் பெரிய குளம் சம்பந்தப்பட்ட விஷயத்தில் கலவையான உணர்வுகள் தான் மோலோங்கி யிருந்தது. பெரிய குளம் குறித்த எதிர்மறையான தகவல்கள் மிகவும் அரிதாகத்தான் குறிப்பிடப்படுகிறது. முடிந்த அளவிற்குச் சிறந்த கல்வி நிறுவனங்களுக்குச் செல்லுமாறும், அங்கு அவர்கள் விரும்பியதைச் செய்யலாம் என்றும் பெற்றோர்கள் இன்னும் தங்கள் குழந்தைகளிடம் சொல்லிக் கொண்டுதான் இருக்கிறார்கள். எப்படிக் கொஞ்ச மாணவர்களைக் கொண்ட வகுப்பறை சிறந்த வகுப்பாக இருக்கும் என்று கண்மூடித்தனமாக நம்புகிறோமோ அதே போலப் பெரிய குளம் நமக்கான வாய்ப்புகளை விரிவுபடுத்த உதவும் என்றும் கண்மூடித்தனமாக நினைத்துக் கொண்டிருக்கிறோம். நன்மை அல்லது பயன் என்றால் என்ன என்பதற்கான வரையறையை நாம் நம் தலைக்குள் வைத்திருக்கிறோம் ஆனால் அந்த வரையறை சரியானது இல்லை. இதன் விளைவாக என்ன நடக்கும்? இதனால் நாம் அதிகத் தவறுகள் செய்வோம். இதனால் பின் தங்கிய நிலையில் இருப்பவர்களுக்கும், பராக்கிரமசாலியாக இருப்பவர்களுக்குமான யுத்தத்தைத் தவறாகப் புரிந்து கொள்வோம். நன்மையற்றது என நாம் நினைக்கக்கூடிய ஒன்றில் எவ்வளவு சுதந்திரம் இருக்கக் கூடும் என்பது பற்றிக் குறைத்து மதிப்பீடு செய்வோம். நீங்கள் என்னவெல்லாம் செய்ய வேண்டுமோ அதற்கான வாய்ப்பை அதிகப்படுத்துவது சிறிய குளம் தான்.

கல்லூரிக்கு விண்ணப்பிக்கும் போது கரோலின் சாக்ஸுக்கு தான் விரும்பக்கூடிய விஷயமொன்றில் இந்த மாதிரியான ஆபத்து நிறைந்த வாய்ப்பைத் தேர்ந்தெடுக்கிறோமே என்பது பற்றி எந்த யோசனையும் இல்லை. இப்போது அவள் யோசிக்கிறாள். எங்களுக்கிடையேயான உரையாடலின் முடிவில், அவள் மேரிலாண்ட் யுனிவர்சிட்டிக்குப் போவதாக முடிவெடுத்திருந்தால் இப்போது என்னவாகியிருக்கும் என்று கேட்டேன் அதாவது 'சிறிய குளத்தில் பெரிய மீனாக' அதற்கு அவள் எவ்வித தயக்கமுமின்றி, 'நான் இன்னும் அறிவியல் பிரிவில் இருந்திருப்பேன்" என்றாள்.

7

'**நா**ன் வளர்ந்து வருகையில் மிகவும் ஆர்வமுள்ள மாணவனாக, கற்றுக் கொள்வதிலும், பள்ளிக்கூடத்தின் மீதும் விருப்பமுள்ளவனாகவும் இருந்தேன், என்று ஸ்டீபன் ரான்டால்ஃப் (Stephen Randolph)* பேச ஆரம்பித்தார். இந்த இளைஞர் நல்ல உயரமும், கவனமாகச் சீவப்பட்ட ப்ரௌன் நிறத்திலான முடியையும், நேர்த்தியாக அயர்ன் செய்யப்பட்ட காக்கி உடையும் அணிந்திருந்தார். "நான்காவது கிரேடில் இருக்கும் போது நான் உயர்நிலைப் பள்ளிக்கான அல்ஜீப்ரா பாடம் எடுத்திருந்தேன். அதற்குப் பிறகு ஐந்தாவது கிரேடில் அல்ஜீப்ரா 2 வும், ஆறாவது கிரேடில் ஜியாமெட்ரியும் படித்தேன். நான் நடு நிலைப் பள்ளியில் சேரும் நேரத்தில் கணிதம், உயிரியல், வேதியியல், அட்வான்ஸ்ட் ப்ளேஸ்மெண்ட் யு எஸ் வரலாறு ஆகியவற்றிற்காக உயர்நிலைப் பள்ளிக்குச் சென்றேன். ஐந்தாவது கிரேடில் இருக்கும் போது கணிதத்தில் சில பாடங்களுக்காக உள்ளூரில் இருந்த ஒரு கல்லூரிக்குச் சென்றேன். அதே சமயம் ஐந்தாவது கிரேடுக்கான அறிவியல் பாடத்தையும் படித்து வந்தேன். நான் உயர்நிலைப் பள்ளிப் படிப்பை முடிக்கும் நேரத்தில், யுனிவர்சிட்டி ஆஃப் ஜியார்ஜியாவிலிருந்து இளங்கலை

---

*Stephen Randolph என்பது புனைப்பெயர்

பட்டம் பெறுவதற்கான தகுதியை விட அதிகம் என்னிடம் இருந்திருக்கும் என்பதில் உறுதியாக இருந்தேன்' என்றார்.

முதலாவது கிரேடிலிருந்து உயர்நிலைப் பள்ளிக் கல்வி முடிக்கும் வரை தினமும் பள்ளிக்கூடத்திற்கு டை அணிந்து செல்வதை வழக்கமாகக் கொண்டிருந்தார். 'அது ஒரு இக்கட்டாக, பைத்தியக்காரத்தனமாக இருந்தாலும் நான் அதைத் தொடர்ந்து செய்து கொண்டிருந்தேன். எப்படி ஆரம்பித்தது என்று எனக்கு நினைவில்லை. முதல் கிரேடில் இருக்கும் போது ஒரு நாள் டை கட்டி செல்லலாம் என்று தோன்றியது. அதிலிருந்து தினமும் நான் டை அணிந்து செல்வது வழக்கமாக ஆகிவிட்டது. நான் ஒரு பைத்தியமாக இருந்தேனோ என ஊகிக்கிறேன்' என்றார்.

உயர்நிலைப் பள்ளியில் ராண்டால்ஃப்தான் பிரிவுபச்சாரக் கூட்டத்தில் பேசியவர். கல்லூரியில் சேருவதற்கான தேர்வில் நல்ல மதிப்பெண்கள் பெற்றிருந்தார். அவருக்கு ஹார்வர்டிலும், எம் ஐ டி யிலும் சேருவதற்கான வாய்ப்பிருந்தது. அதில் அவர் ஹார்வர்டைத் தேர்ந்தெடுத்தார். அவர் அங்குச் சேர்ந்த முதல் வாரம், ஹார்வர்ட் வளாகத்தில் நடந்து செல்லும் போது தான் எவ்வளவு அதிர்ஷ்டசாலி என நினைத்துக் கொண்டார். 'ஹார்வர்டில் சேருபவர்கள் அனைவரும் மாணவர்கள் தான் என்று எனக்குத் தோன்றியது. அது ஒரு பைத்தியக்காரத்தனமான சிந்தனையாகத் தோன்றியது, ஆனால் அங்கிருந்தவர்கள் எல்லோரும் சுவராசியமானவர்களாகவும், சாமர்த்தியசாலிகளாகவும், ஆச்சரியப்படுத்துபவர்களாகவும் இருந்தார்கள். இது ஒரு மிகப் பெரிய அனுபவமாக இருக்கப்

119

போகிறது என்பதை நினைத்து நான் உற்சாகமாக இருந்தேன்" என்றார்.

சொல்லுக்குச் சொல் இவருடைய கதையும் கரோலினா சாக்ஸ் போன்றதுதான். அதை இரண்டாவது தடவைக் கேட்கும் போது இம்பிரஷனிஸ்ட்களின் சாதனை எந்த அளவிற்குக் குறிப்பிடத்தக்கது என்பது தெரியவந்தது. அவர்கள் கலைத் துறையின் மேதாவிகள். ஆனால் அவர்கள் உலகம் குறித்து மிகவும் அரிதான ஒரு ஞானத்தைக் கொண்டிருந்தனர். மற்றவர்கள் எதை மிகப் பெரிய சாதகமாக நினைக்கிறார்கள் என்பதை அறிந்து கொள்ளக்கூடிய திறமையைக் கொண்டிருந்ததுடன், உண்மையிலேயே அது என்ன என்பது பற்றியும் தெரிந்து வைத்திருந்தார்கள். மோனே (Monet), டூஹா (Degas), செ சான் (Cezanne), ரஹனுவார் (Renoir), பிசாரோ (Pissarro) போன்றவர்கள் அவர்களுடைய இரண்டாவது தெரிவுக்குச் சென்றிருக்க வேண்டும்.

ராண்டால்ஃப்புக்கு ஹார்வர்டில் நடந்தது என்ன? அதற்கான பதிலை நீங்களே ஊகித்துக் கொள்ள முடியும் என நினைக்கிறேன். அவருடைய மூன்றாவது வருடத்தில் அவர் 'குவாண்டம் மெக்கானிக்ஸ்" எடுத்திருந்தார். 'நான் அந்தப் பாடத்தைச் சரியாகச் செய்யவில்லையென்றும், B - minus தான் கிடைத்ததென்று நினைக்கிறேன் என்றும், தான் வாங்கிய கிரேடுகளிலேயே மிகவும் குறைவானது இதுதான் என்றும் கூறினார்.' என்னுடைய கண்ணோட்டம் என்னவெனில் நான் அதைச் சரியாகச் செய்யவில்லை அல்லது தேவையான அளவிற்குச் சரியாக

இல்லை. நான் அதில் தொடர்வதற்கு என்னை நான் சிறந்தவனாக உணர்ந்திருக்க வேண்டும் அல்லது அதில் நான் ஒரு மேதாவி எனக் கருதியிருக்க வேண்டும். எனக்குப் புரிய ஆரம்பித்ததை விடச் சிலருக்கு சீக்கிரமே புரிய ஆரம்பித்திருக்கும் அவர்களைத்தான் நீங்கள் கவனத்தில் கொள்ள வேண்டுமே தவிர உங்களைப் போல் தோல்வியுற்றவர்களை அல்ல.

'பாடம் சம்பந்தமான விஷயங்கள் தூண்டுகோலாக இருந்தது. ஆனால் அனுபவம் என்னை நடுங்க வைத்துவிட்டது. நீங்கள் வகுப்பில் உட்கார்ந்திருந்தாலும் எதுவும் புரியவில்லை என்பது போன்ற உணர்வு. இதை எப்போதும் என்னால் புரிந்து கொள்ள முடியாது என்று நினைத்தேன். பாடம் சம்பந்தப்பட்ட சில பயிற்சிகள் செய்யும் போது இங்கொன்றும், அங்கொன்றுமாகப் புரிந்து கொள்ள முடிந்தது. ஆனால் நீங்கள் எப்போதும் வகுப்பில் உள்ள மற்றவர்கள் உங்களை விட அதிகம் புரிந்து கொண்டிருப்பார்கள் என நினைத்துக் கொண்டு இருந்திருப்பீர்கள். ஹார்வர்டில் உள்ள ஒரு பிரச்சனை என்னவெனில் அங்கே எல்லோரும் ஸ்மார்ட்டனவர்கள். எனவே ஸ்மார்ட் என்கிற உணர்வைப் பெறுவதே மிகவும் அரிதான ஒன்று' என்று கூறியவர் அங்கே இனி செல்ல முடியாது என முடிவு செய்தார்.

'கணக்குக்குத் தீர்வு காண்பது ஒரு திருப்திகரமான விஷயமாக இருந்தது' என்று ஒரு முறை ராண்டால்ஃப் சொன்ன போது அவரது முகத்தில் ஆவல் தெரிந்தது. 'எப்படித் தீர்வு காண்பதென்று தெரியாமலே நீங்கள் ஒரு கணக்கை செய்ய ஆரம்பிப்பீர்கள். ஆனால் சில குறிப்பிட்ட விதிமுறைகளைப் பின்பற்ற வேண்டுமென்றும், அணுகுமுறைகளைக் கடைப்பிடிக்க வேண்டுமென்றும் உங்களுக்குத் தெரியும். இந்தச் செயல்முறையின் இடையில் கிடைக்கக்கூடிய முடிவு நீங்கள் ஆரம்பித்த போது இருந்ததை விடச் சிக்கலாக இருந்தாலும் இறுதி முடிவு மிகவும் எளிதாக இருக்கும். இந்த மாதிரியான ஒரு பயணத்தை மேற்கொள்வது மிகவும் குதூகலமான ஒரு விஷயமாகும்' என்று கூறினார். ராண்டால்ஃப் எந்தக் கல்வி நிறுவனத்திற்குச் செல்ல வேண்டுமென்று விரும்பினாரோ அங்கே சென்றார். ஆனால் அவருக்கு அவர் விரும்பிய கல்வி கிடைத்ததா? 'நான் நினைத்தது போலக் காரியங்கள் அமைந்ததில் பொதுவாக எனக்கு மகிழ்ச்சிதான்" என்று கூறிவிட்டு வருத்தத்துடன் சிரித்தார். 'என்னைப் பற்றிக் குறைந்தபட்சம் அப்படிதான் சொல்லிக் கொள்வேன்' என்றார்.

மூன்றாவது வருடக் கல்லூரிப் படிப்பின் இறுதியில் அவர் சட்டம் படிப்பதற்காக நுழைவுத் தேர்வு எழுதவதென்று முடிவு

செய்தார். அவர் படித்து முடித்த பின் மன்ஹாட்டனில் உள்ள சட்ட அலுவலகத்தில் வேலைக்குச் சேர்ந்தார். ஹார்வர்டினால் உலகத்திற்கு ஒரு இயற்பியலாளரைக் கொடுக்க முடியவில்லை. மாறாக ஒரு சட்டநிபுணரைக் கொடுத்தது. 'நான் வரி சம்பந்தப்பட்ட சட்டப் பிரச்சனைகளில் பயிற்சி செய்து வந்தேன். 'கணக்கு, அறிவியல் பாடங்களைப் பிரதானமாக எடுத்தவர்களில் குறிப்பிடத்தக்க அளவிலான மாணவர்கள் வரி சம்பந்தப்பட்ட சட்டப் படிப்பில் சேர்ந்தனர். இது ஒரு கேலிக்கூத்தான விஷயம்தான்' என்று அவர் கூறினார்.

பகுதி இரண்டு

விரும்பத்தக்க சிரமக் கோட்பாடு

எனக்கு வெளிப்படுத்த பட்டவைகளுக்குரிய மேன்மையின் நிமித்தம் நான் என்னை உயர்த்தாதபடிக்கு என் மாம்சத்திலே ஒரு முள் கொடுக்கப்பட்டிருக்கிறது; என்னை நான் உயர்த்தாதபடிக்கு அது என்னைக் குட்டும் சாத்தானுடைய தூதனாயிருக்கிறது. அது என்னை விட்டு நீங்கும்படிக்கு நான் மூன்று தரம் கர்த்தரிடத்தில் வேண்டிக் கொண்டேன். அதற்கு அவர்: என் கிருபை உனக்குப் போதும்; பலவீனத்திலே என் பலம் பூரணமாய் விளங்கும் என்றார். ஆகையால், கிறிஸ்துவின் வல்லமை என் மேல் தங்கும்படி, என் பலவீனங்களைக் குறித்து நான் மிகவும் சந்தோஷமாய் மேன்மை பாராட்டுவேன். அந்தப்படி நான் பலவீனமாயிருக்கும்போதே பலமுள்ளவனாயிருக்கிறேன்; ஆகையால் கிறிஸ்துவின் நிமித்தம் எனக்கு வரும் பலவீனங்களிலும், நிந்தைகளிலும், நெருக்கங்களிலும், துன்பங்களிலும், இடுக்கண்களிலும் நான் பிரியப்படுகிறேன்.

2 கொரிந்தியர் 12: 710

அத்தியாயம் 4

டேவிட் பௌவீஸ்

உங்கள் குழந்தைக்கு டிஸ்லெக்சியா (Dyslexia) என்கிற குறைபாடு இருந்தால் நீங்கள் அவர்களை விரும்புவீர்களா, மாட்டீர்களா?

1

டிஸ்லெக்சியா உள்ள ஒருவரின் மூளையை ஸ்கேன் செய்து பார்த்தால் அது காட்டும் படிமங்கள் மிகவும் வினோதமாகத் தோன்றும். மூளையின் சில முக்கியமான பாகங்களில் படிப்பது மற்றும் சொற்களைச் செயல்முறை படுத்துவதுடன் சம்பந்தப்பட்டது டிஸ்லெக்சியா உள்ளவர்களுக்குக் குறைந்த அளவிலேயே 'கிரே மேட்டர்' (புத்திசாலித்தனம் சம்பந்தப்பட்டது) இருப்பது தெரியவந்தது. எவ்வளவு மூளை உயிரணுக்கள் எந்த இடத்தில் இருக்க வேண்டுமோ அந்த இடத்தில் அது அவ்வளவாக இல்லை. கருப்பையில் கரு வளரும்போது மூளையில் நியூரான்கள் தேவைப்படும் எல்லாப் பகுதிகளுக்கும் பயணிக்கும். சதுரங்கப் பலகையில் காய்கள் தங்களுக்கென்று உள்ள இடங்களில் இருப்பது போல இந்த நியூரான்களும் மூளையில் எங்கெங்கு இருக்க வேண்டுமோ அங்கிருக்க வேண்டும். ஆனால் ஏதோ சில காரணங்களினால் டிஸ்லெக்சியாவினருடைய நியூரான்கள் தாங்கள் சென்றடைய வேண்டிய இடத்திற்குச் செல்லும் வழியிலேயே தங்களை இழந்து விடுகின்றன. அவை தவறான இடத்தைச் சென்றடைகின்றன. மூளையில் 'கீழறை அமைப்பு' (Ventricular System) என்கிற ஒரு பகுதி அதனுடைய உள், வெளி வாயில்களாகச் செயல்படுகின்றன. படிப்பதில் சிரமம் உள்ளவர்களின் மூளையில் உள்ள நியூரான்கள் விமான நிலையத்தில் தவித்துக் கொண்டிருக்கும் பயணிகள் போல இந்தப் பகுதியில் உட்சீலையாக (lining) இருக்கின்றன.

மூளையினுடைய படிமம் உருவாகும் போது நோயாளி ஏதாவது ஒரு பணியைச் செய்வார், அப்போது நரம்பியல் நிபுணர் அந்த வேலைக்கேற்றவாறு எந்தப் பகுதிகள் எதிர்வினை செய்திருக்கிறது என்பதைத் தெரிந்து கொள்ள விழைவார். ஸ்கேன் எடுத்துக் கொண்டிருக்கும் போது டிஸ்லெக்சியா உள்ளவரைப் படிக்கச் சொன்னால் இந்தப் பகுதிகளில் சாதாரணமாக ஒளிர்ந்திட வேண்டிய பாகங்கள்கூட ஒளிராமல்

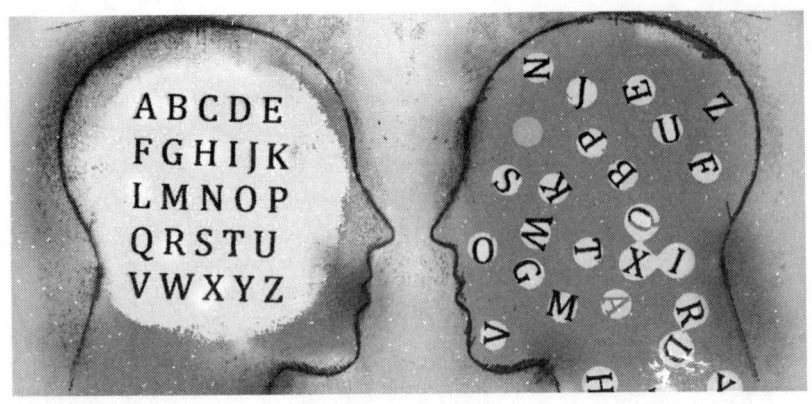

இருக்கலாம்.. நகரம் முழுவதும் மின்சாரம் இல்லாமல் இருக்கும் போது மேலே உயரத்திலிருந்து (ஏரியல் வியூ) பார்த்தால் எவ்வளவு இருட்டாக இருக்குமோ அப்படித்தான் இந்த ஸ்கேனும் தோற்றமளிக்கும். சாதரணமானவர்களை விட டிஸ்லெக்சியா உள்ளவர்கள் படிப்பதற்கு அதிகமாகத் தங்களது மூளையின் வலது பக்கத்தைத்தான் உபயோகிப்பார்கள். மூளையின் வலது பக்க பகுதி கருத்தாக்கப் பகுதியாகக் கருதப்படுகிறது. படிப்பது போன்ற துல்லியமான, கடுமையான காரியங்களுக்குப் பயன்படுத்த இது தவறான பகுதியாகும். சில சமயங்களில் டிஸ்லெக்சியா உள்ளவர்கள் படிக்கும் போது அதற்குப் பொறுப்பான மூளையின் வெவ்வேறு பாகங்கள் பலவீனமான இணைப்பினால் தொடர்புகொண்டுள்ளன என்பது போல ஒவ்வொரு நிலையிலும் தாமதமாகும். ஒரு குழந்தைக்கு டிஸ்லெக்சியா (மூளைக் கோளாறினால் படிக்க முடியாதிருத்தல்) இருக்கிறதா, இல்லையா என்பதைப் பரிசோதித்துப் பார்க்க வேகத் தானியக்கப் பெயரிடுதல் (‘rapid automatized naming’) ங்கில் அவனை ஈடுபடுத்த வேண்டும். ஒரு வண்ணத்திற்கு அடுத்து இன்னொரு வண்ணம் என வரிசையாக சிவப்புப் புள்ளி, பச்சைப் புள்ளி, நீலப் புள்ளி, மஞ்சள் புள்ளி காட்டி அவனுடைய எதிர்வினை என்னவென்று பார்க்க வேண்டும். வண்ணத்தைப் பார்த்து, வண்ணத்தை அடையாளங் கண்டு கொண்டு, அந்த வண்ணத்துக்கு ஒரு பெயரை இணைத்து, அதன் பின் அந்தப் பெயரைச் சொல்ல வேண்டும். இது நம்மில் பலருக்கும் தானாகவே வரக்கூடிய ஒன்றாகும். ஆனால் படிப்பதில் குறைபாடு உள்ளவர்களுக்கு இந்தப் பயிற்சி ஆரம்பித்த சிறிது நேரத்திற்குள் இந்த நான்கு நிலைகளுக்கான தொடர்பில் தடை ஏற்பட்டு விடும். நான்கு வயது குழந்தையைப் பார்த்து, ‘பனானா (banana)’ என்கிற சொல்லை ‘ப (buh)’ இல்லாமல் சொல்ல முடியுமா? அல்லது cuh, ah, tuh என்கிற

சத்தத்தைக் கவனமாகக் கேட்கவும் என்று சொல்லவும். இவற்றை நீ cat ஆக ஒன்றுசேர்க்க முடியுமா? அல்லது "cat", "hat", and "dark" «பான்ற சொற்களில் எந்தச் சொல் ஒத்திசையாக வரவில்லை? என்று கேளுங்கள். நான்கு வயது குழந்தைகளுக்கு எளிதாக இருக்கும் இந்தக் கேள்விகள் டிஸ்லெக்சியா உள்ளவர்களுக்கு உண்மையிலேயே மிகவும் கடினமாக இருக்கும். Cat என்கிற சொல்லை Tac என்று படிப்பவர்கள் அல்லது அந்த மாதிரி ஏதோவொன்று சொல்பவர்கள் தான் டிஸ்லெக்சியா உள்ளவர்கள் என நம்மில் பெரும்பாலோர் நினைத்துக் கொண்டிருக்கிறோம். அதாவது சொற்களைப் பார்க்கும் விதத்தில் உள்ள குறைதான் டிஸ்லெக்சியா என்று இது அர்த்தப்படுத்துகிறது. ஆனால் அது இன்னும் ஆழமான ஒரு பிரச்சனையாகும். டிஸ்லெக்சியா என்பது நாம் சொற்களைக் கேட்பதிலும், சப்தத்தைக் கையாளுவதிலும் உள்ள பிரச்சனையாகும். Bah வுக்கும் dah வுக்கும் உள்ள வித்தியாசம் சொல்லின் நுணுக்கமான உச்சரிப்பில் உள்ள முதல் 40 மில்லிசெகண்ட்கள் ஆகும். இந்த 40 மில்லிசெகண்டை நாம் கிரகித்துக் கொள்வோம் என்கிற அனுமானத்தை அடிப்படையாகக் கொண்டது மனித மொழி. Bah என்கிற சப்தத்திற்கும் Dah என்கிற சப்தத்திற்குமான வித்தியாசம் அந்தச் சொல்லை சரியாக உச்சரிப்பதற்கும், மோசமாக உச்சரிப்பதற்குமான வித்தியாசம் ஆகும். எழுத்துக்களைக் கொண்டு ஒரு கட்டமைப்பை உருவாக்கும் நேரத்தில் மூளை இந்த மாதிரி மந்தமாக வேலை செய்து, முக்கியமான அந்த 40 மில்லி செகண்டுகள் தவறவிட்டு விட்டால், அதனுடைய விளைவுகள் எப்படியிருக்கும் என்று உங்களால் நினைத்துப் பார்க்க முடிகிறதா?

'மொழிக்கான சப்தம் என்கிற ஒரு கோட்பாடு இல்லையென்றால் நீங்கள் ஒரு எழுத்தை எடுத்துவிட்டால், நீங்கள் சப்தத்தை எடுத்துவிட்டால், உங்களுக்கு என்ன செய்வதென்று தெரியாது. அதற்குப் பிறகு சப்தத்தைச் சக எழுத்துக்களுடன் பொருத்துவது என்பது மிகவும் கடினமான விஷயம்' என்று ஹார்வர்ட் பல்கலைக்கழகத்தைச் சேர்ந்த டிஸ்லெக்சியா ஆய்வாளரான நாடைன் காப் (Nadine Gaab) விவரித்தார். மேலும் அவர், 'படிக்கக் கற்பதற்குக் கொஞ்ச காலம் ஆகலாம். நீங்கள் உண்மை யிலேயே மெதுவாகப் படிப்பதால் அது நீங்கள் சரளமாகப் படிப்பதை பாதிக்கும், அதன் பின் அது புரிதலை மோசமாக்கும், ஏனென்றால் நீங்கள் மெதுவாக வாசிப்பதால் வாக்கியத்தின் முடிவை நெருங்கும் போது ஆரம்பத்தில் என்ன படித்தோம் என்பதை மறந்து விட்டிருப்பீர்கள். நடுநிலை அல்லது உயர்நிலைப் பள்ளிக்கு இந்தப் பிரச்சனையை இது முன்னெடுத்துச் செல்லும். அதன் பின் இது பள்ளியில் படிக்கும் அனைத்து பாடங்களையும்

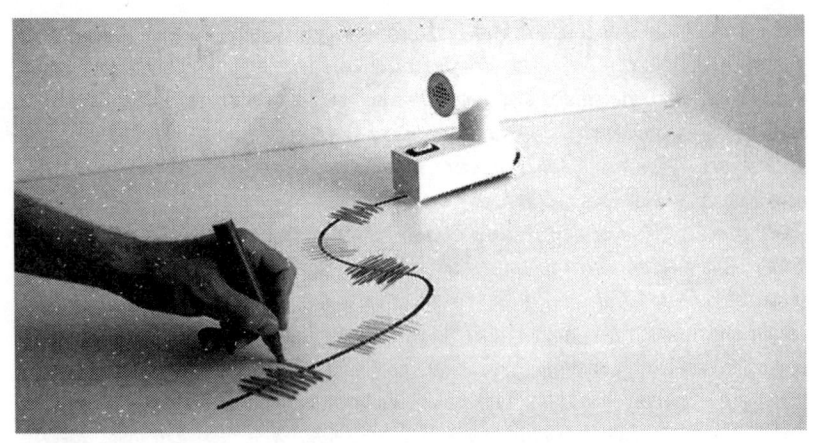

பாதிக்க ஆரம்பிக்கும். உங்களால் படிக்க முடியாது. அதிகமாக எழுத வேண்டியிருக்கும் கணிதத் தேர்வை உங்களால் எப்படி எழுத முடியும்? அல்லது படிப்பதற்கே இரண்டு மணி நேரம் ஆனால் உங்களால் எப்படிச் சோஷியல் ஸ்டடீஸ் தேர்வு எழுத முடியும்?

'வழக்கமாக எட்டு அல்லது ஒன்பதாவது வயதில் பரிசோதனை செய்து பார்க்க வேண்டும். நீங்கள் ஏற்கனவே மூன்று ஆண்டுகள் இந்தப் பிரச்சனையுடன் போராடிக் கொண்டிருந்ததால் மேற்கொண்டு உளவியல் பிரச்சனை இருப்பதையும் நாங்கள் இந்த நேரத்தில் கண்டுபிடிக்க நேரிடும். உங்களுக்கு நான்கு வயதாக இருக்கும் போது நீங்கள் ஒரு அமைதியான குழந்தையாக விளையாட்டு மைதானத்தில் இருந்திருப்பீர்கள். அதற்குப் பிறகு நீங்கள் கிண்டர்கார்ட்டனில் சேர்ந்திருப்பீர்கள். அங்கு எல்லோரும் படிக்க ஆரம்பிக்கும் போது உங்களுக்கு எதுவும் புரிந்திருக்காது. ஆகவே நீங்கள் விரக்தி அடைந்திருப்பீர்கள். உங்கள் வகுப்பில் உள்ள மற்ற மாணவர்கள் உங்களை ஒரு முட்டாள் என நினைத்திருப்பார்கள். நீங்கள் ஒரு சோம்பேறி என்று உங்கள் பெற்றோர் நினைத்திருப்பார்கள், இதனால் நீங்கள் சுயமரியாதை குறைந்தும், சோர்வுடனும் காணப்படுவீர்கள். டிஸ்லெக்சியா இருக்கும் குழந்தைகள் இளைஞர்களுக்கான மறுவாழ்வு அமைப்பில் சேரும்படி ஆகிவிடும். ஏனென்றால் அவர்களால் எதையும் புரிந்து கொள்ள முடியாது. நமது சமூகத்தில் படிப்பது என்பது மிகவும் முக்கியமான ஒன்றாகும்' என்றார்.

உங்கள் குழந்தைக்கு டிஸ்லெக்சியா (Dyslexia) என்கிற குறைபாடு இருந்தால் நீங்கள் விரும்புவீர்களா, மாட்டீர்களா?

2

நாம் பார்த்த வழிமுறைகள் பெரும்பாலும் சாத்தியங்களின் தன்மை பற்றி நம்மைத் தவறாக வழி நடத்தியிருக்கிறது என்பதை டேவிட் அண்ட் கோலியாத் என்கிற இந்தப் புத்தகத்தில் இது வரை பார்த்தோம். இப்போது நமது கவனத்தைப் பேரேட்டின் இன்னொரு பக்கத்தின் மேல் திருப்ப நேரம் வந்திருக்கிறது. சிலவற்றைப் பிரதிகூலமானவை– அனுகூலமற்ற சூழல் என நாம் அழைத்தால் அதற்கு நம்முடைய அர்த்தம் என்னவாக இருக்கும்? அனுகூலமற்ற சூழலை தவிர்க்க வேண்டுமென்றுதான் பாரம்பரியமான ஞானம் நமக்குச் சொல்லும். அது ஒரு பின்னடைவு என்றும், உங்களைச் சிரமத்தில் கொண்டு போய்விடும் என்றும் சொல்லத்தான் நாம் கேட்டிருப்போம். ஆனால் எப்போதும் இது அப்படிப்பட்டது இல்லை. அடுத்தச் சில அத்தியாயங்களில் நான் 'விரும்பத்தக்க சிரமங்கள்' என்கிற கருத்து பற்றி ஆராய இருக்கிறேன். இந்தக் கோட்பாட்டை லாஸ் ஏஞ்சல்ஸில் உள்ள யுனிவர்சிட்டி ஆஃப் கலிஃபோர்னியாவைச் சேர்ந்த உளவியலாளர்கள் ராபர்ட்

பியோக்கும் (Robert Bjork), எலிசபெத் பியோக்கும் (Elizabeth Bjork) உருவாக்கினார்கள். எப்படி 'பின் தங்கியவர்கள்' முதன்மை நிலை பெறுகிறார்கள் என்பதை அழகாகவும், உயிரோட்டமான வழியிலும் புரிந்து கொள்ளலாம்.

உதாரணத்திற்குக் கீழே கொடுக்கப்பட்டுள்ள புதிரைப் பார்க்கலாம்.

1. ஒரு மட்டையும், பந்தும் சேர்ந்து 1.10 டாலர். மட்டை பந்தை விட 1 டாலர் அதிகம். அப்படியென்றால் அந்தப் பந்தின் விலை எவ்வளவு?

இதற்கு உங்களுடைய உள்ளார்ந்த எதிர்வினை என்னவாக இருக்கும்? அந்தப் பந்தின் விலை 10 செண்ட்டாக இருக்கும் என நீங்கள் கூறக்கூடும் என்பது என் ஊகம். அது சரியாக இருக்க முடியாது, சரியாக இருக்க முடியுமா? மட்டை பந்தை விட 1 டாலர் அதிகமாக இருக்க வேண்டும். பந்து 10 செண்ட்டுகள் என்றால்,

மட்டை 1.10 டாலராக இருக்க வேண்டும், அப்படியென்றால் இது மொத்த விலையை விட அதிகமாக ஆகிவிடும். இதற்குச் சரியான பதில், பந்தின் விலை 5 செண்ட்டுகள் என்பதுதான்.

இதோ இன்னொரு கேள்வி:

2. 5 விட்ஜெட்ஸ் (நிரல்பலகை) களை உருவாக்க 5 இயந்திரங்களும் 5 நிமிடமும் தேவையென்றால் 100 இயந்திரங்கள் கொண்டு 100 விட்ஜெட்ஸ்களைத் தயாரிக்க எவ்வளவு நேரம் ஆகும்?

கேள்வியைப் பார்த்தவுடன் உடனே 100 என்று சொல்வதற்குத் தூண்டப்பட்டிருப்பீர்கள். ஆனால் அதில் தான் சூட்சுமம் இருக்கிறது. 5 இயந்திரங்கள், 5 விட்ஜெட்ஸ் தயாரிப்பதற்கு எவ்வளவு நேரம் எடுத்துக் கொள்ளுமோ அதே 5 நிமிடங்களில் 100 இயந்திரங்கள் 100 விட்ஜெட்ஸ் உருவாக்குவதற்கு எடுத்துக் கொள்ளும். எனவே 5 நிமிடங்கள் என்பதே சரியான பதில்.

இது உலகத்திலேயே மிகவும் குறைந்த நேரம் எடுத்துக் கொள்ளும் இண்டெலிஜென்ஸ் தேர்வின் மூன்று புதிர்களில் இரண்டு புதிர்கள் ஆகும். * இதற்கு 'Cognitive Reflection Test (CRT)' என்று பெயர். இதைக் கண்டுபிடித்தவர் யேல் பல்கலைக்கழகத்தைச் சேர்ந்த ஷேன்

---

*உண்மையிலேயே, இதை விட சிறிய தேர்வு கூட உள்ளது. அமோஸ் ட்வெர்ஸ்கி என்பவர் புத்திசாலித்தனம் அதிகம் கொண்ட நவீன மனவியலாளர்களில் ஒருவர். அவருடைய சக மனவியலாள நண்பர்கள் 'ட்வெர்ஸ்கி இண்டெலிஜென்ஸ் டெஸ்ட்' என்கிற பெயரில் ஒரு தேர்வை வடிவமைத்திருந்தார்கள். ட்வெர்ஸ்கி உங்களை விட ஸ்மார்ட்டர் என எவ்வளவு வேகமாக உணரும் போது நீங்கள் ஸ்மார்ட் ஆகிவிடுகிறீர்கள். ட்வெர்ஸ்கி தேர்வு பற்றி ஆடம் ஆல்ட்டெர் என்னிடம் கூறினார். அவர் அதில் அதிகம் ஸ்கோர் பண்ணக்கூடியவர் என்றும் கூறினார்.

ஃப்ரெடிரிக் (Shane Frederick) ஆவார். இது பார்ப்பதை விட மிகவும் சிக்கலாக இருக்கும் விஷயங்களைப் புரிந்து கொள்ளக்கூடிய திறமையைக் கணிப்பதற்காகக் கண்டுபிடிக்கப்பட்டது அதாவது திடீர் தூண்டுதலினால் சொல்லக்கூடிய பதிலுக்கு அப்பால் ஆழமாக, பகுப்பாய்வு தீர்வுகள் பற்றியது.

மக்களின் அடிப்படை அறிவாற்றல் திறன் நிலையைக் கொண்டு அவர்களை வேகமாக வரிசைப்படுத்த வேண்டுமெனில் நூற்றுக்கணக்கான விஷயங்களைக் கொண்ட பல மணிநேரம் ஆகக்கூடிய தேர்வைப் போலவே இந்தச் சிறிய தேர்வும் மிகவும் உதவியாக இருக்கும் என்று ஃப்ரெட்ரிக் விவாதித்தார். அவர் தனது கருத்தை நிரூபிக்கும் பொருட்டு ஒன்பது அமெரிக்கப் பல்கலைக்கழக மாணவர்களை இந்த CRT யை எழுத வைத்தார். இந்தத் தேர்வின் முடிவுகள், அந்தப் பல்கலைக்கழக மாணவர்கள் வழக்கமாக எழுதும் இண்டெலிஜன்ஸ் தேர்வு முடிவுகளோடு மிகவும் கவனமாகப் பின் தொடரப்பட்டது.* “மசாஸூசெட்ஸ் இன்ஸ்டியூட் டெக்னாலஜி’ யைச் சேர்ந்த மாணவர்கள் அநேகமாக இதுதான் உலகத்திலேயே அதிபுத்திசாலிகளைக் கொண்ட கல்வி நிறுவனமாக இருக்க வேண்டும் மூன்று கேள்விகளில் சராசரியாக 2.18 கேள்விகளுக்கு இவர்கள் பதிலளித்திருந்தார்கள். மற்றொரு பிரபல கல்வி நிறுவனமான கார்னீஜ் மெலன் யுனிவர்சிட்டி மாணவர்கள் சராசரியாக 1.51 கேள்விகளுக்குச் சரியாகவும், ஹார்வர்ட் மாணவர்கள் 1.43 கேள்விகளுக்கும், ஆன் ஆர்பரில் உள்ள யுனிவர்சிட்டி ஆஃப் மிச்சிகன் மாணவர்கள் 1.18 கேள்விகளுக்கும், யுனிவர்சிட்டி ஆஃப் டொலேடு மாணவர்கள் 0.57 கேள்விகளுக்கும் பதிலளித்திருந்தார்கள்.

CRT மிகவும் கடினமான ஒரு தேர்வாகும். ஆனால் இதோ இது குறித்த ஒரு வினோதமான விஷயம். தேர்வில் மதிப்பெண்களை

---

*வேறெதையும் அளவிடமால் புத்திசாலிதனத்தை மட்டுந்தான் அளவிடுகிறோம் என்பதை உறுதி செய்து கொள்ளும் பொருட்டு ஃப்ரெட்ரிக் CRT மதிப்பெண்களை மற்ற காரணிகளோடு தொடர்புபடுத்தி பார்த்துக் கொண்டார். ஆப்பிளுக்கும் ஆரஞ்சுக்கும் இடையேயான விருப்பத்திற்கும், பெப்சிக்கும் கோக்குக்கும் இடையேயான விருப்பத்திற்கும், பீருக்கும் ஒயினுக்கும் இடையேயான விருப்பத்துக்கும் அல்லது ராப் கச்சேரிக்கும் பாலேக்கும் இடையேயான விருப்பத்துக்கும் CRT மதிப்பெண்களுக்கும் தொடர்பெதுவும் இல்லை என்பது இந்த எதிர்வினைகளின் பகுப்பாய்வு தெரியப்படுத்தியது. இருப்பினும், CRT மதிப்பெண் பீப்பிள் பத்திரிகைக்கும், தி நியூயார்க்கர் பத்திரிகைக்கு இடையே எது விருப்பம் என்பதைக் கணிக்கக்கூடியதாக இருந்தது. சிஸிஜி குழுவில் கீழ்மட்டத்தில் இருந்தவர்களில் 67 சதவிகிதத்தினர் ‘பீப்பிள்’’ பத்திரிகையையும், மேல்மட்டத்தில் இருந்தவர்களில் 64 சதவிகிதத்தினர் ‘தி நியூயார்க்கர்’ பத்திரிகையை விரும்புவதாகவும் தெரியவந்தது’’ என்று எழுதினார். (நான் ‘தி நியூயார்க்கர்’ பத்திரிகையில் எழுதக்கூடியவன், எனவே நான் இதை ஒருபோதும் குறிப்பிடமாட்டேன், சரியா?)

அதிகரிப்பதற்கு எளிதாக என்ன செய்ய வேண்டுமென்று உங்களுக்குத் தெரியுமா? அதை இன்னும் கொஞ்சம் கடினம் ஆக்குவதுதான். சில ஆண்டுகளுக்கு முன்பு உளவியலாளர்களான ஆடம் ஆல்ட்டரும் (Adam Alter), டேனியல் ஓபன்ஹைமரும் (Daniel Oppenheimer) பிரின்ஸ்டன் யுனிவர்சிட்டியைச் சேர்ந்த இளங்கலை மாணவர்கள் சிலரிடம் இதை முயற்சித்துப் பார்த்தனர். முதலில் மாணவர்களிடம் வழக்கமான சிஸிஜி ஐ கொடுத்து எழுதச் சொன்னார்கள். அதில் அவர்கள் சராசரியாக மூன்றுக்கு 1.9 மதிப்பெண்கள் எடுத்திருந்தார்கள். இது நல்ல மதிப்பெண்கள்தான் என்றாலும் எம் ஐ டி மாணவர்கள் எடுத்த 2.18 மதிப்பெண்களை விடக் குறைவுதான். அதற்குப் பிறகு ஆல்ட்டரும், ஓபன்ஹைமரும் தேர்வுக்கான கேள்வியைப் படிப்பதற்குச் சிரமமாக இருக்கும் வகையில் 10 சதவிகிதம் கிரே நிறத்தில், 10 புள்ளி Myriad Pro எழுத்துருவில் "ஐடாலிக்ஸ்"ஸில் இருக்குமாறு பிரதி எடுத்தனர். அது பார்ப்பதற்குக் கீழே கொடுக்கப்பட்டது போல இருந்தது.

ஒரு மட்டையும், பந்தும் சேர்ந்து 1.10 டாலர். மட்டை பந்தை விட 1 டாலர் அதிகம். அப்படியென்றால் அந்த பந்தின் விலை எவ்வளவு?

இப்போது அவர்கள் எடுத்த சராசரி மதிப்பெண்கள் எத்தனை தெரியுமா? 2.45. திடீரென்று, இவர்கள் எம் ஐ டி மாணவர்களை விடச் சிறப்பாகத் தேர்வு எழுதினார்கள்.

இது வினோதமாக இருக்கிறது. இல்லையா? எந்தவொரு புதிரையும் தெளிவாகவும், எளிமையாகவும் கொடுத்தால் அதற்குத் தீர்வு காண்பது எளிதாக இருக்கும் என்றுதான் நாம் வழக்கமாக நினைப்போம். 10 சதவிகிதம் கிரே நிறத்திலும், 10 புள்ளி Myriad Pro எழுத்துரு ஐடாலிக்ஸிலும் இருப்பதைப் படிக்கும் போது உண்மையிலேயே விரக்தி ஏற்படும். நீங்கள் கொஞ்சம் கண்ணை இடுக்கிக் கொண்டு வாக்கியத்தை இரண்டு முறை படித்துப் பார்க்கையில் பாதியிலேயே, இந்த மாதிரி அச்சடிப்பது நல்ல யோசனையாக இருக்குமென்று இந்தப் பிரபஞ்சத்தில் யார் நினைத்திருப்பார்கள் என்றெண்ணி அதிசயிக்கக்கூடும். நீங்கள் அதைப் படிப்பதற்கே முயற்சியெடுக்க வேண்டியிருக்கும்.

அப்படியெடுக்கப்படக்கூடிய முயற்சி பலனளிக்கும். 'தங்கு தடையோடு' கொடுக்கப்பட்ட கேள்வி மக்களை ஆழமாகச் சிந்திக்க வைக்கும். அவர்கள் அதன் மேல் அதிகமாக அக்கறை செலுத்துவார்கள். அது குறித்து அவர்கள் ஆழமாகச் செயல்படவோ அல்லது என்னதான் நடக்கிறது என்பது குறித்தோ அதிகக் கவனத்துடன் சிந்திப்பார்கள். அவர்கள் தடையை மீறி வர வேண்டுமென்கிற போது அவர்களைக்

கட்டாயப்படுத்திக் கொஞ்சம் அதிகமாகச் சிந்திக்க வைத்தால் அவர்கள் அதிலிருந்து சிறப்பாகவே வெளிவருவார்கள்.' ஆனால் இந்தச் சிரமம் விரும்பக்கூடியதாக மாறியது.

ஆனால் எல்லாச் சிரமங்களும் கண்டிப்பாக இந்த மாதிரி சாதகமாக அமைவதில்லை. ப்ரௌனில் ஆர்கானிக் கெமிஸ்ட்ரி பாடத்தில் கரோலின் சாக்ஸுக்கு ஏற்பட்டது 'விரும்பத்தகாத சிரமம்' ஆகும். அவள் அறிவியல் பாடத்தை நேசிக்கும் ஆர்வமுள்ள, கடினமாக உழைக்கக்கூடிய, திறமையான மாணவி பெரிய மனச் சோர்வையும், தேவைக்கேற்ற மாதிரி தான் இல்லை என்கிற உணர்வையும் கொண்டிருக்கும் சூழ்நிலையில் அவளிருப்பதால் எந்த நன்மையும் விளையப் போவதில்லை. அந்தப் போராட்டம் அவளுக்கு அறிவியல் குறித்துப் புது மதிப்பீடு எதையும் தரப் போவதில்லை. அது அவளை அறிவியலிலிருந்தே பயந்து ஓடச் செய்தது. ஆனால் இந்த மாதிரியான போராட்டங்கள் சில வேளைகளிலும், இடங்களிலும் இதற்கு எதிரான– எதிர்மறையான விளைவுகளைக் கொண்டிருக்கும் ஆல்ட்டர், ஓபன்ஹைமரின் Myriad Pro *10* சதிவிகித கிரே, *10* புள்ளி ஐடாலிக்ஸ் எழுத்துரு பின் தங்கியவர்களின் வாய்ப்பைப் பாதிக்கும்– முடக்கும் எனத் தோன்றினாலும் அந்த மாதிரி நிகழவில்லை.

டிஸ்லெக்சியா விரும்பத்தக்க சிரமமாக மாற முடியுமா? வாழ்க்கை முழுவதும் இந்தக் குறைபாட்டினால் சிரமப்படுபவர்களைப் பார்க்கும் போது இப்படி அது மாற முடியும் என்று நினைப்பது மிகவும் கடினமான ஒரு விஷயமாகும். ஆனால் அதிலும் விதி விலக்குகள் உண்டு. வெற்றி பெற்ற தொழில் முனைவோர்களில் அசாதாரண எண்ணிக்கையிலானவர்கள் டிஸ்லெக்சியா குறையுள்ளவர்கள். சிட்டி யுனிவர்சிட்டி லண்டனைச் சேர்ந்த ஜூலி லோகன் என்பவருடைய ஆய்வின் படி மூன்றில் ஒரு தொழில்முனைவோருக்கு இந்தக் குறையிருப்பதாகத் தெரியவந்தது. கடந்த பல ஆண்டுகளில், இந்தக் குறையைக் கொண்டிருந்தவர்களில் பிரபலமான கண்டுபிடிப்பாளர்கள் பலர் இந்தப் பட்டியலில் இடம் பெற்றிருந்தனர். பிரிட்டிஷ் பில்லியனரும், தொழில் முனைவோரும் ஆன ரிச்சர்ட் பிரான்சன் கூட டிஸ்லெக்சிக்தான். தன் பெயரிலேயே டிஸ்கவுண்ட் ப்ரோக்கரேஜ் நிறுவனம் நடத்தும் சார்லஸ் ஷ்வாப், செல் ஃபோன் முன்னோடி கிரைக் மெக்காவ், ஜெட் ப்ளூ நிறுவனர்

டேவிட் நீல்மேன், பிரபல தொழில்நுட்ப நிறுவனமான சிஸ்கோ (Cisco) வின் சி இ ஓ ஜான் சேம்பர், கின்கோ நிறுவனத்தின் தோற்றுவிப்பாளர் பால் ஓர்ஃப்லே ஆகியோரும் இந்தக் குறை உடையவர்களில் சிலர் ஆவார்கள். பிரபல பல்கலைக்கழகங்களின் கொடையாளிகள் சொல்லப் போனால் இதில் கலந்து கொண்டவர்கள் எல்லோருமே வெற்றி பெற்ற தொழிலதிபர்கள் கூட்டத்தில் பேசியதை நியூரோ சயிண்டிஸ்ட் ஷரோன் தாம்ப்ஸன் ஷில், 'நான் பேசிக் கொண்டிருக்கும் போது யாருக்கெல்லாம் படிப்பதில் குறை இருக்கிறது எனக் கண்டறியப்பட்டதோ அவர்களெல்லாம் கையை உயர்த்துங்கள் என எதேச்சியாகச் சொல்லப்போக, "கூட்டத்திலிருந்து பாதிக்கும் மேலானவர்கள் கை தூக்கினார்கள்" என்றவர் 'இதை என்னால் நம்பவே முடியவில்லை' என்றும் கூறினார்.

இந்த விஷயத்தைப் பொருத்தமட்டில் இரண்டு விதமான விளக்கங்களுக்குச் சாதகம் உண்டு. இந்த மாதிரி ஒரு குறை இருந்தும் இவர்கள் வெற்றிப் பெற்றிருக்கிறார்கள்: மிகவும் ஸ்மார்ட்டனவர்கள், படைப்பாற்றல் கொண்டவர்கள் இவர்களை எதுவும் வாழ்க்கை முழுவதும் படிப்பதில் குறை இருந்தாலும் நிறுத்த முடியாது. இரண்டாவது மிகவும் புதிரானது. இவர்கள் தங்கள் குறைபாட்டினால் அவர்கள் இந்தப் போராட்டத்தின் நடுவே வேறு எதையாவது கற்றுக் கொண்டிருந்திருப்பார்கள். அதுவே அவர்களுக்கு மிகவும் சாதகமாக இருந்திருக்க வேண்டுமென்பது நிரூபணமாகிறது பாதி வெற்றி பெற்று இருக்கிறார்கள். உங்கள் குழந்தை டிஸ்லெக்சிக்காக இருப்பதை விரும்புவீர்களா? இந்தச் சாதகங்களில் இரண்டாவது கூறப்பட்டது உண்மையாக இருந்தால், நீங்கள் ஒரு வேளை விரும்பக்கூடும்.

3

விவசாயமே பிரதானமாக உள்ள பகுதியான இல்லினாயில் உள்ள கிராமம் ஒன்றில் வளர்ந்தவர் டேவிட் பௌவீஸ். வீட்டிலிருந்த ஐந்து குழந்தைகளில் இவர் தான் மூத்தவர். இவருடைய பெற்றோர் பப்ளிக் ஸ்கூல் ஒன்றில் ஆசிரியர்களாக வேலை பார்த்து வந்தனர். இவர் சிறியவனாக இருக்கும் போது இவருடைய அம்மா இவருக்குப் படித்துச் சொல்வதுண்டு. புத்தகத்தின் அந்தப் பக்கத்தில் என்ன இருக்கிறது என்பதை இவரால் படிக்க முடியாததால் அவருடைய அம்மா சொல்வதைக் கவனமாகக் கேட்டு அதை மனனம் செய்து கொள்வதை வழக்கமாக வைத்திருந்தார். அவர் மூன்றாம் கிரேடு வரை

▲ ரிச்சர்ட் பிரான்சன்

படிக்கவே ஆரம்பிக்கவில்லை. அதற்குப் பிறகு மிகவும் சிரமப்பட்டு மெதுவாகப் படிக்க ஆரம்பித்தார். பல வருடங்களுக்குப் பின் தான் டிஸ்லெக்சியாவால் பாதிக்கப்பட்டிருக்கிறோம் என்பதை உணர்ந்தார். ஆனால் அந்த நேரத்தில் அவர் அதை ஒரு பிரச்சனை என்று எண்ணவில்லை. அவர் வசித்துவந்த கிராமப்புற இல்லினாயில், நன்றாகப் படிப்பது என்பது ஒரு பெரிய சாதனை என நினைக்கக்கூடிய அளவிற்கு-அங்கீகாரம் இல்லை-அதன் மகத்துவம் தெரியவில்லை . அவரோடு படித்தவர்களில் பலர் பாதியிலேயே பள்ளிப்படிப்பை விட்டு விட்டு விவசாய வேலையில் ஈடுபட ஆரம்பித்தனர். பௌவீஸ் எளிதாகப் பின்பற்றக்கூடியதும், அதிகமான படங்களைக் கொண்டதுமான 'காமிக்ஸ்' புத்தகங்களைப் படிக்க ஆரம்பித்தார். அவர் குதூகலத்திற்காக ஒருபோதும் படித்ததில்லை. படிக்க வேண்டியிருந்தால், அவர் இன்றைக்கும் வருடத்திற்கு ஒரு புத்தகம் என்கிற அளவில் படிக்கக்கூடியவர். அவர் தொலைக்காட்சிப் பார்ப்பதுண்டு

இது குறித்து அவர், 'வண்ணங்களும், அசையக்கூடியதும்' அதில் இருப்பதால் நான் அதைப் பார்க்கிறேன் எனச் சிரித்துக் கொண்டே கூறினார். அவர் பேசுவதற்கு மிகவும் குறைவான சொற்களையே உபயோகப்படுத்தியதோடு எளிய சொற்களையும், சிறிய வாக்கியங்களையும் மட்டும் உபயோகித்தார். சில நேரங்களில் அவர் சத்தமாகப் படித்துக் கொண்டிருக்கும்போது அவருக்குத் தெரியாத சொற்கள் வரும் இடத்தில் நிறுத்தி மெதுவாக உச்சரிப்பார். 'ஒன்றரை ஆண்டுகளுக்கு முன்பாக என் மனைவி எனக்கு வீறிணீபீ ஒன்று கொடுத்தார். அதுதான்

நான் உபயோகித்த முதல் கணினி போன்ற சாதனம். இதில் சுவராசியமான விஷயம் என்னவென்றால் நான் உச்சரிக்க முயற்சிக்கும் பெரும்பாலான சொற்களுக்குச் சரியான உச்சரிப்பை அடையாளம் கண்டு கொள்ள முடிவதில்லை. எத்தனை முறை எனக்கு, 'உச்சரிப்பு ஆலோசனை எதுவுமில்லை' என்கிற செய்தி வந்தது என்பது பற்றி என்னால் சொல்ல முடியாது' என்று பௌவீஸ் கூறினார்.

அவர் உயர்நிலைப் பள்ளி தேர்வில் வெற்றி பெற்ற போது அவருக்கென்று எந்தப் பேரார்வமும் இருக்கவில்லை. அவருடைய மதிப்பெண்களும் 'சொல்லிக் கொள்வது' போல இல்லை. அவருடைய குடும்பம் தெற்கு கலிஃபோரினியாவுக்கு மாற்றலான போது உள்ளூர் பொருளாதரம் நன்கு வளர்ச்சியடைந்து கொண்டிருந்தது. அவருக்குக் கட்டுமானத் துறையில் வேலை கிடைத்தது. 'அது வெளிப்புறங்களில், வயதானவர்களுடன் சேர்ந்து செய்யக்கூடிய வேலையாக இருந்தது' என்று பௌவீஸ் நினைவு கூர்ந்தார். மேலும் அவர், 'நான் கற்பனை பண்ணி கூடப் பார்க்க முடியாத அளவிற்குப் பணம் சம்பாதித்துக் கொண்டிருந்தேன்' என்றும் கூறினார். அதற்குப் பிறகு அவர் வங்கியில் கணக்காளராகச் சிறிது காலம் வேலை பார்த்தார். அந்தச் சமயத்தில் 'பிரிட்ஜ்' விளையாட்டையும் அதிகமாக விளையாடினார். "அது ஒரு அருமையான வாழ்க்கை. அப்படியே சில காலம் நான் கழித்திருக்க முடியும். ஆனால் முதல் குழந்தை பிறந்த பிறகு எனது எதிர் காலம் குறித்து எனது மனைவி மிகவும் தீவிரமாகச் சிந்திக்க ஆரம்பித்து விட்டாள்" என்றார். அவள் உள்ளூர் கல்லூரிகள், பல்கலைக்கழகங்கள் பற்றிய பிரசுரங்களை வீட்டிற்குக் கொண்டுவர ஆரம்பித்து விட்டாள். சிறுவனாக இருக்கும் போது சட்டம் படிக்க ஆர்வம் இருந்ததை நினைவு கூர்ந்த அவர் இப்போது அதற்காகச் சட்டக் கல்லூரிக்குச் செல்வதென்று முடிவெடுத்தார். இன்றைக்கு டேவிட் பௌவீஸ் உலகத்திலேயெ தலை சிறந்த, பிரபலமான வழக்கறிஞர்களில் ஒருவராகத் திகழ்கிறார்.

உயர்நிலைப் பள்ளியில் படித்துக் கட்டுமானத் துறையில் தொழிலாளியாக இருந்தவர் எப்படிச் சட்டத் துறையில் மிகப் பெரிய ஆளாக ஆனார் என்பது ஒரு புதிர். சட்டம் என்பது வாசிப்பைச் சுற்றி வருவது அதாவது வழக்குகள், கருத்துகள்,

அறிவுப்பூர்வமான பகுப்பாய்வுகள் ஆகியவற்றைச் சுற்றி சுற்றியே வரக்கூடியது ஆனால் பௌவீஸுக்கோ படிப்பது என்பது மிகப் பெரிய போராட்டமாக இருந்து வந்தது. சட்டம் படிக்க வேண்டும் என்று அவர் ஆலோசித்தது கூடக் பைத்தியக்காரத்தனமாகத் தோன்றியது. இந்தப் புத்தகத்தை நீங்கள் படிக்கிறீர்கள் என்றால் நீங்கள் ஒரு வாசகர் என்பதை மறந்து விட வேண்டாம் இதற்கு அர்த்தம் என்னவென்றால் வாசிப்பதைச் சுற்றி இயங்கும் குறுக்கு வழிகள், திட்டங்கள், மாற்று வழிகள் போன்றவை குறித்து ஒரு போதும் நீங்கள் நினைக்க வேண்டிய நிர்பந்தம் எப்போதுமே இருந்திருக்காது என்பதுதான்.

பௌவீஸ் லாஸ்ஏஞ்சல்ஸுக்குக் கிழக்கே உள்ள தனியார் பல்கலைக்கழகமான யுனிவர்சிட்டி ஆஃப் ரெட்லான்ட்ஸில் தனது கல்லூரிப் படிப்பை ஆரம்பித்தார். அங்கே அவர் சென்றது அவருக்கான முதல் வெற்றி. ரெட்லாண்ட்ஸ் ஒரு 'சிறிய குளம்'. பௌவீஸ் அங்குச் சிறந்து விளங்கினார். அவர் கடினமாக உழைத்தது மட்டுமல்லாமல் மிகவும் ஒழுங்குடனும் இருந்தார் ஏனென்றால் அப்படியிருக்க வேண்டுமென்று அவருக்குத் தெரிந்திருந்தது. அப்போது அதிர்ஷ்டம் அவரைத் தொற்றிக்கொண்டது . ரெட்லாண்ட்ஸில் பட்டப்படிப்புக்கு முக்கியமாகப் படிக்க வேண்டிய பாடத்திட்டங்கள் அதிகமாக இருந்தன. அதற்கு அதிகமாக வாசிக்க வேண்டியிருந்தது. அந்தக் காலகட்டத்தில் இளங்கலைக் கல்வியை முடிக்காதவர்கள் கூடச் சட்டப்படிப்புக்கு விண்ணப்பிக்க முடியும். இதனால் பௌவீஸ்

முக்கியமாகப் படிக்க வேண்டிய பாடத்திட்டங்களைத் தவிர்த்தார். 'இளங்கலையை முடிக்காமலேயே சட்டக் கல்லூரியில் சேர முடியும் என்பதைத் தெரிந்து கொண்டவுடன் மிகவும் நன்றாக இருப்பது போல உணர்ந்தேன். அது என்னால் அதை நம்ப முடியாத அளவிற்குப் பெரிய விஷயமாக இருந்தது ' என்று கூறினார்.

சட்டக் கல்லூரியில் சேர்ந்தால் இன்னும் படிப்பதற்கு அதிகமாக இருக்கும். ஆனால் ஒவ்வொரு பெரிய வழக்கிற்கும் உச்ச நீதி மன்றத்தின் நீண்ட கருத்துகளின் முக்கியமான பகுதிகளை மட்டும் கொண்ட சாராம்சம் ஒன்றிரண்டு பக்கங்களில் இருப்பது பௌவீஸுக்குத் தெரியவந்தது. 'சட்டப் படிப்பு படிப்பதற்கு இது விரும்பத்தக்க முறை இல்லை என்று மக்கள் சொல்லக்கூடும். ஆனால் இது செயல்பாட்டுக்குரியது என்பதோடு மட்டுமல்லாமல் அவர் 'உற்றுக் கேட்பதில்' சிறந்து விளங்கினார். 'உற்றுக் கேட்பது' என்பதை என் வாழ்க்கை முழுவதும் ஒரு முக்கியமான செயல்பாடாகவே நான் செய்து வருகிறேன். இதை நான் கற்றுக் கொண்டேன் ஏனெனில் இதன் மூலம் மட்டுந்தான் எல்லாவற்றையும் என்னால் கற்றுக் கொள்ள முடியும். மக்கள் என்ன சொல்கிறார்கள், அவர்கள் என்ன சொற்களைப் பயன்படுத்துகிறார்கள் என்பதை என்னால் நினைவில் வைத்திருக்க முடியும்' என்றார். எனவே சட்டக் கல்லூரி வகுப்பில் உள்ளவர்கள் அவசர அவசரமாக நோட்ஸ் எடுத்துக் கொண்டோ அல்லது ஏதாவது கிறுக்கிக் கொண்டோ

அல்லது பகல் கனவு கண்டு கொண்டோ இருக்கும் போது அவர் ‘தேமே’ என்று சும்மா உட்கார்ந்து கொண்டு யார் என்ன சொல்கிறார்கள் என்பதில் கவனம் செலுத்தி அதை நினைவில் வைத்துக் கொள்வார். அந்தக் குறிப்பிட்ட நேரத்தில் அவருடைய ஞாபகசக்திதான் வல்லமை மிக்க ஒரு கருவியாக இருந்தது. அவர் இதைத் தொடர்ந்து பயிற்சி செய்து வந்தார். அவர் சிறுவனாக இருக்கும் போது அவனுடைய அம்மா அவனுக்கு வாசித்துக் காட்டியதை ஞாபகத்தில் வைத்துக் கொண்டார். வகுப்பில் நோட்ஸ் எடுத்த மாணவர்கள், ஏதோ எழுதிக் கொண்டிருந்தவர்கள் பாடம் குறித்த சில விஷயங்களை எழுதாமல் விட்டிருந்தார்கள். அவர்களின் கவனம் வேறெதெனுடனோ சமரசம் ஆகியிருந்தது அல்லது சிதறடிக்கப்பட்டிருந்தது. பௌவீஸுக்கு அந்தப் பிரச்சனை இல்லை. அவர் வாசிப்பவராக இல்லாமல் இருந்திருக்கலாம் ஆனால் சில விஷயங்களைச் செய்யுமாறு அவர் கட்டாயப்படுத்தப்பட்டார். ஏனென்றால் அவர் சரியாகப் படிக்கமுடியாதது கூட முக்கியமானதாக இருந்தது. நார்த் வெஸ்டர்ன் சட்டம் படிக்க ஆரம்பித்த அவர் அதன் பின் யேல் பல்கலைக்கழகத்திற்கு மாற்றிக் கொண்டு சென்றார்.

பௌவீஸ் வழக்கறிஞர் ஆன பின் பயிற்சிக்காக ‘கார்பொரேட் லா’ வைத் தேர்ந்தெடுக்கவில்லை. அப்படி அவர் தேர்ந்தெடுத்திருந்தால் அது முட்டாள்தனமாக இருந்திருக்கும். கார்பொரெட் வழக்கறிஞர்களாக இருப்பவர்கள் மலைபோலக் குவிந்திருக்கும் தஸ்தாவேஜுகளைப் படிப்பதுடன் *367* ஆம் பக்கம் கொடுக்கப்பட்டிருக்கும் அடிக்குறிப்பிற்கும் முக்கியத்துவம் கொடுக்க வேண்டும். அவர் ஒரு லிட்டிகேட்டர்– சட்ட ஆலோசகர் ஆனார். சுயமாகச் சிந்திக்க வேண்டியிருந்தது , ஏனெனில் அந்த வேலை அப்படிப்பட்டது. என்ன சொல்ல வேண்டுமோ அதை அவர் நன்றாக மனனம் செய்து கொள்வார். நீதிமன்றத்தில் ஏதாவது படிக்க வேண்டியிருக்கும் போது இவரால் உடனடியாகச் செயலூக்கம் கொடுக்க முடியாத எழுத்துக்களைப் பார்த்ததும் திணற ஆரம்பித்து விடுவார். அந்த மாதிரியான இடத்தில், அவர் வாசிப்பதை நிறுத்தி குழந்தைகள் ‘ஸ்பெல்லிங் பீ’ போட்டிகளில் உச்சரிப்பது போல ஒவ்வொரு எழுத்தாக உச்சரிப்பார். அது கேட்பதற்கு நாரசமாக இருக்கும். இது உண்மையான பிரச்சனையிலிருந்து வேறுபட்ட ஒன்றாகும். இவர் *1990* களில் ‘நம்பிக்கைக்கு எதிரான’ நடவடிக்கை சம்பந்தமாக மைக்ரோசாஃப்ட் நிறுவனத்தின் மீது தொடர்ந்த வழக்கில் ப்ராஸிக்கியூஷன் தரப்பிலான குழுவிற்குத் தலைமை தாங்கி வாதாடும் போது ‘login’ என்பதற்குப் பதிலாக ‘lojin’ என்றே தொடர்ந்து சொல்லிக் கொண்டே இருந்தார்.

டிஸ்லெக்சியா குறை இருப்பவர்கள் இந்த மாதிரியான தவறுகளைச் செய்வார்கள். ஆனால் இவர் சாட்சிகளைக் குறுக்கு விசாரணை செய்தால் பேரழிவுதான்–ருத்ரதாண்டவம்தான். ஏனென்றால், அதில் நுட்பமோ அல்லது ஏதாவது சொல்லி சமாளிப்பதோ சாத்தியமில்லை. இவர் ஒரு மணி நேரம் அல்லது ஒரு நாள் அல்லது ஒரு வாரத்திற்கு முன்பு கேட்டிருக்காத, மனதில் பதிந்து இருக்காத, நினைவில் இருக்காத ஒன்றை சாட்சியம் அளிப்பவர் கூறினால் (சுற்றிவளைத்த பேச்சு அல்லது வெளிப்படையான வாக்குமூலம்) அதில் உள்ள விசித்திரமான, தேர்ந்தெடுக்கப்பட்ட சொற்கள் ஏதேனும் இருந்தால் இதை 'மிஸ்' செய்யமாட்டார்.

"என்னால் வேகமாகப் படிக்க முடிந்தது என்றால் நான் பல காரியங்கள் செய்வதற்கு எளிதாக இருக்கும். இது பற்றி எந்தச் சந்தேகமும் இல்லை. ஆனால் இன்னொரு விதத்தில், அதிகமாகப் படிக்க முடியாத பட்சத்தில் கூர்ந்து கவனிப்பதன் மூலமும், கேள்விகள் கேட்பதன் மூலம் நான் கற்றுக் கொள்ள வேண்டியிருப்பதால் எதிர் கொண்டிருக்கிற பிரச்சனைகளை அவற்றின் அடிப்படை பிடிபடும்படி எளிமையாக்க வேண்டி யிருந்தது. இது மிகவும் சக்திமிக்கதாக இருந்தது. ஏனென்றால் ட்ரெயில் வழக்குகளில் சம்பந்தப்பட்ட நீதிபதிகள் அல்லது வழக்கறிஞர்களுக்கு நேரமோ அல்லது ஒரு குறிப்பிட்ட விஷயத்தில் நிபுணத்துவம் பெறுவதற்கான திறனோ இருப்பதில்லை. எனவே அவர்கள் புரிந்து கொள்ளும்படி எடுத்துச் சொல்வது எனது வலுவாகும்' என்று பௌவீஸ் கூறினார். இவருக்கு எதிராக வாதம்

புரிபவர்கள் புத்திசாலிகளாகத் தங்களைக் காண்பித்துக் கொள்ளக் கையிலிருக்கக்கூடிய பிரச்சனை சம்பந்தமாக நினைக்கக்கூடிய எல்லாவற்றைப் பற்றியும் படித்து வைப்பார்கள். ஒவ்வொரு முறையும் இந்த அதிகப்படியான விபரங்களில் அவர்கள் சிக்கிக் கொள்வார்கள். ஆனால் பௌவீஸ் அப்படியில்லை.

இவருடைய பிரபலமான வழக்குகளில் ஒன்று ஹாலிங்ஸ் வொர்த் VS ஸ்வார்ஷ்னேகர் (Hollingsworth vs Schwarzenegger) ஆகும்.* இந்த வழக்கு ஆண், பெண் திருமணம் குறித்த கலிஃபோர்னியா சட்டம் பற்றியது. அந்தச் சட்டம் அரசியலமைப்பிற்கு எதிரானது என்பது பௌவீஸின் வாதம். இந்த வழக்கில் நினைவு கொள்ளத் தக்க பரிமாற்றம் என்னவெனில் எதிர் தரப்பைச் சேர்ந்த முக்கியமான சாட்சியான, டேவிட் ப்ளாங்கன்கானை பௌவீஸ் தனது வாதத்திற்கு ஆதரவாக ஒத்துக் கொள்ள வைத்ததுதான்.

'சாட்சியைத் தயார்படுத்தும் போது நீங்கள் அவர்களிடம் சொல்ல வேண்டியது, 'வேண்டிய அளவிற்கு நேரம் எடுத்துக் கொள்ளுங்கள்' என்பதுதான். உங்களுக்கு அது தேவைப்படவில்லையென்றாலும் கூட. ஏனென்றால் வழக்கை சில நேரங்களில் மெதுவாக முன்னெடுத்துச் செல்ல வேண்டியிருக்கும். அந்த நேரத்தில் உங்களுக்கு இன்னும் நேரம் தேவை என்பதை விசாரணை செய்பவரிடம் காட்டிக் கொள்ளாமல் இருப்பதற்கு இது உதவும். "நீங்கள் எப்போது பிறந்தீர்கள்?" எனக் கேட்க "அது 19 ஆம் ஆண்டு" என்று பதில் வரும். 'அது மார்ச் மாதம்பதினோராம்தேதி 1941 காலை மணிஆறுமுப்பதுக்கு' என்பதை மறைக்க முயற்சிக்கவில்லையென்றாலும் கூட நீங்கள் சொல்லமாட்டீர்கள். உங்களுக்கு உங்களுடைய எதிர்வினை எளிமையான விஷயத்திற்கும், கடினமான விஷயத்திற்கும் ஒரே மாதிரி இருக்க வேண்டும். இதனால் எது எளிதான விஷயம், எது கடினமான விஷயம் என்பது உங்களது பதிலிலிருந்து தெரியவராது' என்று பௌவீஸ் கூறினார்.

ஆனால் ப்ளாங்கன்கான் சில தருணங்களில் அதிக நேரம் அமைதியாக இருந்ததை டக்கென்று பௌவீஸ் பிடித்துக் கொண்டார். 'இது குரல், நிதானம் மற்றும் பேசக்கூடிய சொற்களைப் பொருத்தது. சில வார்த்தைகள் நிதானமாக வரும். ஒரு வாக்கியத்தைக் கட்டமைத்துச் சொல்ல முயற்சிக்கும் போது அவன் அதை நினைத்துப் பதில் சொல்ல நேரம் ஆகும். ஒருவனை விசாரணை செய்து, அவன் சொல்வதை உன்னிப்பாகக்

---

*2010 ஜனவரி மாதம் ப்ளான்கன்கான் இந்த வழக்கில் நுழைந்தபின் பெரி v ஸ்வார்ஷ்னேகர் என அழைக்கப்பட்டு வந்த இந்த வழக்கு 2013 ஆம் ஆண்டு உச்ச நீதிமன்ற அளவில் ஹாலிங்ஸ்வொர்த் ஸ் ஸ்வார்ஷ்னேகர் வழக்கு என அறியப்பட்டது.

கேட்கும் போது எந்த விஷயங்களைச் சொல்வதற்கு அவன் சங்கடப்படுகிறான் என்பது தெரியவரும் அந்த மாதிரியான தருணங்களில் அவன் தெளிவற்ற சில சொற்களை உபயோகிப்பான். இந்த மாதிரியான விஷயங்களை மிகவும் நெருக்கமாகத் தெரிந்து கொள்ளும்போது வழக்கின் முக்கியமான விஷயங்கள் குறித்து அவனை ஒத்துக் கொள்ள வைக்க முடிந்தது" என்றார்.

4

பௌளவீஸிடம் ஒரு குறிப்பிட்ட திறமை இருந்தது. அவர் என்ன செய்தாலும் அதை நன்றாகச் செய்வதற்கான காரணத்தை அது விளக்கக்கூடும். அவர் உற்றுக் கவனிப்பதில் மிகச் சிறந்தவர். ஆனால் அவர் அந்தத் திறமையை எப்படி வளர்த்துக் கொண்டார் என்பதை நினைத்துப் பாருங்கள். நம்மில் பெரும்பாலோனார் இயற்கையிலேயே நமக்கு எதில் ஈர்ப்பு இருக்கிறதோ அதைத்தான் சிறப்பாகச் செய்வோம். வாசிப்பை எளிதாகக் கற்றுக் கொள்ளும் குழந்தை நாளாக ஆக அதிகமாக வாசித்து அது சம்பந்தமான துறையில் தன்னை ஈடுபடுத்திக் கொள்ளும். டைகர் வுட்ஸ் என்கிற சிறுவன் தன் வயதையொத்தவர்களைக் காட்டிலும் சிறப்பாக இருந்தான். அவனுடைய கற்பனைக்குக் கோல்ஃப் விளையாட்டுச் சரியாக இருக்கும் என நினைத்ததால் அவன் அதில் பயிற்சி பெற விரும்பினான். அவன் அந்த விளையாட்டில் பயிற்சி பெற அதிகம் விருப்பம் கொண்டதால் அவன் அதில் இன்னும் சிறப்படைந்தான். இது ஒரு புனிதமான வட்டமாகும். இயற்கையாகவே நம்மிடம் உள்ள பலத்தைப் பயிற்சி மூலம்

இன்னும் கொஞ்சம் சிறப்பாக்கிக் கொள்ளலாம். இதற்கு 'கற்றலை மூலதனமாக்குதல் (capitalization learning)' என்று பெயர்.

ஆனால் விருப்பத்தக்க சிரமங்கள் இதற்கு எதிரான தர்க்கம் கொண்டது. ஆல்ட்டர், ஓபன்ஹைமர் நடத்திய சிஆர்ட்டி (CRT) பரிசோதனையில் மாணவர்களிடம் இருந்து எடுத்துக் கொள்ளப்பட்ட விஷயத்திற்கு ஈடாக மற்றொரு திறனை மேம்படுத்திக்கொள்ள அவர்களைக் கட்டாயப்படுத்தியதின் மூலம் வாழ்க்கையைக் கொஞ்சம் கடினமாக்கினாலும் அவர்களை ஆல்ட்டரும், ஓபன்ஹைமரும் சிறப்பாக வெற்றி பெற செய்தார்கள். இதைத்தான் பௌவீஸும் 'உற்றுக்கேட்பதை' கற்றுக் கொள்ளும்போதும் செய்தார். வேறு வழியில்லை என்பதால் ஈடு செய்து கொண்டார் வாசிப்பில் அவர் மிகவும் மோசம். அவரைச் சுற்றியுள்ளவர்களின் வேகத்திற்கு அவர் வர வேண்டுமெனில் ஒரு மாதிரியான திட்டம் வகுத்து போராட வேண்டியிருந்தது.

நாம் கற்க கூடியவற்றில் பெரும்பாலானவற்றை மூலதனமாக்கிக் கொள்கிறோம். அது மிகவும் எளிதானதும், தெளிவானதும் ஆகும். உங்களுக்கு இனிமையான குரலும், பிழையற்ற சுருதியும் இருந்தால் இசைக் குழுவில் சேருவதொன்றும் கடினமாக இருக்காது. 'ஈடுகட்டும் கல்விமுறை' (Compensation learning)' என்பது மிகவும் கடினமான ஒன்று. உங்கள் அம்மா உங்களுக்கு வாசித்துக் காட்டும் போது என்ன சொல்கிறார் என்பதைக் கேட்டு நீங்கள் நினைவில் வைத்துக் கொள்ள வேண்டும். அதன் பின் அந்தச் சொற்களை, உங்களைச் சுற்றியுள்ளவர்களுக்குப் புரிகிற மாதிரி சொல்லும் போது உங்களிடம் உள்ள அந்தக் குறையை நீங்கள் எதிர் கொள்ள வேண்டியிருக்கும். அப்போது உங்களிடையே இருக்கும் பாதுகாப்பின்மையையும், ஏற்படவிருக்கும் அவமதிப்பையும் சமாளிக்க வேண்டும். இந்தச் செயலை வெற்றிகரமாக நிறைவேற்றுவதற்கு வார்த்தைகளை நீங்கள் கஷ்டப்பட்டு நினைவில் வைத்துக் கொள்வதுடன், அதை நேர்த்தியாகவும் சொல்ல வேண்டும். இந்த மாதிரி கடுமையான இயலாமை உள்ள பெரும்பாலானவர்களால் இத்தனை நிலைகளிலும் சிறப்பாகச் செய்ய முடியாது. அப்படி அவர்களால் நன்றாகச் செய்ய முடிந்தால் வழக்கமாக இருப்பதைக் காட்டிலும் சிறப்பாக இருப்பார்கள். ஏனென்றால், 'எளிதாகக் கற்றுக் கொள்வதை' காட்டிலும் 'இன்றியமையாததால் கற்றுக் கொள்வது' தவிர்க்க முடியாத அளவிற்கு சக்தி வாய்ந்ததாக இருக்கும்.

டிலெக்ஸியா குறையிருந்தும் வெற்றி பெற்றவர்கள் இந்த இழப்பீட்டுக் கதையைப் பல்வேறு விதமாக எத்தனை முறை கூறினாலும் மனத்தைக் கவரும். பிரைன் க்ரேஸர் (Brian Grazer) என்பவர், 'பள்ளிக்கூடத்தில் இருப்பதென்பது மிகவும் கொடுமை' என்று என்னிடம் கூறினார். மேலும் அவர், "உடலில் வேதியியல் மாற்றம் எப்போதும் நிகழ்ந்து கொண்டிருக்கும். நான் பேரார்வம் உடையவனாக இருப்பேன். மிகவும் எளிமையான வீட்டுப்பாடத்தைச் செய்து முடிக்க எனக்கு அதிக நேரம் ஆகும். என்னால் வார்த்தைகளைப் படிக்க முடியாததால் நான் அதிக நேரத்தை பகல் கனவிலேயே செலவழித்து விடுவேன். ஒன்றரை மணிநேரமாக ஒரே இடத்தில் உட்கார்ந்திருந்தாலும் எந்தவொரு வேலையையும் செய்து முடிக்காமால் இருப்பதை உணர்வீர்கள். 7, 8, 9, 10 ஆம் வகுப்புகளில் நான் பெரும்பாலும் 'எஃப்' கிரேடும், எப்போதாவது சி அல்லது டி கிரேடும் வாங்கினேன். என்னை வகுப்பில் தக்க வைக்கக்கூடாது என அம்மா கேட்டுக் கொண்டதால் நான் ஒவ்வொரு ஆண்டும் அடுத்த வகுப்புக்குச் சென்றேன்" என்றார்.

கிரேஸர் எப்படிப் பள்ளிக்கூடப் படிப்பை முத்துவிட்டு வெளியே வந்தார்? அவர் ஆரம்பப் பள்ளியில் படித்துக் கொண்டிருக்கும் போது கூட எந்தவொரு தேர்வு ஆரம்பிப்பதற்கும் முன்னால் திட்டமிட ஆரம்பித்து விடுவார். 'நான் தேர்வுக்கு முதல் நாள் இரவு யாருடனாவது சேர்ந்து கொண்டு, 'நீ என்ன செய்யப் போகிறாய்? இந்தக் கேள்விகளுக்கெல்லாம் எப்படி நீ பதில் அளிக்கப் போகிறாய்? என்று கேட்பதோடு கேள்விகள் பற்றி ஊகிக்க முயற்சி செய்வேன்' என்றார்.

உயர்நிலைப் பள்ளியில் படிப்பைத் தொடரும் சமயத்தில் அவர் நல்லவொரு யுத்தியை உருவாக்கிக் கொண்டார். அதன் படி 'நான் என்னுடைய க்ரேடுகள் குறித்து ஆட்சேபம் தெரிவிக்க ஆரம்பித்தேன்" என்று கூறும் அவர் உயர்நிலைப்பள்ளியில் ஒவ்வொரு முறை க்ரேட் கொடுத்த பின்பும் நான் குறிப்பிட்ட ஆசிரியரை நேருக்கு நேர் பார்த்து

என்னுடைய 'டி கிரேட்' உண்மையிலேயே 'சி கிரேட்' என்றும், 'சி க்ரேட்', 'பி க்ரேடாக' இருக்க வேண்டுமென்றும் விவாதம் செய்தேன். அப்படி விவாதம் செய்ததால் 90 சதவிகிதமான நேரம் என்னுடைய க்ரேடில் மாற்றம் செய்யப்பட்டன. நான் அவர்களை 'உண்டு, இல்லை'யென்று பண்ணிவிடுவேன். நான் அதில் சிறப்பாகவே இருந்தேன். இதனால் எனக்கு நம்பிக்கை ஏற்பட்டது. கல்லூரியில், பேராசிரியர்களுக்கும் எனக்கும் ஒரு மணிநேர சந்திப்பு இருக்கும் என்பதை மனதில் வைத்துக் கொண்டு படிப்பேன். என்னுடைய கருத்து 'விலை போவதற்கு' என்னவெல்லாம் செய்ய வேண்டுமோ அவையனைத்தையும் கற்றுக் கொண்டேன். அது ஒரு நல்ல பயிற்சியாக அமைந்தது' என்றார்.

எல்லாப் பெற்றோர்களும் அவர்களுடைய குழந்தைகளுக்கு எப்படி ஒருவரை இணங்க வைப்பது என்கிற கலையைக் கற்றுக் கொடுக்க முயற்சித்தார்கள். ஆனால் சாதரணமாக, நன்கு ஒத்துப் போகக்கூடிய குழந்தை அந்தப் பாடங்களை அவ்வளவு அக்கறையாக எடுத்துக் கொள்வது இல்லை. நீங்கள் பள்ளிக்கூடத்தில் 'ஏ கிரேட்' வாங்குபவராக இருந்தால் 'பாஸ் கிரேட்' வாங்குவதற்கு எப்படிப் பேச்சு வார்த்தை நடத்துவது என்பது பற்றித் தெரிந்து கொள்வதற்கான அவசியமோ அல்லது ஒன்பது வயது சிறுவனைப் போல வகுப்பறை முழுவதையும் ஒரு பார்வை பார்த்துவிட்டு அடுத்த ஒரு மணிநேரத்தை எப்படித் தள்ளுவது என்பது குறித்த திட்டமிடலுக்கோ ஒருபோதும் அவசியம் ஏற்படாது. பௌவீஸ் எப்படி 'உற்று கவனிப்பதை' பயிற்சி செய்தாரோ அது போலக் கிரேஸரும் தனது நெற்றிப் பொட்டில் துப்பாக்கி இருப்பதாக நினைத்துக் கொண்டு 'பேச்சுவார்த்தை (negotiation)' எப்படி நடத்துவது என்று பயிற்சி செய்தார். அவர் ஒவ்வொரு நாளும், வருடக்கணக்காகப் பயிற்சி செய்தார். இது ஒரு நல்ல பயிற்சி என்று கிரேஸர் சொல்வதின் அர்த்தம் என்னவெனில், பேசுவதில் பலவீனமான நிலையிலிருந்த அவர் பயிற்சியின் மூலம் வலுவாக எப்படிப் பேசுவது என்கிற நிலைக்குத் தன்னைத் தயார் செய்து கொண்டார். அது பின்னாளில் அவருடைய தொழிலுக்கான முழுமையான முன் ஏற்பாடாக அமைந்தது. கடந்த முப்பது ஆண்டுகளாகக் கிரேஸ்ர் ஹாலிவுட்டில் உள்ள வெற்றிகரமான தயாரிப்பாளர்களில் ஒருவராக இருக்கிறார்'. பிரைன் டிஸ்லெக்ஸியாக இல்லாமல் இருந்திருந்தால் அவர் இப்போதிருக்கிற நிலையை அடைந்திருக்க முடியுமா?*

---

*கிரேஸரின் மற்ற படங்கள் Splash, Apollo13, A Beautiful Mind and 8 Mile. நடிகர்களை நடிக்கவைக்கும் கலை குறித்து இவரோடு கலந்தாலோசித்தது எனது 'ப்ளிங்' புத்தகத்தில் கூட இடம் பெற்றிருக்கிறது.

5

நரம்பியல் செயலிழப்பிற்கும், பணியில் வெற்றிப் பெறுவதற்கும் இடையே இருக்கும் இந்த வினோதமான தொடர்பை இன்னும் கொஞ்சம் ஆழமாகப் பார்க்கலாம். அதிகச் சிறப்பற்ற, குறைந்த சலுகைகள் கொண்ட சூழ்நிலை உங்களுக்கு விருப்பமான கருத்துக்களையும், கல்வி சம்பந்தப்பட்ட விஷயங்களையும் பின் தொடர்வதற்கு அதிகமான சுதந்திரம் கொடுக்கமுடியும் என்பதை நான் 'பெரிய குளம்' பற்றிய அத்தியாயத்தில் குறிப்பிட்டிருந்தேன். முதலில் விருப்பட்ட கல்வி நிறுவனத்தில் சேர்ந்து பயிற்சி பெற்றதை விட இரண்டாவதாக விருப்பப்பட்ட கல்வி நிறுவனத்தில் சேர்ந்திருந்தால் கரோலின் சாக்ஸ் விருப்பப்பட்ட துறையில் தொழில் பயிற்சி பெற்றிருக்க அதிகமாக வாய்ப்பிருந்திருக்கும். அது போல இம்பிரஷனிஸமும் உலகிலேயே மிகவும் பிரபலமான ஆர்ட் ஷோவை விட யாருமே சென்றிருக்காத சிறிய காலரியில்தான் சாத்தியமானது .

டிஸ்லெக்சியா குறையுள்ளவர்களும் ஏறக்குறைய இது மாதிரிதான். பள்ளிக்கூடம் என்ன செய்யச் சொல்கிறதோ அதை இவர்களால் செய்ய முடியாது என்பதற்காகப் பள்ளிக்கூடங்களில் வலுக்கட்டாயமாக இவர்கள் தனியாக நிறுத்தி வைக்கப்பட்டார்கள். மற்றவர்கள் போல அல்லாமல் 'அந்நியப்பட்டவர்கள்" என்கிற முத்திரை அவர்களுக்கு நாளடைவில் சாதகமாக எதையாவது கொடுக்க முடியுமா? கண்டுபிடிப்பாளர்கள், தொழில் முனைவோர்கள் போன்ற ஆளுமைகளின் குணாதிசியங்கள் பற்றிச் சிந்திப்பது இதற்குச் சரியான பதிலாக இருக்கும்.

உளவியலாளர்கள் ஆளுமைகளை 'Five Factor Model' or 'Big Five' இன்வெண்டரி மூலம் கணிப்பார்கள். அது அவர்கள் எப்படிப்பட்டவர்கள் என்பதைக் கீழே கொடுக்கப்பட்டுள்ள பரிமாணங்களின் அடிப்படையில் மதிப்பீடு செய்யும்.?*

Neuroticism (sensitive/nervous versus secure/confident)
Extraversion (energetic/gregarious versus solitary/reserved)
Openness (inventive/curious versus eonsistent/cautious)

** ஆளுமையை கணக்கிட சமூக மனவியலாளர்கள் வழக்கமாக 'Big Five' ஐ உபயோகிப்பது உண்டு. மையர்ஸ்ப்ரிக்ஸ் (Myers-Briggs) போன்ற ஆளுமை தேர்வுகளையெல்லாம் சமூக விஞ்ஞானிகள் ஏற்றுக் கொள்வதில்லை. ஏனென்றால், இந்த மாதிரியான 'சாதாரண' தேர்வுகள் எல்லாம் மனிதர்களின் முக்கியமான குணாதிசியங்களை கவனிக்கத் தவறிவிடும் அல்லது மற்ற குணாதிசியங்களை தவறானதாக கணித்துவிடும்.*

▲ பிரைன் கிரேஸர்

Conscientiousness (orderly/industrious versus easygoing/careless)
Agreeableness (cooperative/empathic versus self-interested/antagonistic)

கண்டுபிடிப்பாளர்களும், புரட்சியாளார்களும் இந்தச் சிறப்புக் குணங்களில் ஒரு குறிப்பிட்ட கலவையைக் கொண்டவர்களாக இருப்பார்கள் என்று உளவியலாளர் ஜோர்டான் பீட்டர்சன் கூறினார். குறிப்பாகக் கடைசி மூன்று காரணிகளில் அதாவது வெளிப்படைத்தன்மை, மனசாட்சிப்படி நடத்தல், ஒத்திசைவுத் தன்மை (Openeness, Conscientiousness and Agreeableness).

கண்டுபிடிப்பாளர் திறந்த மனதுடன் இருக்க வேண்டும். மற்றவர்களால் கற்பனை செய்து பார்க்க முடியாத விஷயங்களைக் கற்பனை செய்து பார்க்கக்கூடிய திறமையுள்ளவர்களாக அவர்கள் இருக்க வேண்டும். முன் கூட்டி உருவான அவர்களின் கருத்துக்களுக்கு அவர்களே சவால் விட்டுக் கொள்வதற்கு விருப்பம் உள்ளவர்களாகவும் கடமையுணர்ச்சி கொண்டவர்களாகவும் இருக்க வேண்டும். மிகப் புத்திசாலித்தனமான கருத்துக்களைக் கொண்டிருக்கக்கூடிய கண்டுபிடிப்பாளரிடம் ஒழுக்கமும், கருத்தைச் செயலாக்கக்கூடிய உறுதியும் இல்லையெனில் அவர் வெறும் கனவு காண்பவராகத் தான் இருக்க முடியும் என்பது மிகவும் தெளிவான ஒன்று.

ஆனால் முக்கியமாக, கண்டுபிடிப்பாளர்கள் உடன்படாதவர்களாக இருப்பது அவசியம். உடன்படாமை என்றால் விரும்பத்தகாத மாதிரியோ அல்லது வெறுக்கத்தக்கது போலவோ

என்று அர்த்தமில்லை. நான் சொல்வது என்னவென்றால், ஆளுமை குறித்த 'Big Five' inventory யில் ஐந்தாவது பரிமாணமான 'உடன்படுவது' என்ற அந்த அம்சத்தின் கடைக்கோடியில் அவர்கள் இருப்பார்கள். இவர்கள் மற்றவர்கள் அங்கீகரிக்காத செயல்களைச் செய்யச் சோஷியல் ரிஸ்க் எடுப்பதில் விருப்பமுள்ளவர்கள்.

இது ஒன்றும் எளிதான காரியம் இல்லை. உடன்படாததைக் குறித்துச் சமூகம் முகம் சுளிக்கும். மனிதர்களாகிய நாம் நம்மைச் சுற்றியிருப்பவர்களின் அனுமதியை நாடுவதில் பிணைப்புடையவர்களாக இருக்கிறோம். வழக்கமான ஒன்றுக்கு எதிர்ப்பு தெரிவிப்பதற்கு விருப்பமில்லையென்றால் தீவிரமான, உருமாற்றம் கொண்ட சிந்தனைகளை மேற்கொண்டு எடுத்துச் செல்ல இயலாது. "உங்களிடம் பாரம்பரியத்தைத் தகர்க்கிற மாதிரி ஒரு யோசனை இருக்கிறது. அதில் உங்களுக்கும் உடன்பாடு, அப்படியிருக்கும் போது அதை வைத்துக் கொண்டு என்ன செய்வீர்கள்? இதனால் மற்றவர்களுடைய உணர்வுகள் பாதிக்கப்படும், சமூக அமைப்புகள் தொந்தரவுக்கு உள்ளாகும் என்று நீங்கள் நினைத்தால் உங்கள் கருத்தை முன்னெடுத்துச் செல்ல முடியாது' என்கிறார் பீட்டர்சன். நாடக ஆசிரியர் ஜார்ஜ் பெர்னாட்ஷா, 'வழக்கமாக மனிதர்கள் உலகத்திற்கேற்றவாறு தங்களைப் பொருத்திக் கொள்வார்கள். ஆனால் வழக்கத்திற்கு ஒவ்வாதவர்கள் தன்னோடு உலகம் பொருந்திப் போக வேண்டும் என்பதற்கு முயற்சிப்பார்கள். ஆகையால் முன்னேற்றம் என்பது வழக்கத்திற்கு ஒவ்வாதவர்களைப் பொருத்து இருக்கிறது' என்றார்.

பீட்டர்சன் விவாதத்திற்கான நல்ல ஒரு உதாரணம் சுவீடன் நாட்டைச் சேர்ந்த ஃபர்னிச்சர் ரீடெயில் கடையான 'ஐக்கி (IKEA)' எப்படி ஆரம்பிக்கப்பட்டது என்பதைக் குறிப்பிடலாம். இந்த நிறுவனம் இங்க்வார் காம்ப்ராட் (Ingvar Kamprad)டால் ஆரம்பிக்கப்பட்டது. ஃபர்னிச்சர் விலை அதிகமாக இருப்பதற்குக் காரணம் ஃபர்னிச்சரின் பாகங்களை ஒன்றாக இணைப்பதற்கு ஆகும் செலவையும் சேர்த்துக் கொள்வது தான் என்பதை இவர் உணர ஆரம்பித்ததுதான் பெரிய கண்டுபிடிப்பாகும். அதாவது மேசையுடன் அதன் கால்களையும் இணைப்பதால் ஆகக்கூடிய செலவுடன் அதை ஓரிடத்திலிருந்து இன்னொரு இடத்திற்குக் கொண்டு செல்ல ஆகக்கூடிய செலவும் சேர்க்கப்படுவதால் ஃபர்னிச்சரின் விலை அதிகமாக இருந்தது. இதை உணர்ந்த இங்க்வார் ஃபர்னிச்சரின் பாகங்களை இணைக்காமல் ஒரு அட்டைப் பெட்டியில் வைத்து மலிவான விலையில் அனுப்பினார். இதனால், அவருடைய போட்டியாளார்களின் விலையை விட இவருடைய ஃபர்னிச்சர்களின் விலை குறைவாக இருந்து.

1950 களின் மத்தியில் காம்ப்ராட் ஒரு பிரச்சனையைச் சந்திக்க வேண்டியிருந்தது. சுவீடன் நாட்டைச் சேர்ந்த ஃபர்னிச்சர் தயாரிப்பாளர்கள் அனைவரும் சேர்ந்து ஐக்கிக்கு எதிராகப் போர்க்கொடி தூக்கினார்கள். அவர் மலிவான விலைக்குப் பொருட்களை விற்பதறிந்து கோபமடைந்த போட்டியாளரர்கள் அவருடைய ஆர்டரை நிறைவேற்றாமல் நிறுத்தி வைத்தார்கள். ஐக்கி ஒரு சீரழிவை நோக்கி சென்று கொண்டிருந்தது. எப்படியாவது இதற்குத் தீர்வு காணவேண்டும் என்ற உறுதியுடன் இருந்த காம்ப்ராட்டின் கண்ணில் கிழக்கே பால்ட்டிக் கடலுக்குக் குறுக்கே போலந்து நாடு பட்டது. இங்கு மலிவான சம்பளத்திற்கு வேலையாட்கள் கிடைத்ததோடு, அதிமான மரங்களும் இருந்தன. இது காம்ப்ராட்டின் திறந்த மனதிற்கு உதாரணமாகும். 1960களின் ஆரம்பத்தில் இது மாதிரியான வேலைகளைச் சில நிறுவனங்கள் வெளியாரிடம் செய்யக் கொடுத்து வாங்கிக் கொண்டிருந்தனர். போலீஷ் தொடர்பு வேலைக்கு ஆகுமா என்பதில் காம்ப்ராட் தனது கவனைத்தைச் செலுத்த ஆரம்பித்தார். அது ஒன்றும் எளிதான காரியமாக இல்லை. 1960களில் கம்யூனிஸ்ட் நாடான போலந்து சிக்கலில் இருந்தது. மேற்கத்திய நாட்டில் இருப்பது போன்ற கட்டமைப்பு வசதி அல்லது இயந்திரத் தளவாடங்கள் அல்லது பயிற்சிபெற்ற பணியாளர்கள் அல்லது சட்டரீதியான பாதுகாப்பு என எதுவும் இல்லை. ஆனாலும் காம்ப்ராட் சளைக்கவில்லை. ‘அவர் நுண்ணிய அளவில் மேலாண்மை செய்யும் மேலாளராக’(micromanager) செயல்பட்டார் என்று பீட்டர்சன் இன்ஸ்ட்டியூட் ஃபார் இண்டர்நேஷனல் எகானமிக்ஸைச் சேர்ந்த ஆண்டர்ஸ் ஆஸ்லன்ட் (Anders Aslund) கூறினார். ‘அதனால் தான் மற்றவர்கள் தோல்வியடைந்தாலும்

அவர் வெற்றியடைந்தார். அவர் இந்த மாதிரி சுவாரசியமற்ற இடங்களுக்கெல்லாம் சென்று, காரியங்கள் நடைபெறுவதை உறுதி படுத்திக் கொண்டார். அவர் மிகவும் பிடிவாதமான குணம் கொண்டவர்". பகுத்தறியும் கடமையுணர்ச்சி (conscientiousness) என்பது இதுதான்.

ஆனால் காம்ப்ராட்டினுடைய முடிவில் மிகவும் குறிப்பிடத்தக்கதாக இருந்த விஷயம் என்ன? அவர் போலந்துக்குச் சென்ற வருடமான 1961 தான் மிகவும் குறிப்பிடத்தக்கது ஆகும். பெர்லின் சுவர் மேலெழும்பிக் கொண்டிருந்தது. பனிப்போர் உச்சத்தில் இருந்தது. ஒரு வருடத்திற்குள்ளாக, கியூபா ஏவுகணை நெருக்கடியின் (Cuban Missile Crisis) போது கிழக்கும் மேற்கும் அணு ஆயுதப் போரின் விளிம்புக்கு வந்தது. இதை இன்றைய காலகட்டத்தோடு ஒப்பிட வேண்டுமென்றால் வால்மார்ட் நிறுவனம் வட கொரியாவில் கடை திறப்பது போன்றது ஆகும். தங்களை யாரும் துரோகி என்று முத்திரை குத்தி விடுவார்களோ என்பதற்காகப் பெரும்பாலானவர்கள் எதிரி நாட்டில் தொழில் செய்வதை நினைத்துக் கூடப் பார்க்கமாட்டார்கள். ஆனால் காம்ப்ராட் அப்படியில்லை. அவர் தன்னைப் பற்றி மற்றவர்கள் என்ன நினைப்பார்கள் என்று துளிகூட நினைக்கவில்லை. இதுதான் வழக்கத்திற்கு ஒவ்வாத உடன்படாத தன்மை (disagree-ableness).

ஃபர்னிச்சர் பகுதிகளை ஒன்றிணைக்காமல், எதிர்ப்புகளுக்கு இடையே அதை வெளியில் உள்ளவர்களுக்கு அனுப்பி அந்தப் பணியைச் செய்யச் சொல்லக்கூடிய படைப்பாற்றல் ஒரு சில மனிதர்களிடம் தான் காணப்படும். இதைவிடக் குறைந்த எண்ணிக்கையான மக்களிடம் இந்த மாதிரியான ஒரு ஆழ்ந்த அறிவு இருப்பதுடன், பொருளாதாரப் பின்னடைவின் போது முதல் தரமான உற்பத்தி செயல்முறையை உருவாக்குவது என்கிற ஒரு ஒழுக்கமும் இருக்கும். ஆனால் படைப்பாற்றலும், கடமையுணர்ச்சியும், பனிப்போர் நடந்து கொண்டிருக்கும் சூழ்நிலையையும் மீறக்கூடிய மனவலிமை ஒருவரிடம் இருக்குமா? இப்படி இருப்பது மிகவும் அரிது.

மக்களைத் திறந்த மனம் கொண்டவர்களாக் டிஸ்லெக்சியா ஆக்க வேண்டும் என்கிற அவசியம் இல்லை. அதே போல் அவர்களைக் கடமையுணர்ச்சி உள்ளவர்களாகவும் ஆக்குவதில்லை (ஒருவேளை ஆக்கினாலும் கூட). ஆனால் இது வரை கிடைத்திருக்க முடியாத 'வழக்கத்திற்கு உடன்படாத தன்மை'யை சாதகமாக்குவதை இந்தக் குறை எளிமையாக்கியிருக்கிறது.

6

▲ இங்க்வார் காம்ப்ராட்

கேரி கோன் (Gary Cohn), இவர் வடகிழக்கு ஒஹியோவில் உள்ள க்ளீவ்லேண்ட் என்கிற புறநகரில் வளர்ந்தவர். அவருடைய குடும்பத்தினர் எலக்ட்ரிக்கல் காண்ட்ராக்ட் தொழிலில் ஈடுபட்டிருந்தனர். இது 1970களில் அதாவது, வழக்கமான வியாதி நிர்ணயப் – நோய் ஆய்வுறுதி பட்டியலில் டிஸ்லெக்சியா சேர்வதற்கு முன்பான காலகட்டம். இவரால் வாசிக்க முடியவில்லை என்பதற்காக ஆரம்பப்பள்ளியில் ஒரு வருடம் தக்க வைக்கப்பட்டார்.* ஆனாலும்”முதல் ஆண்டில் செய்ததை விடப் பிரமாதமாக நான் ஒன்றும் இரண்டாம் ஆண்டில் செய்துவிடவில்லை' என்று கூறினார். அவருடைய ஒழுக்கம் பிரச்சனைக்குரியதாக இருந்தது. 'நான் ஆரம்பப் பள்ளியிலிருந்து ஏறக்குறைய வெளியேற்றப்பட்டேன். நீங்கள் ஆசிரியரை அடித்தால் வெளியேற்றப்படுவீர்கள் என்றுதான் நினைக்கிறேன். அது சீரற்ற நிகழ்வுகளில் ஒன்று. நான் தவறாக நடத்தப்பட்டேன். ஆசிரியர் என்னை அவருடைய மேசைக்குக் கீழ் இருக்கச் சொல்லி என் மேல் அவருடைய நாற்காலியை வைத்து உருட்டியதோடு என்னை அடிக்க ஆரம்பித்தார். எனவே நான் நாற்காலியை தள்ளிவிட்டதோடு அவரின் முகத்தில் அடித்துவிட்டு வெளியே

---

*டிஸ்லெக்சியா என்பது வாசிப்பதை மட்டுந்தான் பாதிக்கும் என்பது இங்கு குறிப்பிடப்பட வேண்டிய ஒன்றாகும். எண்களைப் படிப்பதில் கோனுக்கு எந்தவிதமான பாதிப்பும் ஏற்படவில்லை. கோன் சிறுவனாக இருந்தபோது இதில் நம்பிக்கை வைத்திருந்தவர் அவருடைய தாத்தா. இதற்குக் காரணம், எங்கள் குடும்பத்தினர் ப்ளம்பிங் சம்பந்தப்பட்ட பொருட்கள் விநியோகத் தொழிலை நடத்தி வந்த போது சரக்கிருப்பு அனைத்தையும் நான் நினைவில் வைத்திருந்ததை தாத்தா உணர்ந்திருந்தார்' என்று கோன் கூறினார்.

வந்து விட்டேன். அப்போது நான் நான்காவது வகுப்பில் இருந்தேன்" என்று விளக்கினார்.

அதைத் தன்னுடைய வாழ்வின் 'மோசமான வருடங்கள்" என அவர் அழைத்தார். அவருடைய பெற்றோருக்கு என்ன செய்வதென்று தெரியவில்லை. 'அநேகமாக அதுதான் என்னுடைய வாழ்க்கையில் மிகவும் விரக்தியான காலகட்டமாக இருந்திருக்கும் என்பதில் அதிக உள்ளார்ந்த அர்த்தம் உள்ளது. ஏனென்றால் நான் முயற்சிக்காமல் இருக்கவில்லை. நான் மிக மிகக் கடினமாக உழைத்தேன். ஆனால் யாரும் சமன்பாட்டின் அந்தப் பக்கத்தைப் புரிந்து கொள்ளவில்லை. நான் வேண்டுமென்றே படிக்காமல் வகுப்பைத் தொந்தரவு செய்வதாகவும், கடமையுணர்வு எதுவும் இல்லாமல் முடிவு எடுக்கும் கட்டுப்பாடற்ற சிறுவனாக இருக்கிறேன் என்றும் அவர்கள் என்னைப் பற்றி நினைத்திருந்தார்கள். இது எப்படி இருக்கிறதென்று உங்களுக்குத் தெரியுமா? 'நீங்கள் ஆறு அல்லது ஏழு அல்லது எட்டு வயது சிறுவன், பப்ளிக் ஸ்கூல் அமைப்பில், உங்களை எல்லோரும் முட்டாள் என்று நினைக்கிறார்கள். எனவே உங்களைச் சமூகம் பெருமையாகப் பேச வேண்டுமென்பதற்காகக் கேலித்தனமான– கோமாளித் தனமான சில விஷயங்களை முயற்சி செய்து பார்க்கிறீர்கள்'. ஒவ்வொரு நாள் காலையிலும் நீங்கள் எழுந்திருக்கும் போது இன்றைய தினம் சிறப்பாக இருக்கும் எனச் சொல்லிக் கொள்கிறீர்கள். இப்படி இரண்டு ஆண்டுகள் கடந்த பின், இன்றைக்கும் நேற்று போலத் தான் எந்த வித்தியாசமும் இல்லை என்பதை உணர ஆரம்பிக்கிறீர்கள். இன்றைக்குப் போராட வேண்டும், இன்னொரு நாள் பிழைத்திருக்கப் போராட வேண்டும், என்ன நடக்கிறது என்றுதான் பார்ப்போம்' என்கிற நிலையில் தான் நீங்கள் இருக்கிறீர்கள்.

அவருடைய பெற்றோர் 'ஏதாவதொன்று வேலைக்காகுமென்று' அவரைப் பள்ளிக்கூடம், பள்ளிக்கூடமாகக் கூட்டிச் சென்றார்கள். 'உயர்நிலைப்பள்ளி, அதாவது வகுப்பு 9 முதல் 12 வரை, நான் முடிக்க வேண்டுமென்று என்னுடைய அம்மா விரும்பினார். நீங்கள் அவரிடம் கேட்டிருந்தால் அவர், எனக்கு மகிழ்ச்சியான நாள் என்பது அவன் உயர்நிலைப்பள்ளி படிப்பை முடிக்கும் நாள் தான் என்றும், அதற்குப் பிறகு அவன் போய் டிரக் வண்டி கூட ஓட்டட்டும் ஆனால், அவன் குறைந்தபட்சம் உயர்நிலைப்பள்ளி படிப்பையாவது முடிக்க வேண்டும், என்று சொல்லியிருப்பார்' என்று கோன் கூறினார். அவர் அப்படி உயர்நிலைப் பள்ளி படிப்பை முடித்த அன்று அவருடைய அம்மாவின் கண், 'கண்ணீர் ஊற்றாக' மாறியது. 'அந்த மாதிரி அழுத யாரையும் நான் என் வாழ்நாளில் பார்த்தது இல்லை' என்று அவர் கூறினார்.

கேரி கோனுக்கு 22 வயதாகும் போது க்ளீவ்லாண்டில் உள்ள யு.எஸ். ஸ்டீல் நிறுவனத்தின் அலுமினிய ஜன்னல் ஃப்ரேம் விற்பதற்கான வேலை கிடைத்தது. அவர் அப்போதுதான் அமெரிக்கப் பல்கலைக்கழகமொன்றில் பட்டப்படிப்பை ஒரு வழியாக முடித்திருந்தார். ‘தாங்க்ஸ் கிவ்விங்’ தினத்திற்கு ஒரு நாள் முன்னதாக லாங் ஐலேண்டில் உள்ள தனது நிறுவனத்தின் விற்பனை அலுவலகத்துக்குச் சென்றிருந்தபொழுது அவருடைய மேலாளரை ‘ஒரு மாதிரியாகச் சமாளித்து’ வால் ஸ்ட்ரீட் வரை சென்று வர ஒரு நாள் விடுமுறைக்கான அனுமதியைப் பெற்றார். சில கோடைகாலங்களுக்கு முன்பு அவர் ஒரு புரோக்கர் அலுவலகத்தில் பயிற்சியாளாராக வேலை பார்த்தார். அந்த நேரத்தில் அவருக்குப் பங்குச் சந்தை ட்ரேடிங் பிடித்திருந்தது. அவர் நேராகக் கம்மாடிட்டி எக்ஸ்சேஞ்ச்சுக்குச் சென்றார். அது முன்னால் வேர்ல்ட் ட்ரேட் செண்டர் இருந்த கட்டிடத்தின் ஒரு பகுதியாக இருந்தது.

“அங்கே எனக்கு வேலை கிடைக்குமென்று நான் நினைக்கிறேன். ஆனால் எப்படிப் போவதென்று தெரியவில்லை. அனைத்து இடங்களும் பாதுகாப்பின் கீழ் இருந்தன. எனவே நான் பார்வையாளர்கள் பகுதிக்குச் சென்று அங்கிருந்து பார்த்துக் கொண்டிருக்கும் போது, நான் அவர்களுடன் பேச முடியுமா? என்று சிந்தித்தேன். அதன் பின் நான் கீழே பாதுகாப்பு வாயிலை நோக்கிச் சென்று யாராவது என்னை உள்ளே அழைத்துச் செல்ல மாட்டார்களா என்கிற எதிர்பார்ப்பில் நின்று கொண்டிருந்தேன். என்னை அப்படி உள்ளே அழைத்துச் செல்வதற்கு யாருமில்லை என்பது உறுதியாகத் தெரிந்த விஷயம். சந்தைப் பரிவர்த்தனையெல்லாம் முடிந்த பிறகு நன்றாக உடையணிந்த ஒருவர் வேகமாக நடந்து கொண்டே தனது உதவியாளரைப் பார்த்து, ‘நான் போக வேண்டும், நான் லாகார்டியாவிற்குப் போய்க் கொண்டிருக்கிறேன். ஏற்கனவே தாமதமாகிவிட்டது. நான் ஏர்போர்ட் போய்ச் சேர்ந்தவுடன் உன்னைக் கூப்பிடுகிறேன்’ என்று கத்தியபடியே லிஃப்ட்டை நோக்கி ஓடினார். நானும் அந்த லிஃப்ட்டுக்குள் என்னைத் திணித்துக் கொண்டு அவரிடம், நீங்கள் லாகார்டியாகப் போவதாகக் கூறியதை நான் கேட்டேன். அதற்கு அவர், ஆமாம். என்றார். நான், ’அப்படியென்றால் டாக்ஸியை நாம் ஷேர் பண்ணிக் கொள்ளலாமா?’ என்று கேட்க அவரும், ‘கண்டிப்பாக’ என்றார். இது ஒரு அற்புதமான விஷயம் என்று நான் நினைத்தேன். வெள்ளிக்கிழமை மதிய வேளை ட்ராஃபிக்கில் டாக்ஸியில் எனக்கு வேலை கிடைப்பதற்காக ஒரு மணிநேரம் செலவழிக்கப் போகிறேன்’ என்று சொல்லிக் கொண்டேன்.

▲ கேரி கோன்

வால் ஸ்ட்ரீட்டில் உள்ள மிகப் பெரிய புரோக்கரேஜ் நிறுவனம ஒன்றில் உயர்பதவியில் இருக்கக்கூடிய ஒருவருடன் கோன் டாக்ஸியில் ஏறி உட்கார்ந்தார். அந்த வாரத்தில் தான் அந்நிறுவனம் 'ஆப்ஷன்' வணிகத்தை ஆரம்பித்திருந்தது.

'ஆப்ஷன் என்ன வென்றால் என்னவென்று தெரியாமலே அவர் தொழிலை நடத்திக் கொண்டிருந்திருக்கிறார்' என்றார் கோன். அவர் தனது தைரியத்தை நினைத்துச் சிரித்துக் கொண்டார். 'ஏர்போர்ட் போய்ச் சேர்வது வரை நான் அவரிடம் சொன்னதெல்லாம் பொய். அவர், 'உனக்கு ஆப்ஷன் பற்றியெல்லாம் தெரியுமா? என்று கேட்டதற்கு நான், 'கண்டிப்பாக எனக்குத் தெரியும். எனக்கு எல்லாம் தெரியும். உங்களுக்காக நான் என்னவேண்டுமானாலும் செய்கிறேன்' என்றேன். டாக்ஸியிலிருந்து இறங்குவதற்குள் அவருடைய தொலைபேசி எண்ணை வாங்கி வைத்திருந்தேன். அவர், 'என்னைத் திங்கட்கிழமை தொடர்பு கொள்" என்று கூறினார். நான் திங்கட்கிழமை அவரைத் தொலைபேசி மூலம் தொடர்பு கொண்டேன். அதன் பின் இண்டர்வியூவிற்காகச் செவ்வாய் அல்லது புதன் கிழமை நியூயார்க் சென்றேன். அதற்கடுத்த திங்கட்கிழமை அங்கே வேலையில் சேர்ந்துவிட்டேன்.

*அவ்வளவு நேரம் பற்றிய அத்தியாயம் இது. கேரி கோகன் அவனாகவே படிக்க வேண்டுமெனில் அவனுடைய திட்டமிடலில் கணிசமான நேரத்தை அவன் ஒதுக்க வேண்டும். 'உண்மையிலேயே புரிந்து கொள்ளவும், வாசிக்கவும், கிரகித்துக் கொள்ளவும், எனக்குத் தெரியாத எல்லா சொற்களையும் பார்க்கையில் தான் ஓ! அது ஒரு சொல் இல்லையென்று தெரியவரும். இது தினமும் இரண்டு மணிநேரம் வீதம் மூன்று நாட்கள் தொடரும்' என்று அவர் கூறினார். அவர் மிகவும் 'பிஸி'யான மனிதர் என்பதால் இது அப்படி நிகழாது. 'உங்கள் புத்தகத்தை நான் படிக்கப் போவதில்லை. இருந்தாலும் நல்வாழ்த்துகள்" என்று பேட்டியின் இறுதியில் சிரித்துக் கொண்டே சொன்னார்.

அந்த நேரத்தில் நான் மேக்மில்லனின் 'Options as a strategic Investment' என்கிற புத்தகத்தைப் படித்தேன். ஆப்ஷன் ட்ரேடிங்கைப் பொருத்தவரை இந்தப் புத்தகம் ஒரு 'வேத நூல்' ஆகும்.

அதுவொன்றும் எளிதான விஷயமில்லை. சாதாரணமான நாளில் 22 பக்கங்கள் படிப்பதற்கு 6 மணிநேரம் ஆயிற்று.* அவர் புத்தகத்திற்குள்ளேயே தன்னைப் புதைத்துக் கொண்டார். ஒவ்வொரு சொல்லாக வாசித்து, தனக்குப் புரியும் வரை திரும்பத் திரும்ப ஒரு வாக்கியத்தைப் படித்தார். அவர் வேலையில் சேரும்போது அதற்குத் தயாராகிவிட்டிருந்தார். 'சொல்லப் போனால் நான் அவருக்குப் பின்னால் நின்று கொண்டு இதை வாங்கவும், இதை விற்கவும், இதை விற்கவும் எனச் சொல்லிக் கொண்டிருந்தேன்' என்று கோன் கூறினார். நான் செய்த எதற்கும் சொந்தம் கொண்டாடவில்லை அல்லது அவர் கண்டுபிடித்திருக்கக்கூடும் ஆனாலும் அவர் அக்கறை காட்டவில்லை. அவருக்கு நான் 'டன்' கணக்காகப் பணம் சம்பாதித்துக் கொடுத்தேன்'.

வால் ஸ்ட்ரீட்டிலிருந்து தனது வேலையைத் தொடங்கியது குறித்துக் கோன் வெட்கப்படவில்லை. அதே சமயம் அவர் அது குறித்து மிகவும் கர்வப் பட்டுக் கொண்டார் என்று சொல்வதும் தவறு. அது போல வீண்பேச்சு பேசி முதல் வேலை கிடைத்தது குறித்து ஆஹோ, ஓஹோவென்று புகழ்வதும் சரி யில்லையென்பதைத் தெரிந்து கொள்ளும் அளவிற்கு அவர் ஸ்மார்ட்டானவர். 'நான் இப்படித்தான்" என்று நேர்மையாகக் கூறினார்.

அந்த டாக்ஸி பயணத்தில் அவர் ஏதாவது செய்தாக வேண்டும். ஆப்ஷன் ட்ரேடிங்கில் எந்த அனுபவமும் இல்லாவிட்டாலும் அனுபவம் இருப்பதாகக் காட்டிக் கொண்டார். அந்த மாதிரியான ஒரு சூழ்நிலையில் நாம் எல்லோரும் தடுமாறியிருப்போம். நமக்கு நம்மைத் தவிர இன்னொருவர் போல நடிக்கத் தெரியாது. ஆனால் கோன் ஆரம்பப்பள்ளியிலிருந்து தன்னை மாதிரி அல்லாமல் மற்றவர்கள் போல நடித்த அனுபவம் இருந்தது. இது எப்படி இருக்கிறதென்று உங்களுக்குத் தெரியுமா? 'நீங்கள் ஆறு அல்லது ஏழு அல்லது எட்டு வயது சிறுவன், பப்ளிக் ஸ்கூல் அமைப்பு, உங்களை எல்லோரும் முட்டாள் என்று நினைக்கிறார்கள் எனவே உங்களைச் சமூகம் பெருமையாகப் பேச வேண்டுமென்பதற்காகக் கேலித்தனமான சில விஷயங்களை முயற்சி செய்து பார்க்கிறீர்கள்'. முட்டாள் என நினைப்பதை விடக் கோமாளியாக நடிப்பது சிறந்தது. நீங்கள் உங்களை இன்னொருவராக நினைத்துக் கொண்டிருக்கும் பட்சத்தில் லாகார்டியா பயணம் செய்த அந்த

▲ கேரி கோனுடன் டாக்ஸியைப் பகிர்ந்துகொண்ட தொழிலதிபர்

ஒரு மணிநேரமும் வீணாக ஏதாவது பேசிக் கொண்டு போவது எவ்வளவு கடினமாக இருந்திருக்கும்?

முக்கியமாக, நம்மில் பெரும்பாலோர் அதனால் ஏற்படக்கூடிய சமூக விளைவுகள் குறித்துக் கவலைப்பட்டு அந்த டாக்ஸியில் சென்றிருக்க மாட்டோம். வால் ஸ்ட்ரீட்டைச் சேர்ந்த அவர் நம்மை 'தெளிவாக'ப்–ஊடுருவிப் பார்த்துவிட்டு வால் ஸ்ட்ரீட்டில் உள்ள எல்லோரிடமும் இதோ இங்கே 'ஆப்ஷன்ஸ் டிரேடர்' என்று சொல்லிக் கொண்டு ஒரு சிறுவன் இருக்கிறான் என்று சொல்லியிருந்தால்? நாம் டாக்ஸியிலிருந்து வெளியே தூக்கியெறியப்பட்டிருப்போம். 'ஆப்ஷன்ஸ் ட்ரேடிங்' என்கிற சொற்கள் மட்டுந்தான் நம் தலைக்குள் இருக்கிறது என்பதை வீட்டுக்குச் சென்று நிதானமாகச் சிந்தித்தபிறகு உணர்ந்திருப்போம். திங்கட்கிழமை மீண்டும் அங்குச் சென்று நம்மை நாமே முட்டாளாக்கிக்கொண்டிருப்போம் . ஒரு நாளிலோ அல்லது ஒரு வாரத்திலோ அல்லது ஒரு மாதத்திலோ நம்மைப் பற்றி அவர் நன்கு அறிந்து கொண்டு வேலையிலிருந்து நீக்கியிருப்பார். டாக்ஸியில் ஏறியது என்பது 'உடன்படா தன்மை' என்கிற நடவடிக்கை ஆகும். நம்மில் பெரும்பாலானவர்கள் 'உடன்பட்டு' செல்லும் தன்மையையே விரும்புவோம். ஆனால் கோன்? அவர் அலுமினிய ஃப்ரேம்களை விற்றுக் கொண்டிருந்தார். அவருடைய அம்மாவோ அவனுக்கு அதிர்ஷ்டம் இருந்தால் அவன் ட்ரக் டிரைவர் ஆகலாம் என நினைத்துக் கொண்டிருந்தார். அவர் பள்ளிக்கூடத்திலிருந்து முட்டாள் எனக் கூறி வெளியேற்றப்பட்டார். அது போல அவர் வளர்ந்த பின்பும் 22 பக்கங்கள் படிப்பதற்கு ஆறு மணி நேரம் எடுத்துக் கொண்டார். ஏனென்றால் அவர் ஒவ்வொரு சொல்லாக வாசித்து அவர் படிப்பதை புரிந்து கொண்டாரா என்பதை

உறுதி செய்து கொள்ள வேண்டியிருந்தது. அவரிடம் இழப்பதற்கு எதுவுமில்லை.

'நான் தோல்வியை ஏற்றுக் கொள்வதற்கு எனது வளர்ப்பு முறை அனுமதித்தது. எனக்குத் தெரிந்த வரையில் டிஸ்லெக்சியா குறையுள்ளவர்கள் கல்லூரிப் படிப்பு முடித்து விட்டு வெளியே வரும்போது தோல்விகளை எப்படி எதிர் கொள்வது என்கிற விஷயத்தில் மிகவும் நன்றாகத் தேர்ச்சி பெற்றிருப்பார்கள். எனவே பெரும்பாலான சூழ்நிலைகளை எண்ணிப் பார்க்கும் போது அதிகமாக அதில் உள்ள மேலான தன்மையைத்தான் பார்ப்போம். ஏனென்றால் கீழ் நிலையைப் பார்த்து பார்த்து எங்களுக்குப் பழகி போனது. எனவே அது குறித்து அவ்வளவாக அலட்டிக் கொள்வதில்லை. இது குறித்து நான் பலமுறை சிந்தித்திருக்கிறேன். ஏனென்றால் நான் யார் என்பதை அதுதான் வரையறுத்தது. இந்த டிஸ்லெக்சியா இல்லையெனில் இப்போது இருக்கும் நான் இல்லை. நான் ஒரு போதும் முதல் வாய்ப்பை எடுத்துக் கொண்டிருக்கமாட்டேன்' என்றார்.

சாதரணமாகச் செயலற்றதாக இருக்கும் சில விஷயங்களை டிஸ்லெக்சியா குறைபாடு வளர்த்துக் கொள்ள நிர்ப்பந்திக்கும். இது பெரும்பாலான சிறந்த விஷயங்களில் நடந்திருக்கிறது. அது போல நீங்கள் ஒரு போதும் நினைத்துப் பார்க்காத காரியங்களைக் கூடச் செய்வதற்கு நிர்ப்பந்திக்கும் உதாரணமாக, காம்ப்ராட். அவர் யாரும் உடன்படாத விஷயமான போலந்துக்குப் பயணம் செய்தது போல உங்களைப் பொருத்தளவு ஏதாவதொரு

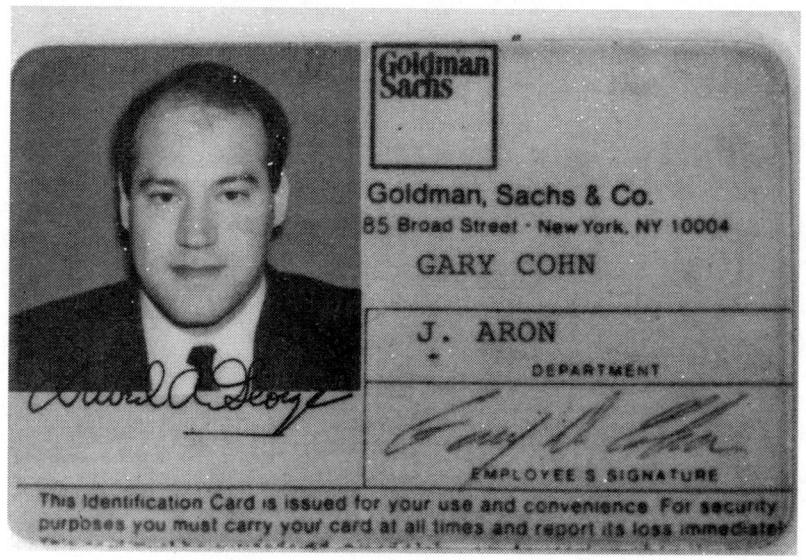

காரியம் செய்வது அல்லது பழக்கமே இல்லாத ஒருவருடன் டாக்ஸியில் சென்று அனுபவமே இல்லாத ஒரு துறையில் அனுபவசாலி போலத் தன்னை வெளிப்படுத்திக் கொண்டது ஆகியவற்றைக் குறிப்பிடலாம். உங்கள் சந்தேகம் சரிதான். காம்பார்ட் ஒரு டிஸ்லெக்சிக். கேரி கோன்? அவர் ஒரு சிறந்த ட்ரேடராக விளங்கினார். தோல்வி ஏற்பட்டால் அதை எப்படிச் சமாளிப்பது என்பதை நன்றாகக் கற்றுக் கொண்டது அவருடைய தொழில்துறை சம்பந்தப்பட்ட பணிக்கு ஒரு சிறந்த ஆயத்தமாக அமைந்தது. விளைவு, இன்றைக்கு அவர் 'கோல்ட்மேன் ஷாக்ஸ்"ஸின் பிரசிடெண்டாகப் பணியாற்றி வருகிறார்.

அத்தியாயம் 5

எமில் 'ஜே' ஃப்ரீரைக்

"**ஜே** அதை எப்படிச் செய்தார்?
எனக்கு அது தெரியது!"

1

ஜே ஃப்ரீரைக் சிறுவனாக இருக்கும் போதே அவருடைய அப்பா திடீரென்று இறந்து விட்டார். ஃப்ரீரைக் குடும்பம் ஹங்கேரியிலிருந்து குடியேறி சிகாகோவில் ஒரு ரெஸ்டாரெண்ட் நடத்தி வந்தார்கள். 1929 பங்குச் சந்தை வீழ்ச்சியின் போது அவர்கள் அனைத்தையும் இழந்து விட்டிருந்தார்கள். அவர்கள் அப்பாவை 'பாத்ரூமில் கண்டெடுக்கும்படி' ஆனதாக ஃப்ரீரைக் குறிப்பிட்டார். மேலும் அவர், 'அது தற்கொலையாக இருக்கலாம் என நான் நினைக்கிறேன். ஏனெனில் அவர் தனிமையில் இருப்பது போன்று உணர்ந்திருக்கிறார். அவருடைய சகோதரர் சிகாகோவில் இருந்ததனால் இவரும் சிகாகோ வந்தார். பங்குச் சந்தை வீழ்ச்சி ஏற்பட்டபோது அவருடைய சகோதரர் அந்த நகரத்தை விட்டு வெளியேறினார். அவருக்கு மனைவியும், இரண்டு குழந்தைகளும் இருந்தனர். பணமில்லை. ரெஸ்டாரெண்டும் கையை விட்டுப் போய்விட்டது. இதனால் அவர் மனக் கசப்புற்று இருந்திருக்க வேண்டும்" என்றார்.

ஃப்ரீரைக்கின் அம்மா துணி தைக்கும் நிறுவனமொன்றில் தொப்பிக்கு மடிப்பு தைக்கும் வேலைக்குச் சென்றார். அவருக்கு ஒரு தொப்பிக்கு இரண்டு செண்ட் கிடைத்தது. அவருக்கு ஆங்கிலம் அவ்வளவாகத் தெரியாது. 'நாங்கள் அபார்ட்மெண்ட் ஒன்றுக்கு வாடகை கொடுக்க வேண்டுமென்றால் அவர் ஒரு நாளைக்கு 18 மணிநேரமும், வாரத்தின் ஏழு நாட்களும் வேலை பார்க்க வேண்டும். நாங்கள் அவரை ஒரு போதும் பார்த்ததில்லை. நாங்கள் ஹம்போல்ட் பார்க்கில் (Humboldt Park) குடிசைப் பகுதியை ஒட்டியிருந்த ஒரு சிறிய அபார்ட்மென்ட்டில் குடியிருந்தோம். இரண்டு வயது மற்றும் ஐந்து வயது கொண்ட குழந்தைகளைத் தனியாக விட்டு விட்டு அவரால் வேலைக்குப் போகமுடியாது என்பதால் அவர் ஒரு ஐரீஷ் பெண்மணியை எங்கள் வீட்டிலேயே தங்க இடமளித்து வேலைக்கு அமர்த்தினார். இரண்டு வயதாக இருக்கும் போதிலிருந்து என் பெற்றோர் இந்தப் பெண்மணிதான்.

நாங்கள் அவரை மிகவும் நேசித்தோம். சொல்லப் போனால் அவர்தான் எனக்கு அம்மா மாதிரி. அதற்குப் பிறகு, எனக்கு ஒன்பது வயது ஆகும் போது மனைவியை இழந்த, ஒரு மகனுடன் வாழ்ந்து வந்த ஹங்கேரிக்காரரை என்னுடைய அம்மா திருமணம் செய்து கொண்டார். இது வசதிக்காகப் பண்ணிக் கொண்ட திருமணம். அவரால் தனியாக மகனைப் பார்த்துக் கொள்ள முடியவில்லை, அம்மாவுக்கு ஆதரவாக யாரும் இல்லை. அவர் அவ்வளவு ஒன்றும் சிறப்பானவராக இல்லை. என் அம்மாவுக்கும் அவருக்கும் திருமணம் ஆன பின் என் அம்மா வேலைக்குப் போவதை நிறுத்திக் கொண்டார். இதனால் வீட்டில் தொடர்ந்து வேலைக்கு ஆள் வைத்துக் கொள்வதற்கு முடியவில்லை. எனவே வேலைக்கிருந்த அந்த ஐரீஷ் பெண்மணியை, அதாவது என் அம்மா போல இருந்தவரை, வேலையிலிருந்து நிறுத்திவிட்டனர். இந்தக் காரியம் செய்ததற்காக என் அம்மாவை என்னால் மன்னிக்க முடியாது.

அவருடைய குடும்பம் ஒரு அப்பார்ட்மெண்டிலிருந்து இன்னொரு அப்பார்ட்மெண்ட்டுக்கு மாறியது. வாரத்திற்கு ஒரு நாள் புரோட்டீன் சாப்பிட்டார்கள். வழக்கமாக 5 செண்ட்டுக்கு விற்கும் பால் பாட்டிலை வாங்க முடியாத காரணத்தால் 4 சென்டுக்கு பால் கிடைக்குமா என்று ஃப்ரீரைக் கடை கடையாக ஏறி இறங்கியதை நினைவு கூர்ந்தார். அவர் சில நாட்களைத் தெருவில் கழித்திருக்கிறார். அவர் திருடியிருக்கிறார். அவர் தனது சகோதரியுடன் நெருக்கமாக இருந்ததில்லை. அவள் தோழியாக இருப்பதற்குப் பதில் ஒழுக்கத்தை நிலை நாட்டுபவளாக இருந்தாள். அவருக்கு மாற்றாந் தந்தையைப் பிடிக்கவில்லை. எப்படியிருந்தாலும், அவர் அம்மாவினுடைய திருமண வாழ்க்கை அதிக நாள் நீடிக்கவில்லை. அவருக்குத் தனது அம்மாவையும் அவ்வளவாகப் பிடிக்கவில்லை. ‘அவருக்கிருந்த நல்ல மனதெல்லாம் அந்தத் துணி தைக்கும் நிறுவனத்தில் வேலை பார்த்தபோது நாசமாகிப் போய்விட்டது’ என்றார். ‘அவர் கோபக்காரராக இருந்தார். அழகற்ற ஒருவரை திருமணம் செய்து கொண்டதோடு கூடவே எனக்கென்று ஒன்றுவிட்ட சகோதரன் வேறு கிடைத்தான். எனக்கு என்னவெல்லாம் கிடைக்கிறதோ அதில் பாதி அவனுக்குப் போய்விடும். கடைசியாக அவர் என் அம்மாவை பணி நீக்கம் செய்துவிட்டார் ” இது சொல்லிக் கொண்டிருக்கும் போது அவரது குரலில் ஒரு தொய்வு தெரிந்தது.

வெள்ளைக் கோட் அணிந்திருந்த ஃப்ரீரைக் அவருடைய இருக்கையில் அமர்ந்திருந்தார். அவர் நீண்ட நாட்களுக்கு முன் நடந்தது மட்டுமல்லாமல் சமீபத்தில் நடந்ததையும் பேசிக் கொண்டிருந்தார். ‘என்னுடைய அம்மா என்னைக்

கட்டிப் பிடித்ததாகவோ அல்லது முத்தம் கொடுத்ததாகவோ எனக்கு நினைவில்லை. அவர் அப்பாவைப் பற்றி என்றுமே பேசியதில்லை. அப்பா அவரிடம் நன்றாக நடந்து கொண்டாரா இல்லை மோசமாக நடந்து கொண்டாரா என்று கூடத் தெரியாது. அது குறித்து ஒரு வார்த்தை கூட நான் கேட்டதில்லை. அவர் எப்படி நடந்து கொள்வார் என்று எப்போதாவது நான் நினைத்தது உண்டா? ஆம், எப்போதும் அதைப் பற்றி நினைத்தது உண்டு. என்னிடம் ஒரு படம் கூட இருந்தது'. ஃப்ரீரைக் தான் உட்கார்ந்திருந்த நாற்காலியைத் திருப்பித் தனது கணினியில் இருந்த படங்களின் கோப்பில் ஒரு க்ளிக் செய்தார். உடனே இருபதாம் நூற்றாண்டின் ஆரம்பக் காலத்தில் எடுக்கப்பட்ட தெளிவற்ற ஒரு புகைப்படம் தெரிந்தது. அதிலிருப்பவரைப் பார்த்தால் ஃப்ரீரைக் போலவே இருந்தார். இதில் ஆச்சரியப்படுவதற்கு எதுவுமில்லை.'

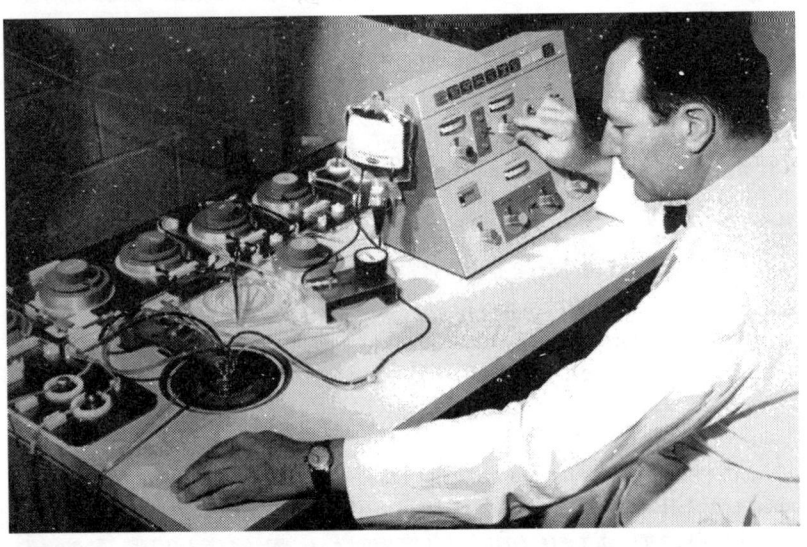

இந்த ஒரு படம் மட்டுந்தான் அம்மாவிடம் எப்போதும் இருந்தது' என்றார். புகைப்படத்தின் விளிம்புகள் எல்லாம் சீரற்றவையாக இருந்தன. அந்தப் புகைப்படம் ஒரு பெரிய குடும்பப் புகைப்படத்திலிருந்து வெட்டியெடுக்கப்பட்டது போன்றிருந்தது.

அவரை வளர்த்த அந்த ஐரீஷ் வேலைக்கார பெண்மணி பற்றிக் கேட்டேன். அவருடைய பெயர் என்ன? அவர் சிறிது நேரம் அமைதியாக இருந்துவிட்டு இந்த அமைதி மிகவும் அரிதான ஒன்று 'எனக்குத் தெரியாது' என்றார். மேலும், 'என் மூளைக்குள் ஒரு ஃப்ளாஷ் அடிக்கும் என நான் நினைக்கிறேன்'

என்று சொல்லிவிட்டு கொஞ்ச நேரம் அப்படியே ஆழ்ந்த சிந்தனையுடன் உட்கார்ந்திருந்தார். "என்னுடைய சகோதரிக்கும், அம்மாவுக்கும் நினைவிருக்கும். ஆனால் அவர்கள் உயிரோடு இல்லை. என் உறவினர்கள் யாரும் உயிருடன் இல்லை இரண்டு கசின்கள் மட்டுந்தான்' என்று சொல்லிவிட்டு தொடர்ந்து பேசுவதை மீண்டும் நிறுத்திக் கொண்டார். 'நான் அவளை மேரி என்று அழைக்கலாம் என்றிருக்கிறேன. அது கூட அவருடைய உண்மைப் பெயராக இருக்கலாம். ஆனால் என் அம்மாவின் பெயரும் மேரி. எனவே எனக்குக் குழப்பமாக இருக்கிறதுஞ்ஞ்.. என்றார்.

நாங்கள் பேசும் போது அவருக்கு 84 வயது. ஆனால் இதை வயது சம்பந்தப்பட்ட மறதி என்று அழைப்பது தவறு. ஒரு வசந்த காலத்தில் அவரை முதல் முறையாகப் பேட்டி கண்டேன். அதற்கு ஆறு மாதம் கழித்து இன்னொரு முறை, அப்புறம் இன்னொரு முறை. ஒவ்வொரு முறையும் அவர் தேதி, நேரம் போன்ற தகவல்களை மிகவும் துல்லியமாக நினைவிற்குக் கொண்டுவந்தார். பேசிய அதே தளத்திலுள்ள விஷயத்தைக் கடக்கும்பொழுது, "நான் இதை ஏற்கனவே உங்களிடம் பகிர்ந்திருக்கிறேன் என்பது எனக்குத்தெரியும்" என்று அவரே அவரை நிறுத்திக்கொள்வார். அவரை வளர்த்த அந்தத் தாதியின் பெயரை அவரால் நினைவுக்குக் கொண்டுவர முடியவில்லை. ஏனென்றால் அந்தக் காலகட்டத்திலிருந்து அவர் மிகவும் சிரமதிசையில் இருந்ததால் இதெல்லாம் அவருடைய மூளையின் கடைக்கோடிக்குச் சென்று விட்டது.

2

இரண்டாவது உலகப் போரை நோக்கி நாட்கள் நகர்ந்து கொண்டிருக்கும் போது இங்கிலாந்து அரசு மிகவும் கவலை கொண்டிருந்தது. அப்படிப் போர் ஏற்பட்டால், ஜெர்மானிய விமானப்படை லண்டன் மீது தாக்குதலைத் தொடங்குமென்றும், இதைத் தடுத்து நிறுத்த எதுவும் செய்ய முடியாது எனப் பிரிட்டிஷ் ராணுவம் நம்பியது. ஜெர்மன் தாக்குதலை ஆரம்பித்தால் முதல் ஒரு வாரத்தில் கிட்டத்தட்ட 250,000 பேர் காயப்படவும், மரணிக்கவும் செய்வார்கள் எனப் பாசில் லிடல் ஹார்ட் (Basil Liddell Hart) என்கிற ராணுவ கோட்பாட்டாளர் கூறினார். வின்ஸ்டன் சர்ச்சில் லண்டன் பற்றிக் குறிப்பிடும் போது, 'பிரமாண்டமான, கொழுத்த, விலை மதிப்பற்ற பசுமாடு ஒன்று மிருகமொன்றின் இரைக்காகக் கட்டப்பட்டிருப்பது போல உலக நாடுகளில் மிகப் பெரிய இலக்காக லண்டன் இருக்கிறது' என்று கூறினார். முப்பது,

நாற்பது லட்சம் லண்டன்வாசிகள் கிராமப் புறங்களை நோக்கி ஓடுவதைத் தவிர வேறு வழியில்லை. அந்த அளவிற்கு உதவியற்ற நிலையில் லண்டன் நகரம் இருக்கிறது என்று ஆரூடம் வேறு கூறினார். போருக்கு முன்னால் 1937 ஆம் ஆண்டுப் பிரிட்டிஷ் ராணுவத் தலைமையகம் மிகவும் அச்சமூட்டுகிற கணிப்பு அறிக்கை ஒன்றை வெளியிட்டது. அதன் படி, 'ஜெர்மானிய துருப்புகள் தொடர்ந்து குண்டு தாக்குதல் நடத்தினால் 600,000 பேர் இறந்து போவதுடன், 12 லட்சம் மக்கள் காயமடையக்கூடும். இது நகரத் தெருக்களில் ஒரு பீதியை உருவாக்கக்கூடும்.

பாஸில் லிடில் ஹார்ட்

மக்கள் வேலைக்குப் போக மறுப்பார்கள். இதனால் தொழில் உற்பத்தி ஸ்தம்பிக்கக்கூடும். ஜெர்மானியர்களுக்கு எதிராகப் பிரிட்டிஷ் ராணுவம் உபயோகமற்றதாக ஆகிவிடும். ஏனென்றால் அவர்கள் நகரில் ஏற்படக்கூடிய பீதியை சமாளிப்பதில் முனைப்பாக இருப்பார்கள். இதனால் திட்டவியலாளர்கள், குண்டு வீச்சிலிருந்து மக்கள் அனைவரையும் பாதுகாக்கும் பொருட்டுத் தொடர் நிலத்தடி முகாம்களை அமைக்கலாமா எனச் சிந்தித்துப் பின் அந்த யோசனையைக் கைவிட்டு விட்டார்கள். ஏனென்றால் இங்குப் புகலிடம் தேடிச் செல்லும் மக்கள் ஒரு போதும் அதிலிருந்து வெளியே வரமாட்டார்கள் என்று நினைத்தார்கள். போர் ஏற்பட்டால் மனநிலை பாதிக்கப்பட்டவர்கள் எண்ணிக்கை அதிகமாக இருக்கக்கூடும் என்றெண்ணி அவர்கள் நகரத்திற்கு வெளியே நிறைய மனநல மருத்துவமனைகளை அமைத்தனர். மேற்கூறிய காரணங்களால் நாம் போரில் தோர்பதற்கான எல்லாச் சாத்தியமும் இருப்பதாக அந்த அறிக்கையில் குறிப்பிடப்பட்டிருந்தது.

நீண்ட நாட்களாக எதிர்பார்க்கப்பட்ட தாக்குதல் 1940 ல் ஆரம்பித்தது. எட்டு மாதங்களாக 57 நாட்கள் தொடர் குண்டு வீச்சுடன் இது ஆரம்பித்தது வானத்திலிருந்து ஜெர்மானிய துருப்புகள் ஆயிரக்கணக்கான குண்டுகளை லண்டன் மேல் வீசியதுடன், தீப்பற்றக் கூடிய கருவிகளையும் எறிந்தனர். 40,000 மக்கள் இறந்ததுடன், 46,000 பேர் படுகாயமடைந்தனர். லட்சக்கணக்கான கட்டிடங்கள் தாக்கப்பட்டது அல்லது அழிந்து போனது. கிழக்குப் பகுதியிலிருந்த அனைத்தும் நாசமானது. அந்தக் காலகட்டத்தில் லண்டன் நகரவாசிகள் எப்படி எதிர்வினை செய்வார்கள் என்று கணித்தார்களோ அதைத் தவிர அனைத்தும் பிரிட்டிஷ் அரசு எதிர்பார்த்ததுதான்.

மக்களிடையே பீதி ஏற்படும் எனக் கணித்தது நடக்கவில்லை. லண்டனுக்கு வெளியே கட்டப்பட்டிருந்த மனநிலை மருத்துவ நிலையங்களுக்கு யாரும் வராததால் ராணுவத்தினர் பயன்படுத்திக் கொண்டனர். குண்டு வீச்சு ஆரம்பமானவுடன் பெண்களும், குழந்தைகளும் நகரத்திலிருந்து வெளியேற்றப்பட்டார்கள். ஆனால் நகரத்தில் ஏதாவது ஒரு காரணத்திற்காகத் தங்க வேண்டியிருந்தவர்கள் நகரத்திலேயே இருந்தனர். போர் தீவிரம் ஆக ஆக ஜெர்மானியர்களின் தாக்குதலும் அதிகமானது. அந்த நேரத்தில் பிரிட்டிஷின் அதிகார வர்க்கம் மக்களிடையே இருந்த தைரியத்தையும், அவர்களின் அலட்சியப் போக்கையும் பார்த்து ஆச்சரியமடைந்தனர். “தொடர் தாக்குதல் முடிந்தவுடன் நான் தென்கிழக்கில் உள்ள மாவட்டம் ஒன்றின் வழியாக 1940 ஆம் ஆண்டு அக்டோபர் மாதம் பயணிக்க நேர்ந்தது” போர்

முடிந்ததற்குப் பிற்பாடு ஒரு ஆங்கில உளவியலாளர் ஒருவர் எழுதுகையில்:

ஒவ்வொரு நூறு கஜ தூரத்திலும் வீடுகள் அல்லது கடைகள் இருந்த இடம் இப்போது குண்டு வீச்சினால் ஏற்பட்ட பள்ளமாகவோ அல்லது இடிபாடுகளுடன் கூடியதாகவோ தோற்றமளித்தது. எச்சரிக்கும் வகையில் சைரன் ஒலித்தது. அதன் பின் என்ன நடக்கிறதென்பதை பார்ப்பதற்காகக் காத்திருந்தேன். ஒரு குழந்தையின் கையைப் பிடித்துக் கூட்டிச் சென்ற கன்னியாஸ்திரி வேகமாகச் சென்றார். அவரும் நானும் மட்டுந்தான் அந்த எச்சரிக்கை மணியைக் கேட்டிருப்போம் என நினைக்கிறேன். நடைபாதை முழுவதும் சிறுவர்கள் தொடர்ந்து விளையாடிக் கொண்டிருந்தார்கள், ஷாப்பிங் வந்தவர்கள் பேரம் பேசிக் கொண்டிருந்தனர், டிராஃபிக் போலீஸ்காரர்கள் மந்தமாக ட்ராஃபிக்கை ஒழுங்கு செய்து கொண்டிருந்தார், சைக்கிள் ஓட்டுபவர்கள் சாவையும், ட்ராஃபிக் விதிகளையும் மீறி வண்டி ஓட்டிக் கொண்டிருந்தார்கள். எனக்குத் தெரிந்த வரை யாரும் வானத்தைப் பார்த்ததாகத் தெரியவில்லை.'

இதை நம்புவது கடினம் என்பதை நீங்கள் அனைவரும் ஒத்துக் கொள்வீர்கள் என நினைக்கிறேன். போர் என்பது திடீர் தாக்குதல். வெடிக்கப்பட்ட குண்டுகளிலிருந்து உலோகத்தூள்கள் எல்லாத் திசைகளிலும் பறந்தன. ஒவ்வொரு நாள் இரவும்

எரி குண்டுகளினால் அக்கம்பக்கத்து வீடுகள் எல்லாம் தீக்கிரையாயின. பத்து லட்சத்திற்கும் அதிகமானவர்கள் தங்களது வீடுகளை இழந்தனர். ஒவ்வொரு நாள் இரவும் சப்வே ஸ்டேஷன்களில் தற்காலிகமாக அமைக்கப்படும் கூடாரங்களில் மக்கள் நெருக்கியடித்துக் கொண்டு தங்கியிருந்தார்கள். தலைக்கு மேல் பறக்கும் விமானங்களின் இரைச்சல், குண்டு வெடிக்கும் சப்தம், விமான எதிர்ப்பு துப்பாக்கிகளின் சப்தம், ஆம்புலன்ஸின் சைரன், தீயணைக்கும் வண்டிகளின் சப்தம், எச்சரிக்கை ஒலி எனப் பல பக்கங்களிலிருந்து தாங்கமுடியாத அளவிற்குச் சப்தம் கேட்டுக் கொண்டிருந்தது. 1940 ஆம் ஆண்டுச் செப்டெம்பர் மாதம் 12 ஆம் தேதி இரவு லண்டன் நகரவாசிகளிடம் நடத்திய கருத்துக் கணிப்பின்படி மூன்றில் ஒரு பகுதியினர் முந்தைய நாள் இரவு முழுவதும் தூங்கவில்லையென்றும், இன்னொரு மூன்றில் ஒரு பகுதியினர் நான்கு மணிநேரத்திற்கும் குறைவாகவே தூங்கியதாவும் கூறியிருந்தார்கள். ஒரு நாள் இல்லை கிட்டத்தட்ட இரண்டரை மாதங்கள் ஒவ்வொரு நாள் இரவும் இந்த மாதிரி அலுவலகக் கட்டிடங்கள் தாக்கப்பட்டுச் சிதிலமடைந்திருந்தால் நியூயார்க் நகரவாசிகள் என்ன செய்திருப்பார்கள் என்று உங்களால் கற்பனை செய்து பார்க்க முடிகிறதா?

லண்டன் நகர மக்களின் இந்தமாதிரியான எதிர்வினைக்கு வழக்கமான விளக்கம் என்னவெனில் பிரிட்டிஷார் 'இறுக்கமானவர்கள்' இந்த மாதிரியான ஒரு உணர்வு ஆங்கிலேயர்களுக்கேயான உள்ளார்ந்த ஒரு குணாதிசியம். (இந்த மாதிரியான விளக்கத்தைத்தான் ஆங்கிலேயர்களே மிகவும் விரும்புவார்கள் என்பதில் ஆச்சரியமில்லை). ஆனால் ஆங்கிலேயர்கள் மட்டும் இப்படி நடந்து கொள்ளவில்லை என்று பிறகு தெளிவாகத் தெரியவந்தது. மற்ற நாட்டு மக்களும் குண்டுவீச்சின் போது எதிர்பாராத வகையில் எந்த மாறுதலையும் வெளிப்படுத்தவில்லை. குண்டுவீச்சின் போது மக்களிடையே ஏதேனும் விளைவுகள் ஏற்படும் என்று எதிர்பார்த்தார்கள். ஆனால் அப்படி எதுவும் நடக்கவில்லை. ஆனால் போரின் முடிவில் இந்தப் புதிரை கனடா நாட்டைச் சேர்ந்த உளவியலாளர் ஜெ.ட்டி. மெக்கர்டி (J.T. MacCurdy) தனது தி ஸ்ட்ரக்சர் ஆஃப் மொரேல் ('The Structure of Morale') என்ற புத்தகத்தில் விடுவித்திருந்தார்.

குண்டு விழும் போது அதனால் பாதிக்கப்படக்கூடிய மக்களை அது மூன்று குழுக்களாகப் பிரித்துவிடும் என்றார். முதல் குழு, குண்டு வெடிப்பால் இறந்தவர்கள். அவர்களைப் பொருத்தவரைதான் அந்த அனுபவம் மிகவும் நாசகரமான ஒன்று. ஆனால், மெக்கர்டி (எந்தவித அனுதாபமும் காட்டாமல்), 'தப்பிப் பிழைத்தவர்களின் எதிர்வினையைப் பொருத்தே

அங்கிருக்கக்கூடிய மற்றவர்களின் எதிர்வினை அமையும். எனவே இந்தக் கோணத்திலிருந்து பாக்கும் போது இறந்து போனவர்கள் முக்கியமில்லை. பிணங்கள் எழுந்து ஓடிப் போய்ப் பீதியைக் கிளப்பப் போவதில்லை'. என்றார்

இதற்கு அடுத்தக் குழு 'மயிரிழையில் தப்பித்தவர்கள் (near misses)'

அவர்கள் குண்டு வெடிப்பை உணர்ந்தவர்கள், நாசத்தைக் கண் முன் கண்டவர்கள், சுற்றுப்புறம் சிதிலமடைந்ததைப் பார்த்து அதிர்ச்சியடைந்தவர்கள், அநேகமாகக் காயம் அடைந்திருந்தாலும் பிழைத்துக் கொண்டவர்கள். ஆழமான அதிர்ச்சிக்குள்ளாகி எதையோ இழந்து விட்டதைப் போலவோ அல்லது உண்மை யிலேயே மயக்கத்தில் இருப்பவர்கள். அவர்கள் பார்த்த அந்தப் பயங்கரமான நிகழ்வுகளில் மூழ்கிப் போனவர்கள்.

மூன்றாவது குழு 'தொலைவில் இருந்ததால் தப்பித்தவர்கள் (remote misses)". இவர்கள் எச்சரிக்கை ஒலியையும், தலைக்கு மேல் பறந்து சென்ற எதிரிகளின் குண்டு வீச்சு விமானத்தின் சப்தத்தையும், குண்டு வெடிக்கும் சப்தத்தையும் கேட்டவர்கள். குண்டு தெருவிலோ அல்லது அடுத்த ப்ளாக்குகளிலோ வெடித்தது. குண்டு தாக்குதலின் விளைவு குறித்த இவர்களின் நடவடிக்கை மயிரிழையில் தப்பித்தவர்களின் குழுவிற்கு எதிராக இருந்தது. இவர்கள் தப்பித்து விட்டார்கள். எனவே

இரண்டாவது, மூன்றாவது தடவை குண்டு தாக்குதல் நடக்கும் போது இவர்களுடைய மனவெழுச்சி பற்றி மெக்கர்டி, ”எந்தவொரு பாதிப்புமில்லாமால் உற்சாகமான உணர்வுடன் இருந்தார்கள்’ என்கிறார். மயிரிழையில் தப்பித்தவர்கள் உங்களை ‘அதிர்ச்சியடையும்’படி செய்துவிடுவார்கள் என்றும், தொலைவில் இருந்து தப்பித்தால் அது நம்மை மரணம்கூடத் ‘தோற்கடிக்க முடியாது’ என்று உங்களை நினைக்கும்படி செய்துவிடும் என்றும் எழுதியிருந்தார்.

இந்தக் குண்டு வெடிப்புகளின் போது வாழ்ந்து வந்த லண்டன் நகர வாசிகளின் டயரிகளிலும், நினைவுகளிலும் இது போல எண்ணற்ற நிகழ்வுகள் பதிவு செய்யப்பட்டிருக்கின்றன. உதாரணத்திற்கு ஒன்று.

முதல் எச்சரிக்கை ஒலியைக் கேட்டவுடன் நான் எனது குழந்தைகளைக் கூட்டிக் கொண்டு எங்களது தோட்டத்தில் உள்ள பதுங்கு குழிக்குக் சென்றேன். நாங்கள் எல்லோரும் இறக்கப் போகிறோம் என்பது எனக்கு உறுதியாகத் தெரிந்தது. ஆனால் எதுவும் நடக்கவில்லை. அந்தக் குழியை விட்டு வெளியே வந்தவுடன் எங்களை எதுவும் பாதிக்காது என்கிற உணர்வு ஏற்பட்டது. நான் அதில் உறுதியாக இருந்தேன்.

அல்லது பக்கத்தில் நடந்த குண்டு வெடிப்பால் ஆட்டம் கண்ட வீட்டில் இருந்த ஒரு இளம் பெண்ணின் டயரிக் குறிப்பைப் படியுங்கள்.

விவரிக்கமுடியாத அளவிற்குச் சந்தோஷத்திலும், வெற்றிக்களிப்பிலும் இருந்தேன். எனக்குள்ளேயே நான், ‘நான் குண்டு வீச்சுக்கு உள்ளானேன்’ என்று மீண்டும் மீண்டும் சொல்லிக் கொண்டேயிருந்தேன். புத்தாடை போட்டுக் கொண்ட பிறகு எப்படி அது சரியாகப் பொருந்தியிருக்கிறதா இல்லையா என்று பார்ப்போமோ அது போல மீண்டும் மீண்டும் ‘நான் குண்டு வீச்சுக்கு உள்ளானேன்!.... நான் குண்டு வீச்சுக்கு உள்ளானேன் நான்!’ என்று சொல்லிக் கொண்டேயிருந்தேன்.

நேற்றிரவு அதிகப் பேர் இறந்தும், காயமடைந்தும் இருந்தார்கள். இந்த நேரத்தில் இதைச் சொல்வது கொடூரமானதாகத் தோன்றலாம். ஆனால் என் வாழ்க்கையில் நேற்று மாதிரி ஒரு போதும் குறைபாடற்ற சந்தோஷத்தை அனுபவித்ததில்லை.

40,000 பேர்கள் இறந்தும், 46,000 பேர்கள் காயமடைந்திருந்தாலும் இந்தத் திடீர் தாக்குதல் குறித்து லண்டன் நகரவாசிகள் ஏன் கலக்கமடையவில்லை? ஏனென்றால் அந்தப் பரந்துபட்ட மெட்ரோபாலிட்டன் நகரத்தில் ‘தொலைவில் இருந்ததால்

தப்பித்தவர்கள்" என்கிற குழுவைச் சேர்ந்த மக்கள் 'குண்டு வெடிப்பு' என்கிற அனுபவத்திலிருந்து தைரியமடைந்தவர்களாக இருந்தார்கள் இவர்கள் அதிர்ச்சியில் உறைந்திருந்த 'மயிரிழையில் தப்பித்தவர்கள்" குழுவினரை விட அதிகமாக இருந்தார்கள்.

"நாம் எல்லோரும் பயப்படவேண்டும் என்பது அவசியமில்லை என்றாலும் நாம் பயப்படவேண்டும் என்பதற்காகவே கூடப் பயப்படக்கூடியவர்கள்.

அந்தப் பயத்தை வெல்லும் போது நாம் களிப்புறுவோம்ஞ். விமானத் தாக்குதல் நடந்தால் நாம் பீதி அடைவது போலப்

பயந்தாலும், வெளியுலகத்திற்கு எதுவும் நடக்காதது போல அமைதியாகவும், பாதுகாப்பாக இருப்பது போலவும் காட்டிக் கொள்வோம். ஆரம்பத்தில் ஏற்பட்ட பயத்திற்கும், அதற்குப் பிறகு ஏற்பட்ட நிவாரணத்திற்கும் பாதுகாப்பு உணர்ச்சிக்குமான முரண்பாடுதான் தைரியத்திற்கான ஒரு தன்னம்பிக்கையை ஊக்குவிக்கிறது. அதுதான் தைரியத்திற்கான தாயும், தந்தையுமாகும்' என்று மெக்கர்டி கூறினார்.

திடீர் தாக்குதலுக்கு மத்தியில் பட்டன் தொழிற்சாலையில் வேலை பார்த்து வந்த நடுத்தர வயதைச் சேர்ந்த தொழிலாளியிடம் நகரத்தை விட்டு வெளியேறிச் செல்ல விருப்பமா எனக் கேட்கப்பட்டது. குண்டு வீச்சினால் அவருடைய வீட்டிலிருந்து இரண்டு முறை வெளியேறும் படி ஆயிற்று. ஆனால் ஒவ்வொரு முறையும் அவருக்கும், அவரது மனைவிக்கும் எந்தப் பாதிப்பும் இல்லை. எனவே அவர் நகரத்தை விட்டு வெளியே செல்ல மறுத்து விட்டார்.

"என்ன, இதை விட்டு விட்டு போவதா?" என்று ஆச்சரியத்துடன் கேட்ட அவர், ' சீனாவிலுள்ள மொத்த தங்கத்தையும் தாரைவார்த்தாலும் சரி நான் போகமாட்டேன்! இந்த மாதிரி ஒருபோதும் வேறெங்கும் இருக்காது! ஒரு போதும் இல்லை! மறுபடியும் இது போல் ஒருபோதும் இருக்கப் போவதில்லை!" என்றார்.

3

'**வி**ரும்பத்தக்க சிரமங்கள்" என்கிற கருத்து எல்லாச் சிரமங்களும் எதிர்மறையானது இல்லை என்பதை அறிவுறுத்துகிறது. டேவிட் பௌவீஸ் எப்படித் தன்னிடமிருந்த குறைபாட்டைச் சிறந்த கவனிப்பாளராக மாறுவதற்கு உபயோகப்படுத்திக் கொண்டாரோ அது போலத் தடைகளைச் சாதகமாக மாற்றிக் கொள்ளாதவர்களுக்கு வாசிப்பில் குறைபாடு என்பது மிகப் பெரிய தடைக்கல் தான், அல்லது நீங்கள் ஒரு போதும் செய்ய நினைக்காத காரியத்தைச் செய்ய இந்தத் தடைக்கல் தைரியம் கொடுத்திருக்கிறது. இது கேரி கோன் போன்ற ஒருவராக நீங்கள் இல்லையென்றால் முடியாது.

இந்த யோசனையைப் போன்றதுதான் பரந்துபட்ட கண்ணோட்டதிலான மெக்கர்டியின் இரண்டாவது கோட்பாடான 'மன உறுதி கோட்பாடும்'. லண்டன் மீது ஜெர்மானிய துருப்புகள் நடத்தக்கூடிய குண்டு வீச்சுத் தாக்குதல் குறித்து வின்ஸ்டன் சர்ச்சிலும், ஆங்கிலேய ராணுவ

அதிகாரிகளும் அச்சம் கொள்ளக் காரணம் என்னவெனில், அந்தத் தாக்குதல் ஏற்படுத்தக்கூடிய அதிர்ச்சிகரமான அனுபவம் அனைவரிடமும் ஒரே மாதிரியான விளைவை உண்டாக்கும் என அவர்கள் அனுமானித்திருந்ததுதான். குண்டு வீச்சிலிருந்து ‘மயிரிழையில் தப்பித்தவர்களுக்கும், தொலைவில் இருந்ததால் தப்பித்தவர்களுக்கும்’ உள்ள வித்தியாசம் அவர்களுக்கு ஏற்பட்ட அதிர்ச்சியின் தாக்கம் தான்.

ஆனால் மெக்கர்டியைப் பொருத்த அளவில் அதிர்ச்சிகரமான அனுபவங்கள் மக்களிடையே முற்றிலும் வெவ்வேறான இரண்டு விளைவுகளை ஏற்படுத்த முடியும் என்பதை இந்தத் திடீர் தாக்குதல் நிரூபித்திருந்தது: ஒரே நிகழ்வு ஒரு குழுவிற்கு ஆழமான பாதிப்பையும், இன்னொரு குழுவிற்கு எவ்வித பாதிப்பையும் ஏற்படுத்தாமலும் இருந்தது. பட்டன் தொழிற்சாலையில் வேலை பார்த்து வந்த தொழிலாளிக்கும், குண்டு வீச்சால் ஆட்டம் கண்ட வீட்டில் இருந்த இளம் பெண்ணுக்கும் இந்த அனுபவம் நன்றாக இருந்தது, இல்லையா? அவர்கள் போருக்கு நடுவில் இருந்தார்கள். அதை அவர்களால் மாற்ற முடியாது. ஆனால் போரின் போது தாங்க முடியாமல் இருக்கக்கூடிய பயத்திலிருந்து அவர்கள் விடுதலையாகி விட்டிருந்தார்கள்.

டிஸ்லெக்சியா இந்த நிகழ்வு போன்று ஒரு சிறந்த உதாரணம் ஆகும். டிஸ்லெக்சியா குறைபாடு உள்ளவர்களில் பெரும்பாலோர் தங்களது இயலாமையை ஈடுகட்ட எதுவும் செய்ய மாட்டார்கள். இந்தக் குறைபாடுடைய குறிப்பிடத்தக்க எண்ணிக்கை யிலானவர்கள் சூழ்நிலைக்கைதிகளாகி உழல்கிறார்கள். உதாரணமாக : இவர்கள் தங்கள் கல்வி சார்ந்த அடிப்படைப் பயிற்சிகளைக் கூடத் திறம்படச் செயல்படுத்துவதில் தோல்வி அடைந்த சோகத்தில் மூழ்கிக்கிடப்பவர்கள். இருந்தாலும் கேரி கோன், டேவிட் பௌவீஸ் ஆகியோரிடமிருந்த இதே நரம்பியல்

கோளாறுகள் எதிர்மறை விளைவைக் கொண்டதாகவும் இருக்க முடியும் என்பதற்குச் சான்று.. டிஸ்லெக்சியா ஒரு மிகப் பெரிய தாக்கத்தைக் கோனின் வாழ்க்கையில் ஏற்படுத்தியது அதாவது துன்பத்தையும், பதட்டத்தையும் கொடுத்தது. ஆனால் அவர் மிகவும் புத்திசாலி, அதோடு அவருடைய குடும்பம் அவருக்கு ஆதரவாக இருந்ததுடன் கொஞ்சம் அதிர்ஷடமும், போதுமான அளவிற்கு வசதியும் இருந்ததால் அவர் இந்தக் குறைபாட்டினால் ஏற்படக்கூடிய மோசமான விளைவை சமாளித்து மிகவும் வலுவுள்ளவராக விளங்கினார். ஆங்கிலேயர் செய்த அதே தவறை நாம் அடிக்கடி செய்து, எந்தவொரு மோசமான நிகழ்வுக்கும் ஒரு பதில் அல்லது எதிர் செயல்தான் இருக்கிறது என்கிற முடிவுக்கு வந்து விடுகிறோம். ஆனால் அப்படியில்லை. இரண்டு சம்பவங்கள் நம்மை மீண்டும் ஜே ஃப்ரீரைக்கைப் பற்றியும், அவர் தன்னுடைய குழந்தைப் பருவத்தை நினைவில் வைத்துக் கொள்ளத் தன்னைத்தானே அனுமதித்துக் கொள்ளாதது குறித்த விஷயங்களுக்கும் கொண்டு வருகிறது.

4

ஜே ஃப்ரீரைக் ஒன்பது வயதாக அவருக்கு உள்நாக்கு அழற்சி (tonsillitis) ஏற்பட்டு அதனால் மிகவும் உடல்நலமில்லாதவராக இருந்தார். அவர் வசித்து வந்த பகுதியிலேயே இருந்த மருத்துவர் டாக்டர் ரோசன்புளூம் அவர் தங்கியிருந்த அபார்ட்மெண்ட்க்கே வந்து உள்நாக்குச் சதையில் ஏற்பட்டிருந்த வளர்ச்சியை அகற்றினார். 'அந்தக் காலகட்டத்தில் நான் ஆண்கள் யாரையும் பார்த்ததில்லை. எனக்குத் தெரிந்த அனைவரும் பெண்கள் தான். அப்படியே ஒரு ஆணை பார்த்திருந்தாலும் அவர் மிகவும் அழுக்கடைந்தவராக இருந்தார். ஆனால் ரோசன்புளூம் சூட்டும், டையும் அணிந்து பார்ப்பதற்குக் கண்ணியமானவராகவும், கனிவானவராகவும் இருந்தார். அதற்குப் பிறகு, அந்த வயதிலிருந்தே (10 வயது) பிரபலமான ஒரு டாக்டராக வேண்டுமென்கிற ஆசை என்னுள் எழுந்தது. அது தவிர வேறெந்தத் தொழில் குறித்தும் நான் சிந்திக்கவில்லை' என்றார்.

அவர் உயர்நிலைப் பள்ளிக்கூடத்தில் படிக்கும் போது அவருக்குப் பௌதிகம் கற்பிக்கும் ஆசிரியர் அவரிடம் 'நீ கல்லூரிக்குச் செல்ல வேண்டும்' என்று ஊக்குவிக்கும் அளவிற்கு அவர்மீது கூடுதல் கவனம் செலுத்தினார். அதற்கு நான் அவரிடம், 'நான் என்ன செய்ய வேண்டும்?" என்று கேட்டதற்கு

அவர், 'உனக்கு 25 டாலர்கள் கிடைத்தால், உன்னால் சேர முடியும் என நினைக்கிறேன்' என்றார். இது 1942 ஆம் ஆண்டில். அப்போது எல்லாமே நன்றாக இருந்தன. ஆனாலும் மக்கள் எல்லோரும் வசதியுடன் இல்லை. 25 டாலர் என்பது குறைந்த தொகை ஒன்றும் இல்லை. என்னுடைய அம்மா 25 டாலரை ஒருபோதும் பார்த்திருக்கமாட்டடார் என்றே நான் நினைக்கிறேன். அவரிடம் இது பற்றிக் கூறியதற்கு அவர், 'என்னால் என்ன பண்ண முடியுமென்று பார்க்கிறேன்' என்றார். இரண்டு

▲ இடிபாடுகளை நேரில் பார்வையிட்ட சர்ச்சில்

நாட்களுக்குப் பிறகு அம்மா வந்தார். அவர் கணவரை இழந்த ஒரு ஹங்கேரிய நாட்டுப் பெண்மணியைச் சந்தித்திருக்கிறார். இறந்து போன அவருடைய கணவர் கொஞ்சம் பணத்தை விட்டுச் சென்றிருக்கிறார். அதிலிருந்து அவர் அம்மாவுக்கு 25 டாலர் கொடுத்தார். இதை நம்புவதும், நம்பாததும் உங்கள் விருப்பம். அதைத் தன்னோடு வைத்துக் கொள்வதற்குப் பதிலாக அம்மா அதை என்னிடம் தந்தார். அதனால் தான் நான் இங்கே இருக்கிறேன். எனக்கு 16 வயது. நான் மிகவும் நம்பிக்கையுடன் இருக்கிறேன்' என்றார்.

ஃப்ரீரைக் சிகாகோவிலிருந்து இல்லினாய் பல்கலைக்கழகம் இருக்கக்கூடிய காம்பெயின்அர்பனாவுக்கு ரயிலில் சென்றார். அங்கு அவர் மேன்சன் போன்ற ஒன்றில் ஒரு அறையை வாடகைக்கு எடுத்துக் கொண்டார். அவருக்கு ஒரு சமூகக்

கூடத்தில் வெயிட்டராக வேலை கிடைத்தது. இதில் கிடைத்த வருமானத்தைக் கொண்டு அவர் படிப்பிற்கான கட்டணத்தைக் கட்டமுடியும். இதோடு 'ஊக்கத் தொகை' போல அங்கே மீதமாகும் சாப்பாடும் அவருக்குக் கொடுக்கப்பட்டது. அவர் மிகச் சிறப்பாகப் பணியாற்றினார், மருத்துவக் கல்லூரியும் இவரை ஏற்றுக் கொண்டது. அதன் பின் சிகாகோவில் உள்ள 'குக் கவுண்ட்டி ஹாஸ்பிட்டலில்' உள்ளகப் பயிற்சியை (internship) ஆரம்பித்தார்.

அந்தக் காலகட்டத்தில் மருத்துவம் மிகவும் மதிப்பு வாய்ந்த நாகரிகமான தொழிலாக இருந்தது. டாக்டர்கள் சமூகத்தில் நல்ல நிலையில் இருந்தனர். இவர்கள் பெரும்பாலும் உயர் மத்தியவகுப்பு பின்னணியைச் சேர்ந்தவர்களாக இருந்தார்கள். ஃப்ரீரைக் அந்த மாதிரியான பின்னணியைக் கொண்டவர் இல்லை. ஆறு அடி நாலு அங்குல உயரமும், பரந்த மார்பும், திடமான தோள்பட்டையையும் கொண்ட அவர் இந்த வயதிலும், எண்பதுக்கும் மேல், ஒரு மிரட்டும் தோரணையைத்தான் கொண்டிருந்தார். அவர் தலை கொஞ்சம் பெரிதாக இருந்தது அவருடைய கனத்த சரீரத்துடன் ஒப்பிட்டாலும் கூட அது அவருடைய தோற்றத்தை இன்னும் பெரிதாகக் காட்டியது. அவர் சரளமாக, அசராமல், சத்தமாகப் பேசக்கூடியவர். அவருடைய பேச்சில் அவர் வசித்து வந்த சிகாகோவின் நெடி அடிக்கும். அவர் எதையாவது அழுத்தமாகச் சொல்ல வேண்டுமெனில் கத்திப் பேசிக் கொண்டே மேசையில் குத்துவதைப் பழக்கமாகக் கொண்டிருந்தார். இந்த மாதிரி ஒரு முறை கண்ணாடியிலான கான்ஃபெரன்ஸ் மேசையில் குத்த அது சிதறியது. அது ஒரு மறக்கமுடியாத விஷயம் (இதன் உடனடி விளைவாக அந்தக் கூட்டத்தில் அவர் அதற்கு மேல் எதுவும் பேசாமல் அமைதியாகி விட்டார். அதுதான் முதலும் கடைசியுமாக அவரை யாரும் அமைதியாக இருப்பதைப் பார்த்திருக்கக்கூடும்).

ஒரு காலக் கட்டத்தில் அவர் தன்னை விட வசதியான குடும்பத்தைச் சேர்ந்த பெண்ணுடன் நட்பு கொண்டிருந்தார். அந்தப் பெண் மிகவும் நாகரிகத்துடனும், அதிநவீனத்துடனும் இருந்தார். ஹம்போல்ட் பார்க்கைச் சேர்ந்த் ஃப்ரீரைக்கோ பொருளாதாரம் மந்தமாக இருந்த காலகட்டத்தைச் சேர்ந்த உடல் பலம் கொண்ட ஒரு ரெளடி போல இருந்தார். 'அவள் என்னை ஒரு சிம்பனிக்கு அழைத்துச் சென்றாள். நான் க்ளாசிக்கல் இசை கேட்பது அதுதான் முதல் முறை" என்று நினைவு கூர்ந்த அவர் மேலும், 'நான் பாலே (ballet) நடனத்தையோ, நாடகத்தையோ ஒரு போதும் பார்த்தது இல்லை. அம்மா வாங்கிய சிறிய தொலைக்காட்சிப் பெட்டியை தவிர்த்து பேசுவதற்கான விஷயம்

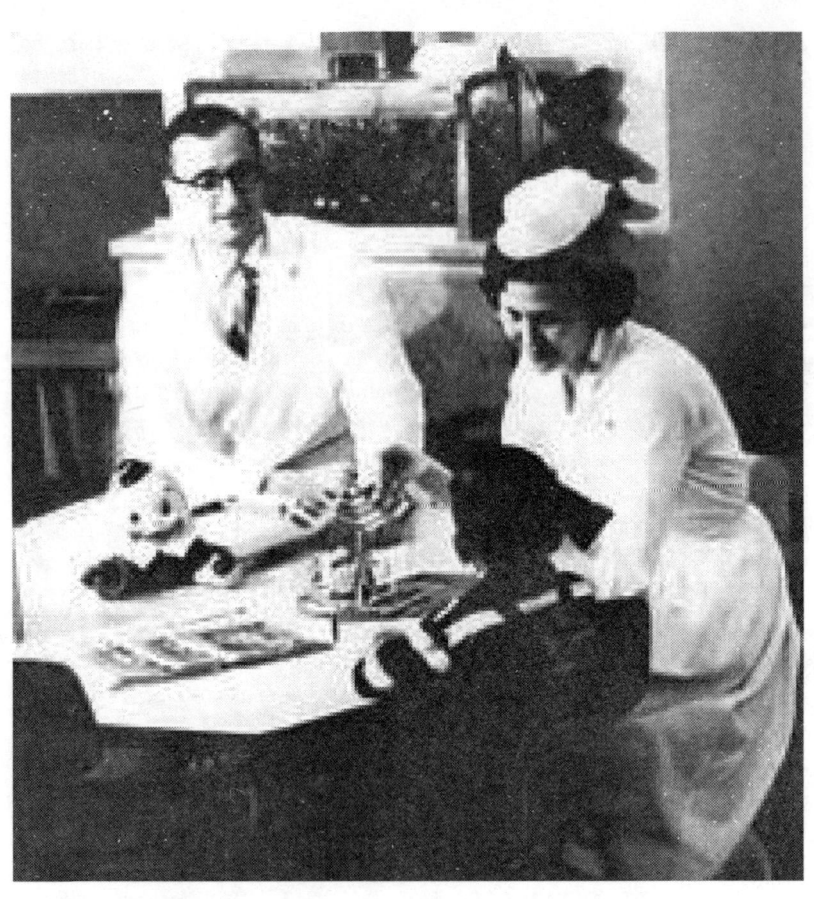

எதுவும் என்னிடம் இல்லை. இலக்கியம், கலை, இசை, நடனம் என்று எதுவும் எனக்குத் தெரியாது. எனக்குத் தெரிந்தது சாப்பாடுதான். நான் கொல்லப்படவோ, அடிபடவோ இல்லை. நான் பதப்படுத்தபடாதவனாக இருந்தேன்' என்றார்.

ஃப்ரீரைக் அவருடைய மருத்துவப் பயிற்சியை முடிக்கும் போது அவருடைய தூரத்து உறவினர் ஒருவர் இறந்து விட்டார். அவர் தனது 600 டாலரை விட்டுச் சென்றார். “பழைய கார் டீலர் ஒருவர் என்னிடம் வைத்தியம் செய்து கொள்பவராக இருந்தார். அவர் ஏற்கனவே உபயோகப்பட்டுத்தப்பட்ட கார் ஒன்றை எனக்கு விற்பதாகக் கூறினார். “அது போண்டியாக் 1948 ஆம் வருடத்திய மாடல். ஒரு நாள் இரவு நான் பார்ட்டியில் சில பெண்களுடன் சேர்ந்து குடித்துவிட்டு புத்தம் புதிய லிங்கன் கார் ஒன்றின் அருகில் இந்தக் காரை ஓட்டிக் கொண்டுச் சென்றேன்.

அதற்காக நான் சிறைச்சாலை சென்றிருக்க வேண்டும். ஆனால் நான் மருத்துவ பயிற்சி மாணவன் என்பதை அறிந்து கொண்ட போலீசார், 'நாங்கள் கவனித்துக் கொள்கிறோம்' என்று கூறினார்கள். அந்தக் காலத்தில் மருத்துவர்களாக இருந்தவர்களுக்குக் கிடைத்த மரியாதை இது. ஆனால் இப்போது அப்படி சொல்ல முடியாது' என்றார். *

பாஸ்டனில் ஃப்ரீரைக் ரத்தம் சம்பந்தப்பட்ட மருத்துவத்துறையில் (hematology) ரிசர்ச் அசோஷியேட்டாக இருந்தார். அவர் ராணுவத்திற்கு அனுப்பட்டு வாஷிங்டன் டி.சி.க்கு சற்று வெளியே இருந்த நேஷனல் கேன்சர் இன்ஸ்டியூட்டில் தனது ராணுவ சேவையைச் செய்யும்படி பணிக்கப்பட்டார். அவர் ஒரு புத்திசாலியான, அர்பணிப்புச் சுபாவம் கொண்ட ஒரு மருத்துவராகப் பணியாற்றி வந்தார். ஆஸ்பத்திரிக்கு முதலில் வந்து கடைசியில் திரும்பிச் செல்பவராக இருந்தார். ஆனால் அவர் தனது ஆரம்பகால ஆவேசமிக்கத் தன்மையிலிருந்து ஒரு போதும் ஒரு அடி கூட விலகியிருக்கவில்லை. அவர் எரிமலையைப் போலக் கொந்தளிப்புடனும், பொறுமையற்றவராகவும், உயர்வகுப்பைச் சேர்ந்த மென்மையான தன்மை இல்லாதவராகவும் இருந்தார். ஃப்ரீரைக் பற்றி அவருடன் வேலைபார்த்து வந்த ஒருவர் தன்னால் மறக்கமுடியாத 'மனதில் எழுந்த முதல் எண்ணத்தை' பற்றிக் கூறுகையில், 'அறைக்குப் பின்னால், மிகப் பெரிய உருவம் கொண்ட இவர் ஃபோனில் சத்தமாகப் பேசிக் கொண்டும், அலறிக் கொண்டும் இருந்தார்' என்றார். இன்னொருவர் அவரைப் பற்றி நினைவு கூறுகையில், "அவர் கட்டுங்கடங்காதவராகவும், மனதில் பட்டதைப் பேசுபவராகவும் இருந்தார்' என்றார். அவருடைய பணிக் காலத்தில் ஏழு முறை அவர் பதவி நீக்கம் செய்யப்பட்டிருக்கிறார். சிகாகோவில் உள்ள ப்ரெஸ்பைடேரியன் ஆஸ்பத்திரியில் உள்ளகப் பயிற்சியில் இருக்கும் போது தலைமை

---

*ஃப்ரீரைக் இந்த மாதிரி இருந்திருக்கிறார் என்பது ஆச்சரியமாக இருக்கிறதா? நம்மோடு பணிபுரியும் ஒருவரைப் பார்த்து 'கொலைகாரன்' என்று நாம் கத்துவது இல்லை. ஏனெனில் நம்மை அவரிடத்தில் வைத்துப் பார்க்கிறோம்; நாம் அப்படி ஏதாவது சொன்னால் அவர் எந்த மாதிரி உணர்வார் என்பதை நாம் நமக்குள் உருவகப்படுத்திப் பார்த்துக் கொள்கிறோம். நம்மால் அந்த வழியைத் தேர்ந்தெடுக்க முடியும் ஏனென்றால், நாம் படும் சிரமங்களைப் புரிந்து கொண்டு ஆறுதலும், ஆதரவும் கொடுக்கப்பட்டது. அடுத்தவர்கள் எப்படி உணர்ந்து ஆதரவு கொடுப்பார்கள் என்கிற ஒரு முன்மாதிரி நம்மிடம் இருந்தது. இதுதான் அடுத்தவரின் மனமறிந்து செயல்படுவதற்கான அடிப்படை ஆகும். ஆனால் ஃப்ரீரைக் வாழ்க்கையின் ஆரம்பக் காலத்தில், ஒவ்வொரு மனிதருடனான தொடர்பும் மரணத்திலோ அல்லது கைவிடப்படுவதிலோதான் முடிந்தது இந்த மாதிரியான குழந்தைப் பருவம் ஒருவரிடத்தில் ரணத்தையும், அது வெளிப்படும் போது கோபத்தையும் தான் பிரதிபலிக்கும்.

நர்ஸை கோபத்துடன் எதிர்த்து பேசியதால் முதல் முறையாக விலக்கப்பட்டார். அவருடைய சக பணியாளர் ஒருவர் அங்கேயே தங்கி மருத்துவப் பயிற்சியில் அமர்த்தப்பட்டிருந்த உள்ளவர் ஒருவர் வழக்கமான பிழை ஒன்றைச் செய்தது ஃப்ரீரைக் கின் கவனத்திற்கு வந்தபோது அவர் எப்படி நடந்துகொண்டார் என்பதை நினைவுகூர்ந்தார். பரிசோதனைக்கூட முடிவில் ஒரு சிறிய விஷயத்தைக் கவனிக்கமால் விட்டுவிட்டார் அந்த நபர். 'நோயாளி இறந்து விட்டார்' என்று டாக்டர் கூறினார். 'இது தவறினால் ஏற்பட்டது இல்லை என்ற ஜே, அவர் இருந்த வார்டிலேயே ஐந்து அல்லது ஆறு டாக்டர்கள், நர்ஸ்கள் முன்பாகச் சத்தமாகக் கத்திப் பேசினார். அவர் கொலைகாரன் என்று சொல்ல அதைக் கேட்ட அந்த இளைஞன் அழுதே விட்டான்'. ஃப்ரீரைக்கைப் பற்றி அவரது நண்பர்கள் எல்லாவிதமான கருத்துக்களைச் சொன்னாலும் 'ஆனால்' என்கிற சொல் தொக்கி நின்றது. எனக்கு அவர்மேல் பிரியம்தான்,ஆனால் ஏறக்குறைய அடிதடியாகிற நிலைமைக்கு நாங்கள் வந்துவிட்டோம். நான் அவரை என் வீட்டிற்கு அழைத்திருந்தேன் ஆனால் அவர் என் மனைவியை அவமதிப்புச் செய்துவிட்டார். பணி கால ஆரம்பத்தில் ஃப்ரீரைக்குடன் வேலை செய்து வந்த புற்றுநோய் துறையைச் சேர்ந்த டாக்டரான இவான் ஹெர்ஷ், 'ஃப்ரீரைக் இன்றுவரை என் நெருங்கிய நண்பராக இருந்து வருகிறார்' என்றவர் மேலும் கூறுகையில் "அவரை நாங்கள் திருமணத்திற்கும், மிட்ஸ்வா (யூத இனத்தில் ஒரு சிறுவன் 13 வயதை அடையும் போது நடத்தப்படும் சம்பிரதாயமான ஒரு நிகழ்வு) விழாக்களுக்கும் அழைத்துச் செல்வோம். நான் அவரைத் தந்தை ஸ்தானத்தில் நினைத்திருந்தேன். ஆனால் அவர் அந்தக் காலகட்டத்தில் ஒரு புலி போல இருந்தார். எங்களுக்குள் பயங்கரமான மோதல்கள் எல்லாம் நடந்தன. ஒரு சமயத்தில் சில வாரங்கள்கூட அவருடன் பேசாமல் இருந்திருக்கிறேன்' என்றார்.

இவர் தன்னுடைய பணிக்கால அனுபவத்தை நினைவுகூர்வதற்கு மத்தியில் ஒரு முறை, இறுதிகட்டத்தில் இருக்கும் புற்றுநோய் நோயாளிகளுக்கு நல்வாழ்வு மையங்கள் மூலம் பாதுக்காப்புக் கொடுக்கலாம் என்கிற யோசனையின் மேல் அவருடைய தாக்குதல் வெடித்துச் சீறியது. 'நல்வாழ்வு மையம் மூலம் சிகிச்சை அளிக்கத்தான் நீங்கள் இத்தனை டாக்டர்கள் இருக்கிறீர்களா. அதாவது, எப்படி ஒரு நோயாளிக்கு அப்படிச் சிகிச்சை அளிப்பீர்கள்?' ஃப்ரீரைக் அதிகமாக உணர்ச்சி வசப்பட்டுவிட்டால் தாடையை இறுக்கிக் கொண்டு தன் குரலை உயர்த்திப் பேசுவார். 'உங்களுக்குக் கேன்சர் இருக்கிறது. நீங்கள் உறுதியாகச் சாகப் போகிறீர்கள். உங்களுக்கு மிகவும்

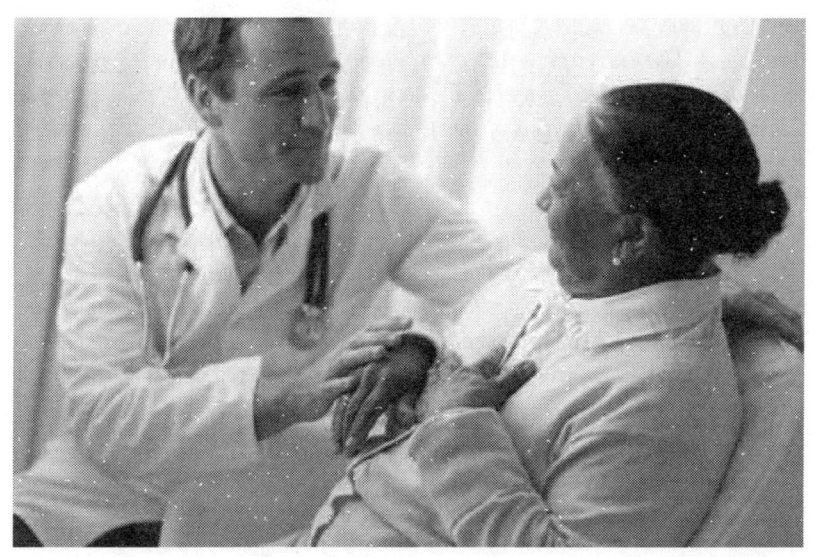

கொடூரமான வலி இருக்கிறது. எங்கே அமைதியாகச் சாக முடியுமோ அங்கே நான் உங்களை அனுப்புகிறேன். இதைத்தானே நீங்கள் சொல்கிறீர்கள்? இதை நான் ஒருவரிடம் கண்டிப்பாகச் சொல்லமாட்டேன். என்ன சொல்வேனெற்றால், 'நீங்கள் சிரமப்படுகிறீர்கள். உங்களுக்கு வலி இருக்கிறது. இந்தச் சிரமத் திலிருந்து நான் உங்களை விடுவிக்கப் போகிறேன். நீங்கள் சாகப் போகிறீர்களா? அநேகமாக அப்படி நடக்காது. ஏனெனில் தினமும் அற்புதங்கள் நடப்பதை நான் பார்க்கிறேன்". நீங்கள் ஒருவர் தான் இருக்கிறீர்கள் என்கிற நம்பிக்கையில் இருப்பவர்களுக்கு அவநம்பிக்கை ஊட்டுபவர்களாக நீங்கள் இருக்கக்கூடாது. செவ்வாய் காலைகளில், மருத்துவமனை வளாகத்தை நான் கற்பித்தல் சம்பந்தமாகச் சுற்றி வரும்போது சில மருத்துவர்கள், 'இந்த நோயாளிக்கு வயது 80. எனக்கு நம்பிக்கையில்லை' என்று சொல்வார்கள். ஆனால் அது அப்படியல்ல! அது ஒரு சவாலே தவிர நம்பிக்கையற்ற சூழல் இல்லை. இதற்கு நீங்கள் ஏதாவதொரு தீர்வுடன் வரவேண்டும். அவர்களுக்கு எப்படி உதவுவது என்பது குறித்துச் சிந்திக்க வேண்டும். ஏனென்றால் மக்களுக்கு நாம் வாழ்வோம் என்கிற நம்பிக்கை ஏற்படவேண்டும்'. அவர் இதைச் சொல்லும் போது மிகவும் சத்தமாகக் கத்தி சொன்னார். 'நான் ஒருபோதும் மன அழுத்தம் அடைந்ததில்லை. நான் ஒருபோதும் பெற்றோருடன் உட்கார்ந்து அவர்களுடைய குழந்தை இறந்தது பற்றி அழுததில்லை. டாக்டராக நான் இருக்கும் வரை ஒருபோதும் அப்படிச் செய்ய மாட்டேன். டாக்டராக என்னால்

அப்படி எப்போதும் செய்ய முடியாது. பெற்றவனாக என்னால் அப்படிச் செய்ய முடியும். என்னுடைய குழந்தைகள் இறந்தால், அநேகமாக நான் பித்துபிடித்தவன் மாதிரி ஆகக்கூடும். ஆனால் டாக்டராக, அவர்களுக்கு நம்பிக்கையைக் கொடுப்பேன் என்று உறுதிமொழி எடுத்திருக்கிறேன். அதுதான் உங்களுடைய வேலை" என்றார்.

ஃப்ரீரைக் சில நிமிடங்கள் இதே மாதிரியான நிலையில் இருந்தார். தனது நம்பிக்கையைக் இழக்காதவராக, விடாப்பிடியானவராகத்தான் ஒரு டாக்டர் இருக்க வேண்டும் என்று எல்லோரும் ஆசைப்படுகிறோம். அனால் அதே போல அவர் நம் நிலையில் நின்று நாம் எந்த மாதிரி உணர்கிறோம் என்பதை நம் கண்ணோட்டத்திலிருந்து பார்க்க வேண்டும் என்றும் எதிர்பார்க்கிறோம். நாம் மரியாதையுடன் நடத்தப்பட வேண்டும் என்றால் அப்படி நினைத்துச் சிகிச்சை அளிக்க, ஒரு மருத்துவர் அடுத்தவரின் இடத்திலிருந்து மன உணர்வுகளைப் புரிந்து கொள்ள வேண்டும். நான் ஒருபோதும் பெற்றோருடன் உட்கார்ந்து அவர்களுடைய குழந்தை இறந்தது குறித்து அழுததில்லை. நம்மிடம் யாராவது ஃப்ரீரைக்கைப் போன்ற குழந்தைப் பருவத்தை யார்மீதாவது சபிக்க விருப்பமா என்று கேட்டால் அனேகமாக நாம் வேண்டாமென்றுதான் சொல்வோம். ஏனென்றால் அந்த மாதிரியான வாழ்க்கை யிலிருந்து நல்லது எதுவும் வாய்க்குமா என்பது கற்பனைக்கு அப்பாற்பட்ட விஷயம். அப்படிப்பட்ட வளர்ப்புமுறையிலிருந்து தப்புவதற்கான மந்திரக்கோள் உங்களிடத்தில் இல்லை. நீங்கள் 'தொலைத் தூரத்தில் இருந்ததால் தப்பித்தீர்கள்'(remote misses) போன்ற அனுபவத்தை அந்த மாதிரியான வளர்ப்பிலிருந்து பெற முடியாது .

அல்லது உங்களால் முடியுமா?

5

1960களின் ஆரம்பத்தில் உளவியலாளரான மார்வின் ஐஸன்ஸ்டாட் படைப்பாளர்களை கண்டுபிடிப்பாளர்கள், கலைஞர்கள், தொழில்முனைவோர்களைப் பேட்டிகண்டு அதிலுள்ள அமைப்பு முறைமைகள் (pattern) மற்றும் நடைமுறை போக்குகளைக் (trend) தேடுவதென்பது அவர் வகுத்த திட்டம். ஆய்வின் முடிவுகளை ஆராய்ந்தபோது வித்தியசமான ஒரு விஷயத்தை அவதானித்தார். ஆச்சரியப்படத்தக்க வகையில்

பெரும்பாலோனர் பெற்றோரை தங்களது குழந்தைப் பருவத்திலேயே இழந்திருந்தனர். அவர் ஆய்வு செய்த குழு கொஞ்சப் பேர்களைக் கொண்டிருந்ததால் ஐஸன்ஸ்டாட் இது தற்செயலாக இருக்கக்கூட வாய்ப்பிருக்கிறது என்பது அவருக்குத் தெரியும். ஆனால் அதிலிருந்த உண்மை அவரை உறுத்திக் கொண்டே இருந்தது. அது தற்செயலான முடிவாக இல்லையென்றால் அதற்கான அர்த்தம் என்ன? இது குறித்துக் குறிப்புகள் உளவியல் சம்பந்தப்பட்ட இலக்கியங்களில் இருக்கின்றன. 1950களில் பிரபலமான உயிரியலாளர்கள் பற்றி அறிவியல் வரலாற்றறிஞர் ஆன் ரோ மேற்கொண்ட ஆய்வில் பெற்றோரில் குறைந்தபட்சம் ஒருவரை எத்தனை பேர் தங்களது இளம் வயதில் இழந்திருக்கிறார்கள் என்பதைப் போகிற போக்காகச் சொன்னார். இதே போன்று ஒரு கருத்தை அதற்குப் பலவருடங்களுக்குப் பிறகு பிரபல கவிஞர்களான கீட்ஸ், வோர்ட்ஸ்வொர்த், கோலெரிட்ஜ், ஸ்விப்ட், எட்வர்ட் கிப்பன், தாக்கரே குறித்து முறைசாரா முறையில் நடத்திய ஆய்விலிருந்தும் தெரிய வந்தது. பாதிக்கும் மேலானவர்கள் அம்மா அல்லது அப்பா யாரையாவது ஒருவரை தங்களுக்குப் பதினைந்து வயது ஆவதற்கு முன் இழந்திருந்தனர். பணியில் சாதனை புரிவதற்கும், குழந்தைப் பருவத்தில் ஏற்பட்ட இந்த இழப்புக்கும் ஏதோ ஒருவகையில் தொடர்பு இருக்கிறது. ஆனால் அதைக் கொண்டு என்ன செய்வதென்று யாருக்கும் தெரிந்திருக்கவில்லை. எனவே ஐஸன்ஸ்டாட் இன்னொரு லட்சியகரமான திட்டம் ஒன்றை மேற்கொள்ளத் தீர்மானித்தார்.

“அது 1963 அல்லது 1964 ஆம் ஆண்டாக இருக்க வேண்டும்” என்று நினைவுகூர்ந்த ஐஸன்ஸ்டாட். “நான் என்சைக்ளோப்பீடியா பிரிட்டானிக்காவில் ஆரம்பித்தேன். அதன் பின் பிரிட்டானிக்கா, என்சைக்ளோப்பீடியா அமெரிக்கானா என இரண்டையும் படிக்க ஆரம்பித்தேன்”. அதன் பின் அவர் ஹோமரிலிருந்து ஜான் எஃப் கென்னடி வரை உள்ளவர்களில் யாருடைய வாழ்க்கை குறிப்பாவது ஏதாவது ஒரு என்சைக்ளோப்பீடியாவில் ஒரு பத்திக்கு மேல் இருந்தால் அது குறித்து அவர் பட்டியல் தயாரித்தார். சாதனையாளர்களைப் பற்றிக் கட்டியம் கூறப் போதுமான அளவிற்கு அது ஒரு தோராயமான புள்ளிவிவரமாக அவருக்குப்பட்டது. அவரிடம் இது மாதிரி 699 பேர்களின் குறிப்பு பற்றிய பட்டியல் இருந்தது. அதற்குப் பிறகு அவர் முறையாக அவர்களது வாழ்க்கை வரலாறு சம்பந்தமான தகவல்களை ட்ராக் செய்ய ஆரம்பித்தார். ’இதற்கு எனக்கு 10 ஆண்டுகள் ஆனது” என்று ஐஸன்ஸ்டாட் கூறினார். ’நான் எல்லா வகையான வேற்று மொழி புத்தகங்களையும் படிக்க

ஆரம்பித்தேன், கலிஃபோர்னியாவில் உள்ள காங்கிரஸுக்குச் சொந்தமான நூலகத்திற்குப் போனேன், நியூயார்க்கில் உள்ள மரபணு நூலகத்திற்குச் சென்றேன். என்னால் முடிந்த மட்டும் பெற்றோர் இழப்புக் குறித்த தகவல்கள் புள்ளியியல் ரீதியில் நான் திருப்தியாகும் வரை சேகரித்தேன்' என்றார்.

ஐஸன்ஸ்டாட்டால் ட்ராக் செய்ய முடிந்த 573 பிரபலமான நபர்களில் ஏறக்குறைய 25 சதவிகிதமானவர்கள் தங்களது 10 வயதிற்குள் பெற்றோரில் ஒருவரை இழந்திருந்தனர். 15 வயதிற்குள் 34.5 சதவிகிதம் பேரும், 20 வயதிற்குள் கிட்டத்தட்ட 45 சதவிகிதமானோரும் தங்களுடைய பெற்றோரில் ஒருவரை இழந்திருந்தனர். இருபதாம் நூற்றாண்டுக்கு முன்னால் ஆரோக்கியம், விபத்து, போர் போன்றவற்றால் சராசரி ஆயுட்காலம் இப்போது இருப்பதை விடக் குறைவாக இருந்தாலும் கூட இந்தப் புள்ளிவிவரம் ஆச்சரியமளிக்கக்கூடியதாக இருந்தது.

ஐஸன்ஸ்டாட் தனது ஆராய்ச்சியைத் தொடர்ந்து கொண்டிருந்த அதே நேரத்தில் வரலாற்று அறிஞர் லூசில் ஐர்மோங்கர் இங்கிலாந்து பிரதம மந்திரிகள் குறித்த வரலாற்றை எழுதவிருந்தார். அவரது கவனம் பத்தொன்பதாம் நூற்றாண்டில் ஆரம்பித்து இரண்டாம் உலகப் போர் வரையிலான காலகட்டம் ஆகும். உலகிலேயே மிகவும் சக்திவாய்ந்த நாடாக இங்கிலாந்து இருந்த காலகட்டத்தில் ஒருவர் அந்த நாட்டின் அரசியலில் உயர் பதவி அடைய முடியும் என்பதை முன்கூட்டியே சொல்லக்கூடியதாக இருந்த பின்னனி, குணாதிசியங்கள் என்ன? என்பதை நினைத்து வியந்து கொண்டிருந்தார். ஐஸன்ஸ்டாட் போல, இவரும் ஏனோ ஒரு சான்றால் தன் கவனம் திசைதிருப்பப்பட்டுவதை உணர்ந்தார் . இது குறித்து அவர் எழுதும் போது, 'இது வெறுமனே கடந்து செல்வதை விட முக்கியமானது இல்லையா என அடிக்கடி என்னுள் கேட்டுக் கொண்டேன்'. அவர் ஆய்வுக்கு எடுத்துக் கொண்ட பிரதம மந்திரிகளில் 67 சதவிகிதம் பேர் தங்களது 16 வயதிற்குள் பெற்றோரில் ஒருவரை இழந்தவராக இருந்தார்கள். இதே காலகட்டத்தில் இங்கிலாந்து நாட்டின்

▲ ஐஸன்ஸ்டாட்

▲ லூசில் ஜர்மோங்கர்

சமூக, பொருளாதார நிலையில் உயர்தர வகுப்பைச் சேர்ந்தவர்களில் (இங்கிலாந்தின் பிரதம மந்திரிகளில் பெரும்பாலோர் இந்தப் பிரிவைச் சேர்ந்தவர்கள் தான்) பெற்றோரை இழந்தவர்களின் எண்ணிக்கையை விட இது இரண்டு மடங்காக இருந்தது. அமெரிக்க ஜனாதிபதிகள் குறித்து ஆய்வு செய்யப்பட்ட போதும் இதே மாதிரியான வரைமுறையைத்தான் கொண்டிருந்தது. அமெரிக்க ஜனாதிபதிகளில் முதல் 44 பேரில் ஜார்ஜ் வாஷிங்டனில் ஆரம்பித்துப் பராக் ஒபாமா வரை தங்களது இளம் வயதில் தந்தையை இழந்தவராக இருந்தனர்". அதிலிருந்து குழந்தைப் பருவமும், பெற்றோர் இழப்பும் என்கிற தலைப்பு அறிவுசார் இலக்கிய உலகில் அடிக்கடி எழுந்து கொண்டுதான் இருந்தது. டீன் சைமண்டீன் என்கிற உளவியலாளர் எழுதிய பரவசமான கட்டுரையின் பத்தி ஒன்றில் அவர், ஆரம்பத்தில் மிகவும் நம்பிக்கை ஊட்டக்கூடியதாக உள்ள குழந்தைகள் இறுதிவரை அப்படியில்லாமல் இருப்பது ஏன் என்பதற்கான காரணத்தை அறிய முயற்சித்தாகக் குறிப்பிட்டிருந்தார். அவர்கள் மரபு ரீதியாக 'உளவியல் ஆரோக்கியத்தை (psychological health)' தேவைக்கும் அதிகமான அளவு பெற்றிருந்தனர்' என்பதை ஒரு காரணமாகச் சொல்லி அக்கட்டுரையை முடித்திருந்தார். குறிப்பிட்ட அளவுக்கும் குறைவாக அதைப் பெற்றிருந்தவர்கள் மிகவும் பாரம்பரியத்துடனும், ரொம்பவும் கீழ்படிபவர்களாகவும், கற்பனை திறனற்றவர்களாகவும் இருந்ததால் அவர்களால் புரட்சிகரமான யோசனைகளைப் பெரிய அளவில் மேலெடுத்துச் செல்ல முடியவில்லை என்று கூறிய அவர் மேலும், 'பெரும்பாலும் வரம்பெற்ற குழந்தைகளும், குழந்தை மேதாவிகளும் அதிகமாக ஆதரவு தரக்கூடிய குடும்பங்களில் பிறந்தவர்களாகவே இருப்பார்கள். அதற்கு மாறாக, மேதைகள் பாதகமான சூழ்நிலையில் வளரும் விபரீதமான போக்கைக் கொண்டிருந்தார்கள்" என்று கூறினார்.

பெற்றோரை தங்களது இளம் வயதில் இழப்பது நல்ல விஷயம்

* 12 பேர் (George Washington, Thomas Jefferson, James Monroe, Andrew Jackson, Andrew Johnson, Rutherford Hayes, James Garfield, Grover Cleveland, Herbert Hoover, Gerald Ford, Bill Clinton and Barack Obama)

என்கிற தொனியில் இந்த ஆய்வு முடிவுகள் ஒலிப்பதை நான் உணர்ந்தேன். இது பற்றி ஐஸன்ஸ்டாட், 'மக்கள் எப்போதும் என்னிடம், 'ஓ, நான் நன்றாக இருக்க வேண்டுமென்றால் எனக்குப் பெற்றோர் இருக்கக்கூடாதா அல்லது அதற்காக என்னுடைய அப்பாவைக் கொல்ல வேண்டுமா? என்று அவரைக் கேலி செய்ததாகக் கூறினார். 'பெற்றோர் இல்லாத சில குழந்தைகள் வெற்றி பெறுகிறார்கள் என்பது மிகவும் பயமுறுத்தக்கூடிய கோட்பாடாகும் ஏனென்றால் பெற்றோர் உயிரோடு இருந்தால் அவர்கள் குழந்தைகளுக்கு உதவுவார்கள் என்பதுதான் நம்மிடையே உள்ள பொதுக் கருத்தாகும். உங்களுடைய வாழ்க்கைக்குப் பெற்றோர் அத்தியாவசியமானவர்கள் ஆவார்கள்'. இதை முற்றிலும் உண்மையென்று ஐஸன்ஸ்டாட்டும் உறுதிபடுத்தினார். பெற்றோர்கள் மிகவும் அத்தியவசியமானவர்கள். ஒரு குழந்தை அப்பா அல்லது அம்மாவை இழப்பது என்பது பாழ்படுத்தும் ஒரு நிகழ்வாகும்– பேரிழப்பானதாகும். மொத்த மக்கள் தொகையுடன் ஒப்பிடும் போது சிறையில் இருக்கும் கைதிகளில் பெற்றோரை இழந்தவர்களின் எண்ணிக்கை இரண்டு அல்லது மூன்று மடங்கு அதிகமாக இருக்குமென்று மனநல மருத்துவரான ஃபெலிக்ஸ் பிரௌன் கூறினார். இரண்டுக்குமிடையில் அதிக வித்தியாசம் தற்செயல் என்ற வரையறைக்கு அப்பாற்ப்பட்டது . பெற்றோரை இழப்ப தால் மகத்தான நேரடி விளைவுகள் உண்டு என்பது இதிலிருந்து திட்டவட்டமாகிறது.*

ஐஸன்ஸ்டாட், ஐர்மோங்கர் மற்றும் பலர் குறிப்பிட்டிருந்த ஆதாரங்கள் மூலம் பெற்றோர் இறப்பிலும் 'தொலைதூரத்தில் இருந்ததால் தப்பித்தவர்கள்"(reomote misses) என்கிற கோட்பாடு இருந்தது தெரியவந்தது. நீங்கள் குழந்தையாக இருக்கும் போது உங்கள் தந்தை தற்கொலை செய்து கொண்டதால் ஏற்பட்ட

---

*வோர்ட்ஸ்வொர்த்தின் உயிரோட்டமான இந்த வரிகளோடு ப்ரௌன் ஆரம்பித்தார். (வோர்ட்ஸ்வொர்த் எட்டு வயதாக இருக்கும் போது அவரது அம்மா இறந்துவிட்டார்).

She who was the heart
And hinge of all our learnings and our loves:
She left us destitute and, as we might,
Trooping together

அவள் நம் இதயமாகவும் அனைத்துக் கல்விக்கும் அன்பிற்கும் பிடிப்பாகவும் இருந்தாள். அவள் நம்மைத் தனிமையில் விட்டுச் சென்றாள். நாம் ஒன்றுபட்டு இணைவதற்காகவே! அல்லது, *It is or it is not, according to the nature of men, an advangage to be orphaned at an early age'* -மனிதனின் தன்மையைப் பொறுத்து மிக இளவயதிலேயே அனாதையாக்கப்படுதல் சாதகமானதா பாதகமானதா? இது ஆங்கிலேய கட்டுரையாளர் தாமஸ் டி குவின்சி புகழ்படக் கூறியது.

சொல்லமுடியாத வேதனையை நீங்கள் உங்கள் நினைவகத்தில் கடைசி மூலைக்குத் தள்ளிவிட்டாலும் அதிலிருந்து சில நல்ல விஷயங்கள் நடக்கத்தான் செய்கிறது. "இது ஆதரவற்று அனாதையாக விடப்பட்டதற்கும், இழப்புக்கும் ஆதரவான விவாதம் இல்லை. ஆனால் ஆதரவற்றர்களில் பிரபலமானவர்கள் இருப்பதைப் பார்க்கும் போது சில குறிப்பிட்ட சூழ்நிலைகளில், தேவையிலிருந்து நற்பண்பை உருவாக்க முடியும்' என்று பிரௌன் எழுதினார்.

6

1955 ஆம் ஆண்டு ஜே ஃப்ரீரைக் நேஷனல் கேன்சர் இன்ஸ்டியூட்டுக்கு வந்து சேர்ந்ததும் அவர் புற்றுநோய் சிகிச்சைப் பிரிவில் தலைமை பொறுப்பிலிருந்த கோர்டான் ஷுப்ராடிடம் (Gordon Zubrod) ரிப்போர்ட் செய்தார். ஸுப்ராட் அவருக்குக் குழந்தைகள் லுகேமியாவிற்காகச் சிகிச்சை பெற்றுவரும் வார்டை ஒதுக்கினார். அது அந்த வளாகத்தின் நடுவில் இருந்த ஆஸ்பத்திரி கட்டிடத்தின் இரண்டாவது மாடியில் இருந்தது.*

நீங்கள் லுகேமியாவை எதிர்த்து எப்படி போராடுவது என்பது குறித்து அனைத்தையும் அறிவியல்பூர்வமான தெரிந்து கொள்ள வேண்டுமெனில் சித்தார்த்த முகர்ஜி எழுதி புலிட்சர் பரிசு பெற்ற தி எம்பரர் ஆஃப் ஆல் மெலடிஸ்: புற்றுநோயின் வரலாறு ('The Emperor of All Maladies: A Biography of Cancer' என்கிற புத்தகத்தைத்

தவிர சிறந்த ஆதாரம் எதுவும் இருக்க முடியாது. லுகேமியாவை எதிர்த்த போராட்டம் குறித்து ஒரு முழு அத்தியாயம் இந்தப் புத்தகத்தில் உள்ளது. அதைப் படிப்பது நல்லது.

அந்தக் காலகட்டத்தில் புற்று நோய்களிலேயே மிகவும் கொடூரமானது குழந்தைகளுக்கு வரும் லுகேமியா ஆகும். இது எச்சரிகை எதுவுமின்றித் தாக்கக்கூடியது. காய்ச்சல் இருப்பதாகச் சொல்லி ஒன்று அல்லது இரண்டு வயது குழந்தை வந்திருந்தது. காய்ச்சல் தொடர்ந்து இருந்திருக்கிறது. அதற்குப் பிறகு குரூரமான தலைவலி, அதோடு இல்லாமல் அதைத் தொடர்ந்து தொற்றுநோய் என ஒன்று மாற்றி ஒன்று வந்து கொண்டேயிருந்ததால் அதை எதிர்க்கும் சக்தி குழந்தையிடம் இல்லை. அதற்குப் பிறகு இரத்தப்போக்கு ஏற்பட்டது.

“வாரத்திற்கு ஒரு முறை டாக்டர் ஸூபார்டு நாங்கள் எப்படிச் செயல்படுகிறோம் என்பதைப் பார்க்க ஆஸ்பத்திரியைச் சுற்றி வருவது உண்டு. அப்படி வரும் போது ஒரு முறை அவர் என்னிடம், ‘ஃப்ரீரைக் இந்த இடம் ஒரு ‘கசாப்புக் கூடம்’ போன்றது. இந்த இடத்தைச் சுற்றியெங்கும் ஒரே இரத்தம் தான் இருக்கும். நாம் அதைச் சுத்தம் செய்ய வேண்டும்!’ என்றார். இது உண்மைதான். குழந்தைகள் என்ன செய்தாலும் மலத்திலிருந்து, மூத்திரத்திலிருந்து ரத்தம் வந்து கொண்டிருந்தது. எங்கும் ரத்தம். அவர்களுடைய காதுகளிலிருந்து, தோலிலிருந்து எல்லாம் ரத்தம் வந்த வண்ணம் இருந்தது. எல்லாவற்றிலும் ரத்தம். காலையில் வெள்ளைச் சீருடையில் வரும் செவிலியர்கள் மாலையில் வீட்டுக்குச் செல்லும் போது ரத்த நிறத்துடன் திரும்பினார்கள்” என்று ஃப்ரீரைக் நினைவு கூர்ந்தார்.

குழந்தைகளின் உடலுக்குள் கல்லீரலிலிருந்தும், மண்ணீரலி லிருந்தும் ரத்தப் போக்கு ஏற்படும் போது அவர்களுக்கு அசாதாரண வலியில் சிரமப்பட நேர்ந்தது. அவர்கள் படுக்கையில் புரண்டு படுக்கும்போது உடலில் காயங்கள் ஏற்பட்டன. மூக்கிலிருந்து ரத்தப்போக்கு ஏற்படுவது கூட ஒரு அபாயகரமான நிகழ்வாகும். நீங்கள் குழந்தையினுடைய மூக்கை அழுத்தி அதில் ஐஸ்கட்டியை வைப்பீர்கள். ஆனால் அது வேலை செய்யாது. நீங்கள் பேக் துணி (pack gauze) யை வைப்பீர்கள் அதுவும் வேலை செய்யாது. நீங்கள் காது, மூக்கு, தொண்டை டாக்டரிடம் செல்ல வேண்டும். அவர் வாய் வழியாக மெல்லிய துணியால் மூக்குத் துவார வழியில் பேக் செய்து அதை மூக்கின் முன்பக்கமாக இழுப்பார். இந்த யோசனை என்னவெனில், நாசி துவாரத்திற்கு உள்ளிலிருந்து ரத்த நாளங்களின் மீது அழுத்தம் கொடுப்பது ஆகும். குழந்தைக்கு இது எந்த அளவிற்கு வலிக்கும் என்பதை

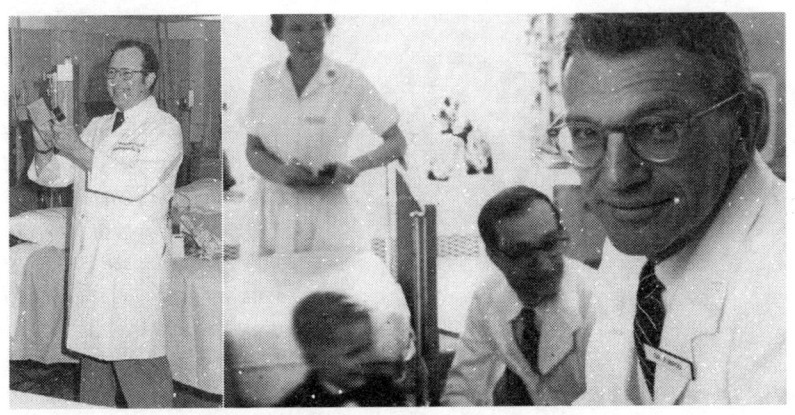

▲ கார்டன் ஷூப்ராடுடன் ஜே

நீங்கள் கற்பனை செய்து கொள்ளுங்கள். இந்தச் செயல்பாடு மிகவும் அரிதாகத்தான் வேலை செய்யும். எனவே நீங்கள் மெல்லிய துணியை வெளியே எடுத்ததும் மீண்டும் ரத்தப் போக்கு ஏற்படும். இரண்டாவது தளத்திலிருந்த பிரிவின் குறிக்கோள் என்னவெனில் லுகேமியாவிற்குச் சரியான சிகிச்சையைக் கண்டுபிடிப்பதுதான். ஆனால் ரத்தப்போக்கைக் கட்டுப்படுத்துவது மிகவும் சிரமமாக இருந்ததால், குழந்தைகளுக்கு எப்படி உதவலாம் என்பதைக் கண்டறிவதற்கு முன்பே பெரும்பாலான குழந்தைகள் இறந்து கொண்டிருந்தன.

‘ஆஸ்பத்திரிக்கு வந்து சேர்ந்த குழந்தைகளில் 90 சதவிகித குழந்தைகள் ஆறு வாரத்தில் இறந்து போய்விடுவார்கள். ரத்தப் போக்கினாலேயே அவர்கள் இறந்தார்கள். வாயிலும், மூக்கிலும் ரத்தக் கசிவு இருந்தால் சாப்பிட முடியாது. சாப்பிடுவதையே நிறுத்தும்படி ஆகி விடும். ஏதாவது குடிக்கலாம் என்று முயற்சித்தால் வாயடைத்து வாந்தி வரும். மலம் கழிக்கும் போது அதில் ரத்தம் வரும். எனவே பட்டினியிருந்தே சாக வேண்டிய நிலை ஏற்பட்டுவிடும் அல்லது தொற்று நோய் அதற்குப் பிறகு நிமோனியா, காய்ச்சல், வலிப்பு. எனத் தொடரும்’ இதைச் சொல்லும் போது ஃப்ரீரைக்கின் குரல் சன்னமாக ஒலித்தது.

லுகேமியா இருந்த தளத்தில் டாக்டர்கள் அதிக நேரம் இருப்பதில்லை. அந்த அளவிற்கு அங்குள்ள சூழ்நிலை அவர்களுக்குப் போதும், போதும் என்றாகிவிடும். அந்தக் காலகட்டத்தில் இரண்டாவது தளத்தில் வேலை செய்த டாக்டர் ஒருவர் இது குறித்து நினைவு கூறுகையில், ‘நீங்கள் காலை ஏழு மணிக்கு உள்ளே நுழைந்தால் வெளியே செல்வதற்கு இரவு

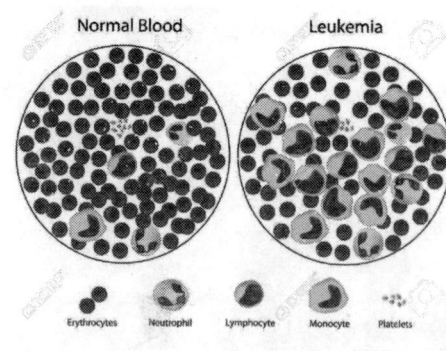

ஒன்பதாகிவிடும். நீங்களே அனைத்தையும் செய்ய வேண்டும். நான் இரவு வீட்டிற்குத் திரும்பும்போது மனரீதியில் உடைந்து போயிருப்பேன். நான் தபால்தலை சேகரிப்பவன். எனவே இரவு பத்து மணிக்கு எனது தபால்தலைகளுடன் நான் உட்கார்ந்து விடுவேன். ஏனெனில் அது ஒன்றுதான் வேலை சம்பந்தமாக என் மனதில் உள்ள அழுத்தத்தைக் குறைக்கக் கூடியதாக இருந்தது. குழந்தைகளின் பெற்றோர்கள் பயந்து உள்ளே வராமல் கதவு அருகிலேயே நின்று கொள்வார்கள். யாரும் அங்கு வேலை பார்க்க விரும்பவில்லை. நான் அங்கிருந்த சமயத்தில் 70 குழந்தைகளின் மரணம் சம்பவதித்தது. அது ஒரு அச்சுறுத்தும் கனவாகவே இருந்தது" என்றார்.*

**1960 ஆம் ஆண்டு நாவலாசிரியர் பீட்டர் டி வ்ரீஸினுடைய மகள் லுகேமியாவால் இறந்து போனாள். அந்த அனுபவத்தைக் கொண்டு மனதை நெகிழ வைக்கும் தி பிளட் ஆஃப் தி லேம்ப் ('The Blood of the Lamb') என்கிற நாவலை அவர் எழுதினார். அதிலிருந்து:*

நாங்கள் திரும்பவும் குழந்தைகள் இருக்கும் பகுதிக்கு வந்தோம். அங்கு ஏறக்குறைய மரண விளிம்பில் இருக்கும் குழந்தைகளுடன் தாய்மார்கள், போலியான கருணை முகங்கள், வெகுளித்தனமான குழந்தைகளின் மரணங்கள் என பழக்கமான காட்சிகள். ஊன்றுகோல்களுக்கு நடுவில் ஹாலில் நிதானமின்றி நடந்து வரும் சிறுமியை செவிலியர்கள் உற்சாகத்துடன் ஊக்குவித்துக் கொண்டிருந்தனர். மூடி யிருந்த கதவின் ஊடாகப் பார்க்கும் போது சிறுவன் ஒருவன் படுக்கையின் மீது உட்கார்ந்திருப்பது தெரிந்தது. அவன் தலையிலிருந்து ரத்தம் வடிந்து கொண்டிருந்தது. அடுத்த அறையில் ஐந்து வயதுள்ள சிறுவனுக்கு மெத்தோட்ரெக்ஸேட் மருந்தைத் தலைக்குள் செலுத்திக் கொண்டிருந்தனர். அடுத்த அறையில் ஒரு குழந்தை உட்கார்ந்து தொலைக்காட்சியில் ஓடிக் கொண்டிருந்த ஏதோவொரு நிகழ்ச்சியைப் பார்த்துக் கொண்டிருந்தது. நீண்டு கொண்டிருந்த பிரியாவிடை என்கிற நரகத்தில் பெற்றோர்களும், குழந்தைகளும் இருந்தனர். எலும்பிலிருந்தும், நரம்பிலிருந்தும் சோதனைக்கென்று மாதிரி எடுத்த 'காட்டேரிகள்' சோதனைக்கூடத்தில் எப்போதும் அலைந்து கொண்டே இருந்தன. கசாப்புக்கடைக்காரன் 'கோட்'டில் இருந்த மருத்துவர்கள் கையையும், காலையும் அறுப்பதிலும், மூளையைப் பிடுங்கிவதிலும், மோசமான செல்கள் என்கிற அரக்கன் இருக்கக்கூடிய முக்கியமான பாகங்களில் அறுவைசிகிச்சை செய்து கொண்டும் இருந்தனர். அவர்கள் ஒவ்வொரு உறுப்பாக, ஒவ்வொரு மூட்டாக அந்தக் குற்றவாளியை ஒழித்துக் கட்டும்வரை வரை வேட்டையாடி இழுத்தடித்துக் கொண்டிருக்கும் சுகவீனம் என்கிற கலையில் பயிற்சி பெற்றுக் கொண்டிருந்தார்கள்.

ஆனால் ஃப்ரீரைக் அந்த மாதிரி இல்லை. நான் ஒரு போதும் மனச்சோர்வு அடைந்ததில்லை. நான் ஒருபோதும் பெற்றோருடன் உட்கார்ந்து அவர்களுடைய குழந்தை இறந்தது குறித்து அழுததில்லை. ஃப்ரீரைக் என்சிஐ (NCI) யில் டாம் ஃப்ரீ என்கிற இன்னொரு ஆராய்ச்சியாளருடன் இணைந்து கொண்டார். உடல்முழுதும் உள்ள ரத்தத்தில் மிதந்து கொண்டிருக்கும் வடிவ ஒழுங்கற்ற உயிரணுத்திசுக்களின் குறைவே காரணம் என்று அவர்கள் இருவரும் ஒருமித்த கருத்துடன் முடிவு செய்தனர். அந்த ரத்த திசுக்கள் குழந்தைகளிடம் உருவாவதை லுகேமியா அழித்துக் கொண்டிருந்தது. இந்த ரத்த திசுக்கள் இல்லையெனில் அவர்களுடைய ரத்தம் உறையாது. அப்போது இது தீவிரமான ஒரு கருத்தாக இருந்தது. என் சி ஐயில் ஃப்ரீரைக்குக்குத் தலைவராக இருந்தவர் ஜார்ஜ் ப்ரெக்கர் (George Brecher) - இவர் ரத்தம் சம்பந்தப்பட்ட துறையில் உலக அளவிலான நிபுணர். இவருக்கு இந்தக் கருத்தின் மேல் சந்தேகமாக இருந்தது. ஆனால் அவர் ஆய்வின் போது ரத்த சிறுதட்டுகளைச் சரியாகக் கணக்கிடவில்லை என்று ஃப்ரீரைக் நினைத்தார். ஃப்ரீரைக் எதையுமே மிகவும் உன்னிப்பாகச் செய்யக்கூடியவர். அவர் மிகவும் நவீனமான ஆராய்ச்சி வழிமுறைகளை உபயோகித்து லுகேமியாவிற்கு, ரத்த சிறுதிட்டுக்கள் உருவாவதற்குமான தொடர்பு தெளிவாக இருக்கிறது என்பதில் உறுதியாக இருந்தார் ரத்த திசுக்கள் குறைவாக இருந்தால் ரத்தபோக்கு மிகவும் மோசமாக இருக்கும். குழந்தைகளுக்குப் புது ரத்த சிறுதிட்டுகள் தேவையாக இருந்தது அதுவும் மேலும் மேலும் அதிகமான அளவில் வேண்டியதாக இருந்தது.

ரத்தம் ஏற்றுவதற்குத் தேவையான ரத்தத்தை என் சி ஐ ரத்த வங்கி ஃப்ரீரைக்குக் கொடுக்கவில்லை. அது விதிக்கு முரணானது ஆகும். ஃப்ரீரைக் தனது முஷ்டியால் மேசையில் குத்தி சத்தமாக, 'நீங்கள் மக்களைக் கொல்லப் போகிறீர்கள்!" என்றார். 'நீங்கள் யாரிடம் என்ன சொல்கிறீர்கள் என்பதில் கவனமாக இருக்க வேண்டும். ஆனால் 'ஜே அதைப் பற்றியெல்லாம் கவலைப்படவில்லை' என்று அவரோடு வேலை பார்த்து வந்த டிக் சில்வர் கூறினார்.

ஃப்ரீரைக் வெளியே சென்று ரத்த தானம் கொடுக்க விருப்பமுள்ளவர்களைத் தேர்வு செய்ய ஆரம்பித்தார். அவருடைய நோயாளிகளில் ஒருவருடைய அப்பா மந்திரியாக இருந்தார். அவர் தன் பிராத்தனைக்கூட்டத்தைச்சேர்ந்த 20 பேர்களை முகாமுக்கு அனுப்பி வைத்தார். 1950 களில் ரத்தம் ஏற்றுவதற்கு வழமையான செயல்முறை என்னவெனில், ஸ்டீல் ஊசி, ரப்பர் ட்யூப், கண்ணாடி பாட்டில். இதை உபயோகிக்கும் போது ரத்த

சிறுதிட்டுகள் அதன் மேற்பரப்புகளில் ஒட்டிக் கொண்டன. எனவே, ஃப்ரீரைக் புதிய தொழில்நுட்பத்திற்கு மாறி சிலிகான் ஊசியையும், பிளாஸ்டிக் பேக்கையும் உபயோகிக்க ஆரம்பித்தார். அந்தப் பேக்குகளுக்கு 'சாஸேஜ்' என்று பெயர். அவை மிகவும் பெரிதாக இருந்தன. 'அது இந்த அளவிற்குப் பெரியது' என்று அந்தக் காலகட்டத்தில் ஃப்ரீரைக்குடன் பணியாற்றிய வின்ஸ் டிவைட்டா தனது கைகளை அகலமாக வைத்துக் கொண்டு கூறினார். 'ஆனால் உங்களிடம் உள்ள குழந்தை இந்த அளவுதான் என்று கைகளைச் சுருக்கிக் காண்பித்தார். "இது எப்படியென்றால் தீயணைப்பதற்குப் பயன்படுத்தப்படும் பைப் மூலம் பூச்செடிக்குத் தண்ணீர் விடுவது போன்றது. நீங்கள் சரியாகப் பண்ணவில்லையெனில் குழந்தைகளை இதயச் செயலிழப்புக்கு இட்டுச் சென்றுவிடும். அந்தச் சமயத்தில் என் சி ஐயில் பெர்லின் என்பவர் க்ளினிக்கல் இயக்குநராக இருந்தார். அவர் அந்தச் சாஸேஜைப் பார்த்துவிட்டு, 'ஜே, நீ ஒரு முட்டாள். நீ இந்த ரத்தம் ஏற்றும் வேலையைச் செய்து கொண்டிருந்தால் உன்னை இங்கிருந்து வெளியேற்றுவேன்' என்று கூற அதை ஃப்ரீரைக் கண்டு கொள்ளவேயில்லை. டிவைட்டா மேலும் கூறுகையில் "ஜே தனக்கே உரித்தான பாணியில்– ஜே ஜேயாகவே இருந்ததால் , அதை அங்கிருந்து செய்ய முடியாமல் போனால், அதற்கு மேல் அங்கு வேலை செய்வது அர்த்தமற்றது என்ற தீர்மானத்திற்கு வந்திருந்தார்." இவருடைய முயற்சியால் ரத்தப் போக்கு நின்றுவிட்டது.

7

ஃப்ரீரைக்கு இந்தத் தைரியம் எங்கிருந்து வந்தது? அதிகாரத்தையும், முரட்டுத் தன்மையையும் கொண்ட அவர், அம்மாவின் கருவறையிலிருந்து வெளியே வரும் போதே இறுக்கி மூடிய முஷ்டியுடன் தான் வந்திருப்பார் என்று எளிதாகக் கற்பனை செய்து கொள்ள முடியும். ஆனால் மெக்கார்டியின் கருத்தான 'மயிரிழையில் தப்பித்தவர்கள் (near misses)' மற்றும் 'தொலைவில் இருந்ததால் தப்பித்தவர்கள்"(remote misses) என்பது இதிலிருந்து முற்றிலும் வித்தியாசமானது அது இயல்பாகக் கிடைக்கப் பெற்ற தைரிய உணர்வாகும்.

லண்டனில் நடந்த அதிரடி தாக்குதல் அனுபவம் குறித்து மெக்கார்டி எழுதியதை மீண்டும் ஒரு முறை பார்ப்போம்:

"நாம் எல்லோரும் பயப்படவேண்டும் என்பது அவசியமில்லை என்றாலும் நாம் எல்லோரும் பயப்படவேண்டும் என்பதற்காகவே

கூடப் பயப்படக்கூடியவர்கள் அந்தப் பயத்தை வெல்லும் போது நாம் களிப்புறுவோம். விமானத் தாக்குதல் நடந்தால் நாம் பீதி அடைவது போலப் பயந்தாலும், வெளியுலகத்திற்கு எதுவும் நடக்காதது போல அமைதியாகவும், பாதுகாப்பாக இருப்பது போலவும் காட்டிக் கொள்வோம். ஆரம்பத்தில் ஏற்பட்ட பயத்திற்கும், அதற்குப் பிறகு ஏற்பட்ட நிவாரணத்திற்கும் பாதுகாப்பு உணர்ச்சிக்குமான முரண்பாடுதான் தைரியத்திற்கான ஒரு தன்னம்பிக்கையை ஊக்குவிக் கிறது. அதுதான் தைரியத்திற்கான தாயும், தந்தையுமாகும்'

நாம் முதல் வரியிலிருந்து ஆரம்பிப்போம். நாம் எல்லோரும் பயப்படுவதற்கு மட்டும் உட்பட்டவர்கள் அல்ல; நாம் பயப்படவேண்டும் என்பதற்காகவே பயப்படக்கூடியதற்குக்கூட ஆட்பட்டிருக்கிறோம்..ஏனென்றால் லண்டன் நகரவாசிகள் யார் மீதும் அந்த நிகழ்வுக்கு முன்பாகக் குண்டு வீச்சுத் தாக்குதல் நடந்தது இல்லை, எனவே அவர்கள் இந்த அனுபவம் மிகவும் கொடூரமானதாக இருக்கும் என அனுமானித்திருந்தார்கள். குண்டு வீச்சுத் தாக்குதல் ஆரம்பித்தவுடன்* அவர்கள் எப்படி உணர்வார்கள் என்பது குறித்து அவர்கள் முன்கூட்டியே

---

*எதிர்காலச் சூழ்நிலையொன்றில் நாம் எப்படி உணர்வோம் என்பதை முன் கூட்டியே கணிப்பதற்கு 'பாதிப்பைப்பற்றிய முன்கணிப்பு affective forecasting என்று பெயர். நாம் எல்லோருமே உணர்ச்சிகரமான முன்கணிப்பாளர்கள் தான். உதாரணமாக, உளவியலாளர் ஸ்டான்லி ஜெ ராஷ்மன், பாம்பைப் பார்த்துப் பயப்படும் மக்களிடம் உண்மையான பாம்பை காண்பிப்பது அல்லது கூட்டத்தைப் பார்த்துப் பயப்படுவர்களை ஒரு சிறிய உலோகத்திலான அறைக்குள் நிற்க வைப்பது போன்ற விஷயங்களைச் செய்தார். இந்த ஆய்வின் மூலம் அவர், எதைக் குறித்து அவர்கள் அதிகம் பயப்படுவதாகக் கற்பனை செய்து கொண்டார்களோ அந்த விஷயத்தை உண்மையாக அனுபவிக்கும் போது அந்த அளவுக்குப் பயப்படவில்லை' என்பதைக் கண்டறிந்தார்.

கணித்து வைத்திருந்தது தான் அவர்களைப் பயமுறுத்தியது. ஜெர்மானிய விமானங்கள் மாதக் கணக்காகக் குண்டு மழை பொழிந்து கொண்டிருந்தது. அதற்கு முன்பாக 'தொலைவில் இருந்ததால் தப்பித்த வர்கள் என அறியப்பட்டவர்கள் தங்களது பயத்தை முன்கூட்டியே கணித்து இருந்தார்கள். ஆனால் குண்டு வீச்சு ஆரம்பமான பிறகு அவர்கள் தாங்கள் உண்மையாக அனுபவித்த பயத்தை விட அதிக அளவு பயமாக இருக்கும் என்று கணித்துவிட்டோம் எனப் புரிந்து கொண்டார்கள். அவர்கள் குண்டு தாக்குதலில் சிக்காமல் நன்றாக இருந்தார்கள்.* அதற்குப் பிறகு என்ன நடந்தது? பயத்தை வெல்லும் போது நாம் களிப்புறுவோம். ஆரம்பத்தில் ஏற்பட்ட பயத்திற்கும், அதற்குப் பிறகு ஏற்பட்ட நிவாரணத்திற்கும், பாதுகாப்பு உணர்ச்சிக்குமான முரண்பாடுதான் தைரியத்திற்கான ஒரு தன்னம்பிக்கையை ஊக்குவிக்கிறது'

தைரியம் என்பது ஏதோ உங்களிடம் ஏற்கனவே இருப்பது போலவும் சிரமமான நேரத்தில் அதுதான் உங்களுக்குத் துணிச்சலைக் கொடுக்கிறது என்பதும் உண்மையில்லை. தைரியம் என்பது நீங்கள் சிரமமான கட்டத்தை எதிர் கொள்ளும் போது பெறக்கூடியது. அப்படிச் சிரமத்தை எதிர் கொள்ளும் போது நீங்கள் முன்பே நினைத்த அளவிற்குச் சிரமமாக இல்லை என்பதை உணர்வீர்கள். ஜெர்மானியர்கள் செய்த பேரழிவுப் பிழையைப் பார்த்தீர்களா? அவர்கள் லண்டன் மீது குண்டு வீச்சுத் தாக்குதலை நடத்தினர். ஏனென்றால் இந்தத் திடீர் தாக்குதல் கொடுக்கக்கூடிய அதிர்ச்சி பிரிட்டிஷ் மக்களின் தைரியத்தை நிலைகுலையச் செய்துவிடும் என அவர்கள் நினைத்தார்கள். ஆனால் உண்மையில், அவர்கள் நினைத்ததற்கு எதிர் விளைவை அது ஏற்படுத்தியது. இது 'தொலைவில் இருந்ததால் தப்பித்தோம்' என்கிற ஒரு பிரிவை அந்த நகரத்தில் உருவாக்கியது. இந்த நிகழ்வுக்கு முன்பு இருந்ததை விட அவர்கள் மிகவும் தைரியசாலிகள் ஆனார்கள். லண்டன் நகரத்தில் குண்டுவீச்சுத் தாக்குதல் நடத்தாமல் இருந்திருந்தால் அதுதான் ஜெர்மானியர்களுக்குச் சாதகமாக இருந்திருக்கும்.

இந்தப் புத்தகத்தில் டேவிட் அண்ட் கோலியாத் அடுத்தப் பகுதி மார்ட்டின் லூதர் கிங் ஜூனியர் அமெரிக்கச் சிவில் உரிமை இயக்கம் குறித்த பிரச்சாரத்தை அலபாமாவில் உள்ள பிர்மிங்ஹாமிற்குக் கொண்டுவந்தது பற்றியது. பிர்மிங்ஹாம் நிகழ்வில் ஒரு குறிப்பிட்ட பகுதியை இங்குத் தருகிறேன். ஏனென்றால அது 'தைரியம் பெற்றது' க்கான (acquired courage) சிறந்த உதாரணம் ஆகும்.

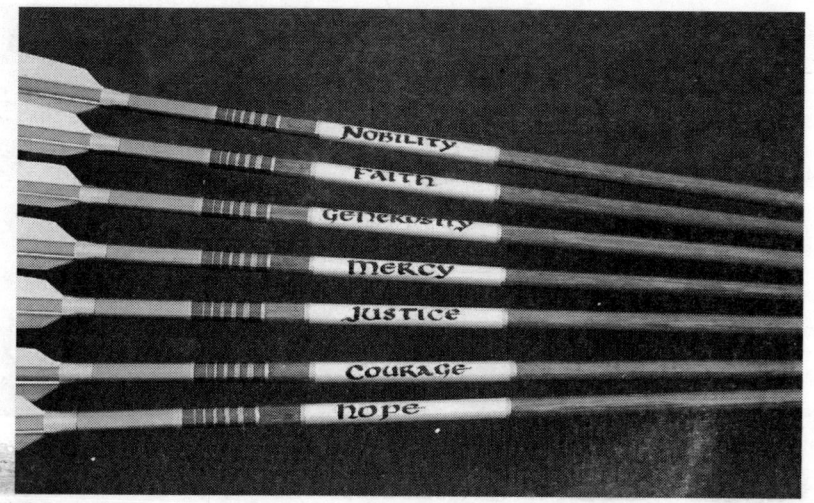

கிங்கின் முக்கியமான பிரிமிங்ஹாம் நண்பர்களில் ஒருவர் கருப்பினத்தைச் சார்ந்த பாப்டிஸ்ட் பிரச்சாரகரான ஃப்ரெட் ஷட்ல்ஸ்வொர்த் ஆவார். அவர் இனவேற்றுமைக்கு எதிரான போராட்டத்தை முன்னின்று அந்நகரத்தில் பல வருடங்களாக நடத்திக் கொண்டிருந்தார். 1956 ஆம் ஆண்டுக் கிறிஸ்துமஸ் தினத்தன்று காலையில் வெள்ளையர்கள் பயணம் செய்யும் பேருந்தில் கருப்பினத்தவர்கள் பயணம் செய்யக்கூடாது என்றிருந்த தடையை எதிர்த்துப் பயணம் செய்வதாக அறி வித்தார். இந்த நிகழ்வு நடக்கவிருப்பதற்கு முதல் நாள், அதாவது கிறிஸ்துமஸ் நாளன்று இரவு, அவருடைய வீட்டில் Ku Klux Klan ஐ சேர்ந்த உறுப்பினர்கள் குண்டு வீச்சுத் தாக்குதல் நடத்தினார்கள். நாஜிகள் திடீர் தாக்குதலின் மூலம் ஆங்கிலேயர்களுக்கு என்ன செய்ய முயற்சித்தார்களோ அதைத்தான் Klan ம் ஷட்ல்ஸ்வொர்த்துக்கு செய்ய முயற்சித்தனர். ஆனால் அவர்களும் ‘மயிரிழையில் தப்பித்தவர்களுக்கும், தொலைவில் இருந்ததால் தப்பித்தவர்களுக்கும்’ உள்ள வித்தியாசத்தைத் தவறாகப் புரிந்து கொண்டார்கள்.

பிரிமிங்ஹாம் சிவில் உரிமை பிரச்சாரம் குறித்த பிரமாண்டமான வரலாற்றை கேரி மீ ஹோம் (‘Carry Me Home’) ல் டயான் மெக்வோர்ட்டர் குறிப்பிட்டிருந்தார். அதில் எரிந்து சாம்பலான ஷட்ல்ஸ்வொர்த்தின் வீட்டை நோக்கி பக்கத்தில் குடியிருப்பவர்களும், காவல்துறையினரும் வந்தபோது என்ன நடந்தது என்பதை விவரித்திருந்தார். அது பின்னிரவு நேரம். ஷட்ல்ஸ்வொர்த் படுக்கையில் படுத்திருந்தார். அவர் இறந்துவிட்டதாக அவர்கள் நினைத்தார்கள்.

▲ மார்ட்டின் லூதர் கிங், ஷட்ல்ஸ்வொர்த்

இடிபாடுகளுக்கு இடையே இருந்து ஒரு குரல்: 'நான் நிர்வாணமாக வெளியே வர முடியாது". அதற்குப் பிறகு சில வினாடிகள் கழித்து ஷட்ல்ஸ்வொர்த் யாரோ ஒருவர் அவரிடம் தூக்கியெறிந்த ரெயின் கோட் ஒன்றை போர்த்திக் கொண்டு அந்தச் சிதைந்து போன கட்டிடத்திலிருந்து வெளியே வந்தார். அவர் நடக்க முடியாமலோ அல்லது ரத்தக்கறையுடனோ அல்லது கண்பார்வை இழந்தவராகவோ இல்லை. தாக்குதலில் அவருடைய வீட்டு ஜன்னல்கள் ஒரு மைலுக்கு அப்பால் போய் விழுந்திருந்தாலும் கூட அவருக்குக் கேட்கக்கூடிய சக்தி இருந்தது. தன் மேல் அக்கறை கொண்டவர்களைப் பார்த்து ஷட்ல்ஸ்வொர்த் வழக்கம் போலத் தனது கைகளை உயர்த்தி, 'கடவுள் என்னைக் காப்பாற்றிவிட்டார். எனக்கு அடியெதுவும் படவில்லை.' என்றார்.

ஒரு பெரிய காவல்துறை அதிகாரி, 'வணக்கத்திற்குரியவரே, எனக்குக் குண்டு வீசியவர்களைத் தெரியும். அவர்கள் இந்த அளவிற்குப் போவார்கள் என நான் நினைக்கவில்லை. உங்கள் இடத்தில் நான் இருந்தால், இந்த நகரத்தை விட்டு வெளியே சென்றுவிடுவேன். அவர்கள் ஒரு தீய சக்தி" என்றார்.

'நல்லது, நீங்கள் நானில்லை. கடவுள் என்னை இதற்காகத்தான் காப்பாற்றியிருக்கிறார் என்றால் நான் அதை நிறைவேற்றும்வரை வாழ்வதற்காகவே இருக்கிறேன். இதை நீங்கள் திரும்பிச் சென்று க்ளான் சகோதரர்களிடம் சொல்லுங்கள். சண்டை இப்போதுதான் ஆரம்பித்திருக்கிறது"

தொலைவில் இருந்ததால் தப்பிப்பதற்கு இது ஒரு சிறந்த உதாரணமாகும். ஷட்ல்ஸ்வொர்த் கொல்லப்படவில்லை

(நேரடி தாக்குதலாக direct hit இருந்தும் கூட) அவர் உறுப்புகள் எதையும் இழக்கவோ அல்லது மோசமாக அடிபடவோ இல்லை (மயிரிழையில் தப்பித்தல்). அவருக்கு எந்தவொரு அசம்பாவிதமும் நிகழவில்லை. க்ளான் எந்தவொரு காரியம் முடிந்துவிடும் என்று நம்பினார்களோ அது தவறிவிட்டது. ஷட்ல்ஸ்வொர்த்துக்கு இப்போது முன்பு இருந்தது போன்ற பயமில்லை.

அடுத்த நாள் காலையில் அவருடைய சபையைச் சேர்ந்த உறுப்பினர்கள் எல்லோரும் சேர்ந்து அவரிடம் எதிர்ப்பைக் கைவிட்டு விடும்படி மன்றாடினார்கள். ஆனால் அவர் அதற்குச் சம்மதிக்கவில்லை. இது குறித்து மெக் வோர்ட்டர்:

“செல்லுமிடம் நரகமேயானாலும் நாம் தொடர்ந்து பயணிக்கத்தான் போகிறோம்”, என்று சபித்தபடி பிரச்சாரகர் ஒரு ‘விரிசலுக்குள்”– இண்டு இடுக்குக்குள் போய்ப் பதுங்கிக் கொள்ளுங்கள் ஆனால், நான் இந்தக் கூட்டம் முடிந்தவுடன் நேராகப் பஸ்ஸில் ஏறிச் செல்லப் போகிறேன். யார் என்னைப் பின் தொடர்கிறார்கள் என்று நான் திரும்பிப் பார்க்கப் போவதில்லை” என்று அவர் பேசிய போது குரல் மிகவும் ஆழமாக இருந்தது. நீங்கள் ’சிறுவர்கள் எனில் ஒதுங்கிக் கொள்ளுங்கள்; ஆண்கள் எனில் முன்னேறிச் செல்லுங்கள் (Boys step back, and men step forward)’ என்றார்.

சில மாதங்களுக்குப் பிறகு, ஷட்ல்ஸ்வொர்த் தன்னுடைய மகளை வெள்ளையர்கள் மட்டும் படிக்கும் ஜான் ஹெர்பெர்ட் ஃபிலிப்ஸ் உயர்நிலைப் பள்ளியில் சேர்ப்பதற்காகக் கூட்டிச் சென்றார். அவர் காரில் செல்லும் போது வெள்ளையர்களில் ஒரு கூட்டம் கோபத்துடன் அவரது காரை சுற்றி வளைத்தனர். அது குறித்து மெக்வோர்ட்டர்,

அவர் காரைவிட்டு வெளியே வந்தார். இதை அவருடன் இருந்த அவருடைய மகள் கூட நம்பவில்லை. ஷட்ல்ஸ்வொர்த்தைப் பார்த்து கத்திக் கொண்டே வெண்கல கைவாள், மரக்கட்டை, செயின் ஆகியவற்றுடன் அவர்கள் வந்தார்கள். அவர்கள் நடைபாதையின் குறுக்கே குதித்து ஓடி அவர் எழுந்திருக்காத படி மீண்டும் மீண்டும் கீழே தள்ளினார்கள். அந்தக் கூட்டத்தில் யாரோ ஒருவர் அவருடைய கோட்டை கழுத்துக்கு மேல் இழுத்துக் கொண்டிருந்தார். இதனால் அவரால் தனது கையைக் கீழிறக்க முடியவில்லை..’ இந்தவேசிமகன் நம்மகிட்டே இப்போ கிடைச்சுட்டான்.’ என்று ஒருவர் கத்தினார். ‘நாம் இவனைக் கொல்வோம்’ என்று கூட்டத்தினர் கத்தினர். குதூகலித்துக் கொண்டிருந்த கூட்டத்திலிருந்து வெள்ளை யினப் பெண்ணொருத்தி, ‘அந்ததாயைப்புணரும் நீக்ரோவைக்

கொல்லுங்கள், எல்லாம் சரியாகி விடும்' என்றாள். ஆண்கள் அனைவரும் சேர்ந்து காரின் கண்ணாடியை உடைக்க ஆரம்பித்தனர். ஷட்ல்ஸ்வொர்த்துக்கு என்ன நடந்தது? அதிகமாக எதுவும் நடக்கவில்லை. அவர் தவழ்ந்து தன் காருக்கே திரும்பி ஆஸ்பத்திரிக்குச் சென்றார். அங்குப் பரிசோதனை நடத்தியதில் அவருடைய கிட்னிக்கு லேசான சேதமும், உடம்பில் ஆங்காங்கே லேசான கீறல்கள் இருந்ததும் தெரியவந்தன. அன்றைக்கு மதியமே அவர் ஆஸ்பத்திரியிலிருந்து வெளியேறிவிட்டார். அதே நாள் மாலை வேளையில் பிரசங்க மேடையிலிருந்து, தன்னைத் தாக்கியவர்களுக்குப் பதிலாக என்னிடம் மன்னிப்புதான் உள்ளது என்று தனது சபையைச் சேர்ந்தவர்களிடம் கூறினார்.

ஷட்ல்ஸ்வொர்த்துக்கு அதிக மன உறுதியும் வலிமையும் இருந்திருக்க வேண்டும். அவர் எந்தப் பாதிப்பும் இல்லாமல் தனது வீட்டின் இடிபாடுகளுக்கு இடையிலிருந்து எழுந்து வந்த போது அவருக்குள் உளவியல் ரீதியான கவசம்போல் தைரியம் இன்னும் ஒரு சுற்று அதிகரித்திருக்கும். "நாம் எல்லோரும் பயப்படவேண்டும் என்பது அவசியமில்லை என்றாலும் நாம் எல்லோரும் பயப்படவேண்டும் என்பதற்காகவே பயப்படக்கூடியவர்கள் அந்தப் பயத்தை வெல்லும் போது நாம் களிப்புறுவோம்ஞ். விமானத் தாக்குதல் நடந்தால் நாம் பீதி அடைவது போலப் பயந்தாலும், வெளியுலகத்திற்கு எதுவும் நடக்காதது போல அமைதியாகவும், பாதுகாப்பாக இருப்பது போலவும் காட்டிக் கொள்வோம். ஆரம்பத்தில் ஏற்பட்ட பயத்திற்கும், அதற்குப் பிறகு ஏற்பட்ட நிவாரணத்திற்கும் பாதுகாப்பு உணர்ச்சிக்குமான முரண்பாடுதான் தைரியத்திற்கான ஒரு தன்னம்பிக்கையை ஊக்குவிக்கிறது. அதுதான் தைரியத்திற்கான தாயும், தந்தையுமாகும்'

அதற்குப் பிறகு ஃபிலிப்ஸ் உயர்நிலைப் பள்ளியில் என்ன நடந்தது? இன்னொரு 'ரிமோட் மிஸ்"! ஆஸ்பத்திரியை விட்டு வெளியேறும் போது அவர் பத்திரிகையாளர்களிடம், "ஒரே வருடத்தில் இரண்டாவது முறையாக என் வாழ்க்கை அதிசயமாக விட்டு வைக்கப்பட்டது" ஒரு ரிமோட் மிஸ்ஸே களிப்பூட்டுவதாக இருந்தால், இரண்டு முறை அது போல நடந்தால் எப்படி யிருக்குமென்று நீங்களே கற்பனை செய்து கொள்ளுங்கள்.

இது நடந்த கொஞ்ச நாட்களில் ஷட்ல்ஸ்வொர்த் தனது சக பணியாளரான ஜிம் ஃபார்மரை அலபாமாவின் மான்ட்கோமெரியில் உள்ள தேவாலயத்திற்கு மார்ட்டின் லூதர் கிங்கைச் சந்திப்பதற்காக அழைத்து வந்தார். தேவாலயத்துக்கு வெளியில் கோபத்துடன் இருந்த கூட்டம் கூட்டமைப்புக் கொடியை அசைத்துக் கொண்டிருந்தனர். அவர்கள் காரை தாக்க ஆரம்பிக்கையில் டிரைவர் காரை ரிவர்ஸ் எடுத்து மாற்று வழியாக ஓட்டிச் செல்ல முனைகையில் அங்கேயும் தடுத்து நிறுத்தப்பட்டார். ஷட்ல்ஸ்வொர்த் என்ன செய்தார்? ஃபிலிப்ஸ் உயர்நிலைப் பள்ளிக்குச் செல்லும் போது செய்தது போல இப்போதும் காரை விட்டு வெளியே வந்தார். இது குறித்து மெக்வோர்ட்டர்:

ஒரு வினோதமான வாசனை வந்ததையடுத்து முதன் முதலாக அவருக்குக் கண்ணீர் புகை அறிமுகமானது அவர் அமைதியாக இருக்கையில் சுற்றிலுமிருந்து எறியப்பட்ட கோக் பாட்டில்கள் அவருடைய கார் கண்ணாடியைப் பதம் பார்த்தன. அவர் ஃபார்மரை காரிலிருந்து வெளியேறச் செய்து வேகமாக அந்தக் கூட்டத்தினுள் அழைத்துச் சென்றார். ஃபார்மரும் தனது பெரிய உடம்பை ஷட்ல்ஸ்வொர்த்தின் மெல்லிய உடம்பின் நிழலுக்குப் பின்னால் சென்றார். குண்டர்கள் விலகிச் சென்றார்கள், அவர்கள் கொண்டு வந்திருந்த கட்டைகளின் பிடி தளர்ந்தது , ஷட்ல்ஸ்வொர்த் அவருடைய ஜாக்கெட்டில் உள்ள ஒரு நூலுக்குக் கூடப் பங்கம் வரமால் முதலாம் பாப்டிஸ்ட்டின் அறையைச் சென்றடைந்தார். 'வழக்கமான வழிமுறையிலிருந்து வெளியே வாருங்கள்" என்று மட்டும்தான் அவர் சொல்ல வேண்டியிருந்தது.

இது அவரது மூன்றாவது 'ரிமோட் மிஸ்".

பெற்றோரை இழப்பது என்பது வீட்டிற்குக் குண்டு வைப்பது போன்றோ அல்லது வெறிகொண்ட கும்பலிடம் மாட்டிக் கொள்வது போன்றதோ இல்லை. அது இதையெல்லாம் விட மோசமானது. அந்த மோசமான தருணம் விரைவில் முடியாது, இதனால் ஏற்படக்கூடிய காயம் சாதாரணமான காயம், கீறல் போல அவ்வளவு எளிதாக ஆறிவிடாது. ஆனால்

குழந்தைகள் பயந்த மாதிரியே நடந்து விட்டது என்று அவர்கள் உணரும்போது எப்படியிருக்கும்? ஷட்ல்ஸ்வொர்த் மற்றும் திடீர் தாக்குதலின் போது தப்பித்தவர்கள் போல இவர்களும் ரிமோட் மிஸ்ஸிலிருந்து தன்னம்பிக்கையை தைரியத்திற்கான பெற்றோர் பெறமுடியாதா?*

---

*நியூயார்க்கைச் சேர்ந்த பீட்டர் மெஸான் என்கிற மன உளவியலாளர், பல ஆண்டுகளுக்கு முன்பு இதைப் போல என்னிடம் ஒரு நோயாளி இருந்தார். 'அவர் ஒரு சாம்ராஜ்யத்தையே உருவாக்கியவர். ஆனால் குழந்தைப் பருவத்துப் பேரழிவைப் பற்றிப் பேசினார். அவருக்கு ஆறுவயதாக இருக்கும்போது அவர் கண் முன்னாலேயே அவருடைய அம்மா இறந்து போனார். அப்பா அம்மாவின் மேல் நின்று சத்தம் போட்டுக் கொண்டிருந்தார். அம்மாவுக்கு வலிப்பு நோய் உண்டு. அப்பா ஒரு ரௌடிக் கும்பலைச் சேர்ந்தவர் அதனால் யாரோ ஒருவரால் அவர் கொலை செய்யப்பட்டார். அவரும் அவருடைய சகோதர, சகோதரிகளும் குழந்தைகள் நலக் காப்பகத்துக்கு அனுப்பப்பட்டனர். எல்லாவற்றையும் எதிர்த்து முன்னேறிவரவேண்டுமென்கிற நிலையில் அவர் இருந்தார். அவரிடம் வேறு எதுவும் இல்லை. ஆகையால் மற்றவர்கள் செய்யத் தயங்கும் காரியங்களை இவர் செய்யத் துணிந்தார். ஏனெனில் இவரிடம் இழப்பதற்கு வேறு எதுவும் இல்லை'. மெஸானின் பல ஆண்டு கால அனுபவத்தில் குழந்தைப் பருவத்தில் அவர்களையும் மீறி ஏற்படக்கூடிய நிகழ்வுகளுக்கும், அதனால் அவர்களில் சிலர் வளர்ந்த பிறகு பிற்காலத்தில் அடையக்கூடிய மகத்தான வெற்றிக்கும் இடையே மர்மம் எதுவும் இருப்பதாக அவர் கருதவில்லை. இந்த மாதிரியான அதிர்ச்சிகளை தாங்கி, பொறுத்துக் கொள்ளும் போது ஒரு விடுபடும் உணர்ச்சியும் இருக்கும். "உலகத்திற்கு நன்கு தெரிந்தவற்றை எது நம்பப்படுகிறதோ, எது அனுமானிக்கப்படுகிறதோ, எது இயல்பறிவுக்கு எட்டுகிறதோ, எது பழக்கமானதோ, எல்லோரும் எதை சாதாரணமாக எடுத்துக் கொள்வார்களோ, அது புற்று நோயாக இருந்தாலும் சரி, பௌதிக விதிகளாக இருந்தாலும் சரி அதையெல்லாம் மீறக்கூடியவர்களாக இவர்கள் இருப்பார்கள்' என்று அவர் கூறினார். மேலும், 'அவர்கள் ஒரு சட்டத்திற்குள் அடங்கி நிற்கமால் அதை விட்டு வெளியே வரக்கூடியத் திறனைக் கொண்டவர்களாக இருக்கிறார்கள். ஏனென்றால் வழக்கமான குழந்தைப்பருவம் என்கிற சட்டத்திற்குள் அவர்கள் இருப்பதில்லை. அது அவர்களின் சிறுவயதிலேயே நொறுங்கிப் போயிருக்கும்'

மெக்வோர்ட்டர், 'ஷட்ல்ஸ்வொர்த்தை சிறைக்குக் கொண்டுசென்ற அதிகாரி அவரை அடித்து, உதைத்ததோடு மட்டுமல்லாமல் குரங்கு என்றெல்லாம் வசைபாடி, என்னை ஏன் நீ அடிக்கக்கூடாது எனச் சொல்லி அவரைத் தூண்டிவிட்டார். அதற்கு ஷட்ல்ஸ்வொர்த், 'நான் உங்களை அன்பு செய்கிறேன்' என்றார். அவர் சிறைச்சாலைக்கான மீதி தூரத்தையும் கைகளைக் கட்டியபடி சிரித்துக் கொண்டே கடந்து சென்றார். அங்கே பாடுவதற்கும், பிரார்த்தனை செய்வதற்கும் குந்தகம் விளைந்தபோது அவர் ஒரு குட்டித் தூக்கம் போட்டுவிடுவார்.' என்று ஷட்ல்ஸ்வொர்த் பற்றி மேலும் எழுதினார்.

8

ரத்தப்போக்கைத் தடுக்க ஃப்ரீரைக் செய்த பரிசோதனை ஒரு திருப்புமுனை ஆகும். இதனால் சிகிச்சைக்கென்று வரும் குழந்தைகளை அதிக நாட்கள் உயிரோடு வைத்திருந்து அவர்கள் நோய்க்கு முறையான சிகிச்சை அளிக்க முடியும். ஆனால் லுகேமியாவிலிருந்து குணப்படுத்துவதற்கு இந்தப் பிரச்சனையை விடக் கடினமான வேறு பிரச்சனை இருந்தது. இந்த நோயைக் குணப்படுத்துவதற்கு ஒரு சில மருந்துகளே உபயோமாக இருந்தது. செல்களைக் கொல்லக்கூடிய மருந்துகளான *6* MP, Methotrexateம், பிரெட்னிசோன் என்கிற ஸ்டீராயிடும் இருந்தன. ஆனால் ஒவ்வொன்றும் கடுமையான நச்சுத் தன்மை கொண்டதாக இருந்ததால் மிகவும் வரையறுக்கப்பட்ட அளவே கொடுக்கப் பட்டது. அப்படி அளவோடு கொடுப்பதால் புற்றுநோய் சம்பந்தப்பட்ட சில செல்களை மட்டுந்தான் அது அழிக்கும். நோயாளிகளும் ஓரிரு வாரத்தில் குணமானாலும் அழியாமல் இருக்கக்கூடிய செல்கள் அபரிதமாகப் பெருக்கெடுத்து மீண்டும் அந்த நோய் தாக்க ஆரம்பித்துவிடும்.

க்ளினிக்கல் மையத்தில் இருந்த ஒரு ஆலோசகரின் பெயர் மாக்ஸ் வின்ட்ரோப். இவர் உலக அளவில் மிகவும் புகழ் பெற்றவர். ஏனெனில் இவர்தான் முதன் முதலில் ரத்தம் சம்பந்தப்பட்ட துறையான 'ஹெமடாலஜி' சம்பந்தமாகப் பாடப் புத்தகம் எழுதியவர். அது தவிர அந்தக் காலகட்டத்தில் குழந்தைகளுக்கு லுகேமியா சிகிச்சை அளிக்கும் முறை எப்படி இருந்தது என்று அவர் ஒரு விமர்சனக் கட்டுரை எழுதியிருந்தார். அதிலிருந்து எடுத்த ஒரு பகுதி "இந்த மருந்துகள் வேதனையை அதிகப்படுத்துவதால் நன்மையை விட அதிகமாகத் தீங்குகளைத்தான் விளைவிக்கும். அதோடு, நோயாளிகள்

எப்படியும் இறக்கத்தான் போகிறார்கள். இந்த மருந்துகள் அவர்களை இன்னும் மோசமான நிலைக்கு இட்டுச் செல்லும், ஆகையால் நீங்கள் அந்த மருந்துகளை உபயோகிக்க வேண்டாம்' இதுதான் உலக அளவில் பிரபலமான ஒருவர் எழுதியது" என்று இன்றைக்கு எனது மாணவர்களிடம் அதைக் காண்பிப்பதுண்டு.

ஆனால் மருத்துவம் தனக்கே உரித்தான பின் தங்கல் நிலையைக் கொண்டிருக்கிறது என்பதை ஃப்ரீ, ஃபீரிரைக் மற்றும் பஃபெல்லோவில் உள்ள ராஸ்வெல் பார்க் மெமோரியல் இன்ஸ்டியூட்டின் ஜேம்ஸ் ஹாலன்ட் தலைமையிலான குழு தங்களைச் சமாதானப் படுத்திக் கொண்டது– உறுதியாக நம்பியது. மருந்துகள் போதிய அளவிற்குப் புற்று நோய செல்களைச் சாகடிக்கவில்லையெனில் குழந்தைகளுக்கு அதற்கும் மேலான தீவிர சிகிச்சை வேண்டுமென்பதுதானே அர்த்தம்? ஏன் 6- MP யையும், மெதோட்ரக்சேட்டை (methotrexate) யும் சேர்த்துக் கொடுக்கக்கூடாது? புற்று நோய் செல்களை இந்த மருந்துகள் ஒவ்வொன்றும் ஒவ்வொரு விதமாகத் தாக்கும். இவை தரைப்படை மற்றும் கடற்படை போல. 6-MP யினால் சாகடிக்க முடியாததை methotrexate அழிக்கக்கூடும். அதோடு அவர்கள் பிரெட்னிசோனையும் சேர்த்துக் கொடுத்தால் என்ன? அது விமானப்படை வானத்திலிருந்து தாக்குவது போலத் தாக்கும், மற்ற இரண்டு மருந்துகளும் தரையிலிருந்தும், கடலிலிருந்தும் தாக்குவது போலத் தாக்கும்.

அதற்குப் பிறகு ஃப்ரீரைக் நான்காவது மருந்து பற்றித் தெரிந்து கொண்டார். அது 'பெரிவிங்கிள்' தொழிற்சாலையில் உற்பத்தியாகும் 'வின்கிரிஸ்டைன்' என்கிற மருந்தாகும். 'எலை

லில்லி' என்கிற நிறுவனத்திலிருந்து ஒருவர் நேஷனல் கேன்சர் இன்ஸ்டியூட் ஆய்வாளர்களின் ஆய்விற்காகக் கொண்டுவந்தார். யாருக்கும் இந்த மருந்து பற்றி அதிகம் தெரியாது. ஆனால் ஃப்ரீரைக்கின் உள்ளுணர்வு இது லுகேமியாவைக் குணப்படுத்த உதவும் எனக் கூறியது. 'என்னிடத்தில் சாகும் தறுவாயில் 25 குழந்தைகள் இருக்கிறார்கள். ஆனால் அவர்களுக்குக் கொடுப்பதற்கு என்னிடம் ஒன்றுமில்லை. இதை ஏன் முயற்சி செய்து பார்க்கக்கூடாது என்று எனக்குள்ளே ஒரு உணர்வு. எப்படியும் அவர்கள் இறக்கத்தான் போகிறார்கள்" என்று ஃப்ரீரைக் நினைத்தார். வின்கிரிஸ்டைன் ஊக்கமூட்டுவதாக இருந்தது. வேறு எந்த மருந்துக்கும் எதிர்வினை செய்யாதவர்களிடத்திலும், திரும்பவும் இந்த நோயால் பாதிக்கப்பட்ட குழந்தைகளிடத்திலும் ஃப்ரீயும் நானும் இந்த மருந்தை முயற்சி செய்து பார்க்க நினைத்தோம். ஆகையால் ஃபீரியும், ஃபீரிரைக்கும் நான்கு மருந்துகளையும் தரைப்படை, கடற்படை, விமானப் படை மற்றும் மரைன்ஸ் சேர்த்து உபயோகிப்பதற்கு அனுமதி வாங்க என் சி ஐ'யின் உயர் மட்டக் குழுவை அணுகினார்கள்.

தற்சமயம் புற்று நோய் 2,3,4, அல்லது 5 மருந்துகளின் சேர்க்கை காக்டெயில் யின் மூலம் தான் குணப்படுத்தப்பட்டு வருகிறது. ஆனால் 1960 களில் இது கேள்விப்படாத ஒன்று. புற்று நோயைக் குணப்படுத்த அந்தக் காலக் கட்டத்தில் கிடைத்த மருந்துகள் மிகவும் அபாயகரமானவை எனக் கருதப்பட்டது. ஃப்ரீரைக் தேர்ந்தெடுத்த பொக்கிஷமான வின்கிரிஸ்டைன் கூட அந்த வகையைச் சேர்ந்ததாகத் தான் கருதப்பட்டது. ஃப்ரீரைக் இதைக் கற்றுக்கொள்ளக் கரடு முரடான பாதையைக் கடக்க வேண்டியிருந்தது . 'இந்த மருந்து சாப்பிட்டால் பக்க விளைவுகள் ஏதேனும் உண்டா? கண்டிப்பாக," என்றார். இது மனச் சோர்வையும், மூளை மற்றும் முதுகெலும்புக்கு வெளியே உள்ள நரம்பு மண்டலத்தையும் பாதிக்கும். இதனால் குழந்தைகளுக்குப் பக்கவாதம் கூட ஏற்படலாம். இந்த மருந்தை அதிகம் உட்கொண்டால் 'கோமா' நிலைக்குக் கொண்டு சென்றுவிடும். முதலில் சிகிச்சை அளிக்கப்பட்ட 14 குழந்தைகளில் ஒருவரோ அல்லது இருவரோ இறந்து விட்டனர். அவர்களுடைய மூளை பாதிக்கப்பட்டிருந்தது. மனிதாபிமான அடிப்படையில் மாக்ஸ் விண்ட்ரோப் இந்த மருந்துகளை உபயோகிக்க விரும்பவில்லை. ஃப்ரீரைக்கும், ஃப்ரீயும் நான்கு மருந்துகளையும் ஒரே நேரத்தில் உபயோகிக்க விரும்பினர். இதற்கு அனுமதி வாங்குவதற்காக ஃப்ரீ என் சி ஐயின் ஆலோசனைக் குழுவை அணுகினார். ஆனால் அவர் நினைத்தபடி நடக்கவில்லை.

சில ஆண்டுகளுக்குப் பிறகு இது குறித்து ஃப்ரீ நினைவு கூறுகையில், ‘அந்த ஆலோசனைக் குழுவில் ரத்த நோய் சம்பந்தமான துறையில் அனுபவம் வாய்ந்த மூத்த நிபுணரான டாக்டர் கார்ல் மூரே இருந்தார். இவர் செயின்ட் லூயிஸைச் சேர்ந்தவர், என் அப்பாவின் நண்பர். நானும் அவரை என் நண்பர் போலத் தான் கருதி வந்தேன். ஆனால் எனது செயல்திட்ட விளக்கம் அவருக்கு மூர்க்கத்தனமாகப்பட்டது. அவர் குழந்தைகளுக்கு வரக்கூடிய லூகேமியா நோயுடன் சம்பந்தப்பட்டவர் இல்லை என்பதால் பெரியவர்களுக்கும் வரக் கூடிய ஹாட்கின்ஸ் நோய் பற்றிப் பேசும்போது ஹாட்கின்ஸ் நோய் அதிகமாகப் பரவிவிட்ட ஒரு நோயாளி உங்களிடம் இருந்தால் அவரை ஃப்ளோரிடாவுக்குப் போகச் சொல்லி அங்குச் சந்தோஷமாக இருக்கச் சொல்லுங்கள் என்றார். ஹாட்கின்ஸ் நோய் சம்பந்தப்பட்ட அறிகுறிகள் அதிகமாக இருந்தால் அவர்களை ஒரு எக்ஸ்ரே அல்லது கொஞ்சம் நைட்ரஜன் மஸ்டர்ட் கொண்டோ சிகிச்சை அளிக்கலாம். ஆனால் கொஞ்சமாகத்தான் கொடுக்க வேண்டும். மிகவும் கடுமையான எதுவும் கொடுத்தால் அது நியாயமற்றதாகும். ஒரே நேரத்தில் நான்கு மருந்து கொடுப்பது அறிவுக்கு ஒவ்வாத விஷயம்’ என்றார்.

ஃப்ரீயும், ஃப்ரீரைக்கும் தங்களது முயற்சியை விடவில்லை. அவர்கள் தங்களுடைய சீனியரும் துறைத் தலைவருமான கோர்டான் ஷுப்ராடை அணுகினார்கள். ஃப்ரீரைக்கின் சிறு ரத்த திட்டுகள் (platelets) சம்பந்தப்பட்ட ஆய்வின் போது இருவருக்குமிடையில் மிகப் பெரிய யுத்தமே நடந்தது. அவர் வின்கிரிஸ்டைன் பரிசோதனைக்குத் தயங்கியபடியேதான் ஒப்புதல் கொடுத்தார். இரண்டாவது தளத்தில் எது நடந்தாலும் அதற்கு அவர்தான் பொறுப்பேற்க வேண்டும். ஏதாவது சரியாக நடைபெறவில்லையெனில் காங்கிரஸ் கமிட்டி இவர் காலரைத் தான் பிடித்திழுப்பார்கள். உங்களால் இதைக் கற்பனை செய்து பார்க்கமுடியுமா? இரண்டு ‘ஆடுகாலி’ ஆராய்ச்சியாளர்கள் அதிக நச்சுத்தன்மை கொண்ட மருந்துகளை நான்கு அல்லது ஐந்து வயது குழந்தைகளுக்குக் கொடுத்துப் பரிசோதனை செய்து பார்க்க இருக்கிறார்கள், அதிலும் அரசாங்க பரிசோதனை நிலையத்தில். அவர் மிகவும் தயங்கினார். ஆனால் ஃப்ரீயும், ஃப்ரீரைக்கும் அவரை விடவில்லை. சொல்லப் போனால் ஃப்ரீதான் அவரை மிகவும் வற்புறுத்தினார். மிகவும் நுணுக்கமான பேச்சுவார்த்தைகளுக்கு ஃப்ரீரைக் சரியானவர் இல்லை. இது போன்ற விஷயங்களில்

அவர் மேல் நம்பிக்கை வைக்க முடியாது. 'டாம் இல்லாமல் என்னால் எதுவும் செய்திருக்க முடியாது' என்று ஃப்ரீரைக் ஒத்துக் கொண்டார். 'எனக்கு முற்றிலும்

எதிர்மாறானவர் ஃப்ரீ. அவர் மிகவும் திட்டநோக்கமும், மனிதாபிமானமும் கொண்டவர்'. ஆமாம், இந்த மருந்துகளில் நச்சுத் தன்மை வேறுமாதிரியானது. அதாவது நீங்கள் மிகவும் கவனமாக இதைக் கொடுத்து, அதனால் ஏற்படக்கூடிய பக்க விளைவுகளைச் சரியாகக் கையாண்டால் குழந்தைகள் உயிரைக் காப்பாற்ற முடியும். இறுதியாக ஷூப்ராட் வழிக்கு வந்தார். 'அது கண்மூடித்தனமாகத் தோன்றினாலும் மிகவும் சாமர்த்தியமானதும், சரியானதும் ஆகும். நான் அதைப் பற்றி நினைத்தேன். இந்த முயற்சி சரியாக வேலை செய்யுமென்று எனக்குத் தெரியவந்தது. இதுவும் சிறு ரத்தத் திட்டுக்கள் சோதனை போலத் தான். அது வேலை செய்தாக வேண்டும்!

இந்த முயற்சி VAMP திட்டமுறை என்றழைக்கப்பட்டது. சில ஜூனியர் மருத்துவர்கள் இதற்கு ஒத்துழைப்பு தர மறுத்து விட்டனர். ஃப்ரீரைக் ஒரு பைத்தியம் என அவர்கள் நினைத்தார்கள். "நானே எல்லாம் செய்ய வேண்டியிருந்தது. நானே மருந்துகளுக்கு ஆர்டர் செய்து வரவழைத்து, அதையெல்லாம் கலந்து அவர்களுக்கு ஊசி மூலம் செலுத்த வேண்டியிருந்தது. நானே அவர்கள் ரத்த அளவை பரிசோதிக்க வேண்டியிருந்தது, எலும்பிலிருந்து மஜ்ஜை/திசுவை (bone marrow) எடுக்க வேண்டியிருந்தது. நானே ஸ்லைடுகளையும் எண்ண வேண்டியிருந்தது. இந்தப் பரிசோதனையை ஆரம்பிக்கும் போது 13 குழந்தைகள் இருந்தனர். முதல் நோயாளி ஒரு சிறிய பெண். ஃப்ரீரைக் அந்தச் சிறுமிக்கு கொடுத்த மருந்து கொஞ்சம் அதிகமாகிவிட்டதால் அவள் ஏறக்குறைய சாகக் கூடிய

நிலைக்குச் சென்றுவிட்டாள். அவர் அவளுக்கு அருகில் பல மணி நேரம் உட்கார்ந்திருந்தார். எதிர்ப்பு சக்தி கொண்ட மருந்துகள் மற்றும் செயற்கை சுவாசக் கருவியின் உதவியுடன் அவளை அவர் உயிரோடு வைத்திருந்தார். அவளும் பிழைத்தாள். ஆனால் நோய் திரும்பவும் தாக்க ஆரம்பித்த போது இறந்து போனாள். ஆனால் ஃப்ரீயும், ஃப்ரீரைக்கும் கற்றுக் கொண்டிருந்தார்கள். அவர்கள் மருந்துக்களைக் கொஞ்சம் மாற்றி இரண்டாவது நோயாளிக்குக் கொடுத்தார்கள். அவளுடைய பெயர் ஜானிஸ். அவள் பிழைத்துக் கொண்டாள். அதற்கடுத்து ஒரு குழந்தை, அதற்கடுத்து ஒன்று என்று பரிசோதனை ஆரம்பமாயிற்று.

ஆனால் புற்றுநோய் முழுவதுமாகக் குணமடையவில்லை. கேடு விளைவிக்கிற, தீவிரமான செல்களில் சில இன்னும் இருந்தன. கீமோதெரபி ஒரு முறை கொடுத்தால் மட்டும் போதாது என அவர்கள் உணர ஆரம்பித்ததால் இன்னொரு சுற்றை ஆரம்பித்தார்கள். நோய் திரும்பவும் வந்ததா? ஆமாம், வந்தது. அவர்கள் மீண்டும் முயற்சிக்க வேண்டியதாக இருந்தது. "நாங்கள் மூன்று முறை சிகிச்சை அளித்தோம். 13 பேரில் 12 பேருக்கு மீண்டும் அந்த நோய் வந்தது. ஆகையால் அவர்களுக்கு ஒரு வருட காலத்திற்கு மாதாமாதம் சிகிச்சை அளிப்பது என நான் முடிவு செய்தேன்"* என்று ஃப்ரீரைக் கூறினார்.

---

*நோயாளி புற்றுநோயிலிருந்து குணமான பின்பும் கீமோதெரபி சிகிச்சை அளிக்கவேண்டுமென்று 1950களின் பின்பகுதியில் நேஷனல் கேன்சர் இன்ஸ்டிடியூட்டைச் சேர்ந்த எம் சி லீயும், ராய் ஹெர்ட்ஸூம் கருத்துத் தெரிவித்தனர். கோரியோகார்சினோமா (Choriocarcinoma) இது அரிதான கர்ப்பப்பை புற்றுநோயாகும் என்கிற புற்று நோயை இவர் மெத்தாட்ரெக்சேட்டை மீண்டும் மீண்டும் செலுத்தியதன் மூலம் நோயாளியின் உடம்பிலிருந்து அதை முற்றிலுமாக வெளியேற்றினார். முதன் முதலாக கீமோதெரப்பி மூலம் கட்டியை முற்றிலும் குணப்படுத்தியது இதுவாகத் தான் இருக்கும். லீ முதலில் இந்த யோசனையைத் தெரிவித்த போது, அவர் அதை செயல்படுத்தக்கூடாது என தடுத்து நிறுத்தப்பட்டார். இது ஒரு காட்டுமிராண்டித்தனம் என மக்கள் நினைத்தாலும் அவர் தனது யோசனையை தொடர்ந்து வலியுறுத்தி வந்தார். அவர் நோயாளியைக் குணப்படுத்தியிருந்தாலும் பதவியிலிருந்து நீக்கப்பட்டார். 'அப்போது சூழ்நிலை அப்படித்தான் இருந்தது' என டி விட்டா கூறினார். மேலும் அவர், அந்த காலகட்டத்தில் கோரியோகார்சினோமா பற்றி பரவலாகப் பேசப்பட்டு வந்தது. இது தன்னிச்சையாக குணமான ஒன்றா என்பது தான் பேச்சுப் பொருளாக இருந்து வந்தது. மெத்தாட்ரெக்சேட்தான் இதை முற்றிலுமாகக் குணப்படுத்தியது என நினைத்துக் கூடப் பார்க்கவில்லை' என்றார். ஃப்ரீரைக் இன்றைக்குக் கூட லீ பற்றி வியப்புடன் ஏன் பேசுகிறார் என்று சொல்லத் தேவையில்லை. அறிவியல் சம்பந்தமாக கூட்டமொன்று நடந்து கொண்டிருந்த போது அதில் பேசிய ஒருவர் லீயின் சாதனையைக் குறைவாக மதிப்பிட்டுப் பேசிக் கொண்டிருந்தார். அப்போது ஃப்ரீரைக் எழுந்து நின்று 'எம்.சி. லீ தான் கோரியோகார்சினோமாவைக் குணப்படுத்தினார்!' என அந்தக் கூட்டத்தில் கர்ஜித்தார்.

▲ எமில் ஃப்ரீரைக் 3

▲ எமில் ஃப்ரீரைக்

'முன்னால் என்னை ஒரு பைத்தியக்காரன் என நினைத்தவர்கள் இப்போது முழுப் பைத்தியக்காரன் என நினைக்க ஆரம்பித்தார்கள். அந்தக் குழந்தைகள் நடந்து கொண்டும், கால்பந்து விளையாடிக் கொண்டும் பார்ப்பதற்கு மற்ற குழந்தைகளைப் போலச் சாதரணாமாகத்தான் இருந்தார்கள். நான் அவர்களை மீண்டும் ஆஸ்பத்திரியில் சேர்த்து நோயாளி ஆக்கப் போகிறேன் என்று நினைத்தார்கள். சிறு ரத்தத் திட்டுக்கள் எதுவும் இல்லை. வெள்ளையணுக்கள் எதுவும் இல்லை. ரத்த ஒழுக்கும், தொற்றும் இருந்தது. VAMP திட்டமுறை குழந்தைகளினுடைய எதிர்ப்பு சக்தியை முற்றிலுமாக உறிஞ்சி விட்டிருந்தது. அவர்கள் எந்தப் பாதுகாப்பும் இன்றி இருந்தார்கள். அவர்களுடைய பெற்றோர்களுக்கு இது ஒரு தாங்கொண்ணா துயராக இருந்தது. வாழ்வதற்கான வாய்ப்பிற்காக ஒவ்வொரு முறையும் அவர்கள் மரணத்தின் விளிம்பைத் தொடவேண்டியிருக்கும் என அவர்களுடைய பெற்றோர்களிடம் கூறப்பட்டது.

ஃப்ரீரைக் இந்தக் கடும் சோதனைக்குத் தன்னை ஈடுபடுத்திக் கொண்டார். அவருடைய முழுச் சக்தியையும், துணிச்சலையும் தனது நோயாளிகள் உயிரோடு இருப்பதற்காக உபயோகித்தார். அந்த நாட்களில், நோயாளி யாருக்கேனும் காய்ச்சல் வந்தால் டாக்டர் 'ப்ளட் கல்ச்சர்' எடுப்பது வழக்கம். அந்தப் பரிசோதனையின் முடிவைக் கொண்டு டாக்டர் என்ன மாதிரியான தொற்று இருக்கிறது என்பதைத் தெரிந்து கொண்டு அதற்கேற்ப ஆன்ட்டிபயாடிக்கைத் தேர்ந்தெடுப்பார். ஆன்ட்டிபயாடிக் ஒரு போதும் காம்பினேஷனாகக் கொடுப்பதில்லை. முதல் ஆன்ட்டிபயாடிக் கொடுத்து பயனளிக்கவில்லையென்றால் தான் இரண்டாவது ஆன்டிபயாடிக்கைக் கொடுப்பார்கள். ஆனால் ஜே, அதிலெல்லாம் எனக்கு உடன்பாடு இல்லை என்று கூறியதாக டிவிட்டா நினைவு கூர்ந்தார். மேலும் அவர் கூறுகையில், 'இந்தக் குழந்தைகளுக்குக் காய்ச்சல் அதிகமாகும் போது அவர்களுக்கு

உடனடியாகச் சிகிச்சை அளிக்க வேண்டும். அதோடு அவர்களுக்கு ஒன்றுக்கு மேலான ஆன்டிப்யாடிக்கைச் சேர்த்துக் கொடுக்க வேண்டும். அப்படிக் கொடுக்கவில்லையென்றால் அவர்கள் மூன்று மணிநேரத்தில் இறந்து விடுவார்கள்' என்றார். டிவிட்டாவிடம் ஆன்டிபயாட்டிக் இருந்தது. ஆனால் அதை ஒரு போதும் முதுகெலும்பில் உள்ள திரவத்தில் செலுத்தக்கூடாது என்று கூறியிருந்தார்கள். 'எங்களுக்குக் கற்றுக் கொடுத்ததற்கு மாறானவற்றை ஃப்ரீரைக் செய்யச் சொன்னார்' என்று டிவிட்டா கூறினார்.

'அவர் பலத்த எதிர்ப்புகளுக்கு ஆளானார். ஏதோ பைத்தியக்காரத்தனமாகச் செய்து கொண்டிருக்கிறார் என்று மருத்துவமனையில் அவரோடு பணிபுரிந்தவர்கள் அனைவரும் நினைத்தனர். அவர் மொத்த பாரத்தையும் தன் தோள்களில் சுமந்தார். ஹார்வர்டைச் சேர்ந்தவர்கள் அவரை மிகவும் அவமதித்தார்கள். அறைக்குப் பின்னால் நின்று கொண்டு இவரைப் பார்த்து கேலி செய்தார்கள். அவர் ஏதாவது சொன்னால் அதற்கு இவர்கள், 'கண்டிப்பாக ஜே, நான் சந்திரனுக்குப் பறந்து செல்லப் போகிறேன்' என்பார்கள். இது மிகவும் மோசமாக இருந்தது. அவர் எப்போதும் பரிசோதனைக்கூடத்திலேயே இருந்து ஒவ்வொரு பரிசோதனை, அதனுடைய விளக்கப்படம் என எல்லாவற்றையும் பார்த்துக் கொண்டிருந்தார். அவருடைய

*ஃப்ரீரைக் சம்பந்தமாக எண்ணற்ற கதைகள் இருக்கின்றன. NCI க்ளினிக் செண்டரில் நாள்பட்ட மைலாய்ட் லுகேமியாவில் (Chronic myeloid leukemia - CML) பாதிக்கப்பட்ட பெரியவர்களுக்குச் சிகிச்சை அளிக்கும் வார்டு இருக்கும் பனிரெண்டாவது மாடிக்கு அவர் சென்றார். இந்த சி எம் எல் என்கிற லுகேமியா வெள்ளை ரத்த அணுக்களை அதிகமாக உற்பத்தி செய்யக்கூடியதாகும். இந்த அணுக்களை உற்பத்தி செய்யும் உறுப்பு கூடுதலாகச் செயல்படும். இதற்கு முரணாக, ப்ரீரைக் சிகிச்சை அளிக்கும் குழந்தைகள் எல்லாம் ஏ எல் எல் (Acute Lymphocytic Leukemia) லால் பாதிக்கப்பட்டவர்கள். இது குறைபாடுள்ள வெள்ளை அணுக்களை அதிகமாக உற்பத்தி செய்யும் ஒரு வகையான புற்றுநோயாகும். இதனால் தான் ஏதாவது தொற்றுநோய் வந்தால் அந்த அணுக்கள் 'கையாளாகாதவை'யாக இருக்கின்றன. ஆகையால், ஃப்ரீரைக் பனிரெண்டாவது மாடியில் இரத்தப் புற்றுநோயால் பாதிக்கப்பட்ட பெரியவர்களிடமிருந்து இரத்தைத்தைச் சேகரித்து அதை இரண்டாவது மாடியில் உள்ள இரத்தப் புற்று நோயால் பாதிக்கப்பட்ட குழந்தைகளுக்கு ஏற்றினார். சிவிலி லால் பாதிக்கப்பட்ட நோயாளிகளிடமிருந்து வெள்ளையணுக்களை எடுப்பது வழக்கத்திற்கு மாறானதாகக் கருதப்பட்டதா? "பைத்தியக்காரத்தனம்'. இந்த பரிசோதனையை நினைத்துப் பார்த்து ஃப்ரீரைக், 'எல்லோரும் இதை பைத்தியக்காரத்தனம்' என்றார்கள். குழந்தைகளுக்கும் இதனால் 'CML' தொற்றிக் கொண்டால் என்ன செய்வது? அதனால் அவர்கள் மேலும் சுகவீனம் அடைந்தால் என்னவாகும்? ஃப்ரீரைக் அதைக் கண்டு கொள்ளவில்லை. காரணம், அப்போதிருந்த சூழலில் குழந்தைகள் ஒரு சில மாதங்களில் இறந்துவிடக் கூடிய சூழ்நிலைதான் நிலவியது. எனவே, இந்த பரிசோதனை முயற்சியால் இழக்கப் போவது எதுவும் இல்லை'

*நோயாளிக்கு நீங்கள் எதுவும் செய்யவில்லையென்றால் உங்களைக் கடவுள்தான் காப்பற்ற வேண்டும். அவர் மிகவும் முரட்டுக் குணம் கொண்டவராக இருந்தார். அவர் செய்யக்கூடிய செயலும், பேசக்கூடிய பேச்சும் அவரை இக்கட்டான நிலைக்குக் கொண்டு சென்றது அல்லது ஏதாவது ஒரு கூட்டத்திற்குச் சென்று அங்குள்ளவர்களை அவமதித்துப் பேச வேண்டியது, அப்போது ஃப்ரீ அல்லது வேறு யாராவது சென்று சமாதனப்படுத்த வேண்டும். அவரைப் பற்றி மக்கள் என்ன நினைக்கிறார்கள் என்பது பற்றிய அக்கறை அவருக்கு இருந்ததா? அநேகமாக இருந்திருக்கக்கூடும். ஆனால் அவர் சரியென்று நினைத்தை செயற்படுத்த முடியாத அளவிற்கு இல்லை.**

“இதை எப்படி ஜே செய்தார் என்று கேட்டதற்கு அவர் எனக்குத் தெரியாது” என்று சொன்னார்.

ஆனால் நமக்குத் தெரியும், இல்லையா? அவர் மிகவும் மோசமான நிலையை எதிர்கொள்ள வேண்டியிருந்தது.

1965 ஆம் ஆண்டு ஃப்ரீரைக்கும், ஃப்ரீயும் இணைந்து ‘அக்யூட் லுகேமியாவிற்கான கீமோதெரப்பியில் முன்னேற்றமும், முன்னோட்டமும் (Progress and Perspectives in the Chemotherapy of Acute Leukemia)” *என்கிற தலைப்பில் எழுதிய கட்டுரை ‘அட்வான்ஸஸ் இன் கீமோதெரபி’ என்ற பத்திரிகையில் வெளிவந்தது.*** அதில், குழந்தைப்பருவத்தில் வரும் லுகேமியாவிற்கு வெற்றிகரமான சிகிச்சை முறையைக் கண்டுபிடித்திருப்பதாகக் கூறியிருந்தார்கள். இன்றைக்கு 90 சதவிகிதமானோர் இந்த நோயிலிருந்து குணமடைகிறார்கள். ஃப்ரீரைக், ஃப்ரீ இவர்களின் முயற்சியாலும் அவர்களுடைய சுவடைப் பின்பற்றி வந்த ஆயிரக்கணக்கான ஆராய்ச்சியாளர்களினாலும் பல குழந்தைகளின் உயிர் காப்பாற்றப்பட்டது.*

***லுகேமியா குறித்த விஷயத்தை நான் எளிதாக்கி இருக்கிறேன். முழுவதும் தெரிந்து கொள்ள வேண்டுமெனில் முகர்ஜியின் தி எம்ப்பரார் ஆஃப் ஆல் மெலடிஸ் (‘The Emperor of All Maladies”) யைப் படியுங்கள். ஃப்ரீரைக்கும், ஃப்ரீயும் வழக்கத்திற்கு அதிகமாக கீமோதெரபி டோஸ் கொடுப்பதின் மூலம் லுகேமியாவைக் குணப்படுத்த முடியும் என்பதை சோதனை மூலம் வெளிப்படுத்தினார்கள். இதை டொனால்ட் பின்கல் என்கிற புற்றுநோய் மருத்துவர் மேலும் ஒரு படி மேலே எடுத்துச் சென்றார். அது மெம்ஃபிஸில் இருந்த புனித யூதா குழந்தைகள் ஆராய்ச்சி மருத்துவமனை (St. Jude’s Children’s Research Hospital) லில் இருந்த பின்கலின் குழுவைச் சேர்ந்தவர்கள் ஆவார்கள். அவர்கள் ‘முழு சிகிச்சை (Total Therapy)’ என்பதின் முன்னோடிகளாக இருந்தார்கள். இது VAMP என அழைக்கப்பட்டது. இன்றைக்கு லுகேமியா நோயால் பாதிக்கப்பட்டவர்களுக்குச் செய்யப்படும் சிகிச்சையின் வெற்றிக்கு பின்கல்லின் செறிவூட்டப்பட்ட VAMP திட்டமுறை முக்கியமானதாகும்.**

9

இதிலிருந்து ஃப்ரீரைக்கின் குழந்தைப்பருவம் அவருக்கு மகிழ்ச்சியைக் கொடுத்திருக்கும் என எடுத்துக் கொள்ளலாமா? இதற்கான விடை இல்லை என்பதுதான். அவர் சிறுவயதில் அனுபவித்ததை வேறெந்தக் குழந்தையாலும் ஒரு போதும் பொறுத்துக் கொள்ள முடியாது. இதைப் போலவே, நான் இண்டர்வியூ செய்த அனைத்து டிஸ்லெக்சிக் குறை உள்ளவர்களிடமும் இதற்கு முந்தைய அத்தியாயத்தில் குறிப்பிட்டிருந்த அதே கேள்வியைக் கேட்டேன்: உங்கள் குழந்தை டிஸ்லெக்சிக்காக இருப்பதை (Dyslexia) நீங்கள் விரும்புவீர்களா? எல்லோரும் சொன்ன பதில், 'இல்லை' என்பதுதான். கிரேஷர் அப்படி நினைக்கும் போதே தடுமாறிவிட்டார். கேரி கோனுக்கு அதைக் கேட்பதே கொடூரமாக இருந்தது. டேவிட் பௌவீஸுக்கு இரண்டு மகன்கள் அவர்கள் இரண்டு பேருமே டிஸ்லெக்சியா குறையுள்ளவர்கள். முன்னதாகவே வாசிப்பதும், அதையே அனைத்திற்கும் கருத்தில் கொள்ளக்கூடிய சூழ்நிலையிலும் வளர்ந்து வரும் அவர்களைப் பார்த்தபோது அவர் மனமுடைந்து போனார். இதோ இங்கே, ஹாலிவுட்டின் மிகப்பிரபலமான தயாரிப்பாளரும், வால் ஸ்ட்ரீட்டில் மிகவும் சக்திமிக்க வங்கியாளரும், நாட்டில் உள்ள சிறந்த வக்கீல்களில் ஒருவரும் தங்களுடைய டிஸ்லெக்சியா குறை தங்களது வெற்றிக்கு எப்படி மையமாக இருந்தது என்பதை அடையாளம் கண்டு கொண்டிருந்தார்கள். அதற்கு அவர்கள் என்ன விலை கொடுத்திருந்தார்கள் என்பது தெரிந்திருந்தாலும் கூட அதே அனுபவத்தைத் தங்கள் குழந்தைகளும் பெற வேண்டும் என விரும்பவில்லை.

---

*யூஜன் கோஹோன் தனது வாழ்க்கை நினைவலையான 'The Theory and Practice of Hell' ல், ப்யூகன்வால்ட் என்கிற ஜெர்மானிய வதைக் கூடத்தில் நடந்தது பற்றி எழுதும் போது, எப்போதெல்லாம் நாஜிகள் முகாம் தலைவர்களை அணுகுகிறார்களோ அப்போதெல்லாம் அவர்களுக்கு இணையான அந்தஸ்த்தில் 'சமூகத்திற்குத் தகுதியற்ற'வர்களைத்தான் 'கேஸ் சேம்பருக்கு' தேர்ந்தெடுத்திருப்பதாகக் கூறுவார்கள். அதற்கு இணங்கவில்லையென்றால், பேரழிவுதான். அதன் பின் நாஜிகள் சிறை அதிகாரியை யூதர்களோடும், அரசியல் கைதிகளோடும் இருக்கும் 'க்ரீன்ஸ்' என அழைக்கப்பட்ட அடுத்தவர் துன்பத்தில் இன்பமுறும் குற்றவாளிகள் பக்கம் திரும்பச் செய்வார்கள். எந்தக் காரணம் கொண்டும் 'தூய்மையான இதயம்' கொண்டவர்களைப் பார்த்து முடிவெடுங்கள் என கேட்டுக் கொள்ளப்படவில்லை. சில வேளைகளில் மனித இனம் வாழ்வதற்கு தீங்கிழைக்க வேண்டியிருக்கலாம். ஒருவருடைய மனசாட்சி மிகவும் மென்மையாக இருந்தால் முடிவெடுப்பது என்பது மிகவும் கஷ்டமாக இருக்கும் என கோஹோன் எழுதினார்.

ஆனால் நாம் நமது குழந்தைகள் எப்படி இருக்க வேண்டுமென்று விரும்புவோம் என்று கேட்பது மிகவும் தவறான கேள்வி, அப்படித்தானே? ஒரு சமூகமான நமக்கு, இந்த மாதிரியான ஒரு மனவேதனை யிலிருந்து மீண்டு எழுபவர்கள் தேவையா என்று கேட்பதுதான் சரியான கேள்வியாக இருக்கும் அதற்கான பதில் ஆமாம் என்பதுதான். இதைப் பற்றிச் சிந்திப்பது கூட இனிமையானது இல்லை. ஒவ்வொரு 'ரிமோட் மிஸ்" ஸில் தப்பித்தவர்கள் மிகவும் வலுவுள்ளவர்களாக ஆனவர்களுக்கும் கணக்கிலடங்கா 'நியர் மிஸ் (near miss மயிரிழையில் தப்பித்தவர்கள்)"ஸினால் பாதிக்கப்பட்டவர்கள் ஏறக்குறைய சிதைந்து போனார்கள். சில நேரங்களில், சில இடங்களில் ஏதோவொருவகையில் அனுபவத்தால் கடினமாகிப் போனவர்களை நாம் எல்லோரும் நம்பியிருக்கிறோம்.* நினைத்துப் பார்க்க முடியாத ஒன்றை நினைத்துப் பார்த்த தைரியசாலி ஃப்ரீரைக். அவர்கள் குழந்தைகளை வைத்துப் பரிசோதனை நடத்தினார். மனிதர்கள் யாரும் ஒருபோதும் அனுபவிக்க விரும்பாத சிரமங்களுக்கு அவர் அவர்களை உட்படுத்தினார். அதை அவர் சிறிய அளவில் ஒன்றும் செய்யவில்லை. ஏனென்றால் அவர் குழந்தையாக இருந்தபோது ஏற்பட்ட அனுபவத்திலிருந்து எவ்வளவு இக்கட்டான சூழ்நிலையிலிருந்தும் மீண்டு வர முடியும் என்று தெரிந்து வைத்திருந்தார். நேரடி தாக்குதலாக இருந்த லுகேமியாவை அவர் 'ரிமோட் மிஸ்' ஸாக மாற்றினார்.

▲ வின்சண்ட்

இந்தப் போருக்கு மத்தியில், ஒரு கட்டத்தில், குழந்தைகளிடையேயான புற்றுநோயைக் கண்காணிக்க ரத்த மாதிரி எடுத்து அதன் மூலம் எத்தனை புற்றுநோய் விளைவிக்கும் செல்கள் இருக்கின்றன என்பதை நுண்ணோக்கி மூலம் பார்ப்பதான வழக்கமாகப் பயன்படுத்தப்படும் முறை போதுமான அளவுக்கு சரியானது இல்லை என்பதை உணர்ந்தார். ரத்தம் மூலம் கண்டறியும் முடிவு திசை திருப்புவதாக இருந்தது. குழந்தையின் ரத்தத்தைப் பார்க்கும் போது நோய் எதுவும் இல்லாதது போலக் காட்சியளிக்கும். ஆனால் நோய் அந்தக் குழந்தையின் எலும்பு மஜ்ஜையில் இருக்கும். எலும்பிலிருந்து அந்த மஜ்ஜையைப் பரிசோதனைக்கென்று திரும்பத் திரும்ப, மாதா மாதம் எடுப்பதற்கு அதாவது அந்த நோயின் அறிகுறி முற்றிலும் இல்லை என உறுதியாகத் தெரியும் வரை அதிக வலி எடுக்கக்கூடிய ஒரு செயற்பாட்டை மேற்கொள்ள வேண்டியிருக்கும். மாக்ஸ் விண்ட்ரோப், ஃப்ரீரைக் என்ன

முயற்சியில் இருக்கிறார் என்பதைத் தெரிந்து கொண்டு அதை நிறுத்த முயற்சித்தார். அதன் காரணமாக அவர், ஃப்ரீரைக் நோயாளிகளைச் சித்திரவதை செய்கிறார் என்று கூறினார். அவர் சொன்னதில் தப்பெதுவுமில்லை. நோயாளிகளின் தரப்பில் இருந்து அவர் பார்த்தால் அப்படித்தான் தெரியும். ஆனால் அப்படிச் செய்யவில்லையென்றால் நோயைக் குணப்படுத்தமுடியாது என்பதற்கான எதிர்வினையும் அதுதான்.

"அவர்களுடைய கால்களைப் பிடித்துக் கொண்டுதான் எலும்பிலிருந்து நாங்கள் மஜ்ஜையை எடுப்போம்' என்று ஃப்ரீரைக் என்னிடம் கூறினார். அவர் தனது பெரிய கையினால் குழந்தையின் தொடையைச் சுற்றி இறுக்கமாகப் பிடித்துக் கொண்டு, மயக்க மருந்து கொடுக்காமல் ஒரு பெரிய ஊசி மூலம் மஜ்ஜையை எடுப்பதாகக் கூறினார். ஏன் மயக்க மருந்து இல்லை? ஏனென்றால் நாங்கள் மஜ்ஜையை எடுக்கும் போது போடக்கூடிய சத்தத்தை மயக்கமருந்து கொடுக்கும் போதும் போடுவார்கள் 18 அல்லது 19 காஜ் ஊசியை முழங்காலுக்குக் கீழ் கணுக்காலுக்கு மேல் உள்ள எலும்பில் நேரடியாகக் குத்துவோம். குழந்தைகள் வெறிபிடித்த மாதிரி சத்தம் போடுவார்கள். பெற்றோர்களும், நர்ஸ்களும் குழந்தைகளைக் கீழே பிடித்துக் கொள்வார்கள். இது போல நாங்கள் ஒவ்வொரு சுற்றுக்கும் செய்ய வேண்டியிருக்கும். இதன் மூலம் தான் அவர்களது எலும்பு மஜ்ஜையில் இந் நோய்க்கான செல்கள் எதுவும் இல்லை, சரியாகிவிட்டது என்பதை அறிந்து கொள்ள முடியும்" என்றார்.

10

ஜே ஃப்ரீரைக் தனது மருத்துவப் பயிற்சியை மேற்கொண்டிருக்கும் போது ஹரோல்டின் கன்னிங்ஹாம் என்கிற நர்ஸைச் சந்தித்தார். அவருடன் வெளியே செல்லவதற்காக ஃப்ரீரைக் 'டேட்' கேட்க ஹரோல்டின் முடியாது எனச் சொல்லிவிட்டார். 'இளைஞர்களாக இருந்த எல்லா டாக்டர்களும் ஆளுமை உணர்வு உள்ளவர்களாக இருந்தார்கள். அவர் மிகவும் வெளிப்படையாகப் பேசக்கூடியவர் என எல்லோரும் சொல்லக் கேள்விப்பட்டிருந்தேன். அவர் இரண்டு முறை என்னைக் கூப்பிட்டார், ஆனால் நான் போகவில்லை" என்று ஹரோல்டின் நினைவு கூர்ந்தார். ஆனால் ஒரு வார இறுதியில், கன்னிங்ஹாம் சிகாகோ நகரத்திற்குக் கொஞ்சம் வெளியே இருக்கும் தனது அத்தையைப் பார்ப்பதற்குப் போய்ப் பார்த்தபோது தொலைபேசி ஒலித்தது. அழைத்தவர் ஃப்ரீரைக். சிகாகோவிலிருந்து ட்ரெயின்

மூலம் வந்தவர், ரயில் நிலையத்திலிருந்து ஃபோன் செய்வதாகக் கூறினார். 'அவர், நான் இங்கே தான் இருக்கிறேன் என்று சொல்லியதோடு மிகவும் வற்புறுத்தினார்" என்று 1950களின் ஆரம்பத்தில் நடந்ததை நினைவுக்குக் கொண்டுவந்தார். அதற்குப் பிறகு அவர்கள் இருவரும் திருமணம் செய்து கொண்டனர்.

ஃப்ரீரைக் எவ்வளவு பெரிய உருவம் கொண்டவராக இருந்தாரோ அதற்கு மாறாக அவருடைய மனைவி இருந்தார். ஆனால் நல்ல பலசாலி. 'நான் அவரைப் பார்த்தவுடனேயே அவருடைய தேவை என்னவென்று தெரிந்தது' என்றார். ஆஸ்பத்திரியிலிருந்து அவர் ரத்தபரிசோதனை எல்லாம் முடித்துவிட்டு அலுப்புடன் இரவு வீட்டிற்கு வரும் போது இவர் இருக்க வேண்டும். "என்னை விரும்பிய முதல் பெண் இவர்தான்" என்று ஃப்ரீரைக் கூறினார். மேலும் அவர், "இவர் தான் சொர்க்கத்திலிருந்து வந்த என் தேவதை. அவர் என்னைக் கண்டுபிடித்தார். என்னுள் எதையோ இவர் பார்த்திருக்க வேண்டும், அதை மேலும் ஊட்டமாக்கிக் கொள்ள வேண்டும். இவர் குறித்த அனைத்து விஷயங்களிலும் நான் முரணானவன். ஒவ்வொரு நாளும் கடந்து செல்வதற்கு இவர்தான் காரணம்' என்று கூறினார்.

ஹரோல்டின்னும் ஏழ்மை குடும்பச் சூழ்நிலையில் வளர்ந்தவர். சிகாகோ நகரத்தைவிட்டு சற்று தள்ளி ஒரு சிறிய அபார்ட்மெண்ட்டில்தான் அவர் வசித்து வந்தார். "எனக்கு 12 வயதாகையில் என்னுடைய அம்மா பாத்ரூம் கதவை மூடிக் கொண்டு உள்ளே இருந்த போது என்னால் அதைத் திறக்க முடியவில்லை. கீழே இருந்து அந்த வீட்டின் உரிமையாளரைக் கூப்பிட்டு ஜன்னலைத் திறந்து உள்ளே சென்றோம். அதன்பின் நாங்கள் ஆஸ்பத்திருக்கு ஃபோன் செய்தோம். அவர் அங்கு இறந்து விட்டார். உங்களுக்கு 12 அல்லது 13 வயதாகும் போது என்ன நடக்கிறதென்று தெளிவாகத் தெரியாது. ஆனால் அம்மா சந்தோஷமாக இல்லை என்று நான் தெரிந்து கொண்டேன். என்னுடைய அப்பா வெளியே போயிருந்தார். அவர் மிகவும் கொடூரமானவர்" என்றார்.

அவர் தனது கணவரின் அலுவலகத்தில் உட்கார்ந்திருந்தார். தனது கணவனின் கொந்தளிப்பான வாழ்க்கையிலிருந்து அமைதியான தீவை தங்களுக்கெனச் செதுக்கிகொண்டார். "யாரை பாதுகாக்க வேண்டும் என்று நினைக்கிறீர்களோ அவர்களை அன்பு எப்போதும் பாதுகாக்காது என்பதை நீங்கள் முதலில் உணரவேண்டும். யாரோ ஒருவர் என்னிடம் எப்போதோ ஒரு முறை, 'நீங்கள் கோபப்படவில்லையா? என்று

கேட்டதற்கு நான், இல்லை என்று சொன்னேன். ஏனெனில் அவளுடைய துன்பத்தை நான் புரிந்து கொண்டிருந்தேன்' என்று சொன்னதாகக் கூறினார்.

"சில விஷயங்கள் உங்களை உருவாக்கும், சில விஷயங்கள் உங்களைக் கீழே விழுத்தாட்டி விடும். அது ஜேக்கும் எனக்கும் அது பொதுவாக இருந்தது"

அத்தியாயம் 6

வாயட் வாக்கர்

"கடவுள் படைத்ததிலேயே மிகவும் மென்மையான விலங்கு முயல்"

1

அமெரிக்கச் சமூக உரிமைகள் இயக்க வரலாறு சம்பந்தமாக எடுக்கப்பட்ட புகைப்படங்களில் மிகவும் பிரபலமானது 1963 ஆம் ஆண்டு மே மாதம் 3ம் தேதி அசோஸியேட் ப்ரஸைச் சேர்ந்த பில் ஹட்சனால் எடுக்கப்பட்டதாகும். மார்ட்டின் லூதர்

▲ பில் ஹட்சன் எடுத்த வரலாற்று சிறப்பும்மிக்க புகைப்படம்

கிங் ஜுனியரின் சமூக ஆர்வலர்கள் இனவெறிக் கொண்ட பப்ளிக் சேஃப்டி கமிஷனர் யூஜின் 'புல்' கானர் (Eugene "Bull" Connor) ஐ எதிர்த்து அலபாமாவில் உள்ள பர்மிங்ஹாமில் போராட்டம் நடத்தும் போது இவரும் அங்கிருந்தார். காவல்துறையைச் சேர்ந்த நாய் ஒன்று இளைஞன் ஒருவனைத் தாக்கும் போது எடுக்கப்பட்ட புகைப்படம் தான் அது. இன்றைக்கும் கூட அந்தப் புகைப்படத்தைப் பார்ப்பவர்களுக்கு அதிர்ச்சியளிக்கக்கூடியதாகவே அந்தப் புகைப்படம் இருக்கிறது.

அன்று படம் எடுத்த புகைப்படச் சுருளை அவர் தனது ஆசிரியர் ஜிம் லாக்ஸனிடம் கொடுத்தார். லாக்ஸனும் ஹட்சன் எடுத்த புகைப்படங்களை வரிசையாகப் பார்த்துக் கொண்டு வரும் போது நாய் ஒரு இளைஞன் மேல் பாய்வது போன்றிருந்த புகைப்படத்தைப் பார்த்ததும், "கோபமான ஜெர்மன் ஷெப்பர்டின் தாடையில் துறவற அமைதியில் இருக்கும் இளைஞன்' என்று கூறினார். 17 ஆண்டுகளுக்கு முன்பு அட்லாண்டாவில் ஒரு ஹோட்டல் தீப்பிடித்து எரிந்த போது

மேல் மாடி ஜன்னலிலிருந்து குதித்த பெண்ணின் இது புலிட்சர் பரிசு பெற்ற புகைப்படம் புகைப்படத்தைப் பிரசுரித்ததற்குப் பிறகு அவர் இந்த மாதிரி உணரவில்லை.

லாக்ஸன் அந்தப் புகைப்படத்தை எடுத்து தொலைத்தொடர்பு மூலம் அனுப்பினார். அது நியூயார்க் டைம்ஸில் சனிக்கிழமையன்று முதல் பக்கத்தில் மூன்று பத்தியளவில் வெளியானது. சொல்லப் போனால் நாட்டில் உள்ள அனைத்து முக்கியப் பத்திரிகைகளிலும் அது வெளியானது. அதைப் பார்த்த ஜனாதிபதி கென்னடி திகைத்துப் போனார். "இது நமது வெளிநாட்டு நண்பர்களைச் சங்கடமான நிலைக்கும், விரோதிகளுக்கு மகிழ்ச்சியை ஏற்படுத்தும்' என்று செக்ரடரி ஆஃப் ஸ்டேட் டீன் ரஸ்க் நினைத்தார். இந்தப் புகைப்படம் குறித்து அமெரிக்கக் காங்கிரஸிலும், வீட்டின் வரவேற்பறைகளிலும், வகுப்பறைகளிலும் கலந்துரையாடல் நடந்தது. ஒரு கட்டத்தில் அமெரிக்கர்களிடம் பேச அவ்வளவாக விஷயம் இல்லை என்பதுபோல் இது பேசப்பட்டது. ”இந்த ஒரு காட்சி 'எப்போதும் எரியக்கூடியதுஞ் மெலிவான, நன்றாக உடையணிந்த ஒரு இளைஞனின் மீது நாய் பாய்கிறது, அவனுடைய கைகள் பக்கவாட்டில் இருக்கிறது, அமைதியாக, நாயைப் பார்த்து 'என்னை எடுத்துக் கொள், நான் இங்குதான் இருக்கிறேன்' என்று சொல்வது போல இருந்தது" என ஒரு பத்திரிகையாளார் கூறினார். கருப்பினத்தவர்களுக்கு வேலை கிடைப்பதில் உள்ள சிரமம், வாக்குரிமை, சரியான கல்வி வாய்ப்பு தரப்படாதது அல்லது வெள்ளையினத்தைச் சேர்ந்தவர்கள் உபயோகிக்கும் தண்ணீர் ஊற்றைப் பயன்படுத்த தடை என அமெரிக்காவின் தெற்குப் பகுதியில் கடினமான இனவாத சட்டங்களும், விதிகளும் நிலவி வந்ததை எதிர்த்து மார்ட்டின் லூதர் கிங்கும், அவருடைய சமூக உரிமை ஆர்வலர்கள் படையும் வருடக்கணக்காகச் சண்டை போட்டு வந்தனர். இந்த அலை திடீரென்று மாறியது. ஒரு வருடத்திற்குப் பிறகு அதாவது 1964 ஆம் ஆண்டு அமெரிக்கக் காங்கிரஸ், அந்நாட்டுச் சரித்திரத்தில் ஒரு மைல்கல்லான சமூக உரிமைச் சட்டத்தை அறிவித்தது. ”சமூக உரிமைச் சட்டம் ப்ரிமிங்ஹாமில் எழுதப்பட்டது" என அடிக்கடி கூறுவதுண்டு.

2

1963 ஆம் ஆண்டு மார்ட்டின் லூதர் கிங் ப்ரிமிங்ஹாமிற்கு வந்தார். அந்தச் சமயத்தில் அவரது இயக்கம் மிகவும் சிக்கலில் இருந்தது. அமெரிக்காவின் தெற்குப் பகுதியில் இருநூறு மைல் தொலைவில் இருந்த ஜியார்ஜியாவில் உள்ள அல்பானியில்

▲ கிங் கைதானபோது

நடைபெற்றுவந்த இனவொதுக்கலை எதிர்த்து நடந்த போராட்டத்திற்கு வழிகாட்டும் நோக்கத்தில் அங்கு அவர் 9 மாதங்கள் தங்கினார். ஆனால் குறிப்பிடத்தக்க அளவிற்குச் சலுகைகள் எதுவும் கிடைக்காததால் அவர் அங்கிருந்து விலகிச் சென்றார். அந்தக் காலகட்டத்தில் சமூக உரிமை சம்பந்தப்பட்ட பிரச்சனையில் இனவொதுக்கலுக்கு எதிராக மிகப் பெரிய வெற்றியாகக் கருதப்பட்டது 1954 ஆம் ஆண்டு ப்ரௌன் vs போர்ட் ஆஃப் எஜுகேஷனுக்கும் இடையே நடந்த வழக்கில் கிடைத்த வெற்றிதான். பொதுப் பள்ளிக்கூடங்களில் இனவொதுக்கல் என்பது அரசியலமைப்புக்கு விரோதமானது என இந்த வழக்கில் தீர்ப்பளிக்கப்பட்டது. ஆனால் அன்றிலிருந்து பத்தாண்டுகள் கடந்து விட்டாலும் தெற்குப் பகுதியில் மிகவும் ஒதுக்குப்புறமாக இருந்த பள்ளிகளில் இனவொதுக்கல் முறை ஒழிக்கப்படாமல் தொடர்ந்து இருந்து வந்தது. 1940களிலும், 50களிலும் பெரும்பாலான தென்மாநிலங்களை ஆட்சி செய்து வந்தவர்கள் மிதவாதம் கொண்ட அரசியல்வாதிகளாக இருந்தார்கள். அவர்கள் கருப்பினத்தவர்களிடம் கொஞ்சம் கண்ணியம் காட்டினார்கள். அப்போது அலபாமாவின் கவர்னராக இருந்த 'பிக் ஜிம்' ஃபால்சம் ("Big Jim" Folsom) "எல்லோரும் ஒன்று போல் தான் இருக்கிறார்கள்" என்று சொல்வதை விரும்பினார். 60களின் ஆரம்பத்தில் மிதவாதிகள் யாரும் இல்லை. மாநிலங்களவைகள் அனைத்தும் இனவொதுக்கல் கடும்போக்காளர்களின் கட்டுப்பாட்டுக்குள் இருந்தன. அமெரிக்காவின் தென்பகுதி பின்னோக்கி சென்று கொண்டிருந்தது.

ப்ரிமிங்ஹாம்? இனப் பிரச்சனையைப் பொருத்தவரை அமெரிக்காவிலேயே மிகவும் பிரிந்து கிடந்த நகரம் ப்ரிமிங்ஹாம்.

அது 'ஜோஹானஸ்பர்க் ஆஃப் சௌத்' என அழைக்கப்பட்டது. பஸ் நிறையச் சமூக உரிமை ஆர்வலர்கள் ப்ரிமிங்ஹாமை நோக்கிச் சென்றபோது க்ளான்ஸ்மென் குழுவைச் சேர்ந்தவர்கள் காவல் துறையினரின் முன்னிலையில் பஸ்ஸை ஓரங்கட்ட செய்து அதற்கு நெருப்பிட்டுக் கொளுத்தினர். கருப்பினத்தவர்கள் வெள்ளையினத்தைச் சேர்ந்தவர்கள் வசிக்கும் பகுதிக்குச் சென்று குடியேறிய போது அந்த இடங்களில் இருந்த உள்ளூர் கு க்ளக்ஸ் க்ளான்ஸ்மென் (Ku Klux Klansmen) கள் அவர்களுடைய வீடுகளை வெடி வைத்துத் தகர்த்தனர். இதனாலேயே பர்மிங்ஹாம், பாம்பிங்ஹாம் என அறியப்பட்டது. 'கேரி I ஹோம்' மில் டயான் மெக்வோர்ட்டர், 'குற்றங்களை கொள்ளை, கற்பழிப்பு போன்றவை ஒழிக்க வேண்டுமெனில் சந்தேகப்படும் சில நபர்களைச் சுட வேண்டும் என்பது குற்றவியல் அறிவியலின் படி ப்ரிமிங்ஹாமில் பின்பற்றப்பட்டது. (போலீஸ் லெப்டினெண்ட் இவ்வாறு சொல்லக்கூடும்: "இந்த விஷயம் கையை மீறிப் போய்க்கொண்டிருக்கிறது. நாங்கள் என்ன செய்ய வேண்டும் என்பது உங்களுக்குத் தெரியும்")

நகரத்தினுடைய பப்ளிக் சேஃப்டி கமிஷனர் யூஜின் "புல்" கானர் குள்ளமாகவும், குண்டாகவும், பெரிய காதுகளுடன் 'தவளை' குரலையும் கொண்டிருந்தார். 1938 ஆம் ஆண்டு ப்ரிமிங்ஹாமில் கருப்பினத்தவர்களும், வெள்ளையினத்தவர்களும் கலந்து கொண்ட அரசியல் மகாநாட்டின் போது இவர் பிரபலம் ஆனார். மாநாடு நடந்த அரங்கத்திற்கு வெளியே இருந்த புல்வெளியின் ஊடாக ஒரு நீண்ட கயிறைக் கட்டி நகரத்தின் இனவொதுக்கல் சட்டப்படி வரிசையில் கருப்பினத்தவர்கள் ஒரு புறமும், வெள்ளையினத்தவர்கள் இன்னொரு புறமும் இருக்க வேண்டும் எனக் கூறினார். அந்தக் கூட்டத்தில் கலந்து கொண்டவர்களில் ஜனாதிபதியின் மனைவி எலினார் ரூஸ்வெல்ட்டும் ஒருவர். அவர் தவறான பக்கத்தில் உட்கார்ந்திருந்தார். அதைப் பார்த்த கானரின் ஆட்கள் அவரை வெள்ளையர்கள் உட்காரும் பகுதிக்குச் செல்லும் படி கட்டாயப்படுத்தினார்கள். (மிஷையீல் ஒபாமா மீது ஒருவர் இதை முயற்சிப்பது போலக் கற்பனை செய்து கொள்ளுங்கள்). *

காலை வேளையில் கானர் மோல்ட்டன் ஹோட்டலில் போர்பன் விஸ்கி குடிப்பதை விரும்பினார். அந்த வேளைகளில்,

---

*வில்லியம் நன்னெல்லே எழுதிய கானரின் வாழ்க்கை வரலாறான ' Bull Connor' ல் பிர்மிங்காமின் நகரத்தின் விதி கோப்பிலிருந்து பொருத்தமான பிரிவென 369 ஆவது பிரிவை அடையாளப்படுத்தியிருக்கிறார். அதன்படி தடுப்பு எதுவும் இல்லாத அறையில் வெள்ளையினத்தைச் சேர்ந்தவருக்கும், கருப்பினத்தைச் சேர்ந்தவருக்கும் பரிமாறுவது தடை செய்யப்பட்டிருந்தது. அதோடு அந்த தடுப்பு 7 அடி உயரமும், தனித்தனி நுழைவாயிலைக் கொண்டதாகவும் இருக்க வேண்டும்.

“ஒரு கறுப்பினத்தவனின் உட்புறத்தை வெளிப்புரமாக்கினால் அவன் யூதனாகிவிடுவான்” என்பது போல விவகாரமாக ஏதாவது பேசுவார். ப்ரிமிங்ஹாம் பற்றி மக்கள் ஏதாவது ஜோக்குகள் சொல்வதுண்டு. ஆனால் உண்மையில் அது ஜோக்குகளாக இருக்காது. ‘சிகாகோவில் வசிக்கும் கருப்பினத்தவர் ஒருவர் காலையில் எழுந்து தனது மனைவியிடம் ஜீசஸ் அவரது கனவில் வந்து ப்ரிமிங்ஹாம் போகும் படி கூறினார், என்று சொல்ல அதற்கு அவரது மனைவி பயந்து போய், ‘உங்களோடு ஜீசஸூம் வருவதாகக் கூறினாரா? என்று கேட்க அதற்கு அவர், “அவர் எகிப்தில் உள்ள மெம்ஃபிஸ் (Memphis) வரை கூட வரத் தயார்” என்று கூறியதாகப் பதிலளித்தார்.

ப்ரிமிங்ஹாமிற்கு வந்த பின்னர்த் திட்டமிடுவதற்காக ‘கிங்’ தனது திட்டமிடல் குழுவை அழைத்தார். ‘என்னுடைய அனுமானத்தின்படி இங்கே உட்கார்ந்திருப்பவர்களில் சிலர் இந்தப் பிரச்சாரம் முடிந்து உயிரோடு திரும்பிப் போகமாட்டார்கள்’ என்று கூறினார். அதன் பின் அந்த அறையைச் சுற்றி வரும் போது அங்கிருந்த ஒவ்வொருவரையும் போலியாகப்

புகழ்ந்து தள்ளினார். கிங்கின் குழுவைச் சேர்ந்த ஒருவர், தான் பிர்மிங்ஹாமிற்கும் ஒருபோதும் போக விருப்பப்பட்டதில்லை என்பதைப் பிற்காலத்தில் ஒப்புக் கொண்டார். “எனது மனைவியையும், குழந்தைகளையும் முத்தமிட்ட பின், குட்பை சொல்லிவிட்டு அட்லாண்டாவில் உள்ள கரோல் சாலையில் நடக்க ஆரம்பித்தேன். மறுபடியும் அவர்களைப் பார்போம் என்று நான் நினைக்கவில்லை” என்று கூறினார்.

கிங் இரண்டிலும்: படைபலம், ஆயுத பலம் பெருத்த பின்னடைவுடனே தொடங்கினார்.

இவருக்கும் டேவிட் பௌவீஸின் டிஸ்லிக்சியா அல்லது ஜே ஃப்ரீரைக் போல மிகவும் சிரமமான குழந்தைப் பருவம் கொண்டிருந்த முரண்பாட்டின் அனுகூலம் துணைநின்றது. அவருடைய சமூகம் எப்போதும் 'பின் தங்கியதாக' வே கருதப்பட்ட ஒரு சமூகம். இந்தச் சமூக உரிமை போராட்டம் ப்ரிமிங்ஹாமில் நடப்பதற்கு முன் சில நூறாண்டுகளாகவே அவர்கள் தங்களை எப்படி வலுவாக்கிக் கொள்வது என்பதைக் கற்றிருந்தனர். இந்தப் போராட்டங்களின் ஊடாகவே அவர்கள் பலசாலிகளை எதிர்த்து போரிடுவது குறித்தும் சில விஷயங்களைக் கற்றிருந்தனர்.

3

உலகளவில் இருக்கும் பெரும்பாலான ஒடுக்கப்பட்ட பண்பாடுகளில் ஒரு 'தந்திரக்கார நாயகன்' இருப்பார். அவர் தீங்கெதுவும் செய்யாத ஒரு விலங்காகக் கதைகளிலும், பாடல்களிலும் சித்தரிக்கப்படுவார். அப்படிச் சித்திரிக்கப்பட்ட விலங்கு தனது தந்திரத்தாலும், கபடத்தாலும் தன்னை விட மிகப் பெரிய விலங்கை வெற்றிக் கொள்ளுவதாகச் சித்தரிக்கப்பட்டிருக்கும். மேற்கு இந்திய தீவிற்கு ஆப்ரிக்காவிலிருந்து வந்த அடிமைகள், கூடவே கெட்ட குணம் கொண்ட சிலந்தியாகச் சித்தரிக்கப்பட்டிருந்த 'அனான்சி'யின் கதையையும் கொண்டு வந்தனர்.* அமெரிக்க அடிமைகளுக்கு மத்தியில் தந்திரக்கார நாயகராக விளங்கிய மிருகம் 'ப்ரெர் ராபிட்' என்ற பெயர் கொண்ட முயலாகும். "கடவுள் படைத்ததிலேயே மிகவும் நயமான பேச்சுடைய விலங்கு முயல்", நூறாண்டுகளுக்கு முன்பு ஒரு முன்னாள் அடிமை நாட்டுப்புறவியலாளர்களுக்குக் கொடுத்த பேட்டியில்:

"அது ஒன்றும் பெரிய விலங்கோ அல்லது அதிகமாகச் சத்தம் போடும் விலங்கோ இல்லை. ஆனால் மிகவும் மென்மையானது. அது ஏதாவது ஒரு பிரச்சனையில் மாட்டிக் கொண்டால் அது

---

*என் அம்மா மேற்கிந்தியத் தீவைச் சேர்ந்தவர். அவர் குழந்தையாக இருந்த போது அவருக்கு அனான்சி கதைகள் கற்பிக்கப்பட்டன. அதை நானும் எனது சகோதரர்களும் சிறுவர்களாக இருந்தபோது எங்களுக்கும் சொன்னார். அனான்சி ஒரு போக்கிரி. தனது தேவைக்காக ஏமாற்றவும், தனது குழந்தைகளைப் பழி கொடுக்கவும் தயங்காதவன். என்னுடைய அம்மா 'பக்கா' ஜமைக்கன் பெண்மணி. ஆனால் அனான்சி விஷயத்தைப் பொருத்தவரை அவர் ஒரு குறும்புக்காரர்.

**லாரன்ஸ் லெவைன் தனது 'Black Culture and Black Consciousness: Afro - American Folk Thought from Slavery to Freedom' என்கிற புத்தகத்தில் எப்படி அடிமைகள் தங்களைப் பற்றி கதை புனைவார்களோ அதைப் போல முயலிடம் என்ன இருக்கிறதோ அதைக் கொண்டே ஏதாவது செய்யும்படி கட்டாயப்படுத்தப்பட்டது.

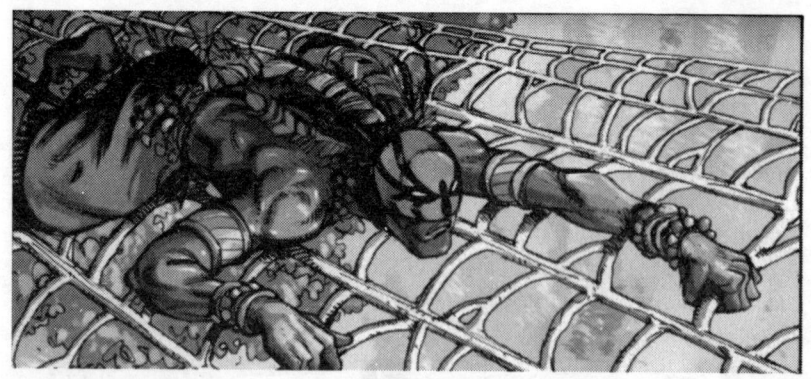

தன்னை விடுவித்துக் கொண்டு வேறு யாரையாவது அதில் மாட்டிவிட்டு விடும். ஒரு முறை அது கிணற்றுக்குள் விழுந்து விட்டது. அதற்காக அது கத்தியதா, அழுததா? இல்லை, அது மிகவும் சத்தமாக விசிலடித்துக் கொண்டும், பாட்டுபாடிக் கொண்டும் இருந்தது. அப்போது அந்த வழியாகச் சென்ற ஓநாய் இந்தச் சப்தத்தைக் கேட்டுக் கிணற்றை எட்டிப் பார்த்தது. அதைக் கிணற்றுக்குள் இருந்த முயல் பார்த்து, இங்கிருந்து தூரமாகப் போய்விடு. இரண்டு பேருக்கு இங்கே இடமில்லை. அங்கே மிகவும் சூடாக இருக்கும், இங்கே நல்ல குளிராக இருக்கிறது. நீ அங்கே இருக்கிற வாளியை எடுத்துக் கொண்டு ஏன் கீழே வரக்கூடாது? என்றது. இதைக் கேட்ட ஓநாய் கொஞ்சம் கூடச் சிந்திக்காமல் உடனே வாளியுடன் கிணற்றுக்குள் சென்றது, முயல் அந்த வாளியின் உதவியுடன் மேலே வந்தது. இதற்குப் பிறகு முயல் சிரித்துக் கொண்டே, சில பேர் மேலே போவார்கள், சில பேர் கீழே செல்வார்கள் இது தான் வாழ்க்கை' என்றது.

மிகவும் பிரபலமான ப்ரெர் ராபிட் கதையில் வரும் ப்ரெர் ஃபாக்ஸ் தாரினால் செய்யப்பட்ட ஒரு சிறிய பொம்மையைப் பொறியாக வைத்து முயலைப் பிடிக்கும். ப்ரெர் ராபிட் அந்தக் குழந்தை பொம்மையோடு விளையாட எத்தணிக்கையில் தாரில் மாட்டிக் கொண்டு விடுகிறது. அதிலிருந்து தன்னை விடுவித்துக் கொள்ள முயற்சிக்கும் போது மேலும் தன்னைச் சிக்கலுக்குள்ளாக்கிக் கொள்கிறது. 'நீ என்னை என்ன செய்யப்போகிறாய் என்பது பற்றி எனக்கு அக்கறை இல்லை. ஆனால் என்னை அந்த அடர்த்தியான முட்களின் மேல் மட்டும் தூக்கி எறிந்து விடாதே என்று களிப்புடன் இருந்த நரியிடம் கூறியது. ஆனால் நரி அதைக் கேட்காமால் முயலை அதில் தூக்கி எறிந்தது. அதிலிருந்த முட்களின் உதவியுடன் தன்னோடு ஒட்டிக் கொண்டிருந்த குழந்தை பொம்மையிலிருந்து அது தன்னை விடுவித்துக் கொண்டது. நரி தோற்கடிக்கப்பட்டது. முயல்

பக்கதிலிருந்து ஒரு மரக்கட்டையில் கால்களைக் குறுக்காகப் போட்டுக் கொண்டு வெற்றிக் களிப்பில் இருந்தது.

தனது வெள்ளையின எஜமானர்களைக் காட்டிலும் நாம் என்றைக்காவது ஒரு நாள் உயர்ந்த நிலைக்கு வருவோம் என அடிமைகள் கனவு காண்பது போலத் தந்திரக் கதைகள் எல்லாம் ஆசையை நிறைவேற்றுவதாகவே இருந்தன. ஆனால் வரலாற்றறிஞர் லாரண்ஸ் லெவின், 'அந்தக் கதைகளில் கூட வலிகள் நிறைந்த உண்மையான கதைகள் உண்டு. அது எப்படி வாழ்வது என்பதையும், மோசமான சூழ்நிலையிலிருந்து வெற்றிகரமாக எப்படி வெளிவருவது என்பதையும் கற்றுக் கொடுக்கக்கூடியதாக இருக்கும்' என்று எழுதினார்.

ஆப்ரிக்கஅமெரிக்கர்கள் எண்ணிக்கையிலும்,பலத்திலும் பின்தங்கியவர்களாக இருந்தார்கள். ப்ரெர் ராபிட் கதைகளில் சொல்லப்பட்டிருக்கும் கருத்து என்னவெனில் போட்டி ஒருதலைபட்சமாக இருந்தாலும் கூடப் பலவீனமானவர்கள் தங்களது புத்திசாலித்தனத்தை உபயோகிக்க விருப்பமிருந்தால் அவர்கள் போட்டியிடலாம் என்பதுதான். முயல் ஏதோ ஒருவகையில் நரியை புரிந்து கொண்டது. ஆனால் நரிக்கு தன்னைத்தானே புரிந்து கொள்ள முடியவில்லை. முயல் தனது எதிராளியான நரி தீங்கிழைக்கக்கூடியது என்பதை நன்கு அறிந்து கொண்டது. அது தனக்குத் தண்டனை தராமல் விடமாட்டாது என்பதும் தெரியும். ஆனால் அதைத் தவிர்க்க முயல் விரும்பியது. எனவே முயல் நரியை தந்திரம் மூலம் ஏமாற்றியது. தன்னை விடச் சிறிய மிருகங்கள் குதூகலமாக இருப்பதை அதால் தாங்கிக் கொள்ள முடியாது. ஆப்ரிக்க அமெரிக்கர்கள் துன்புறுத்தலுக்குக் கீழ் அதிக நாட்கள் இருந்ததால் இந்த மாதிரியான தந்திரங்களை மனதிற்குள் நன்கு பதிய வைத்துக் கொண்டனர்என்று லெவின் வாதிடுகிறார்:

அடிமைத்தனத்தைப் பற்றி 19 ஆம் நூற்றாண்டின் பார்வையாளர்களும் வெள்ளையின முதலாளிகளும் விட்டுச் சென்ற ஆவணங்களின்படி பெரும்பாலான அடிமைகள் பொய் சொல்லவும், ஏமாற்றவும், திருடவும், உடல்நிலை சரியில்லையென்று

பொய் சொல்லவும், பொறுக்கித்தனமாகவும், சொல்லக்கூடிய வேலைகளைத் தவறாகப் புரிந்து கொண்டதாகவும், தங்களது ஒதுக்கீட்டை நிறைவேற்ற வேண்டுமென்பதற்காகப் பருத்திக் கூடையின் அடியில் கல்லை வைத்தும், வேலை செய்வதற்காகக் கொடுத்த கருவிகளை உடைத்தும், முதலாளிகளின் சொத்தை எரித்தும், வேலை செய்வதிலிருந்து தப்பிப்பதற்காகத் தங்கள் உடம்பில் ஏதாவது காயம் ஏற்படுத்திக் கொண்டும் இருந்தனர். பயிர்களைச் சரியாகக் கவனிக்காமலும், கால்நடைகளை ஒழுங்காகப் பராமரிக்காததாலும் குதிரைக்குப் பதிலாகக் கோவேறு கழுதைகளே போதும் என எஜமானர்கள் நினைத்தனர்.

டிஸ்லெக்சியா குறையிருந்தவர்கள் தங்களது குறைக்கு ஈடாக வேறு ஏதாவது ஒரு திறமையை வளர்த்துக் கொண்டார்கள் சில வேளைகளில் அது அவர்களுக்கு மிகவும் சாதகமாக இருந்தது. குண்டு வெடிப்பின் போது அல்லது அனாதை என்று தெரியவந்த போது 'நியர் மிஸ்" அனுபவமெனில் அது உங்களிடையே பேரழிவை ஏற்படுத்தியிருக்கும். அல்லது 'ரிமோட் மிஸ்" அனுபவமெனில் அது உங்களை வலிமையுள்ளவராக ஆக்கியிருக்கும். இவையெல்லாம்தான் 'டேவிட்'டின் வாய்ப்புகள் என அறியப்படுகின்றன: சிரமங்களும் , முரண்களுமே விருப்பமுடையதாக மாறிவிடும் தருணங்கள் இவை. தந்திரக்காரர் பற்றிய கதை மூன்றாவது விரும்பத்தக்க சிரமமாகும்: இழப்பதற்கு எதுவும் இல்லையென்பதிலிருந்து வரும் எதிர்பாராத சுதந்திரம். தந்திரக்காரர் விதிகளை மீறி தேவையானதை பெறக்கூடியவர்.

கிங் தலைமையேற்று நடத்திய 'சதர்ன் கிறிஸ்டியன் லீடர்ஷிப் கான்ஃபரன்ஸ்' என்கிற அமைப்பின் நிர்வாக இயக்குநர் வாயட் வாக்கர். இவர் ஆரம்பத்திலிருந்தே ப்ரிமிங்ஹாமில் இருந்து வந்தார். இவர்தான் கிங்கின் சிறிய படையை இனவொதுக்கலுக்கு எதிராக வழி நடத்தி வந்தார். கிங்கும் வாக்கரும் இனவெறியை எதிர்த்து பாரம்பரியமான வழியில் தான் போராட வேண்டும் என்கிற மாயையில் சிக்கவில்லை. அவர்களால் புல் கானரை தேர்தலிலோ அல்லது சட்டத்தின் மூலமாகவோ எதுவும் செய்ய முடியவில்லை. அவருடைய பலத்திற்கு ஈடாக இவர்களிடம் பலம் இல்லை. அவர்கள் ப்ரெர் ராபிட் போல விளையாடி தங்களை முட்புதரில் கானர் தூக்கியெறிவதற்கு வேண்டுமானால் முயற்சி செய்து பார்க்க முடியும்.

"வாயட், புல் கானெர் சம்பந்தப்படும்படி ஒரு கிளர்ச்சியை உண்டு பண்ணுவதற்கான வழியை நீங்கள் கண்டுபிடிக்க வேண்டும்' என்று கிங் அவரிடம் கூறினார். வாக்கரும் ஏறக்குறைய அதேபோல ஒன்றைச் செய்தார். விளைவு? காவல்துறையைச்

சேர்ந்த நாய் ஒரு இளைஞன் மேல் பாய்வது போன்று எடுக்கப்பட்ட அந்தப் புகைப்படம் 'என்னை எடுத்துக் கொள் நான் இங்குதான் இருக்கிறேன்" மூலம் வாயட் கிளர்ச்சியை உருவாக்கினார்.

4

வாயட் வாக்கர் மசாஸூசெட்ஸைச் சேர்ந்த பாப்டிஸ்ட் மினிஸ்ட்டராக இருந்தார். அவர் 1960 ஆம் ஆண்டு மார்ட்டின் லூதர் கிங்குடன் சேர்ந்தார். கிங்கிற்கு மிகவும் நெருங்கியவராக இருந்த அவர் சிறந்த அமைப்பாளராகவும், பிரச்சனைகளுக்குத் தீர்வு காண்பவராகவும் இருந்தார். மெல்லிய தேகமும், நளினமும், புத்திசாலித்தனமும், அரும்பு மீசையும், நகைச்சுவை உணர்வும் கொண்டிருந்த அவர் குறும்புகளின் நாயகனாகவும் இருந்தார். ஒவ்வொரு புதன்கிழமை மதியமும் கால்ஃப் விளையாடுவதற்கென்று ஒதுக்கியிருந்தார். அவரைப் பொருத்தவரை பெண்கள் என்றால் 'இனிமையானவர்கள்'.எனக்கு இனிமையானவர்களுடன் பழகுவது கடினமல்ல. அவ்வளவுதான். எனக்கு இதில் முழுத்திறமை வேண்டும்.அவர் இளைஞனாக இருந்த போது யங் கம்யூனிஸ்ட் லீக்கில் சேர்ந்திருந்தார். ஏனென்றால், அந்தக் காலகட்டத்தில் கருப்பினத்தைச் சேர்ந்தவர்கள் வெள்ளையினப் பெண்களைச் சந்திப்பதற்கமைந்த ஒரே வழி அதுதான் என்று குறும்போடு கூறினார். 'கல்லூரியில் படிக்கும் போது அடர்த்தியான நிறத்தில் கண்ணாடி அணிந்திருந்தார். அது அவரை ஒரு இளம் ட்ராட்ஸ்கிய

சிந்தனையாளனாகக் காட்டியது' என்று வரலாற்றறிஞர் டெய்லர் ப்ரான்ச் எழுதினார்.*அவர் பீட்டர்ஸ்பர்க்கில் உள்ள வர்ஜீனியா என்னும் இடத்தில் மதபோதகராக இருக்கும் போது அங்கிருந்த வெள்ளையர்கள் மட்டுமே அனுமதிக்கப்பட்ட பொது நூலகத்திற்குள் தனது குடும்பத்தினருடனும், சமூக உரிமை ஆர்வலர்களுடனும் நுழைந்தார். அந்த நகரத்தில் அமலில் இருந்த இனவொதுக்கல் சட்டத்தை மீறி நூலகத்தில் நுழைந்ததால் கைது செய்யப்படுவோம் என்றெண்ணியேதான் அங்கு அவர் சென்றார். அங்கிருக்கக்கூடிய புத்தகத்தில் எதையெடுத்துக் காத்திருக்கும் புகைப்படக்காரர்கள் மற்றும் பத்திரிகைக்காரர்கள் முன்பு காட்டினார் தெரியுமா? தெற்குப் பகுதியில் வெள்ளை யினத்தைச் சேர்ந்த, உள்நாட்டு போரின் போது கூட்டமைப்பு ராணுவத்தில் ஜெனரலாக இருந்து அடிமைகளுக்கு ஆதரவாகத் தலைமையேற்று நடத்திய ராபர்ட் இ லீ என்பவரின் வாழ்க்கை வரலாற்றுப் புத்தகத்தைக் காண்பித்தார் வாயட் வாக்கர். அவர் இப்படிப்பட்டவர்தான். பீட்டர்ஸ்பர்க் இனவொதுக்கல் கொள்கையை மீறியதற்காக அவரைச் சிறைச்சாலைக்குக் கொண்டு சென்றது அவருக்கு முற்றிலும் மகிழ்ச்சியாகவே இருந்தது. அதே சமயம் அந்த நகரத்திலிருந்து முரண்பாடுகளையும் அவர் சுட்டிக் காட்ட தவறவில்லை.

கிங், வாக்கர், ஷட்ல்ஸ்வொர்த் ஆகியோர் ப்ரிமிங்ஹாமின் மும்மூர்த்திகளாகத் திகழ்ந்தார்கள். சமூக உரிமைப் போராளியான ஷட்ல்ஸ்வொர்த் ப்ரிமிங்ஹாமைப் பொருத்தவரை நன்கு அறிமுகமான முகம். க்ளான் குழுவினர் முயற்சி செய்தும் அவரைக்

---

*வாக்கர் பற்றி வரலாற்றறிஞர் டெய்லர் ப்ரான்ச், "வாக்கர் மூர்க்கமானவராக இருந்தார். 1940களில் அவர் நியூஜெர்சியில் உயர்நிலைப்பள்ளி மாணவராக இருந்தபோது சுதந்திரமும், சமத்துவமும் சிவப்பு எனில் அதற்காக தன்னை ஈடுபடுத்திக் கொள்பவர்களும் சிவப்பு என்று பேசியதைக் கேட்டார். வாக்கர் உடனடியாக 'யங் கம்யூனிஸ்ட் லீக்'கில் சேர்ந்தார். அவருடைய உயர்நிலைப் பள்ளி கட்டுரைகளில் ஒன்று அமெரிக்காவிற்கேற்ற சோவியத் மாதிரியான ஐந்தாண்டு திட்டம் பற்றியது ஆகும். தொழில்நுட்ப ரீதியில் பிரிவினைவாதிகளுக்கு எதிராக தனித்துவமான கொலைகளைச் செய்ய வேண்டுமென கனவு கண்டார்' என எழுதியிருந்தார்.

கொல்ல முடியவில்லை. கிங் ஒரு தீர்க்கதரிசி, கனிவானவர், கவர்ந்திழுக்கும் சக்தி கொண்டவர். வாக்கர் எப்போதும் 'நிழலிலேயே' இருந்தார். கிங்கோடு அவர் சேர்ந்திருப்பது போன்று புகைப்படம் எடுக்க யாரையும் அவர் அனுமதித்தது இல்லை. ப்ரிமிங்ஹாமில் கூடப் புல் கானர் சம்பந்தப்பட்ட பலருக்கு வாக்கர் எப்படியிருப்பார் என்று தெரியாது. கிங்கும் ஷட்ல்ஸ்வொர்த்தும் கொஞ்சம் சாந்தமானவர்கள். ஆனால் வாக்கர் அப்படியில்லை. "என் வழியில் நீங்கள் வந்தால் நேரடியாக மோதிச் சென்றுவிடுவேன்" இப்படித்தான் தனது மேலாண்மை பாணியை வாக்கர் விவரித்தார். 'குட்மார்னிங், குட் ஆஃப்டர்நூன், நீங்கள் எப்படியிருக்கிறீர்கள் என்று கேட்பதற்கும், சொல்வதற்கும் கூட நேரமில்லை. நம் கைகளில் ஒரு புரட்சியை நிகழ்த்தவேண்டிய பொறுப்பு ஒப்படைக்கப்பட்டுள்ளது' என்றார்.

ஒரு முறை ப்ரிமிங்ஹாமில் கிங் பேசிக் கொண்டிருக்கும் போது 200 பவுண்ட் எடையுள்ள வெள்ளையன் ஒருவன் வேகமாக மேடையை நோக்கிச் சென்று தனது முஷ்டியால் கிங்கை குத்த ஆரம்பித்தான். கிங்கினுடைய உதவியாளர்கள் அவரைப் பாதுகாப்பதற்காக மேடையை நோக்கி விரைந்தனர். இது குறித்து மெக்வோர்ட்டர்:

கிங் தனது எதிரிக்கு ஆதரவாளனாகி பேசிக் கொண்டிருப்பதைக் கேட்டு அவர்களுக்கு அதிர்ச்சி ஏற்பட்டது. பார்வையாளர்கள் இயக்கப் பாடல்களைப் பாட ஆரம்பித்தனர், இவர், அவரை அக்கறையுடன் பார்த்து நாம் நமது குறிக்கோளில் வெற்றி பெறுவோம். வன்முறை என்பது நமது குறிக்கோளைக் கேவலப்படுத்தக்கூடியதாகும் என்றார். அதன் பின் அங்கிருந்த கூட்டத்தினர் ஆச்சரியமடையும்படி அவரை ஒரு எதிர்பாராத விருந்தினராகப் பாவித்து அறிமுகப் படுத்தி வைத்தார். ராய் ஜேம்ஸ், நியூயார்க்கை பூர்வீகமாகக் கொண்டவர். இவர் வர்ஜீனியாவில், ஆர்லிங்டனில் உள்ள நாஜிக் கட்சியின் அறையில் வசித்து வந்தார். கிங் அவரைத் தழுவி கொள்ள உணர்ச்சிவயப்பட்டு அழ ஆரம்பித்தார், என்று எழுதியிருந்தார்.

கிங் ஒழுக்கத்தில் தார்மீகமானவர். எவ்வளவுதான் விமர்சனத்திற்கும், தாக்குதலுக்கும் உள்ளானாலும் தனது கொள்கையிலிருந்து விலகாதவர். வாக்கர் தன்னை 'பயனீட்டுக் கோட்பாட்டாளர் '(Pragmatist)' என அழைத்துக் கொள்வதில் விருப்பமுள்ளவர். ஒரு முறை அவர் வடக்குக் கரோலினாவில் நீதிமன்ற வளாகத்துக்கு முன்னால் ஆறு அடி ஆறு அங்குல உருவமும், 260 பவுண்ட் எடையும் கொண்ட ஒரு 'மலை போன்ற மனிதனால்' தாக்கப்பட்டார். வாக்கர் தனது பகைவனை அணைத்துக் கொள்ளவில்லை. அவர் எழுந்து மீண்டும் அவனை

நோக்கி வரும் போது மீண்டும் அவனால் தாக்கப்பட்டுக் கீழே விழுந்தார். மூன்றாவது முறையும் இப்படி நடந்தது பற்றி வாக்கர், 'அவன் என்னை நன்றாகப் பிடித்து, ஏறக்குறைய உணர்வற்ற நிலையை அடையும் வரை அடித்தான். நான் நான்காவது முறை அவனை நோக்கி சென்றேன். அப்போது மட்டும் எனது கையில் பிளேடு இருந்திருந்தால் அதைக் கொண்டு அவனை அறுத்திருப்பேன்' என்றார். *

ஒரு நாள் இரவு வாக்கர், கிங், ஷட்ல்ஸ்வொர்த் ஆகிய மூவரும் மாண்ட்கோமரியில் உள்ள ஃபர்ஸ்ட் பாப்டிஸ்ட் சர்ச்சில் 1500 பேருக்கு முன்னால் மதப் போதனை செய்ய வேண்டி யிருந்தது. அந்தக் கட்டிடத்தை எரித்துத் தரைமட்டமாக்கி விட வேண்டுமென்கிற ஆக்ரோஷத்துடன் வெள்ளையினத்தைச் சேர்ந்தவர்கள் அதைச் சுற்றி வளைத்திருந்தனர். கிங் எதிர்பார்த்தபடி உறுதியான ஒரு வழியைத் தேர்ந்தெடுத்தார். அவர், "மாடியில் உள்ள மக்களைப் பாதுகாக்க வேண்டுமெனில் அவர்களுக்காகத் தலைமைப் பொறுப்பை ஏற்றுக் கொண்டிருக்கிற நாம் ஆர்ப்பாட்டக்காரர்களைச் சந்திப்போம்' என்று மற்றவர்களிடம் கூறினார். ஷட்ல்ஸ்வொர்த் எப்போதும் போல அமைதியாக, "ஆமாம், அதைத்தான் நாம் செய்ய வேண்டுமென்றால் அதைச்

---

*வாக்கர் தொடர்ந்து சொன்னார்: 'வன்முறை கும்பலிடம் நாங்களே போய் மாட்டிக் கொண்டால் தான் அவர்களுக்குச் சமாதானப்படும் என உணர்ந்தோம். அவர்கள் எங்களை அடித்தே கொல்லக் கூடும் என்பதும் என் ஊகமாக இருந்தது.

செய்வோம்" என்று சம்மதம் கூறினார். வாக்கர்? அவர் கிங்கைப் பார்த்து தனக்குள்ளாக, 'இவருக்குப் புத்தி கெட்டுப் போ யிருக்க வேண்டும்"* என்று சொல்லிக் கொண்டார் (இறுதியில் கூட்டமைப்பைச் சேர்ந்த படையினர் வந்து கூட்டத்தைக் கலைத்தனர்). பின்னாளில், வாக்கர் அஹிம்சையைத் தழுவி கொண்டார். ஆனால் இன்னொரு கன்னத்தையும் காட்டுவது இயற்கையாகவே வருவதில்லை என்பதை அவர் எப்போதும் உணர்த்திக் கொண்டேயிருந்தார்.

"சில வேளைகளில் வேலை நடக்க வேண்டுமென்பதற்காக நான் எனது அறநெறியை மாற்றிக் கொள்ள வேண்டியிருந்தது. ஏனென்றால் அதனால் ஏற்படக்கூடிய முடிவுகளை நான் தான் கையாள வேண்டியிருந்தது. இதை நான் நன்றாகத் தெரிந்தே செய்தேன்; என்னிடம் அதைத் தவிர வேறு தெரிவு இல்லை. நான் புல் கானரைக் கையாளும்போது அறநெறிச் சூழ்நிலையைக் கையாளுவதில்லை. வாக்கர் கானர் மீது தந்திரமாகக் காரியமாற்றுவதில் விருப்பம் கொண்டிருந்தார். நான் வந்ததும் வராததுமாக 'Bull' சவாரிக்கென்றே ப்ரிமிங்ஹாம் வந்திருக்கிறேன்" என்று துருதுருப்பாக அறிவித்தார். அவர் தெற்கத்தவர்கள் பேசுவது போல் இழுத்துப் பேசி போராட்டத்தில் ஈடுபட்ட சில நீக்ரோக்கள் மேல் அருகாமையிலிருந்த காவல் நிலையத்தில் கற்பனையாகப் புகார் கொடுத்து அவர்களைத் தேட விடுவார் அல்லது காவல் துறையினர் தங்களது முடியைப் பிய்த்துக் கொள்ளும் வரை அவர் பேரணி என்ற பெயரில் அலுவலகங்கள் மற்றும் பல தெருக்கள் வழியாகச் சுற்றி சுற்றி வந்து கொண்டிருப்பார். " ஓ, மனிதனே! அந்தக் காலகட்டத்தில் வாழ்ந்திருக்கக் கொடுத்து வைத்திருக்க வேண்டும்." பர்மிங்ஹாமில் அவர் செய்த கோமாளித்தனங்களை நினைவு கூர்ந்தார். வாக்கர் தான் செய்வதையெல்லாம் கிங்கிடம் சொன்னால் அவர் அதை அனுமதிக்கமாட்டார் என்று நன்கு தெரிந்து வைத்திருந்தார். எனவே இந்தச் சேட்டைகளையெல்லாம் அவர் தனக்குள்ளேயே வைத்திருந்தார்.

"என்னைப் போன்ற நீக்ரோக்களிடம் வெள்ளையர்கள் பேசும் போது எந்த மாதிரி தொனியில் பேசுவார்கள் என்பதை என் மனதில் பட்டியல் போட்டுக் கொண்டேன்" என்று ப்ரிமிங்ஹாம் பிரச்சாரம் முடிந்தவுடன் கவிஞர் ராபர்ட் பென் வாரெனுக்குக் கொடுத்த நீண்ட பேட்டியில் வாக்கர் குறிப்பிட்டிருந்தார். "ஆனால் வெள்ளையினத்தைச் சேர்ந்தவர் பேசக்கூடிய எல்லாவற்றையும் அவர் குரல் நுட்பத்திலிருந்து அல்லது கவிழ்ந்திருக்கக்கூடிய தலை அல்லது குரலின் ஆழம் அல்லது துடிப்பான பேச்சு ஆகியவற்றிலிருந்து விளங்கிக் கொள்ளலாம். சாதாரணமாக

சராசரி இனக்குழு வரையறைகளைக் குறிப்பிடும்பொழுது எந்த அர்த்தமும் இல்லாத விஷயங்கள் இதுபோன்ற நேரங்களில் மிகுந்த ஆழமான, கூர்மையான அர்த்தம் செறிந்தவையாகிவிடும்."

வாரன் அதற்குப் பிறகு ஆப்ரிக்கஅமெரிக்கப் பாரம்பரியத்தைச் சேர்ந்த தந்திரக்கார நாட்டுப்புறக் கதைகளைச் சொல்ல ஆரம்பித்தார். அப்போது வாக்கரின் முகத்தில் ஒரு ரகசிய புன்முறுவலைப் பார்க்க முடிந்தது. "ஆமாம்" என்று சொன்ன அவர், 'மாஸ்டரை' கேலி செய்வதில் குதூகலித்தார். அவரிடம், ஒரு விஷயத்தைப் பற்றி அவர் கேட்க விருப்பப்படுகிறார் என்று உங்களுக்குத் தெரிந்திருக்கும், ஆனால் அதன் அர்த்தம் வேறொன்றாக இருக்கும்' என்றார்.

மார்ட்டின் லூதர் கிங்கை மக்கள் "மிஸ்டர். லீடர்" என்றும், குதூகலமான சில நேரங்களில் வேடிக்கையாக 'தி லார்ட்' என்றும் அழைத்தனர். வாக்கர் தான் 'ப்ரெர் ராபிட்' ஆகச் செயல்பட்டார்.

5

ப்ரிமிங்ஹாமிற்கென்று வாக்கர் திட்டமொன்றை வடிவமைத்து அதற்கு 'ப்ராஜெக்ட்.சி' (Project C. C = Confrontation - மோதல்) எனப் பெயரிட்டிருந்தார். ப்ரிமிங்ஹாமில் 16வது சாலையில் கெல்லி இங்க்ராம் பார்க்கிற்கு அடுத்து மிகவும் போற்றுதலுக்குரிய இடமாக இருந்த பாப்டிஸ் சர்ச்சைத் தான் இந்நிகழ்வு இடம்

பெறக் கூடிய இடமாகத் தெரிவு செய்திருந்தார்கள். ப்ராஜெக்ட் சி, மூன்று செயல்களைக் கொண்டிருந்தது. ஒவ்வொன்றும் அதற்கு முந்தைய செயலை விடப் பெரியதாகவும், தூண்டக்கூடியதாகவும் இருந்தது. உள்ளூர் வியாபாரத் தளங்களில் 'உட்கார்ந்த இடத்தை விட்டு நகரமாட்டோம்' என்கிற உள்ளிருப்புப் போராட்டத்திலிருந்து இது ஆரம்பமானது. இது ப்ரிமிங்ஹாமில் நடைமுறையில் இருந்த இனவொதுக்கல் பிரச்சனை குறித்து ஊடகங்களின் கவனத்தை இழுப்பதற்காக நடத்தப்பட்ட போராட்டம் ஆகும். ஷட்ல்ஸ்வொர்த்தும் கிங்கும் உள்ளூர் கருப்பின சமூகத்தினரின் மன உறுதியை அதிகரிப்பதற்காக இரவு நேரத்தில் மிகப் பெரிய கூட்டங்களை முன்னின்று நடத்தினர். இரண்டாவது கட்டமாக, வெள்ளையர்கள் நடத்திவரும் வியாபார நிறுவனங்களைக் கருப்பினத்தவர்கள் புறக்கணிப்பதன் மூலம் பொருளாதார ரீதியில் அவர்களுக்கு நெருக்கடி கொடுக்க முயற்சி எடுக்கப்பட்டதுடன் கருப்பர்கள் மீது காட்டப்படும் நடைமுறை செயல்பாடுகள் குறித்தும் மறுபரிசீலனை செய்ய வேண்டும் என்றும் வலியுறுத்தப்பட்டது. (உதாரணமாக டிபார்ட்மெண்ட் ஸ்டோர்களில் கருப்பினத்தவர்கள் கழிவறைகளையோ அல்லது உடைமாற்றும் அறைகளையோ பயன்படுத்த முடியாது. ஏனெனில் அதன் மேல்பரப்போ அல்லது அங்கேயுள்ள துணிகளையோ அவர்கள் தொட்டால் அதற்குப் பிறகு வெள்ளையர்கள் தொட வேண்டிவரும் என்கிற பயம் தான்). மூன்றாவது கட்டமாக, புறக்கணிப்புகளை ஆதரித்து ஊர்வலங்களும், சிறை நிரப்பு போராட்டங்களும் நடத்துவது ஆகும். ஏனென்றால், சிறைக் கொட்டில்கள் நிரம்பிவிட்டால் போராட்டக்காரர்களை வெறுமனே கைது செய்வதால் சமூக உரிமைப் பிரச்சனையை நிறுத்த முடியாது. அப்படிப்பட்ட சூழ்நிலையில் அவர் அவர்களை நேரடியாக எதிர்கொள்ள வேண்டிவரும்.

ப்ராஜெக்ட் சி அதிகப் 'பணயம்' கொண்ட ஒரு செயல்முறை ஆகும். இது வேலை செய்ய வேண்டுமெனில் கானர் இவர்களை எதிர்த்து போராட வேண்டும். கிங் சொன்ன மாதிரி, கானரை ஒரு விஷயத்தில் ஈடுபட வைக்க வேண்டுமெனில் அவரைத் தூண்டிவிட வேண்டும் அப்போதுதான் அவரது மோசமான இன்னொரு முகம் உலகத்திற்குத் தெரியவரும். ஆனால் அவர் களத்தில் இறங்குவார் என்பதற்கு எந்த உத்ரவாதமும் இல்லை. கிங்கும், வாக்கரும் ஜார்ஜியாவில் உள்ள அல்பானியில் நீண்ட பிரச்சாரத்தை முடித்துக் கொண்டு அப்போதுதான் வந்திருந்தார்கள். அங்கிருந்த காவல்துறை அதிகாரி லாரி ப்ரிட்ஜெட் (Laurie Pritchett) இவர்களது தூண்டிலில் சிக்காததால் பிரச்சாரம் தோல்வியடைந்திருந்தது. அவர் காவல் துறை

அதிகாரிகளிடம் வன்முறை அல்லது அதிகமான படை எதையும் உபயோகிக்க வேண்டாம் எனக் கூறிவிட்டார். சமூக உரிமை குறித்த அவரது பார்வை இன்னும் சரியான பரிணாமம் அடையாவிட்டாலும் அவர் கிங்கை மரியாதையுடன் நடத்தினார். இவர்களுக்கிடையே நடக்கவிருந்த மோதலை பதிவு செய்வதற்காக வடக்கிலிருந்து அல்பானிக்குப் பத்திரிகையாளர்கள் சென்றிருந்தனர். அவர்களுக்கு ஆச்சரியப்படும் விதத்தில் ப்ரிட்செட்டை மிகவும் பிடித்து விட்டது. இறுதியாகக் கிங் சிறைக்கு அனுப்பப்பட்டார். மறுநாள் நன்றாக ஆடையணிந்த மர்மமான மனிதர் இவரைப் பிரிட்செட்தான் அனுப்பினார் எனச் சொல்லப்பட்டது ஒருவர் வந்து கிங்கை பிணையில் வெளியே கூட்டிச் சென்றார். ஒருவர் சிறைக்குச் சென்ற சிறிது நேரத்திலேயே பிணையில் வெளியே வந்தால் அவரை எப்படித் தியாகியாக ஏற்றுக் கொள்ள முடியும்?

ஒரு சமயத்தில் பிரிட்செட் நகரின் மத்தியில் உள்ள ஒரு விடுதிக்குச் சென்றார். இதனால் எந்த நேரத்தில் வன்முறை ஏற்பட்டாலும் அவர் அழைப்பின் எல்லைக்குள் இருக்கும்படி பார்த்துக் கொண்டார். கிங்குடன் பேச்சுவார்த்தை நடத்திக் கொண்டிருக்கும் போது ப்ரிட்செட்டிடம் அவருடைய காரியதரிசி ஒரு தந்தியை கொண்டுவந்து கொடுத்தார். அது குறித்து ப்ரிட்செட் பின்னாளில் நினைவு கூறும் போது;

நான் அதைக் கேட்கும்போது சற்று வாட்டமாகத் தோற்றமளித்திருக்க வேண்டும். ஏனென்றால் அது மோசமான

செய்தியா என்று டாக்டர் கிங் என்னிடம் கேட்டார் . நான், ‘இல்லை. மோசமான செய்தி எதுவும் இல்லை, டாக்டர் கிங். இன்றைக்கு எனக்கு 12வது திருமண நாள், அதற்காக என்னுடைய மனைவி அனுப்பியிருந்த தந்திதான் அது” என்றேன். அவர் இதற்குப் பதிலாக என்னிடம் சொன்னதை நான் ஒருபோதும் மறக்கமாட்டேன். அது எங்கள் இருவருக்கிடையே இருந்த புரிதலைக் காட்டக்கூடியது. அவர், ‘இன்றைக்கு உங்கள் திருமண நாள் என்றா சொன்னீர்கள்? நான், “ஆமாம். நான் வீட்டிற்குப் போய்க் குறைந்தது மூன்று வாரங்களாவது இருக்கும்’ என்றேன். அதற்கு அவர், சீஃ ப்ரிட்செட் நீங்கள் இன்றிரவு வீட்டிற்குப் போங்கள், இல்லை, இப்பவே போங்கள். நீங்கள் உங்களுடைய திருமண நாளை கொண்டாடுங்கள். நாளை வரை ஜார்ஜியாவில் உள்ள அல்பானியில் எந்தவித அசம்பாவிதமும் நடக்காது. என் பேச்சை நம்பி நீங்கள் இப்போதே சென்று மனைவியை டின்னருக்கு அழைத்துச் செல்லுங்கள், என்ன செய்ய விரும்பினாலும் செய்யுங்கள், நாளை பத்து மணிக்கு நாங்கள் எங்கள் முயற்சிகளைத் திரும்ப ஆரம்பிப்போம்” என்றார்.

ப்ரிட்செட் கிங்கை முட்புதரில் தூக்கியெறியவில்லை. அது உபயோகமற்றது. அதற்குப் பிறகு கொஞ்ச நாட்களிலேயே கிங் அந்த நகரத்தை விட்டு மூட்டை, முடிச்சுகளோடு சென்று விட்டார்.*

அல்பானி தோல்வியைத் தொடர்ந்து ப்ரிமிங்ஹாமிலும் பின்னடைவு ஏற்பட்டால் விளைவு மிக மோசமாக இருக்கும் என வாக்கர் உணர ஆரம்பித்தார். அந்தக் காலகட்டத்தில் அமெரிக்கத் தொலைக்காட்சியில் மாலை நேரத்தில் ஒளிபரப்பாகும் செய்தியை பார்க்கும் அமெரிக்கர்கள் அதிகமாக இருந்தார்கள். ஒவ்வொரு நாள் இரவிலும் தொலைக்காட்சிச் செய்தியில் ப்ராஜெக்ட் சி இடம் பிடிக்க வேண்டும் என்பதில் வாக்கர் வெறிகொண்ட மாதிரி இருந்தார். இந்தப் பிரச்சாரம் தோல்வியடைந்து கொண்டிருக்கிறது என்பது தெரிந்தால் ஊடகங்கள் தங்கள்

---

*கிங்கையும் வாக்கரையும் குறித்து புல் கானரை எச்சரித்துவிட்டுப் போவதற்காக ப்ரிட்செட் நேரடியாகவே ப்ரிமிங்ஹாமிற்கு சென்றார். சமூக உரிமை ‘எத்தர்’களை எப்படி கையாளுவது என்று கானருக்குக் கற்றுக் கொடுக்க விரும்பினார். ஆனால் கானர் அவர் சொல்வதை கேட்க விரும்பவில்லை. ’நாங்கள் அவர் அலுவலகத்துக்குள் நுழைந்த போது அவருடைய பின்பகுதி எங்களை நோக்கியிருந்தது, பார்ப்பதற்கு சிறிய உருவமாக இருந்தாலும் கம்பீரமான குரலில் என்னிடம் அவர், ‘அன்றைய தினம் மைதானம் மூடப்பட்டிருந்தது. அவர்கள் கால்ஃப் விளையாடமுடியும் ஆனால் ‘ஹோலில்’ நாங்கள் ‘கான்க்ரீட்’டை வைத்திருந்தோம். எனவே அவர்களினால் ஹோலுக்குள் பந்தை பெற முடியாது’. அவர் எப்படிப்பட்ட மனிதர் என்பதை இது சுட்டிக்காட்டுவதாக இருந்தது’’ என்று ப்ரிட்செட் கூறினார்.

உற்சாகத்தை இழந்து வேறெங்காவது சென்று விடுவார்கள் என்று அவருக்கு நன்றாகத் தெரியும்.

'எல்லாவற்றிற்கும் சரியான அடித்தளம் அமைய வேண்டும் என்ற அடிப்படைக் கொள்கையில் வாக்கர் உறுதியாக இருந்தார்." என்று டெய்லர் ப்ரான்ச் எழுதினார். அவர் மேலும் இது பற்றி, "அவர்கள் தங்களது வலுவைக் காண்பித்தால் வெளியிலும் அவர்களுக்கான ஆதரவு பன்மடங்கு அதிகரிக்கும். ஒன்றை ஆரம்பித்துவிட்டால் அதற்குப் பிறகு சரிந்து விட முடியாது... அல்பானி பிரச்சாரத்தை விட எந்தவிதத்திலும் ப்ரிமிங்ஹாம் பிரச்சாரம் குறைந்ததாக இருக்கக் கூடாது என வாக்கர் கூறினார். ஒரே நேரத்தில் அவர்கள் ஆயிரத்திற்கும் மேற்பட்டவர்களைச் சிறை செல்வதற்குத் தயார் நிலையில் வைத்திருக்க வேண்டும்" என்று எழுதினார்.

பல வாரங்களுக்குப் பின், வாக்கர் அவருடைய பிரச்சாரத்தில் சுருதி குறைவதையும், முக்கியமான தருணங்களை இழந்து கொண்டிருப்பதையும் கவனித்தார். பர்மிங்ஹாமில் வசித்து வந்த கருப்பினத்தவர் களில் பலர் கவலைப்பட ஆரம்பித்தனர் நியாயம்தானே காரணம், கிங்குடன் யாராவது இருந்தால் அவர்களை வெள்ளையின உயர் அதிகாரிகள் வேலை யிலிருந்து நீக்கினார்கள். ஏப்ரல் மாதம், கிங் குழுவைச் சேர்ந்த ஒருவர் தேவாலயத்தில் 700 பேர்கள் கொண்ட கூட்டத்தில் பேசினார். ஆனால் அவர்களில் வெறும் ஒன்பது பேரை மட்டுந்தான் தன்னோடு நடந்து வரும் படி செய்ய

முடிந்தது. மறுநாள், அவரது குழுவைச் சேர்ந்த ஆண்ட்ரூ யங் முயற்சித்துப் பார்த்தார். அவரால் வெறும் ஏழு பேர்களைத் தான் சமாதானம் செய்ய முடிந்தது. பின்தங்கிய கருத்துக்களைத் தாங்கி உள்ளூரிலிருந்து வெளியாகும் கருப்பின செய்தித்தாள் ஒன்று ப்ராஜெக்ட் சி யை "அது வீணானது, பயனற்றது' என்று எழுதியது. வெள்ளையர்கள் மீது கருப்பினத்தவர்கள் நடத்திக் கொண்டிருக்கும் மோதலை பதிவு செய்யக் கூடியிருந்த செய்தியாளர்களும், புகைப்படக்காரர்களும் அமைதியற்ற முறையில் காணப்பட்டனர். கானர் அவ்வப்போது சிலரை கைது செய்தார். ஆனால் பெரும்பாலும் உட்கார்ந்து கொண்டு நடப்பதை கவனித்துக் கொண்டிருந்தார். வாக்கர் கிங்குடன் தொடர்ந்து தொடர்பில் இருந்தார். கிங் ப்ரிமிங்ஹாமிற்கும் தான் வசித்து வரும் அட்லாண்டாவிற்கும் இடையே போவதும், வருவதுமாக இருந்தார். "வாயட்' கிங் நூறாவது முறையாக அவரிடம், 'எப்படியாவது புல் கானர் இதில் தன்னை ஈடுபடுத்திக் கொள்வது போலச் செய்யுங்கள்' என்றார். வாக்கர் அதற்குத் தலையாட்டிக் கொண்டே, மிஸ்டர். லீடர், அதற்கான 'பொறி' எனக்கு இன்னும் கிடைக்கவில்லை, ஆனால் எப்படியும் நான் கண்டுபிடித்துவிடுவேன்' என்றார்.

இதற்கான திருப்புமுனை குருத்தோலை ஞாயிறன்று (March *20)* ஏற்பட்டது. வாக்கருடன் செல்வதற்கு *22* ஆர்ப்பாட்டக்காரர்கள் தயாராக இருந்தனர். அந்த ஊர்வலம் கிங்கின் சகோதரர் ஏ.டி என அழைக்கப்படும் ஆல்ஃபிரட் டேனியல் தலைமையில் செல்வதாக இருந்தது. "எங்களுடைய வெகுஜனக் கூட்டம் மெதுவாக ஒன்றுகூட ஆரம்பித்தது. நாங்கள் இரண்டு முப்பது மணிக்கு நடக்க ஆரம்பிக்க வேண்டும். ஆனால் நான்கு மணிவரை நடக்க ஆரம்பிக்கவில்லை. மறியல் பற்றி அறிந்த மக்கள் தெருக்களில் கூட ஆரம்பித்தனர். அவர்கள், சரி புறப்பட்டுச் செல்லலாம் என நினைத்த போது மூன்று ப்ளாக்குகள் இருந்த அந்தப் பகுதியில் மேலும் கீழும் நடந்து கொண்டும், என்ன நடக்கிறது என்று பார்ப்பதற்காக இரண்டு பக்கங்களிலும் வரிசையாக நின்றுகொண்டும் கிட்டத்தட்ட *1000* பேர் இருந்தனர்" என்று அந்த நிகழ்வை நினைவு கூர்ந்தார்.

மறுநாள், வாக்கர் படிப்பதற்காகச் செய்தித்தாள்களைத் திறந்தார். செய்தியாளர்கள் எழுதியிருந்தது அனைத்தும் அவர் ஆச்சரியப்படும் அளவிற்குத் தவறாக இருந்தது. செய்தித்தாள்களில் *1100* ஆர்ப்பாட்டக்காரர்கள் ப்ரிமிங்ஹாம் ஊர்வலத்தில் கலந்து கொண்டனர் எனச் செய்தி வெளியிட்டிருந்தனர். 'நான் டாக்டர் கிங்கை அழைத்து, டாக்டர் கிங் எனக்கு அந்தப் பொறி கிடைத்து விட்டது!" என்று சொன்னதாக வாக்கர் நினைவு கூர்ந்தார்.

'அது பற்றி உங்களிடம் ஃபோனில் சொல்ல முடியாது. ஆனால் எனக்கு அது கிடைத்துவிட்டது!" என்றார். ஒவ்வொரு நாளும் நாங்கள் என்ன செய்தோம் என்றால் கூட்டம் நடக்கும் நேரத்தை மக்கள் அலுவலகத்திலிருந்து வீட்டுக்குச் செல்லும் பின் மதிய நேரம் வரை இழுத்தோம். அவர்கள் இங்குமங்கும் போய்க் கொண்டிருப்பதைப் பார்த்தால் 1000 பேர் கூடி யிருப்பது போல் தெரியும். நாங்கள் ஊர்வலமெல்லாம் போகவில்லை. ஆர்ப்பாட்டக்காரர்கள் என்று பார்த்தால் 12, 14, 16,18 பேர்கள் தான். ஆனால் செய்தித்தாள்களில் செய்தியாளார்கள் 1400 பேர்கள் எனச் செய்தி வெளியிட்டார்கள்".

இந்தச் சூழ்நிலை பிரபலமான டெராபின் (Terrapin) ஒரு ஆமை மானுடன் ஓட்டப் பந்தயத்தில் கலந்து கொள்வது பற்றிய கதை என்கிற தந்திரக் கதையில் இருந்து எடுக்கப்பட்டது போல இருந்தது. இந்தக் கதையில் ஆமை முடிவுக் கோட்டுக்கு அருகில் தன்னை மறைத்துக் கொண்டு காத்திருக்கும். குறிப்பிட்ட இடைவேளைகளில் தந்திரமாகத் தனது உறவினர்களை மேலும், கீழும் ஓடச் செய்திருந்ததால் பார்ப்பதற்குப் போட்டியில் உண்மையிலேயே பங்கெடுத்த ஆமை ஓடுகிற மாதிரியான ஒரு தோற்றத்தை இது ஏற்படுத்தியிருந்தது. முடிவுக் கோட்டுக்கு அருகில் பதுங்கியிருந்த ஆமை மானுக்கு முன்பே தன்னை வெளிப்படுத்திக் கொண்டு போட்டியில் வெற்றிப் பெற்றதாகக் கூறிக் கொண்டது. இதில் மான் முட்டாளாக்கப்பட்டது.

வெள்ளையர்களின் வெளிப்பாட்டை வெட்கத்தால் தலையைக் கவிழ்ந்து கொள்ளுதல், ஆழமான குரல் அல்லது கூர்மையான நாக்கு உள்ள நுணுக்கங்களை அறிந்து கொள்ளும் மாணவர்களாகப் பின்தங்கியவர்கள் இருக்க வேண்டும். அவர்களுடைய நிலைத்து இருத்தல் என்பது இதில் தான் அடங்கி யிருக்கிறது. ஆனால் அதிகாரத்தில் இருப்பவர்கள் பலவீனமாக இருப்பவர்களைக் கண்டு கொள்ளத் தேவையில்லை. மான் ஆமையைக் கீழ்த்தரமாக நினைத்து அலட்சியப்படுத்தியது. அதைப் பொருத்தவரை 'ஆமை என்பது ஆமை' அவ்வளவுதான்.

ப்ரிமிங்ஹாமில் வசித்து வரும் வசதியான மேட்டுக்குடியைச் சேர்ந்தவர்கள் இந்த மான் போலத் தான். "அவர்களால் வெள்ளையினத்தவர்களின் கண்களின் ஊடாகத்தான் பார்க்க முடியும்" என்று வாக்கர் களிப்புடன் விவரித்தார். "அவர்களால் நீக்ரோ ஆர்ப்பாட்டக்காரர்கள் யார், நீக்ரோ பார்வையாளர்கள் யார் என்று கூட வேறுபடுத்திப் பார்க்க முடியாது. அவர்களுக்குத் தெரிந்ததெல்லாம் நீக்ரோக்கள் தான்". *

கானர் ஆணவம் பிடித்த ஒரு மனிதர். அவர் ப்ரிமிங்ஹாமில் வீறாப்பாகச் சுற்றிக் கொண்டு, 'இங்கே நாங்கள் எங்களுக்கென்று ஒரு சட்டத்தை உருவாக்குவோம்' எனச் சொல்லிக் கொண்டிருந்தார். அவர் ஒவ்வொரு நாள் காலை வேளையில் தனது 'போர்பானை' மோல்ட்டன் ஹோட்டலில் குடிப்பது வழக்கம், அப்படிக் குடித்துக் கொண்டிருக்கும் போது ஒரு நாள் மிகவும் சத்தமாக 'கிங் நீக்ரோக்களே இல்லாமல் நிராதரவாக இருக்கப் போகிறார்' என்று கூறினார். அப்போது அவர் ஜன்னல் வழியே வெளியே பார்த்தார். அங்கே அவருக்கு முன்னால் ஒவ்வொரு மூலையிலும் தந்திரக்கார 'டெராபின்'கள் தான் தெரிந்தன. அதைப் பார்த்த அவர் அதிர்ச்சியடைந்தார். அந்தக் கற்பனையான 1000 ஆர்ப்பாட்டக்காரர்கள் அவருக்கான ஒரு ஆத்திரமூட்டல். 'நீக்ரோக்களைச் சிட்டி ஹாலுக்குள் நுழையவிடாமல் செய்வதற்குப் புல் கானர் தனது மனதில் ஏதோ ஒன்றை நினைத்து வைத்திருந்தார்' என்று வாக்கர் கூறினார். 'அவர் எங்களைப் போகவிடாமல் நிறுத்த முயற்சிக்க வேண்டும் என்று நான் மனதிற்குள் பிரார்த்தனை செய்து கொண்டேன்ஞ் அவர் எங்களைச் சிட்டி ஹாலுக்குள் சென்று பிரார்த்தனை செய்ய அனுமதித்தால் நாங்கள் ப்ரிமிங்ஹாமிலும் தோற்றுவிடுவோம். அவர் எங்களை அப்படி அனுமதித்து எதுவும் செய்யாமல் ஒதுங்கிவிட்டால் அப்புறம் இதில் புதிதாக என்ன இருக்கிறது? இயக்கமும் இருக்காது, விளம்பரமும் இருக்காது". தயவுசெய்து, ப்ரெர் கானர், தயவுசெய்து. நீங்கள் என்ன வேண்டுமென்றாலும் செய்யுங்கள். ஆனால் என்னை முட்புதரில் எறிந்து விடாதீர்கள். கானர் அதைத்தான் செய்தார்.

*இந்தக் கருத்து வாக்கருக்குள் இருந்து கொண்டே இருந்தது. சதர்ன் கிறிஸ்டியன் லீடர்ஷிப் கான்ஃபரன்ஸை எதிர்த்து ப்ரிமிங்ஹாம் நகரில் வழக்குத் தொடுக்கப்பட்டிருந்தது. இது சம்பந்தமாக வாக்கர் நீதிமன்றத்தில் ஆஜர் ஆக வேண்டியிருந்தது. 'வாக்கர் நீதிமன்ற விவகாரத்தில் நேரம் செலவழிக்கும் பட்சத்தில் அவர் எப்படி பிரச்சாரத்தில் ஈடுபட முடியும்?" என்கிற கேள்வி எழுந்தது. 'நீதிமன்றத்தில் நான் என்னை பதிவு செய்து கொண்ட பிறகு எனக்குப் பதிலாக வேறு ஒருவர் தினம் நீதிமன்றத்திற்குச் சென்று வரட்டும் என்பது வாக்கரின் பதிலாக இருந்தது'. அப்படி இருக்கலாம்தானே? 'நீக்ரோக்கள் அனைவரும் ஒருவரைப் போலத்தானே தோற்றமளிக்கிறார்கள்" என்றார் அவர்.

போராட்டம் ஆரம்பித்து ஒரு மாதம் ஆகியிருந்தது. வாக்கரும் கிங்கும் நெருக்கடி கொடுப்பதை அதிகரித்தனர். ப்ரிமிங்ஹாம் குழுவைச் சேர்ந்த ஜேம்ஸ் பேவல் உள்ளூர் பள்ளி மாணவர்களுடன் சேர்ந்து வேலை செய்து கொண்டிருந்ததோடு வன்முறையற்ற எதிர்ப்புக் கொள்கை பற்றிய வழிமுறைகளை அவர்களுக்குச் சொல்லிக் கொண்டிருந்தார். பேவல் ஒரு 'Pied Piper' தனது ஆதரவாளர்களைக் கவர்ந்திழுக்கக் கூடியவர் நல்ல உயரம், வழுக்கைத் தலை, அனைவரையும் வசீகரிக்கும்படி பேசக் கூடியவர். அவர் யூதர்கள் பிரார்த்தனையின் போது போடக்கூடிய தலையை ஒட்டினாற் போன்ற தொப்பியும், கழுத்தைச் சுற்றி 'பிப்' (தீவீதீ) பும் அணிந்திருந்தார். (மெக்வோர்ட்டர் இவரை 'டாக்டர் சீயஸிடமிருந்து வெளியான போர்க்குணம் மிகுந்தவர்' எனக் குறிப்பிட்டார்). ஏப்ரல் மாதம் கடைசித் திங்கட்கிழமையன்று அந்தக் கவுண்ட்டியைச் சுற்றியுள்ள கருப்பினத்தவர்கள் படிக்கும் அனைத்துப் பள்ளிக்கூடங்களிலும் துண்டு பிரசுரத்தை விநியோகித்தார். அதில், "வியாழக்கிழமை மதியம் 16ஆவது தெருவில் உள்ள பாப்டிஸ்ட் சர்ச்சுக்கு வாருங்கள். அனுமதி கேட்கவேண்டாம்' எனக் குறிப்பிட்டிருந்தது. அந்த நகரத்தில் மிகவும் பிரபலமாக இருந்த டிஸ்க் ஜாக்கி ஷெல்லி 'தி ப்ளேபாய்' ஸ்டீவர்ட் யும் அவரைத் தொடர்ந்து கேட்கும் இளம்பிராயத்தினருக்கு இத்தகவலை, "குழந்தைகளே, பார்க்கில் பார்ட்டி நடக்கவிருக்கிறது' என்று கூறினார். *எஃப் பி ஐ க்கு இந்தத் திட்டம் எப்படியோ தெரியவர அவர்கள் இதைப் புல் கானரிடம் கூற அவர், யாராவது வகுப்பைத் தவறவிட்டால் அவர்கள் பள்ளிக்கூடத்திலிருந்து நீக்கப்படுவார்கள் என அறிவிப்புச் செய்தார். அது எந்த வித்தியாசத்தையும் ஏற்படுத்தவில்லை. குழந்தைகள் அலையெனத் திரண்டனர். குழந்தைகள் அனைவரும் இப்படித் திரண்ட தினத்தை வாக்கர் 'டி டே (D-Day)' என அழைத்தார்.

ஒரு மணிக்கு தேவாலயத்தின் கதவுகள் திறந்தன. கிங்கின் ஆதரவாளர்கள் குழந்தைகளை வெளியே அனுப்ப ஆரம்பித்தனர். அவர்கள் 'சுதந்திரம்' அல்லது ' இந்தத் தேசத்தை என்னுடைய வீடாக உருவாக்க நான் இறக்கவும் செய்வேன்'. அவர்கள் எல்லோரும் 'நாங்கள் முறியடிப்போம் (We Shall Overcome)' என்கிற பாடலையும், 'என்னை மாற்றுவதற்கு நான் யாரையும்

---

*ப்ரிமிங்ஹாமில் ஸ்டீவர்ட் பிரபலமானவர். ஒவ்வொரு ஆப்ரிக்க அமெரிக்கரும் அவருடைய நிகழ்ச்சியைக் கேட்பதுண்டு. அவருடைய செய்தியின் இரண்டாவது பகுதியில் தன் நிகழ்ச்சியைக் கேட்பவர்களிடம், 'நீங்கள் வரும் போது டூத்பிரஷையும் கொண்டு வாருங்கள். ஏனெனில் மதிய உணவும் வழங்கப்படும்' எனக் கூறினார். ''டூத்பிரஷ்' என்பது 'சில நாட்கள் சிறைச்சாலையில் தங்குவதற்கேற்றவாறு உடை உடுத்திக் கொண்டு வாருங்கள்'' என்பதற்கான சங்கேதச் சொல் ஆகும்.

அனுமதிக்கப் போவதில்லை (Ain't gonna let nobody turn me around)' பாடலையும் பாடினார்கள். தேவாலயத்திற்கு வெளியில் கானரின் காவல்துறை அதிகாரிகள் காத்திருந்தார்கள். வெளியே வந்த குழந்தைகள் முழங்காலிட்டுப் பிரார்த்தனை செய்தார்கள். அதற்குப் பிறகு நிறுத்தி வைக்கப்பட்டிருந்த வண்டியை நோக்கி வரிசையாகச் சென்றார்கள். அதன் பிறகு டஜன், டஜனாகக் குழந்தைகள் வெளியே வந்து கொண்டிருப்பதைப் பார்த்த கானரின் அதிகாரிகளுக்கு அப்போதுதான் நிலைமையின் தீவிரம் புரியவந்தது.

ஒரு காவல்துறை அதிகாரி ஃப்ரெட் ஷட்ல்ஸ்வொர்த்தை பார்த்து, 'ஹாய், ஃப்ரெட், இன்னும் எவ்வளவு பேர் இருக்கிறார்கள்?' என்று கேட்டார்.

'குறைந்தபட்சம் இன்னுமொரு ஆயிரம் பேர்' என்று பதிலளித்தார்.

'கடவுளே" என்றார் அதிகாரி.

அந்த நாள் முடிவடையும் வேளையில் கிட்டத்தட்ட 600 குழந்தைகள் சிறைச்சாலையில் அடைக்கப்பட்டனர்.

அடுத்த நாள் வெள்ளிக்கிழமை இரட்டை 'டி டே' (Double D-Day) யாக அமைந்தது. அன்று கிட்டத்தட்ட 1500 குழந்தைகள் வகுப்புகளைப் புறக்கணித்து விட்டு 16வது

தெருவில் உள்ள பாப்டிஸ்டை நோக்கி வந்தார்கள். ஒரு மணிக்கு அவர்கள் தேவாலயத்திலிருந்து வரிசையாக வெளியே வர ஆரம்பித்தனர். கெல்லி இங்க்ராம் பார்க்கைச் சுற்றியிருந்த தெருக்கள் எல்லாம் காவல் துறையினராலும், தீயணைப்புப் படையினராலும் தடுப்பரண் கொண்டு மூடப்பட்டது. தீயணைப்புப் படையினர் ஏன் அந்த இடத்திற்கு அழைக்கப்பட்டார்கள் என்பதில் ஒன்றும் மர்மம் இல்லை. தீயணைப்பு வண்டிகளில் அதிகச் சக்தியுடன் பீச்சியடிக்கக்கூடிய தண்ணீர் பீரங்கிகள் உள்ளன. நாஜி ஜெர்மனியின் ஆரம்பகாலமான 1930களில் கூட்டத்தைக் கட்டுப்படுத்துவதற்குத் தீயணைப்புப் படைதான் உபயோகிக்கப்பட்டதாம். ப்ரிமிங்ஹாம் காவல் படையை விடப் போராட்டக்காரர்களின் எண்ணிக்கை அதிகமானால் இந்தத் தண்ணீர் பீரங்கியை அவர்கள் பக்கம் திருப்ப கானரைத் தூண்டும் என்பது வாக்கருக்குத் தெரியும். அவர் கானர் அந்தத் தண்ணீர் குழாயைக் கூட்டத்தின் மீது திருப்ப வேண்டும் என விரும்பினார். ‘அப்போது ப்ரிமிங்ஹாமில் வெப்பம் அதிகமாக இருந்தது’ என்று விளக்கிச் சொன்னவர் மேலும் பேவலிடம், “ஊர்வலம் நடக்கிறபடி நடக்கட்டும், தீயணைப்பு வீரர்கள் தங்கள் நிதானத்தை இழக்கும் வரை வெளியே வெயிலில் உட்கார்ந்திருக்கட்டும்” என்று கூறியதாகவும் சொன்னார்.

நாய்கள்? நகரத்திலிருந்து கே 9 பட்டாளத்தையும் உபயோகப்படுத்த வேண்டுமென்று கானருக்கு ஒரே அரிப்பு. அவர் இதற்கு முன்னதாக வசந்த காலத்தில் தனது பேச்சின் போது சமூக உரிமை ஆர்ப்பாட்டக்காரர்களைக் கட்டுப்படுத்த

காவல் துறையிடமிருக்கிற 100 ஜெர்மன் ஷெப்பர்ட் நாய்களை அவர்கள் மீது ஏவி விட வேண்டும் என்று உறுதியெடுத்திருந்தார். 'நாய்கள் தங்கள் வேலையை எப்படிச் செய்கின்றன என்பதை அவர்கள் பார்க்க வேண்டும்" என்று உறுமினார். அப்போது கெல்லி இங்க்ராம் பார்க்கில் நிலைமை கட்டுங்கடங்காமல் சென்று கொண்டிருந்தது அதை விட வாக்கருக்கு வேறென்ன சந்தோஷம் வேண்டும். குழந்தைகள் தெருவில் ஊர்வலமாகச் சென்று கொண்டிருந்தனர். அவர்கள் மீது ஜெர்மன் ஷெப்பர்டுகளை ஏவிவிடக் கானர் விரும்புகிறார்? குழந்தையின் மீது நாய்ப் பாய்வதாக யாராவது புகைப்படம் வெளியிட்டால் எப்படியிருக்கும் என்று கிங் முகாமில் இருந்த ஒவ்வொருவரும் அறிந்திருந்தார்கள்.

குழந்தைகள் அருகில் வந்து கொண்டிருப்பதைக் கவனித்துக் கொண்டிருந்த கானர் அவர்களைப் பார்த்து 'யாரும் கடந்து செல்லாதீர்கள்" என்றார். 'நீங்கள் யாரும் இதற்கு மேலும் வந்தால் உங்கள் மீது தண்ணீர் குழாயைத் திருப்பிவிட வேண்டிவரும்' என்று கூறினார். கானரின் சிறைக் கூடமெல்லாம் நிரம்பி விட்டது. அவரால் யாரையும் கைது செய்ய முடியாது. அப்படியே கைது செய்தாலும் அவர்களை வைப்பதற்குச் சிறையில் இடமில்லை. தீயணைப்பு வீரர்கள் தயங்கினர். அவர்களுக்குக் கூட்டத்தைக் கட்டுப்படுத்திப் பழக்கமில்லை. கானர் தீயணைப்புத் துறை அதிகாரி பக்கம் திரும்பி, 'அவர்கள் மேல் திருப்புங்கள் அல்லது வீட்டிற்குப் போங்கள்' என்றார். தீயணைப்புப் படையினர் வால்வைத் திருப்பி அதிகச் சக்தியுடன் வந்த தண்ணீரை பாய்ச்சி அடித்தனர். குழந்தைகள் ஒருவரை ஒருவர் கட்டிக் கொண்டு பரந்து கிடந்த பின்பக்கம் நோக்கிச் சென்றனர். அதிகச் சக்தியுடன் பீச்சியடிக்கப்பட்ட தண்ணீர் சிலருடைய உடைகளை உடம்பிலிருந்து அகற்றியது, மற்றவர்களைச் சுவர் மற்றும் வாசலை நோக்கித் தள்ளியது.

தேவாலயத்தில் வாக்கர் பார்க்கின் இன்னொரு பக்கத்தை நோக்கி குழந்தைகளைத் தள்ளி அங்கிருந்த இன்னொரு முகப்பை திறந்தார். கானரிடம் ட்ரக் எதுவுமில்லை. ஆனால் ஆர்ப்பாட்டக்காரர்கள் யாரும் ப்ரிமிங்ஹாமில் வெள்ளை யினத்தவர்கள் வசித்து வரும் பகுதிக்கு வர அனுமதிக்கக்கூடாது என்பதில் உறுதியாக இருந்தார். கே9 ஐ சேர்ந்த 8 பிரிவுகளையும் நாய்களுடன் அங்கு வருமாறு கட்டளையிட்டார். 'நீ ஏன் வயதான 'டைகரை' கொண்டு வந்தாய்? என்று ஒரு அதிகாரியைப் பார்த்துக் கத்தினார். 'நீ ஏன் கொடூரமான நாயை கூட்டிவரவில்லை இதைப் பார்த்தால் அப்படித் தெரியவில்லை! என்றார். குழந்தைகள் நெருங்கிக் கொண்டிருந்தனர். ஜெர்மன் ஷெப்பர்ட்

ஒரு சிறுவன் மேல் பாய்ந்தது. அவன் ஒரு பக்கமாகச் சாய்ந்தான், அவன் கைகள் பக்கவாட்டில் இருந்தன, அது அவன் "நான் இங்குதான் இருக்கிறேன், என்னை எடுத்துக் கொள்' என்று சொல்வது போல இருந்தது. சனிக்கிழமை நாட்டில் உள்ள ஒவ்வொரு பத்திரிகையின் முதல் பக்கத்திலும் அந்தப் படம் தான் வெளியாகியிருந்தது.

6

வாயட் வாக்கரின் நடவடிக்கை உங்களைச் சங்கடத்தில் ஆழ்த்துகிறதா? ஜேம்ஸ் ஃபார்மன் என்பவர் அந்தக் காலகட்டத்தில் சிவில் உரிமை இயக்கத்தில் மிகவும் முக்கியமான நபர். இவர் கானர் கே 9 பிரிவை ஆர்ப்பாட்டக்காரர்கள் மீது ஏவி விட்ட போது வாக்கருடன் கூட இருந்தார். இது பற்றி ஃபார்மன், 'அந்த நேரத்தில் வாக்கர் மகிழ்ச்சியில் துள்ளி குதித்துக் கொண்டே நமக்கு ஒரு இயக்கம் கிடைத்துவிட்டது, காவல் துறையின்

---

*"அப்பாவி மனிதர்களின் மீது காவல்துறை நடந்து கொண்டது மிகவும் இறுக்கமானதாகவும், கொடூரமானதாகவும், அதனால் மகிழ்ச்சி அடைந்தது போலவும் தோற்றமளித்தது. அது எந்த நோக்கத்திற்குப் பயன்படுத்தப்பட்டிருந்தாலும் சரி" என ஃபார்மன் எழுதினார்.

அராஜகமும் அதோடு சேர்ந்து விட்டது" என்று கூறினார். இதைக் கேட்ட ஃபார்மன் அதிர்ச்சியடைந்தார். இவையெல்லாம் ப்ரிமிங்ஹாமில் அபாயத்தை உருவாக்கும் என்று வாக்கருக்குத் தெரியும். போலியாக எல்லோரையும் கிங் புகழ்ந்து பேசும் போது அந்த அறையில் இவரும் இருந்தார். காவல் துறையைச் சேர்ந்த நாய்கள் ஆர்ப்பாட்டக்காரர்களைத் தாக்கும் போது இவரால் எப்படித் துள்ளிக் குதிக்க முடிகிறது?*

டிடே க்கு பிறகு கிங்கும், வாக்கரும் அனைத்துத் தரப்பிலிருந்தும் கண்டன முழக்கங்களைக் 'கேட்கும்படி' ஆயிற்று. ஆர்ப்பாட்டக்காரர்களின் கைதை செயல்படுத்திக் கொண்டிருந்த நீதிபதி, 'குழந்தைகளைத் தவறான முறையில் வழிநடத்தி ஊர்வலத்தில் ஈடுபடச் செய்தவர்களைச் சிறையிலடைக்க வேண்டும்' என்றார். அமெரிக்கக் காங்கிரஸில் அலபாமாவைச் சேர்ந்த உறுப்பினர் ஒருவர் குழந்தைகளைப் பயன்படுத்தியது பெருந்த 'வெட்கக்கேட்டான' விஷயம் என்றார். ப்ரிமிங்ஹாம் மேயர் குழந்தைகளைக் 'கருவிகளாக' பயன்படுத்திய 'பொறுப்பற்ற, சிந்திக்கத் தெரியாத போராட்டக்காரகளுக்கு' கண்டனம் தெரிவித்தார். மால்கம் X கருப்பினத்தைச் சேர்ந்த இவரும் ஒரு ஆர்வலர், கிங்கை விடப் பல மடங்கு தீவிரவாத கருத்துக்கள் கொண்டவர் 'உண்மையான மனிதர்கள் யாரும் குழந்தைகளைத் துப்பாக்கிச் சூட்டுக்கு முன்னால் நிறுத்தி வைக்க மாட்டார்கள்" என்றார். கிங் "சண்டையில் உட்புகாமல் ஓரத்தில் நின்று ஊடாடும் முறைமையையும், அபாயகரமான செயலையும்' கண்டித்து நியூயார்க் டைம்ஸ் தலையங்கம் எழுதியிருந்தது. குழந்தைகளை ஒரு 'அதிர்ச்சி துருப்பாக' பயன்படுத்துவதாக டைம் பத்திரிகை கிங்கை திட்டி எழுதியிருந்தது. யு எஸ் அட்டர்னி ஜெனரல் ராபர்ட் எஃப் கென்னடி, "தெருவோர ஆர்பாட்டங்களில் பள்ளிக் குழந்தைகளை ஈடுபடுத்துவது மிகவும் ஆபத்தான செயல் என்றவர் மேலும், குழந்தைகள் காயமடைவது, உடல் உறுப்புகளை இழந்து நிற்பது அல்லது இறப்பது போன்றவற்றிற்கு நம்மால் விலை கொடுக்க முடியாது' என்றார்.*

---

*குழந்தைகளை தனது போராட்டத்துக்குப் பயன்படுத்துவதற்கு ஒத்துக் கொள்வதற்கு முன்பாக நன்றாக சிந்தித்திருக்கக்கூடும். அவர் ஜேம்ஸ் பாவெலிடமும் இது பற்றி பேசியிருக்கக்கூடும். தேவாலயத்தோடு இணைந்திருப்பவர்கள் தமது வாழ்க்கைக்கும், ஆத்மாவுக்கும் மிக முக்கியமானதாக இருக்கக்கூடிய விஷயங்கள் சம்பந்தமாக போராடக்கூடியவர்களாகவும், முடிவெடுக்கக் கூடியவர்களாகவும் தான் இருப்பார்கள் என அவர்கள் ஒரு முடிவுக்கு வந்திருந்தனர். பாப்டிஸ்ட் பாரம்பரியத்தின் படி, ஒருவர் பள்ளி செல்லக்கூடிய வயதிலிருக்கும் போதே தேவாலயத்தில் உறுப்பினராகச் சேரமுடியும். இதிலிருந்து ஆறு அல்லது ஏழு வயதுள்ள குழந்தைகளை பில் கானருக்கு எதிராகப் பயன்படுத்த கிங்கின் ஒப்புதலை வாங்கியிருக்கலாம் எனத் தெரிகிறது.

குழந்தைகள் ஆர்ப்பாட்டம் முடிந்த இரண்டு நாட்களுக்குப் பிறகு, வெள்ளிக்கிழமை இரவு, 16ஆவது தெருவில் உள்ள பாப்டிஸ்ட் தேவாலயத்தில் கடந்த இரண்டு நாட்களாகக் கைதான குழந்தைகளின் பெற்றோர்களிடம் கிங் பேசினார். ப்ரிமிங்ஹாமில் கருப்பினத்தைச் சேர்ந்தவராக இருப்பவர் படும் அவமானமும், இந்தப் போராட்டத்தில் ஈடுபடக்கூடிய அபாயம் பற்றியும் அவர்களுக்குத் தெரிந்திருந்தது. " எகிப்தில் உள்ள மெம்ஃபிஸ் (Memphis) வரை கூட அவர் வரத் தயாரென்று யேசு கூறியதாகக் கூறினார்". புல் கானெரின் சிறையில் அவர்களுடைய குழந்தைகள் அடைக்கப்பட்டுத் துன்பப்பட்டுக் கொண்டிருப்பது குறித்த அவர்களது உணர்வுகள் எப்படியிருக்குமென்று உங்களால் கற்பனை செய்து பார்க்கமுடியுமா? கிங் முன்னெடுத்து அந்தச் சூழ்நிலையைச் சகஜமாக்க முயற்சித்தார். "அவர்கள் தண்ணீரில் நின்றதுடன் அல்லாமல் தண்ணீருக்கு கீழும் சென்றார்கள்' என்றார். 'நாய்கள்? நான் வளர்ந்து வரும் போது ஒரு முறை என்னை ஒரு நாய் கடித்துவிட்டதுஞ். காரணம் எதுவுமில்லை. எனவே, சுதந்தரத்துக்காகப் போராடும் போது நாய் கடிபட்டால் பரவாயில்லை!" என்றும் கூறினார்.

பெற்றோர்களில் யாராவது இந்தக் காரணத்தை ஏற்றுக் கொண்டார்களா என்று சரியாகத் தெரியவில்லை. கிங், 'உங்களுடைய மகள்களும், மகன்களும் சிறைச்சாலையில் இருக்கிறார்கள்ஞ். அவர்களைப் பற்றி நீங்கள் கவலைப்பட வேண்டாம்ஞ்.அவர்கள் எதை நம்புகிறார்களோ அதற்காகச் கஷ்டப்படுகிறார்கள்,

இந்தத் தேசத்தைச் சிறந்தவொரு தேசமாக்குவதற்காக அவர்கள் கஷ்டப்பட்டுக் கொண்டிருக்கிறார்கள்" என்றார். அவர்களைப் பற்றிக் கவலைப்பட வேண்டாமா? டெய்லர் ப்ரான்ச் அப்போது பரவிய சில வதந்திகள் உண்மையானதும், பொய்யானதும் எலிகள், அடித்தல், கல்லாலான படுக்கைகள், நிரம்பி வழியும் கழிப்பறைகள், சிறைக்கூடத் தாக்குதல்கள், பாலியல் நோய் இருக்கிறதா எனப் பரிசோதிக்கக் கொடூரமான சோதனை" பற்றி எழுதியிருந்தார். எட்டு பேர் இருக்க வேண்டிய சிறைக் கொட்டிலில் 75/80 குழந்தைகள் அடைக்கப்பட்டிருந்தனர். சிலரை அரசாங்க மைதானத்திற்கு மாற்றியிருந்தனர். குத்துக் கட்டைகளை இணைத்து நிறுத்தி அமைத்த தற்காலிக அரணுக்குள் இருந்த அவர்களுக்குச் சரியான உணவோ அல்லது தண்ணீரோ கொடுக்காமல் கொட்டும் மழையில் வைக்கப்பட்டிருந்தனர். இதற்குக் கிங்கின் பதில்ஞ்? "தினசரி வாழ்க்கையில் ஏற்படக்கூடிய சீர்கேட்டிலிருந்து அவர்கள் மீண்டெழுவதற்குச் சிறைச்சாலை உதவும்' என்று உவகையுடன் கிங் கூறினார். 'அவர்களுக்குப் படிக்கப் புத்தகங்கள் எதுவும் வேண்டுமெனில், நாங்கள் ஏற்பாடு செய்கிறோம். நான் ஒவ்வொரு தடவையும் சிறைக்குச் செல்லும் போது அங்குப் புத்தகம் படிப்பதுண்டு' என்றும் கூறினார்.

வாக்கரும், கிங்கும் ஜெர்மன் ஷெப்பர்ட் ஒரு பையனின் மேல் தாவிய மாதிரி இருந்த புகைப்படத்தை ஒரு மாதிரியாக 'அமைப்பதற்கு' முயற்சி செய்தனர். அந்த மாதிரி கொண்டு வருவதற்கு அவர்கள் கடினமானதும், சந்தேகத்துக்குரியதுமான ஒரு விளையாட்டு விளையாட வேண்டியிருந்தது. அவர்களிடம் இருந்ததை விட நூற்றுகணக்கான விதத்தில் ஆதரவு இருப்பதாகப் புல் கானருக்கு பாசாங்கு காட்டினார்கள். கானர் ஆர்ப்பாட்டக்காரர்கள் மீது நாயை ஏவி விட்ட போது அதைப் பார்த்து அதிர்ச்சியடைவது போலப் பத்திரிகைக்காரர்கள் முன்னால் பாசாங்கு செய்தார்கள் ஆனால் அதே சமயம் அவர்கள் மூடிய அறைக்குள் இருந்து கொண்டு சந்தோஷத்துடன் துள்ளிக் குதித்தனர். பீரங்கிக்குத் தீவனம் போலப் பயன்படுத்தப்பட்ட குழந்தைகளின் பெற்றோர்களுக்கு முன்னால் புல் கானரின் சிறைச்சாலை அவர்களுடைய குழந்தைகள் படிப்பதற்கு நல்ல இடம் என்று சொல்லி பாசாங்கு செய்தார்கள்.

ஆனால், இதைப் பார்த்து நாமெல்லாம் அதிர்ச்சியடையக் கூடாது. வாக்கரிடமும், கிங்கிடமும் வேறென்ன மாற்றுத் தெரிவுகள் இருந்தன? பாரம்பரியமான ஆமை, முயல் கதையில், மேற்கில் உள்ள பள்ளிக்கூடக் குழந்தைகளிடமெல்லாம், ஆமை முயலை தனது விடாப்பிடியினாலும், முயற்சியாலும் வென்றதாகத்தான் சொல்லி வந்திருக்கிறோம். மெதுவானதும், சீரானதும் பந்தயத்தில்

வெல்ல உதவும் எனவும் சொல்லி வந்திருக்கிறோம். ஆமையும் முயலும் ஒரே விதிகளின் அடிப்படையில் விளையாடும் பட்சத்தில், அவரவர் முயற்சிக்கு பரிசு கிடைக்கும் பட்சத்தில் இது மிகவும் சரியானதும், சக்திமிக்கப் படிப்பினையும் ஆகும். நியாயமற்ற உலகில் 1963 ஆம் ஆண்டு ப்ரிமிங்ஹாமில் அனைத்தும் நியாயமான முறையில் நடந்தது என்று யாரும் சொல்லவில்லை டெராபின் தனது உறவினர்களைத் தடகள மைதானத்தில் அங்கங்கே நிறுத்தி வைத்திருந்தது. தந்திரக்காரர் இயற்கையாகவே தந்திரக்காரராக இருப்பதில்லை. தேவையின் காரணமாக அவர்கள் தந்திரக்காரராக ஆகி விடுகிறார். இதற்குப் பிறகு இரண்டு வருடங்கள் கழித்து அலபாமாவில் உள்ள செல்மாவில் நடந்த மிகப் பெரிய சமூக உரிமை போராட்டத்தின் போது லைஃ பத்திரிகையைச் சேர்ந்த புகைப்படக்காரர் தனது கேமாராவை கீழே வைத்து விட்டு காவல் துறை அதிகாரிகளால் உதைக்கப்பட்டுக் கொண்டிருந்த குழந்தைகளைப் பாதுகாப்பதற்காக வந்தார். அதற்குப் பிறகு அவரைக் கிங் கடிந்து கொண்டார். ‘நீங்கள் இதைப் புகைப்படம் எடுக்காததால் உலகத்திற்கு இந்தக் கொடுமை தெரியாமல் போய்விட்டது. என்னை இரக்கமற்றவன் என நினைக்க வேண்டாம். ஆனால், குழந்தைகள் உதைக்கப்படுவதை நீங்கள் புகைப்படம் எடுக்க வேண்டுமே ஒழிய அவர்களோடு ஒருவராகச் சேர்ந்து கொள்ளக் கூடாது’ என்றார். அவருக்கு அந்தப் புகைப்படம் தேவையாக இருந்தது.

குழந்தைகளை ஆர்பாட்டத்திற்கென்று உபயோகப்படுத்துவது குறித்து ஃப்ரெட் ஷட்ல்ஸ்வொர்த் உதிர்த்த முத்து, 'நம்மிடம் என்ன இருக்கிறதோ அதைத்தான் நாம் பயன்படுத்த வேண்டும்" என்பதுதான்.

டிஸ்லெக்சியால் பாதிக்கப்பட்டவர்கள் வெற்றி பெற வேண்டுமெனில் அவர்களின் நிலையும் இதுதான். இது 'மனதுக்கு ஒவ்வாத' ஒன்றின் ஒரு பகுதி. கேரி கோன் தனக்கு ஆப்ஷன் ட்ரேடிங் பற்றித் தெரியும் என்று பாசாங்கு பண்ணிக் கொண்டு டாக்ஸியில் ஏறினார். டிஸ்லெக்சியா குறையிருந்தும் வெற்றி பெற்றவர்களில் எத்தனை பேர் இந்த மாதிரியான தருணத்தைத் தங்கள் பணிகாலத்தில் பார்த்திருப்பார்கள். ப்ரையன் க்ரேஸர், ஹாலிவுட் தயாரிப்பாளர், தனது கல்லூரிப் படிப்பு முடிந்தவுடன் வார்னர் பிரதர்ஸ் நிறுவனத்தில் மூன்று மாத காலத்திற்குப் பயிற்சியாளராகச் சேர்ந்தார். அவர் தன்னைத் தானே உத்வேகப்படுத்திக் கொண்டார். "இரண்டு உதவியாளர்களுடன் ஒரு பெரிய அலுவலகத்தில் இருந்தேன். எனது மூத்த அதிகாரி ஜாக் வார்னரிடம் வேலை செய்தவர். அவர் தனது கடைசிக் காலத்தை அங்குத் தள்ளிக் கொண்டிருந்தார். அவர் ஒரு மிகச் சிறந்த மனிதர். அங்கிருந்த அலுவலக அறை மிகச் சிறப்பாக இருந்தது. அவரிடம் நான், 'அதை நான் உபயோகப்படுத்திக் கொள்ள முடியுமா?" என்று கேட்டேன் நான் இப்போது இருக்கும் அறையை விட அது பெரியது அவரும், 'உபயோகப்படுத்திக் கொள்" என்று கூறினார். அதன் பின் அது பிரென் க்ரேஸரின் அறையாகவே ஆகிவிட்டது. ஒரு நாளைக்கான எட்டு மணி நேர வேலையை என்னால் ஒரு மணி நேரத்தில் செய்ய முடிந்தது. எனது அலுவலகத்தையும் நான் இருக்கக் கூடிய நிலையையும் பயன்படுத்தி அனைத்துவிதமாகச் சட்ட ஒப்பந்தங்கள், வியாபார ஒப்பந்தங்கள், வார்னர் பிரதர்ஸிடம் ஒப்படைக்கப்பட்ட அனைத்தையும் அது ஏன் அனுமதிக்கப்பட்டது, என்னவெல்லாம் ஆலோசனை செய்தார்கள் என்னால் அணுக முடிந்தது. திரைப்படம் பற்றி அனைத்து விஷயங்களையும் அறிந்து கொள்ள நான் அந்த ஒரு வருடத்தைப் பயன்படுத்திக் கொண்டேன். ஒவ்வொரு நாளும் யாரையாவது ஒருவரைக் கூப்பிட்டு, 'நான் ப்ரென் க்ரேஸர், வார்னர் பிரதர்ஸில் வேலை செய்கிறேன். உங்களைச் சந்திக்க வேண்டும்' என்று சொல்வேன்.

இறுதியாக அவர் வேலையிலிருந்து நீக்கப்பட்டார். ஆனால் அதற்குள்ளாக, மூன்று மாத பயிற்சி காலத்தை ஏறக்குறைய ஒரு வருடத்திற்கு நீட்டித்துக் கொண்டார். அதோடு தனது இரண்டு யோசனைகளைத் தலா *5000* டாலர்களுக்கு என் பி சிக்கு விற்றிருந்தார்.

கற்றுக் கொள்வதில் குறை உள்ளவர்களுமான க்ரேஸரும் கோனும் தந்திரம் செய்தார்கள். தங்களுக்கு வாய்ப்பு இருக்காது என்று மூடப்பட்ட தொழிலில் அவர்கள் மள மளவென்று முன்னேறினார்கள். டாக்ஸியில் உட்கார்ந்திருந்தவர், தனக்கு ஆப்ஷன் ட்ரேட் தெரியவில்லையென்றால் வேறு யாருக்குத் தெரியும் என்று துணிச்சலாகப் பொய் சொல்லக்கூடிய எவரும் இல்லை என அனுமானித்துக் கொண்டார். இது போல வார்னர் பிரதர்ஸ் அலுவலகத்திலிருந்து ப்ரைன் க்ரேஸர் அழைத்த போது, அவர்களுக்கு அவர் அந்த அலுவகத்தின் குமாஸ்தாவாகத்தான் பேசுகிறார் என யாரும் உணரவில்லை. அவர்கள் செய்த 'சரியில்லை', குழந்தைகளைக் காவல் துறை நாய்களுக்கு எதிராக அனுப்பிய 'சரியில்லை' தான். ஆனால் நாம் நினைவில் வைத்துக்கொள்ள வேண்டியது என்னவென்றால், 'சரி' என்பதற்கான வரையறையை நாம் பெரும்பாலும் நிர்வாகத்தில் தனிச்சலுகை பெற்றவர்கள் என்ன காரணம் சொல்லி மற்றவர்களைப் புரந்தள்ளுகிறார்களோ அவற்றிலிருந்துதான் வகுத்துக்கொள்கிறோம். டேவிட் இழப்பதற்கு எதுவுமில்லை, அவனிடம் இழப்பதற்கு எதுவுமில்லை என்பதற்காக மற்றவர்கள் வகுத்த விதிகளை ஏற்றுக் கொள்ளாமல் இருப்பதற்கு அவனுக்குச் சுதந்திரம் இருக்கிறது. மற்றவர்களைப் போல அல்லாமால் கொஞ்சம் வித்தியாசமாகச் சிந்திக்கக்கூடிய மூளையைக் கொண்டவர்கள் ஆப்ஷன் ட்ரேடர்களாகவும், ஹாலிவுட் தயாரிப்பாளர்களாகவும் ஆகிறார்கள். அது போல மிகவும் குறைந்த எண்ணிக்கையைக் கொண்ட ஆர்ப்பாட்டக்காரர்கள் தங்களது வித்தியாசமான யோசனையை மட்டுமே மூலதனமாகக் கொண்டவர்கள் புல் கானர் போன்றவர்களை எதிர்த்து நின்றனர்.

' உலகத்திலேயே வேகமாக ஓடக்கூடிய மிருகம் என்று இன்னும் என்னைத்தான் நான் நினைக்கிறேன்' என்று மனங்குழம்பிய மான் புகார் செய்தது. உலகத்தில் நடக்கும் எந்தப் போட்டியிலும் அதைக் கலந்து கொள்ள விடாமல் அகற்றுவதற்கு டெராபின் ஏதோ ஒரு காரியம் செய்தது. "ஒரு வேளை நீ வறட்டுத்தனமாகப் போட்டி யிட்டிருப்பாய் போலும். நான் . சமயோசித சிந்தனையால்தான் வென்றேன் " என்றது டெராபின் ஆமை.

7

பில் ஹட்சன் எடுத்த அந்தப் பிரபல புகைப்படத்தில் இருக்கும் அந்தச் சிறுவனின் பெயர் வால்ட்டர் கேட்ஸ்டென். அவன் ப்ரிமிங்ஹாமில் உள்ள பார்க்கர் உயர்நிலைப் பள்ளியில் இரண்டாமாண்டு மாணவன். ஆறடி உயரம், பதினைந்து வயது. அவன் ஆர்ப்பாட்டத்தில் கலந்து கொண்டவன் இல்லை. அவன் கூட்டத்தை வேடிக்கை பார்க்க வந்தவன். அவன் மிகவும் பழமையை விரும்பும் கருப்பினக் குடும்பத்தைச் சேர்ந்தவன். அவர்களுக்குச் சொந்தமாக இரண்டு பத்திரிகைகள் ப்ரிமிங்ஹாமிலும், அட்லான்டாவிலும் இருந்தது. அப்பத்திரிகை கிங்குக்கு எதிரான செய்தியை வெளியிட்டு வந்தன. கேட்ஸ்டென் கெல்லி இங்க்ராம் பார்க்கில் நடைபெறவிருக்கும் ஆர்ப்பாட்டத்தைப் பார்ப்பதற்காகச் சம்பவதன்று மதியம் பள்ளிக்கூடத்திலிருந்து கிளம்பினான்.

அந்தப் புகைப்படத்தில் இருக்கும் அதிகாரி டிக் மிடில்டன். அவர் மிகவும் எளிமையானவரும், ஒதுங்கியே இருக்கும் குணமும் கொண்டவர். கே 9 படையைச் சேர்ந்தவர்கள்

பற்றி மெக்வோர்ட்டர், 'இவர்கள் நேரடியாக எதையும் சந்திக்கக்கூடியவர்கள். நாயைக் கையாள்பவர்கள் யாரும் இனச் சிந்தனையாளர்கள் இல்லை' என்று எழுதினார். நாயின் பெயர் லியோ.

இப்போது இப்படத்தின் பின்னனியில் சுற்றி நிற்கும் பார்வையாளர்களைப் பாருங்கள். அவர்கள் ஆச்சரியப்படுகிறார்களா அல்லது பயப்படுகிறார்களா? இரண்டும் இல்லை. அடுத்து மிடில்டன் கையிலிருக்கு நாயின் தோல்வாரைப் பாருங்கள். அது மிகவும் விறைப்பாக இருக்கிறது, மிடில்டன் லியோவை அடக்க முயற்சிக்கிறார். கேட்ஸ்டென்னின் இடது கையைப் பாருங்கள், அவன் மிடில்டன் கையின் முன் பகுதியை பிடித்திருக்கிறான். அவனுடைய இடது காலைப் பாருங்கள். அவன் லியோவை எட்டி உதைக்கிறான் இல்லையா? இந்தச் சம்பவத்துக்குப் பின் கேட்ஸ்டென், நான் நாய்களின் மத்தியில் வளர்ந்தவன். எனவே நாய்களிடமிருந்து எப்படிப் பாதுகாத்துக் கொள்ள வேண்டுமென்று கற்றுக் கொடுக்கப்பட்டிருக்கிறேன். அதனால் தான் "நாயின் தலைக்கு மேல் எனது முழங்காலை தானாகவே தூக்கினேன்' என்றான். கேட்ஸ்டென் ஒன்றும் தியாகி இல்லை, தன்னை முன்னால் தள்ளி, 'இங்கேதான் இருக்கிறேன், என்னை எடுத்துக் கொள்' என்று பதற்றமின்றிச் சொல்வது போல் அது இருந்தது. அவன் மிகவும் பலம் கொண்ட மட்டும் அடிப்பதற்குத் தன்னை நிலைப் படுத்திக் கொள்ளும் பொருட்டு மிடில்டன்னின் கையைப் பிடித்துக் கொண்டான். இந்த நிகழ்வுக்குப் பிறகு, லியோவினுடைய தாடையை அவன் உடைத்துவிட்டான் என ஆர்ப்பாட்டம் நடந்த இடத்தைச்

சுற்றிலும் இருந்தவர்கள் பேசிக் கொண்டிருந்திருக்கிறார்கள். உண்மையில் உலகத்தினர் என்ன நினைத்திருந்தார்களோ அது போன்றது இல்லை ஹட்சனின் புகைப்படம். இது ப்ரெர் ராபிட் தந்திரம் கொஞ்சம் இருந்திருக்கிறது.

உங்களிடம் என்ன இருக்கிறதோ அதைத்தான் நீங்கள் பயன்படுத்த வேண்டும்.

இருபது வருடங்களுக்குப் பிறகு, 'நிச்சயமாக, நாயால் மக்கள் கடி பட்டிருக்கிறார்கள். குறைந்தது இரண்டு அல்லது மூன்று பேர் இருக்கலாம். ஆனால், ஒரு படம் ஆயிரம் சொற்களுக்குச் சமம்' என்று வாக்கர் கூறினார்.*

---

*கானரின் தண்ணீர் பீரங்கிகளின் தாக்குதலுக்கு உள்ளான போராட்டக்காரர்களின் பிரபலமான புகைப்படங்கள் குறித்தும் வாக்கர் இதே மாதிரி கூறினார். புகைப்படத்தில் காணப்படும் மக்கள் கேட்ஸ்டன் போல பார்வையாளர்கள் தானே தவிர போராட்டக்காரர்கள் இல்லை என்றும் கூறினார். வசந்தகாலத்தில் ஈரப்பதம் அதிகமிருக்கும் ப்ரிமிங்ஹாமில் பாப்டிஸ்ட் தேவாலயம் இருக்கக்கூடிய 16ஆவது தெருவில் அவர்கள் பிற்பகல் முழுவதும் நின்று கொண்டிருந்தார்கள். அவர்கள் பார்க்கில் நிழலாக இருந்த பகுதியில் ஒன்று கூடினார்கள். அப்போது தீயணைப்பு வீரர்கள் பார்க்கின் இரண்டு மூலைகளிலும் தண்ணீர் குழாயைச் செருகினார்கள். ஒன்று ஐந்தாவது தெருவில் இருந்தது. இன்னொன்று பதினாறாவது தெருவில் இருந்தது.

அப்போது மக்களின் மனநிலை 'ரோமன் ஹாலிடே' போல ஒரு 'பண்டிகை'க்கான சந்தோஷத்தில் இருந்தது. அங்கிருந்த பார்வையாளர்களில் யாரும் கோபம் கொண்டிருந்ததாகத் தெரியவில்லை. அவர்கள் நீண்ட நேரம் காத்திருந்தார்கள், லேசாக இருட்ட ஆரம்பித்தது. அப்போது அவர்கள் ஒரு கல்லை விட்டெறிந்தனர், அப்படிச் செய்தால் தண்ணீர் ட்யூபை தங்கள் பக்கம் திருப்புவார்கள் என்று அவர்களுக்குத் தெரியும். ஏனெனில் அவர்கள் அதற்கு முன்பிருந்தே 'தண்ணீர் ட்யூபை எங்கள் பக்கம் திருப்பு, தண்ணீர் ட்யூபை எங்கள் பக்கம் திருப்பு, என சத்தம் போட்டுக் கொண்டிருந்தனர். கல்லை விட்டெறிந்தவுடன் கானர் அவர்களை நோக்கி ட்யூபை திருப்பினார். ட்யூபிலிருந்து அவர் மேல் பீச்சியடித்தத் தண்ணீரில் அவர்கள் டான்ஸ் ஆடிக்கொண்டும், விளையாடிக் கொண்டும் இருந்தனர். அவர்கள் எல்லோரும் கைகோர்த்தபடி நின்று கொண்டிருந்த புகைப்படம் பிரபலமானதாகும். அதில் பலர் தண்ணீர் பீச்சியடித்ததில் கீழே விழுந்து கிடந்தனர். அவர்கள் எழுந்து மீண்டும் நடைபாதையை நோக்கிச் சென்றனர். அதன்பின் அவர்கள் இன்னொரு மூலையிலிருந்து தண்ணீர் ட்யூபை எடுத்துவந்தனர். அன்றைக்கு அவர்களுக்கு அது ஒரு விடுமுறை தினம் போல இருந்தது. இப்படி இது இரண்டு மணி நேரத்திற்குத் தொடர்ந்தது. உண்மையிலேயே இது ஒரு கேளிக்கைதான். நல்ல உணர்வுடனும், நகைச்சுவையாகவும் இருந்தது. நீக்ரோக்களிடத்தில் கூட இது மோசமான எதிர்வினையை ஏற்படுத்தவில்லை. அதுவே உணர்வில் ஏற்படக்கூடிய மாற்றமாக எனக்குப்பட்டது. ஒரு முறை காவல்துறையினர் முன்பும், தண்ணீர் பீச்சியடிக்கும் போதும் நீக்ரோக்கள் பயந்திருந்தனர். ஆனால் இங்கே அவர்கள் இந்த இரண்டையும் முழுவதுமாக அலட்சியம் செய்தனர். அதோடு ஒரு கேளிக்கையாகவும் எடுத்துக் கொண்டனர்.

பகுதி 3 : அதிகார வரம்பு

நான் திரும்பிக்கொண்டு சூரியனுக்குக் கீழே கண்டதாவது: ஓடுவதற்கு வேகமுள்ளவர்களின் வேகமும், யுத்தத்துக்குப் பலமானவர்களின் பலமும் போதாது; பிழைப்புக்கு ஞானமுள்ளவர்களின் ஞானமும் போதாது; ஐஸ்வரியம் அடைவதற்குப் புத்திமான்களின் புத்தியும் போதாது; தயவு அடைவதற்கு வித்துவான்களின் அறிவும் போதாது; அவர்களெல்லோருக்கும் சமயமும், தேவச் செயலும் நேரிட வேண்டும்.

பிரசங்கி 9 : 11 (பழைய ஏற்பாடு)

அத்தியாயம் 7

ரோஸ்மேரி லாலர்

"நான் அந்த மாதிரி பிறக்கவில்லை. இது என் மேல் திணிக்கப்பட்டது"

1

வட அயர்லாந்தில் பிரச்சனை ஆரம்பித்த போது ரோஸ்மேரி லாலருக்கு அப்போதுதான் திருமணம் ஆகியிருந்தது. அவரும் அவருடைய கணவரும் பெல்ஃபாஸ்ட்டில் ஒரு வீடு வாங்கியிருந்தனர். அவர்களுக்கு ஒரு குழந்தை இருந்தது. அது *1969* ஆம் ஆண்டுக் கோடை காலம். கத்தோலிக்கர்களும், ப்ராட்டஸ்டண்டுகளும் அந்நாட்டின் வரலாற்றில் தொடர்ந்து நிம்மதியற்று இந்த இரண்டு சமூகமும் பரஸ்பர கொலை வெறியுடன் இருந்தனர். அங்கே வெடி குண்டு வீச்சுகளும், கலவரங்களும் ஏற்பட்டன. ப்ராட்டஸ்டண்ட் சமூகத்தைச் சேர்ந்த குழுவினர் தங்களை அபிமானிகள் என அழைத்துக் கொண்டனர் தெருக்களில் சுற்றிக் கொண்டு வீடுகளுக்குத் தீ வைத்துக் கொண்டு திரிந்தனர். லாலர் குடும்பத்தினர் கத்தோலிக்கப் பிரிவைச் சேர்ந்தவர்கள். வட அயர்லாந்தில் கத்தோலிக்கர்கள் என்றைக்குமே சிறுபான்மையினர்தான். ஒவ்வொரு நாளும் அவர்கள் பயந்து நடுங்கிக் கொண்டிருந்தார்கள்.

'இரவில் நான் வீட்டிற்குத் திரும்பி வரும் போது வீட்டுக் கதவில் 'டேய்க்ஸ் அவுட் (Taigs Out)' - Taigs என்பது அயர்லாந்து கத்தோலிக்கர்களைக் குறிக்கும் ஒரு தரக்குறைவான சொல் என்றோ அல்லது 'போப் இங்கு இல்லை' என்றோ எழுதப்பட்டிருக்கும். இன்னொரு நாள் இரவு, நாங்கள் எல்லோரும் இருந்தபோது ஒரு வெடி குண்டு வீட்டின் பின்பக்கம் வந்து விழுந்தது ஆனால்

வெடிக்கவில்லை. நாங்கள் அதிர்ஷ்டசாலிகள். ஒரு நாள் நான் அடுத்த வீட்டுக் கதவைத் தட்டினேன். அப்போதுதான் அவர்கள் வெளியே போயிருப்பது தெரியவந்தது. பெரும்பாலான மக்கள் அங்கிருந்து போய்விட்டார்கள் என்பது அப்போதுதான் எனக்குத் தெரியவந்ததது. என் கணவர் அலுவலகத்திலிருந்து வந்ததும், 'டெர்ரி, இங்கே என்ன நடந்து கொண்டிருக்கிறது? என்று கேட்டதற்கு அவர், 'நாம் அபாயக்கட்டத்தில் இருக்கிறோம்' என்றார்.

'நாங்கள் அன்றிரவு வீட்டை விட்டுச் சென்றோம். ஃபோன் எதுவும் எங்களிடம் இல்லை. அப்போது மொபைல் ஃபோன் எல்லாம் இல்லை என்பது உங்களுக்குத் தெரிந்திருக்கும். நாங்கள் வெளியே நடந்து போய்க் கொண்டிருந்தோம். உள்ளுக்குள் பயம். என்னுடைய மகனை குழந்தைகளுக்கான தள்ளு வண்டியில் (Pram) வைத்தேன். முடிந்த வரைக்கும் அவனுக்கும் எங்களுக்கும் தேவையான துணிமணியை எடுத்துக் கொண்டேன். அந்தத் தள்ளுவண்டியில் கீழே ஒரு தட்டு இருந்தது. அந்தத் தட்டில் நான் எடுத்த துணிகளையெல்லாம் அமுக்கி அமுக்கி வைத்தேன். டெர்ரி என்னிடம், 'சரி, ரோசி நாம் இங்கிருந்து வெளியேறப் போகிறோம். போகும் போது எதிரில் யாராவது வந்தால் அவர்களைப் பார்த்து நாம் புன்னகைப்போம்' என்றார். எனக்கு நடுக்கமாக இருந்தது. நான் பதின்மபருவத்தில் உள்ள தாய், 19 வயது. திருமணமாயிற்று, இப்போது கையில் குழந்தை, புதிய உலகம், புதிய வாழ்க்கை. எல்லாம் என்னிடமிருந்து எடுத்துக் கொள்ளப்பட்டது. அது உங்களுக்குத் தெரியுமா? அதை நிறுத்துவதற்கான சக்தி என்னிடம் இல்லை. பயம் என்பது மிகவும் மோசமான ஒன்று. நான் மிகவும் பயந்திருந்தது எனக்கு நினைவிலிருக்கிறது.

லாலருடைய பெற்றோர் வசித்து வந்த கத்தோலிக்கர்கள் அதிகமாக இருந்த மேற்கு பெல்ஃபாஸ்ட்டில் உள்ள பாலிமர்ஃபி பகுதிதான் மிகவும் பாதுகாப்பானது என்பது அவர்களுக்குத் தெரியும். ஆனால் கொந்தளிப்பு நிறைந்த அந்தப் பகுதிக்குச் செல்லக் கார் இல்லை, டாக்ஸிகளும் கத்தோலிக்கர்கள் அதிகம் வசிக்கும் பகுதிக்கு வரத் தயங்கின. இறுதியாக அவர்கள் தங்கள் குழந்தைக்கு உடம்பு சரியில்லை ஆஸ்பத்திரிக்கு செல்ல வேண்டுமென்று ஒரு தந்திரமான பொய்யைச் சொன்னார்கள். காரில் ஏறி அமர்ந்ததும், டெர்ரி டிரைவரிடம், 'பாலிமர்ஃபி'க்குப் போங்கள்" என்று கூற அதற்கு டிரைவர், 'ஓ, இல்லை, நான் போக மாட்டேன்' என்று கூறினார். டெர்ரி தன்னிடமிருந்த 'போக்கரை'–இடுக்கியை எடுத்து டிரைவருடைய கழுத்துக்குப் பின்னால் வைத்து 'நீங்கள் இப்போது அங்கே போக வேண்டும்'

என்று கூறினார். டிரைவரும் பாலிமர்ஃபியின் எல்லையை அடைந்தவுடன் டாக்ஸியை நிறுத்திவிட்டு "நீங்கள் அதை வைத்துக் குத்தினாலும் நான் இதற்கு மேல் போக மாட்டேன்' என்று கூறினார். லாலர்கள் தங்களுடைய குழந்தையையும், மற்ற உடைமைகளையும் அள்ளிக் கொண்டு உயிரைக் காப்பாற்றிக் கொள்வதற்காக ஓடினார்கள்.

1970 ஆம் ஆண்டு ஆரம்பத்தில் இந்த விவகாரம் மோசமானது. அந்த ஆண்டு ஈஸ்டரின் போது பாலிமர்ஃபியில் கலகம் நடந்தபோது பிரிட்டிஷ் ராணுவம் (British Army) அழைக்கப்பட்டது. பம்பர்களில் முட்கம்பிகள் கொண்ட கவச வாகனங்கள் தெருக்களில் ரோந்து சுற்றியது. தானியங்கி துப்பாக்கிகளும், கண்ணீர்ப் புகைக் குண்டுகளும் வைத்திருந்த ராணுவ வீரர்களைத் தாண்டி குழந்தை இருந்த தள்ளுவண்டியை தள்ளிக்கொண்டு லாலர் கடந்து சென்றார். ஜூன் மாதத்தில் ஒரு வார இறுதியில் இவர்கள் தங்கியிருந்த பகுதிக்கு அருகில் துப்பாக்கிச் சண்டை நடந்தது. கத்தோலிக்கப் பிரிவைச் சேர்ந்த துப்பாக்கியேந்தியவர்கள் தெருவில் நடந்து போய்க்கொண்டிருந்த ப்ராட்டஸ்டண்ட்ஸ் மக்களைச் சுட ஆரம்பித்தனர். இதற்குப் பதிலடியாக ப்ராட்டஸ்டன்ட் அபிமானிகள் கப்பல் துறைக்கு அருகிலிருந்த கத்தோலிக்கத் தேவாலயத்துக்குத் தீ வைத்தனர். இந்தச் சண்டை தொடர்ந்து 5 மணி நேரம் நடைபெற்றது. நகரமெங்கும் தீ. அந்த வார இறுதியில் ஆறு பேர் இறந்து போயிருந்தனர், இருநூறு பேர் காயமடைந்திருந்தனர். வட அயர்லாந்து பகுதிக்குப் பொறுப்பு வகித்த பிரிட்டிஷ் உள்துறை செயலாளர் லண்டனிலிருந்து பறந்து சம்பவம் நடந்த இடத்திற்குச் சென்று பார்வையிட்டுவிட்டு, தலைதெறிக்க மீண்டும் அவருடைய விமானத்தை நோக்கி ஓடினார் "தயவுசெய்து எனக்கு ஒரு பெரிய பெக் ஸ்காட்ச் கொடுங்கள்" என்று அலறியபடி தன் கைகளில் முகத்தில் புதைத்துக்கொண்டார். "என்ன ஒரு மோசமான நாடு இது"

ஒரு வாரத்திற்குப் பிறகு, பாலிமர்ஃபி வழியாக ஒரு பெண்மணி வந்தார். அவருடைய பெயர் ஹாரியட் கார்சன். "சிட்டி ஹாலில் மேகி தாட்சரை தனது கைப்பையைக் கொண்டு தாக்கிய சம்பவத்தின் மூலம் பிரபலமானவர். அவர் வளர்ந்த விதம் எனக்குத் தெரியும். ஹாரியட் தன்னிடமிருந்த மூடிகள் இரண்டையும் ஒன்றுக்கொன்று தட்டிக் கொண்டு 'வாருங்கள், வாருங்கள், வெளியே வாருங்கள். லோயர் ஃபால்ஸில் உள்ள மக்கள் கொல்லப்பட்டு விட்டார்கள்' என்று கத்தினார். நான் வீட்டை விட்டு வெளியே சென்றேன். என்னுடைய குடும்பத்தைச் சேர்ந்த அனைவரும் அங்கே நின்றிருந்தனர். அவர் கத்திக் கொண்டே

இருந்தார். 'அவர்கள் வீட்டுக்குள் அடைக்கப்பட்டிருக்கிறார்கள். அவர்களுடைய குழந்தைகளுக்குப் பால் கிடைக்கவில்லை, டீக்கு எதுவும் கிடைக்கவில்லை, பிரெட் இல்லை, வெளியே வாருங்கள், வெளியே வாருங்கள். நாம் ஏதாவது செய்தாக வேண்டும்' என்று கூச்சல் போட்டதாக லாலர் கூறினார்.

லோயர் ஃபால்ஸ் என்பது பாலிமர்ஃபியின் அடிவாரத்தில் உள்ள பகுதியாகும். இங்கு வசிப்பவர்கள் அனைவரும் கத்தோலிக்கர்கள். லாலர் தனது பள்ளி படிப்புக்கு அங்கேதான் சென்றார். அங்கேதான் அவருடைய மாமாவும், அம்மா, அப்பாவுடன் கூடப் பிறந்தவர்களின் எண்ணற்ற குழந்தைகளும் (cousins) வசித்து வந்தனர். அவருக்குப் பாலிமர்ஃபியில் எவ்வளவு பேரைத் தெரியுமோ அந்த அளவிற்கு லோயர் ஃபால்ஸில் உள்ளவர்களையும் தெரிந்து வைத்திருந்தார். சட்டத்திற்கு விரோதமாக ஏதாவது ஆயுதங்கள் அங்கு இருக்கிறதா எனச் சோதனை செய்வதற்காகப் பிரிட்டிஷ் ராணுவம் அந்தப் பகுதியில் ஊரடங்குச் சட்டத்தை அறிவித்திருந்தனர்.

'ஊரடங்குச் சட்டம் என்றால் என்னவென்று எனக்குத் தெரியாது' என்று லோலர் கூறினார். 'இதுவரை அதைப்பற்றி ஜாடைமாடையாகக்கூட நான் கேட்டதில்லை. அப்படியென்றால் அதற்கு என்ன அர்த்தம் என்று ஒருவரிடம் கேட்க வேண்டி யிருந்தது' என்றார். அதற்கு அவர், 'வீட்டுக்குள்ளிருந்து வெளியே வருவதற்கு அவர்கள் யாரையும் அனுமதிக்கமாட்டார்கள்" என்றார். நான், 'அப்படியெப்படி அவர்கள் செய்ய முடியும்? என்று கேட்டுவிட்டு அப்படியே ஸ்தம்பித்து விட்டேன். 'நீ என்ன

சொல்கிறாய்?" 'மக்களை அவர்களுடைய வீட்டில் அடைத்து வைத்திருக்கிறார்கள். பிரெட்டுக்காகவோ அல்லது பாலுக்காகவோ அவர்கள் வெளியே வர முடியாது. பிரிட்டிஷ்காரர்கள், பிரிட்டிஷ் ராணுவத்தைச் சேர்ந்தவர்கள், கதவில் எத்தி, நாசமாக்கிக் கொண்டும், தேடிக் கொண்டும் இருக்கிறார்கள்' என்றார். நான், 'என்ன?" ஒவ்வொருடைய மனதிலும் அந்த நேரத்தில் ஏற்பட்ட சிந்தனை, பெரியவர்களும் அவர்களுடன் குழந்தைகளும் அடைக்கப்பட்டு இருக்கிறார்கள்" என்பதுதான். சில வீடுகளில் அந்தக் காலக் கட்டத்தில் 12, 15 குழந்தைகள் கூட இருந்தன என்பதை நீங்கள் நினைவில் கொள்ள வேண்டும். உங்களுக்குத் தெரியுமா? அப்படித்தான் அந்தக் காலகட்டத்தில் இருந்தது. 'அவர்களுடைய வீட்டை விட்டு வெளியே வர முடியாதென்றால் என்ன அர்த்தம்?" அவர்கள் கோபத்துடன் இருந்தார்கள்.

ரோஸ்மேரி லாலர் அப்போது தனது அறுபதுகளில் இருந்தார். நல்ல உடல்வாகும், சிவந்த கன்னத்தையும், வெள்ளை பொன்னிற முடியையும் கொண்டிருந்தார். அவர் தொழில் ரீதியில் தையற்காரராக இருந்தார். அவர் பிரகாசமான பூ போட்ட ப்ளவுஸ் மற்றும் வெள்ளை நிற பாண்ட்டையும் மிகவும் நேர்த்தியாக அணிந்திருந்தார். அவருடைய வாழ்நாளில் பாதிகாலத்துக்கு முன்னால் என்ன நடந்து என்பது பற்றிப் பேசிக் கொண்டிருந்தாலும் ஒவ்வொரு தருணைத்தையும் அவர் நினைவில் வைத்திருந்தார்.

"என்னுடைய அப்பா, 'பிரிட்டிஷார் நம் பக்கம் திரும்புவார்கள். அவர்கள் நம்மைக் காப்பாற்ற வந்திருப்பதாகச் சொல்கிறார்கள். அவர்கள் நம் பக்கம் திரும்புவார்கள் கொஞ்சம் பொறுத்திருந்து பார்ப்போம்" என்று கூறினார். அவர் சொன்னது 100 சதவிகிதம் சரியாக இருந்தது. அதன் ஆரம்பம் தான் இந்த ஊரடங்குச் சட்டம்."

2

அதே ஆண்டு வட அயர்லாந்தில் குழப்பம் ஏற்பட்டது, இரண்டு பொருளாதார நிபுணர்கள் நாதன் லேட்ஸ் (Nathan Leites), சார்லஸ் உல்ஃப் (Charles Wolf) - கிளர்ச்சியை எப்படிச் சமாளிப்பது என்பது குறித்து ஒரு அறிக்கை எழுதினார்கள். லேட்ஸும், உல்ஃபும் இரண்டாம் உலகப் போருக்குப் பின் பெண்டகன் ஆரம்பித்த மதிப்பு மிக்கக் கருத்தூற்றுக்களமான (think tank) 'ராண்ட்' கார்பொரேஷனில் வேலை பார்த்து வந்தார்கள். அவர்களுடைய அறிக்கை 'ரிபெல்லியன் அண்ட் அதாரிட்டி' என அழைக்கப்பட்டது. வன்முறைகள் அதிகம்

நிறைந்த அந்தக் காலகட்டதில் ஒவ்வொருவரும் லேட்ஸ் மற்றும் உல்ஃபு எழுதியதைப் படித்தனர். சமூக அமைதியின்மையையும் தீவிரவாதத்தையும் எப்படி சமாளிப்பது என்பதிலும் புரட்சி மற்றும் அதிகாரம் வியட்நாம் போரில் முக்கிய கருவிகளாகப் போய்விட்டன. இந்த அறிக்கையின் முடிவு மிகவும் எளிமையாகக் கீழே கொடுத்துள்ளபடி இருந்தது:

தனிநபர்களோ அல்லது குழுக்களோ 'அறிவுப்பூர்வமாக' நடந்து கொள்வார்கள் என்கிற அனுமானம் தான் எங்கள் பகுப்பாய்வுக்கு அடிப்படையாகும். வெவ்வெறு வகையான செயல்களுக்கான இழப்பு மற்றும் பலனை கணக்கிட்டு அதற்கேற்றாற்போலத் தேர்வு செய்து கொள்ளப்பட்டது. இதன் விளைவாக, பரவலான நடத்தையைத் தூண்டுவதற்கு அனுதாபமோ அல்லது மறைஞானமோ (mysticism) தேவைப்படவில்லை. ஆனால், தனிநபர் அல்லது குழு எந்த மாதிரியான இழப்பு, பலனில் அக்கறை கொண்டிருக்கிறது என்பதைப் புரிந்து கொள்வதிலும், அது எப்படிக் கணக்கிடப்படுகிறது என்பதிலும் கவனம் செலுத்தப்பட்டது.

வேறுமாதிரி சொல்வதென்றால், கிளர்ச்சிக்காரர்கள் நடந்து கொள்வதை அடிப்படையாகப் பார்த்தால் அது கணிதம் சம்பந்தப்பட்டது. பெல்ஃபாஸ்ட் வீதிகளில் கலவரங்கள் நடந்தால் வீடுகளை எரிப்பது, ஜன்னல்களை உடைப்பதால் கலகக்காரர் களுக்கு ஏற்படக்கூடிய சேதம் அதிகமில்லை. "நடத்தையைத் தூண்டுவதற்கு அனுதாபமோ அல்லது மறைஞானமோ

தேவையில்லை' இதன் மூலம் லேட்ஸும், உல்ஃபும் கூறுவது என்னவென்றால் அந்தக் கணக்கிடுதலைத்

தவிர எதைப்பற்றியும் அவர்களுக்கு அக்கறை இல்லை என்பதுதான். நீங்கள் அதிகாரமுள்ள ஒரு நிலையில் இருக்கும்பட்சத்தில் நீங்கள் என்ன செய்து கொண்டிருக்கிறீர்கள் என்பது குறித்து 'சட்டத்தை மீறுபவர்கள்" எப்படி உணர்கிறார்கள் என்று கவலைப்பட வேண்டியதில்லை. அவர்கள் எது செய்தாலும் ஒரு முறைக்கு இரண்டுமுறை யோசித்து செயல்பட வைக்கும் அளவிற்கு நீங்கள் நெஞ்சுரம்வாய்ந்தவராக இருக்க வேண்டும்

வட அயர்லாந்தில் பிரிட்டிஷ் படைக்குப் பொறுப்பாக இருந்தவர் ஏறக்குறைய ரிபெல்லியன் அன்ட் அத்தாரிட்டி என்கிற அறிக்கையிலிருந்து எடுக்கப்பட்டவர் போல இருந்தார். அவருடைய பெயர் இயான் ஃப்ரீலேண்ட் (Ian Freeland). இரண்டாவது உலக யுத்தத்தின் போது நார்மாண்டியில் மிகவும் திறமையுடன் பணிபுரிந்தார். அதற்குப் பிறகு சைப்ரஸிலும், ஷான்ஷிபாரிலும் (Zanzibar) நடந்த கிளர்ச்சிகளை ஒடுக்குவதிலும் பங்கெடுத்துக் கொண்டவர். அவர் பார்ப்பதற்கு மிகவும் பொருத்தமாக, கபடமற்றவராக, நேரான முதுகையும், சதுரவடிவிலான தாடையையும், உறுதியான கைகளையும் கொண்டிருந்தார். 'என்ன செய்யவேண்டும் என்பதையறிந்து அதற்கேற்ற மாதிரி செய்யக்கூடிய மனிதர் என்கிற ஒரு உணர்வை அவர் தெரிவிப்பது போல இருந்தது". அவர் வட அயர்லாந்துக்கு வந்த போது தனது பொறுமைக்கு ஒரு வரைமுறை இருக்கிறது என்பதை மிகவும் அப்பட்டமாகக் கூறினார். அவர் படையை உபயோகப்படுத்துவதற்குத் தயங்கவில்லை. அவர் பிரதம மந்திரியின் உத்தரவைப் பெற்றிருந்தார்: "பிரிட்டிஷ் படை குண்டர்களிடமும், துப்பாக்கி ஏந்தியவர்களிடமும் கடுமையாக

நடந்து கொள்ள வேண்டுமென்றும், பார்ப்பதற்கும் நிலைமையைக் கடுமையாகக் கையாள்வது போலவும் தெரியவேண்டுமென்றும்" அந்த உத்தரவில் கூறப்பட்டிருந்தது.

1970 ஆம் ஆண்டு ஜூன் மாதம் *30* ஆம் தேதி பிரிட்டிஷ் ராணுவத்திற்கு ஒரு சிறிய தகவல் கிடைத்தது. லோயர் ஃபால்ஸ் பகுதியில் *24* பால்கன் தெருவில் உள்ள வீட்டில் வெடிமருந்துகளும், ஆயுதங்களும் மறைத்து வைத்திருப்பதாகக் கிடைத்த செய்திதான் அது. ஃப்ரீலேண்ட் உடனடியாக ஆயுதந்தாங்கிய படை கொண்ட ஐந்து கார்களை அங்கே அனுப்பினார். அவர்கள் அந்த வீட்டை சோதனையிட்ட போது பதுக்கி வைத்திருந்த துப்பாக்கிகளையும், வெடிமருந்துகளையும் கைப்பற்றினர். அந்த வீட்டிற்கு வெளியே கூட்டம் கூடியது. சிலர் கற்களை விட்டு எறிய ஆரம்பித்தனர். கற்கள் பெட்ரோல் வெடி குண்டுகள் ஆனது. அதற்குப் பிறகு கலவரம் மூண்டது. பத்துமணி வரைக்கும் இதையெல்லாம் பிரிட்டிஷ் ராணுவம் பொறுமையாகப் பார்த்துக் கொண்டிருந்தது. ஒலி பெருக்கியுடன் கூடிய ராணுவ ஹெலிகாப்டர் லோயர் ஃபால்ஸின் மேல் பறந்தது. அவர்கள் அங்குள்ள மக்கள் அனைவரையும் வீட்டிற்குள் இருக்குமாறும், அப்படி மீறி வெளியே யாராவது தென்பட்டால் அவர்களைக் கைது செய்வோம் என்று எச்சரித்தார்கள். அதற்குப் பிறகு தெருக்களில் யாரும் தென்படவில்லை என்று தெரிந்த பின் அவர்கள் வீட்டுக்கு வீடு சோதனையை மேற்கொண்டனர். ஒத்துழைக்காதவர்கள் மிகவும் கடுமையாகவும் உடனுக்குடனும் தண்டிக்கப்பட்டனர். மறுநாள் காலை, ப்ராட்டஸ்டண்ட் பிரிவைச் சேர்ந்த இரண்டு அதிகாரிகளுடனும், பத்திரிகைக்காரர்களுடனும் வெற்றிப் பெருமிதத்துடன் திறந்த ஜீப்பில் நிலைமையைப் பார்வையிட ஃப்ரீலேண்ட் சென்றார். தெருக்கள் வெறிச்சோடி இருந்தன. "தன் காலனி நாடுகளில் (இந்தியாவில்) புலி வேட்டைக்குச் சென்ற பிரபுவைப்போல் ஃப்ரீலேண்ட் பவனிவந்தார்" என்று ராணுவத்தைச் சேர்ந்த ஒருவர் பின்னாளில் இது பற்றிக் குறிப்பிட்டார்.

நல்ல எண்ணத்துடன் தான் பிரிட்டிஷ் ராணுவம் வட அயர்லாந்துக்குச் சென்றது. உள்ளூர் காவல் துறையினர் வெற்றி உணர்வில் மிகுந்திருந்தனர். அவர்கள் நிலைமையை சமாளிக்க உதவி செய்வதற்கு மட்டுமே இருந்தார்கள். வட அயர்லாந்தில் சண்டையிட்டுக் கொண்டிருக்கும் இரண்டு

பிரிவுகளுக்குமிடையே சமாதானம் ஏற்படுத்துவதற்கு உதவவே அவர்கள் அங்குச் சென்றார்கள். அது வெளிநாடோ அல்லது மிகவும் தொலைவில் உள்ள நாடோ இல்லை: அவர்களுடைய நாடு, அவர்களுடைய மொழி, அவர்களுடைய பண்பாடு. அவர்களிடம் வளமும், ஆயுதங்களும், ராணுவ வீரர்களும் இருந்தனர். அவர்களின் அனுபவம் அவர்கள் கட்டுப்படுத்த வேண்டிய கிளர்ச்சிக்காரர்களின் அனுபவத்தோடு ஒப்பிடும் போது பல மடங்கு அதிகமாக இருந்தது. காலை நேரத்தில் லோயர் ஃபால்ஸில் வெறிச்சோடிக் கிடந்த அந்தத் தெருக்களைப் பார்வை யிட்ட ஃப்ரீலேண்ட் அந்த ஆண்டுக் கோடை காலத்திற்குள் இங்கிலாந்திற்குத் திரும்பிவிடலாம் என நினைத்துக் கொண்டார். ஆனால் அது நடக்கவில்லை. மாறாக, சிரமமாக இருந்திருக்க வேண்டிய சில மாதங்கள் கிட்டத்தட்ட முப்பது வருடங்கள் வரை இந்த ரத்தக் களறியும், தொந்தரவும் தொடர்ந்தன.

வட அயர்லாந்தில் பிரிட்டிஷ் ஒரு சிறிய தவறு செய்தது. அவர்களிடம் வளமும், ஆயுதங்களும், ராணுவ வீரர்களும் இருந்தனர். அவர்களின் அனுபவம் அவர்கள் கட்டுப்படுத்த வேண்டிய கிளர்ச்சிக்காரர்களின் அனுபவத்தோடு ஒப்பிடும் போது பல மடங்கு அதிகமாக இருந்தது என்கிற 'நம்பிக்கைப் பொறி'யில் அவர்கள் விழுந்தார்கள். வட அயர்லாந்து மக்கள் என்ன நினைக்கிறார்கள் என்பதை அவர்கள் கருத்தில் கொள்ளவில்லை. "நடத்தையைத் தூண்டுவதற்கு அனுதாபமோ அல்லது மறைஞானமோ தேவைப்படவில்லை' என்று லேட்ஸூம், உல்ஃபும் கூறியதை ஜெனரல் ஃப்ரீலேண்ட் நம்பினார். ஆனால் இதைப் பொருத்தவரை அவர்கள் கூறியது தவறாகப் போய்விட்டது.

'பெரும்பாலான புரட்சிகள் புரட்சிக்காரர்களால் உருவாவ தில்லை. அது அரசாங்கங்களின் மடத்தனத்தினாலும், கொடூரத்தினாலும் தான் உருவாகிறது' என்று நடந்த நிகழ்வுகளைத் திரும்பிப்பார்த்த ஐஆர்ஏ யின் முதல் 'சீஃப் ஆஃப் ஸ்டாஃப்' சீன் மேக்ஸ்டீயோஃபீன் (Sean MacStiofain) ஒரு முறை கூறினார். 'நல்லது, வட அயர்லாந்தில் ஆரம்பமாவதற்கென்று அது இருந்தது. சரிதான்' என்றார்.

3

வட அயர்லாந்தில் பிரிட்டிஷ் ராணுவம் என்ன தவறு செய்தது என்பதைத் தெரிந்து கொள்ள ஒரு வகுப்பறையை நினைத்துக் கொள்ளுங்கள். அது ஒரு கிண்டர்கார்ட்டன் வகுப்பறை, அந்த

அறை சுவர்கள் முழுவதும் மிகவும் பிரகாசமான வண்ணத்தில் தீட்டப்பட்ட படங்களினால் நிறைந்திருந்தது. ஆசிரியையின் பெயரை ஸ்டெல்லா என வைத்துக் கொள்வோம்.

யுனிவர்சிட்டி ஆஃப் வர்ஜினியாவில் கரி ஸ்கூல் ஆஃப் எஜூகேஷன் (Curry School of Education) ஒரு திட்டத்துக்காக வகுப்பறையை வீடியோ எடுத்தார்கள். ஆசிரியை ஸ்டெல்லா எப்படிப்பட்டவர் அவருடைய வகுப்பறை எப்படிப்பட்டது என்பதை நன்றாகத் தெரிந்து கொள்ளக் கூடிய அளவிற்கு அந்தக் காணொளி அமைந்திருந்தது. சில நிமிடங்களுக்குப் பிறகு, அங்கு நடப்பது எதுவும் சரியில்லை என்று மிகவும் தெளிவாகத் தெரியவந்தது.

ஸ்டெல்லா அறைக்கு முன்னால் நாற்காலியில் உட்கார்ந்திருக்கிறாள். அவள் கையில் ஒரு பக்கம் மட்டும் தெரியுமாறு புத்தகமொன்றை வைத்துக் கொண்டு சத்தமாகப் படித்துக் கொண்டிருக்கிறாள். ஏழு தக்காளத் துண்டுகள், எட்டு சாறுமிகுந்த ஆலிவ்கள், ஒன்பது வெண்ணெய் கட்டிகள் ("seven slices of tomatoes", "eight juicy olives", "nine chunks of cheese….”). அவளுக்கு முன்னால் நின்று கொண்டிருந்த சிறுமியும் அவளுடன் சேர்ந்து படித்துக் கொண்டிருந்தாள், அவளைச் சுற்றியிருப்பவர்களும் படித்துக் கொண்டிருந்தார்கள். வகுப்பில் ஒரே குழப்பம், 1970 கோடைகாலத்தில் பெல்ஃபாஸ்ட் எப்படியிருந்ததோ அப்படி இருந்தது. ஒரு சிறுமி மகிழ்ச்சியுடன் அந்த அறையைச் சுற்றி வந்து கொண்டிருந்தாள். சிறுவனொருவன் முகத்தைச் சுளித்துக் கொண்டிருந்தான். வகுப்பில் இருந்தவர்களில் பெரும்பாலானவர்கள் படித்துக் கொண்டிருப்பதைக்

கேட்பதில் கவனம் செலுத்தியதாகத் தெரியவில்லை. சில மாணவர்கள் தங்களது முதுகை ஸ்டெல்லாவுக்குக் காட்டியபடி உட்கார்ந்திருந்தார்கள்.

நீங்கள் ஸ்டெல்லாவின் வகுப்பறைக்குள் நுழைய நேரிட்டால் என்ன நினைப்பீர்கள்? அவள் வகுப்பில் உள்ள குழந்தைகள் கட்டுக்கு அடங்காதவர்கள் என நினைப்பீர்கள் என்பது என் ஊகமாகும். ஏழைகள் அதிகமாக வசிக்கக்கூடிய இடத்தில் அவள் கற்றுக் கொடுக்கிறாள். அவள் வகுப்பிற்கு வரும் மாணவர்களும் மிகவும் சிரமப்பட்டுக் கொண்டிருக்கிற குடும்பங்களைச் சேர்ந்தவர்களாக இருக்கலாம். அதிகாரம் அல்லது கற்றுக் கொள்வது ஆகியவை குறித்து எந்த மதிப்பும் தெரியாமல் கூட அவர்கள் வரக்கூடும். லேட்ஸூம், உல்ஃப்பும் அவள் உண்மை யிலேயே ஒரு ஒழுங்கை கடைப்பிடிக்க வேண்டும் எனச் சொல்லக்கூடும். இந்த மாதிரி உள்ள குழந்தைகளை நிர்வகிக்க உறுதியான கரம் வேண்டும். அவர்களுக்கு விதிகள் தேவை. வகுப்பறையில் ஒரு ஒழுங்கு இல்லையென்றால், கற்றுக் கொள்வது எப்படி நடைபெறும்?

உண்மை என்னவெனில், ஸ்டெல்லாவின் பள்ளிக்கூடம் ஒன்றும் மோசமான இடத்தில் அமைந்திருக்கவில்லை. அவளுடைய மாணவர்கள் குறிப்பிட்டுச் சொல்லும்படியோ அல்லது வழக்கத்துக்கு மாறாக அடங்காத குழந்தைகளாகவோ இருக்கவில்லை. வகுப்பு ஆரம்பிக்கும் போது அவர்கள் நல்ல முறையில் நடந்து கொண்டதுடன், கவனத்துடனும், விருப்பத்துடனும், கற்றுக் கொள்ள வேண்டும் என்கிற ஆர்வத்திலும் இருந்தனர். அவர்கள் ”அழுகிப் போன ஆப்பிள்கள்” மாதிரி ஒரு போதும் தோன்றவில்லை. பாடம் நடத்திக் கொண்டிருக்கும் போது தான் அவர்கள் தவறாக நடந்து கொள்ள ஆரம்பித்தார்கள், அது கூட ஸ்டெல்லா எப்படி நடந்து

கொண்டாளோ அதற்கு எதிர்வினையாக அமைந்தது. ஸ்டெல்லா தான் நெருக்கடிக்குக் காரணம். எப்படி? மிகவும் மோசமாகப் பாடம் சொல்லிக்கொடுக்கும் முறை தான்.

தன்னோடு சேர்ந்து வகுப்பில் உள்ள ஒரு சிறுமியையும் படிக்க வைப்பதன் மூலம் மற்ற மாணவர்களையும் அதில் ஈடுபட வைக்கும் முறையை அவர் கையாண்டார். ஆனால் வாசிப்பில் உள்ள வேகத்தில் அவர்கள் இருவருக்கும் இடையே ஒரு இணக்கம் இல்லாததுடன், சுரத்தில்லாமலும் இருந்தது. 'அவளுடைய உடல் மொழியைப் பாருங்கள்" என்று வர்ஜீனியாப் பல்கலைக்கழகத்தைச் சேர்ந்த ஆய்வாளர்களில் ஒருவரான பிரிகெட் ஹாம்ரே (Bridget Hamre) கூறினார். "தற்சமயம் அவள் ஒரு சிறுமியுடன் தான் பேசிக் கொண்டிருக்கிறாள். வேறு யாரும் அவளுடன் சேரவில்லை. அவர்களுக்கிடையே ஒரு லயம் இல்லை, வேகம் இல்லை, அவர்கள் வாசிப்பது எங்கே செல்கிறது என்று தெரியவில்லை. அவள் செய்து கொண்டிருப்பதில் மதிப்பு எதுவுமில்லை' என்று ராபர்ட் பியாண்டா (Robert Pianta) கூறினார்.

அதற்குப் பிறகுதான் வகுப்பறை மோசமான நிலையை நோக்கிச் செல்ல ஆரம்பித்தது. சிறுவனொருவன் முகம் சுளிக்க ஆரம்பித்தான். இன்னொரு குழந்தை மகிழ்ச்சியுடன் வகுப்பை சுற்றிவர ஆரம்பித்ததையும் ஸ்டெல்லா பார்க்கத் தவறியிருந்தாள். அவளுக்கு வலது பக்கத்தில் இருந்த மூன்று அல்லது நான்கு மாணவர்கள் அவள் படிப்பதை பின்பற்ற முயற்சித்தனர். ஆனால் அவர்களுக்கு அவளிடமிருந்து அதற்கான எந்தவொரு ஊக்கமும் கிடைக்கவில்லை. அவளுக்கு இடது பக்கத்தில் இருந்த ஐந்தாறு மாணவர்கள் திரும்பிக் கொண்டனர். அந்தச் சூழ்நிலையில் என்னசெய்வதென்று தெரியாமல் திரும்பிக் கொண்டார்களே ஒழிய கீழ்படியாமல் இல்லை. ஸ்டெல்லா கையிலிருந்த புத்தகத்தை மற்ற மாணவர்கள் பார்க்க முடியாதபடி அந்தச் சிறுமி ஸ்டெல்லாவிற்கு முன்னால் நின்று கொண்டிருந்தாள். இதனால் அவர்களால் வேறு எந்த வகையிலும் ஸ்டெல்லா படிப்பதை பின்பற்ற முடியவில்லை. கீழ்படியாமைக்கான எதிர்வினைதான் அதிகாரம் என நாம் அடிக்கடி நினைப்பதுண்டு குழந்தை சேட்டை செய்வதால் ஆசிரியர் அடிப்பது போல. ஸ்டெல்லாவின் வகுப்பறை இதற்கு முற்றிலும் மாறாக அதிகாரத்திற்கான எதிர்வினையாகக் கூடக் கீழ்ப்படியாமை இருக்க முடியும் என்கிற ஒரு பிம்பத்தை உருவாக்கியிருந்தது. ஆசிரியர் தனது வேலையைச் சரியாகச் செய்யவில்லையெனில் குழந்தை கீழ்ப்படியாது.

"இந்த மாதிரியான வகுப்பறைகளை 'நடத்தை பிரச்சனை' கொண்ட வகுப்பறைகள் எனக் கூறுவதுண்டு" என்ற ஹாம்ரே

தொடர்ந்து தனது ஆசிரியையை என்ன செய்தாவது தவிர்க்க வேண்டுமென்பதற்காக ஒரு குழந்தை தனது தலையை இப்படியும் அப்படியும் அசைத்துக் கொண்டும், முகத்தைக் கோணலாக்கிக் கொண்டும் இருந்ததை நாங்கள் கவனித்துக் கொண்டிருந்தோம்' என்று கூறினார். "இந்த மாதிரியான செய்கைகளுக்குக் காரணம் பெரும்பாலும் அவர்களை ஈடுபட வைப்பதில் உள்ள பிரச்சனையே தவிர நடத்தைப் பிரச்சனை இல்லை. ஆசிரியர் சுவராசியமாக ஏதாவது செய்தால்தான் குழந்தைகள் அதில் தங்களது ஈடுபாட்டைக் காட்டுவார்கள். 'நான் உனது நடத்தையைக் கட்டுப்படுத்துகிறேன் என்பதற்குப் பதிலாக அவர்கள் சேட்டை செய்வதைத் தடுக்கும்படி சுவாரஸ்யமாக முதலில் நான் என்ன செய்ய வேண்டும்?'"என்று ஆசிரியர்கள் சிந்திக்க வேண்டும்.

பியாண்டாவும், ஹாம்ரேயும் காண்பித்த இன்னொரு வீடியோ மூன்றாவது கிரேடுக்கு வகுப்பெடுக்கும் ஆசிரியர் ஒருவர் தனது மாணவர்களுக்கு வீட்டுப்பாடம் கொடுப்பது பற்றியதாகும். ஒவ்வொரு மாணவனுக்கும் அசைன்மெண்ட்டின் பிரதியொன்று கொடுக்கப்பட்டது. ஆசிரியரும் மாணவர்களும் சேர்ந்து கொடுக்கப்பட்ட வழிமுறைகளைச் சத்தமாகப் படித்தனர். பியாண்டா திகைத்துப் போய் விட்டார். 'அனைவரும் கூட்டாகச் சேர்ந்து வழிமுறைகளை எட்டு வயது குழந்தைகளுக்குப் படித்துக் காட்டுவது என்பது அவர்களை அவமதிப்பது போல ஆகும். ஏன் அப்படி? இதில் ஏதாவது வழிகாட்டும் நோக்கம் இருக்கிறதா?" எப்படிப் படிப்பதென்று அவர்களுக்குத் தெரியும். இது எப்படியிருக்கிறதென்றால், ரெஸ்டாரெண்டில் உணவு பரிமாறுபவர் உங்களிடம் ஒரு மெனுவைக் கொடுத்து விட்டு அதிலுள்ள ஒவ்வொரு அயிட்டத்தையும் உங்களுக்குப் படித்துச் சொல்வது போல இருக்கிறது.

அனைவரும் படித்துக் கொண்டிருக்கும் போது இடையில் ஆசிரியருக்கு அருகில் உட்கார்ந்திருக்கும் ஒரு மாணவன் தனது கையை உயர்த்தினான், ஆசிரியர் அவனைப் பார்க்காமலேயே அவனது மணிக்கட்டைப் பிடித்துக் கையைக் கீழே தள்ளினார். இன்னொரு மாணவன் ஆசிரியர் என்ன செய்கிறார் என்பதைக் கவனிக்காமல் அவனாகத் தர்க்க ரீதியில் அந்த அசைன்மெண்ட்டை செய்ய ஆரம்பித்தான். ஆசிரியர் அவனிடம் கொஞ்சம் கடுமையாக, 'ஸ்வீட்டி, இது வீட்டுப்பாடம்' என்று கூறினார். அது ஒழுக்கத்தின் தருணம் ஆகும். குழந்தை விதிகளை மீறிய சமயத்தில் ஆசிரியர் உடனடியாக உறுதியாக எதிர்வினை செய்தார். சப்தத்தை அணைத்து விட்டு அந்தத் தருணத்தைப் பார்த்தால் லேட்ஸ், உல்ஃபின் கருத்துகள் இங்கு முழுமையாகப்

பயன்படுத்தப்பட்டிருப்பது போலத் தோன்றும். ஆனால் நீங்கள் ஆசிரியர் என்ன சொல்கிறார் என்பதைக் கேட்டு அதைக் குழந்தையின் நிலையிலிருந்து பார்த்தால் அதில் எதிர்பார்த்த விளைவு தவிர்த்து மற்ற அனைத்தும் இருக்கும். விதிகளைப் பின்பற்றுவது குறித்த முக்கியத்துவம் குறித்து அந்தச் சிறுவன் புதுப்பிக்கப்பட்ட ஒரு மதிப்பீட்டுடன் வரப்போவதில்லை. அவன் மிகவும் கோபத்துடனும், ஏமாற்றத்துடனும் வரக்கூடும். ஏன்? ஏனென்றால் அவனுக்குக் கொடுக்கப்பட்ட தண்டனை நியாயமற்றது. அவனுடைய தரப்பு நியாயத்தை அவனால் பேச முடியாது. அவன் கற்றுக் கொள்ள ஆர்வமாக இருந்தான். அந்தச் சிறுவன் இணக்கமற்றவனாக ஒருக்கால் மாறினால் அவனது ஆசிரியர் அவனை அப்படி உருவாக்கியிருக்கிறார் என்றுதான் அர்த்தம். கவனிப்பதில் ஆர்வம் உள்ள சிறுவனின் மீது ஸ்டெல்லா கவனம் செலுத்தாததால் எப்படி அவன் வெறுமனே அறைச் சுற்றிக் கொண்டிருந்தானோ அது போலத் தான் இதுவும். அதிகாரத்தில் உள்ளவர்கள் மற்றவர்கள் எப்படி நடந்து கொள்ள வேண்டுமென்று நினைக்கிறார்களோ அது முதலாவதாக அவர்கள் எப்படி நடந்து கொள்கிறார்கள் என்பதைப் பொருத்துதான் இருக்கிறது.

இது 'சட்டப்பூர்வமான கொள்கை' என்று அழைக்கப்படுகிறது. இந்தச் சட்டப்பூர்வம் என்பது மூன்று விஷயங்களை அடிப்படையாகக் கொண்டிருக்கிறது. முதலாவதாக, அதிகாரத்துக்குக் கீழ்ப்படிய வேண்டும் என்று கேட்டுக் கொள்ளப்பட்ட மக்கள் தங்களுக்குப் பேசக்கூடிய உரிமையும், கேட்க வேண்டியவர்கள் கேட்பார்கள் என்கிற உணர்வும் இருக்க வேண்டும். இரண்டாவது, சட்டம் கணிக்கக்கூடியதாக இருக்க வேண்டும். அதாவது, இன்றைக்கு இருக்கக்கூடிய விதிகள்தான் பெரும்பாலும் நாளைக்கும் இருக்கும் என்கிற நியாயமான

எதிர்பார்ப்பு. மூன்றாவதாக, அதிகாரம் என்பது நியாயமானதான இருக்க வேண்டும். ஒரு குழுவையும் இன்னொரு குழுவையும் வித்தியாசமாக நடத்தக்கூடாது.

பெற்றோர்கள் அனைவரும் இந்த மூன்று கொள்கைகளையும் உள்ளார்த்தமாகப் புரிந்து கொண்டிருப்பார்கள். சிறுவன் ஜானி அவனுடைய சகோதரியை அடிப்பதை நிறுத்த வேண்டுமெனில் ஒரு முறை கண்டு கொள்ளாமலும் இன்னொரு முறை திட்டவும் முடியாது. அவன் சகோதரியை அடிக்கவில்லை என்று கூறினால் அதை அவன் விளக்குவதற்கு வாய்ப்பளிக்க வேண்டும். எப்படித் தண்டிக்கிறோம் என்பதுதான் தண்டிப்பதில் முக்கியமானது ஆகும். அதனால் தான் ஸ்டெல்லாவின் கதை ஆச்சரியமளிக்கவில்லை. வகுப்பறையில் எப்போதாவது உட்கார்ந்து பார்த்த அனுபவம் இருந்தாலே ஆசிரியர்கள் மாணவர்களின் மதிப்பைப் பெறுவது எவ்வளவு முக்கியம் என்பது தெரியவரும்.

சட்டம் மற்றும் ஒழுங்கு என வரும்போது இதே கொள்கைகளின் முக்கியத்துவதைப் புரிந்து கொள்வது கடினமாக இருக்கிறது. நமக்குப் பெற்றோரையும், ஆசிரியர்களையும் தெரியும். எனவே முறைமை நிலை (legitimacy) என்பது வீட்டிலும் அல்லது பள்ளியிலும் மிகவும் முக்கியம் என்பது நமக்குத் தெரியும். ஆனால் வங்கியை கொள்ளையடிப்பது அல்லது யாரையாவது சுடுவது போன்றவை குறித்த முடிவென்பது வேறு வகையைச் சேர்ந்தது போலத் தோன்றும். இல்லையா? குற்றவாளிகளுடனும், கிளர்ச்சிக் காரர்களுடனும் சண்டை போடும் போது ‘அனுதாபமோ அல்லது மறைஞானமோ’ தேவையில்லை என்று லேட்ஸும், உல்ஃபும் கூறினார்கள். அந்த நிலையில் சட்டத்திற்குக் கீழ்படிய வேண்டுமென்கிற முடிவு என்பது அதோடு இணைந்த இடர்ப்பாடும், நன்மையும் சம்பந்தப்பட்ட ஒரு அறிவார்த்தமான கணக்கீடாகும். அது தனிப்பட்ட விஷயம் அல்ல. ஆனால் அவர்கள் அதில் தான் தவறு செய்திருந்தார்கள். ஏனென்றால் முறைமை நிலையுடன் குழந்தைகள் வகுப்பறையில் நடந்து கொள்வது எந்த அளவு தொடர்புடையதோ அதேபோல்தான் குற்றவாளிகளும், கிளர்ச்சிக்காரர்களும் அதைச் சார்ந்து நடந்து கொள்ள வேண்டும் என நினைப்பதும்.

4

நான் உங்களுக்கு ஒரு உதாரணம் சொல்கிறேன். இது சம்பந்தப்பட்ட ஒரு சோதனை பல ஆண்டுக் காலமாக நியூயார்க் நகரத்திற்கு அருகில் உள்ள பிரௌன்ஸ்விலேயில்

நடந்து கொண்டிருக்கிறது. பிரௌன்ஸ்விலே ஏறக்குறைய ஒரு லட்சம் மக்கள் வாழக்கூடிய நகரம். அது புருக்ளீனுக்குக் கிழக்குப் பகுதியில் நேர்த்தியான பிரௌன் கற்களைக் கொண்ட பார்க் ஸ்லோப் மற்றும் க்ரௌன் ஹைட்ஸில் உள்ள யூதர்களின் தேவாலயங்கள் உள்ள பகுதியைத் தாண்டி இருக்கிறது. *நூறாண்டுகளுக்கும் மேலாக நியூயார்க் நகரத்தில் யாரும் கண்டு கொள்ளாத பகுதிகளில் ஒன்றாக இது இருந்து வந்திருக்கிறது. நகரத்தில் மற்ற பகுதிகளை விட இங்குதான் 18 பப்ளிக் ஹவுஸிங் திட்டங்கள் விண்ணை ஆதிக்கம் செலுத்தின. ஒவ்வொரு பகுதியும் இருண்டும், எந்தவொரு சிறப்பம்சமும் இல்லாத கான்கிரீட் செங்கல் அடுக்குமாடிக் கட்டிடங்கலாகயிருந்தன. கடந்த 20 வருட காலத்தில் நியூயார்க் நகரத்தில் குற்றங்களின் எண்ணிக்கை ஆச்சரியப்படும் வகையில் குறைந்திருந்தது. ஆனால் பிரௌன்ஸ்விலேயைப் பொருத்தவரை எந்த மாற்றமும் இல்லை. இளைஞர்கள் குழுக்களாக இணைந்து போவோர், வருவோரிடம் வழிப்பறிச் செய்து கொண்டிருந்தனர். இதற்காகக் காவல் துறை அடிக்கடி அதிகப்படியான அதிகாரிகளை நியமித்தாலும் அதற்கான பலன் தற்காலிகமானதாகவே இருந்தது.

2003 ஆம் ஆண்டுக் காவல் துறையைச் சேர்ந்த ஜோன் ஜாஃபே (Joanne Jaffe) என்கிற பெண் அதிகாரி 'ஹவுஸிங் பீரோ' பிரிவின் தலைமை அதிகாரியாக நியமிக்கப்பட்டார். பிரௌன்ஸ்விலே பகுதிக்கான திட்டங்கள் அனைத்துக்கும் இவருடைய குழு தான் பொறுப்பாகும். புதிதாக ஏதாவது முயற்சி செய்து பார்க்கலாம் என அவர் நினைத்தார். அவர் பிரௌன்ஸ்விலேயில் விடலைப் பருவத்தில் இருந்தவர்களில் கடந்த ஒரு வருடத்தில் ஒரு முறையேனும் கைதானவர்கள் பற்றிய தகவலைச் சேகரித்தார். அந்தத் தேடலில் அவருக்கு 180 கைதுகளில் சம்பந்தப்பட்ட 106 பேர்கள் கிடைத்தார்கள். வழிப்பறியில் ஈடுபட்ட இந்த 106 பேர்களும் அநேகமாக 20லிருந்து 50 குற்றங்கள் செய்திருக்கக்கூடும் ஆனால் அவை காவல் துறையின் கவனத்திற்கு வராமல் இருந்திருக்கலாம். அவருடைய இந்த அனுமான விதியின் படி பார்த்தால் கடந்த வருடம் மட்டும் இவர்கள் கிட்டத்தட்ட

* கடந்த பல ஆண்டுகளில் மிகவும் பிரபலமானவர்கள் ப்ரௌன் ஸ்விலேயிலிருந்து வந்திருக்கிறார்கள். இரண்டு குத்துச்சண்டை வீரர்கள் (மைக் டைசன், ரிடிக் பௌ); இசையமைப்பாளர் ஆரன் காப்லாண்ட்; மூன்று நகைச்சுவையாளர்கள் (மோ, ஷெம்ஃப் ஹோவர்ட் அதன் பின் இவருக்குப் பதிலாக இவருடைய சகோதரர் கர்லி, லாரி ஃபைன்); இவர்கள் தவிர்த்து எண்ணற்ற கூடைப்பந்தாட்ட, கால்பந்தாட்ட, பேஸ்பால் விளையாட்டு வீரர்களும் அங்கிருந்து வந்தனர். இதற்கெல்லாம் 'ப்ரௌன்ஸ்விலே யிலிருந்து வந்தவர்கள்'' என பொதுவான சொற்கள் புழக்கத்தில் இருந்தது. இதற்கு உதவமுடிந்த யாரும் ப்ரௌன்ஸ்விலேயில் தங்கியிருக்கவில்லை.

5000 குற்றங்களுக்குப் பொறுப்பாளியாக இருப்பார்கள் என்பது ஜாஃபேயின் அனுமானமாக இருந்தது.

அவர் காவல் துறை அதிகாரிகள் கொண்ட ஒரு பிரத்யேக பணிப் பிரிவை அமைத்து அவர்களைப் பட்டியலில் உள்ள ஒவ்வொருவருடனும் தொடர்பு கொள்ளுமாறு கேட்டுக் கொண்டார். 'நாங்கள் அவர்களிடம் பேசும் போது நீங்கள் எங்கள் திட்டத்தில் ஒருவர் என்று சொல்லி அந்தத் திட்டம் பற்றி விவரித்தோம் என்ற ஜாஃபே, "நாங்கள் உங்களுக்கு ஒரு தேர்வுரிமையை வழங்க இருக்கிறோம். நீங்கள் மீண்டும் பள்ளிக்கூடத்துக்குச் செல்வதற்கு எங்களால் என்னென்ன செய்ய முடியுமோ அதைச் செய்வோம், நீங்கள் படித்து உயர்நிலைப்பள்ளி சான்றிதழ் வாங்குவதற்கு உதவுவோம், உங்கள் குடும்பத்துக்குத் தேவையான சேவைகளை அளிப்போம், வீட்டிற்குத் தேவையானவை என்ன என்பதைக் கண்டறிவோம். நாங்கள் உங்களுக்கு வேலையில் வாய்ப்பு, கல்வியில் வாய்ப்பு, மருத்துவத்தில் உதவி என எவ்வளவு முடியுமோ அவ்வளவையும் செய்வோம். நாங்கள் உங்களுடன் சேர்ந்து வேலை செய்ய ஆசைப்படுகிறோம். ஆனால் நீங்கள் உங்களுடைய குற்ற நடவடிக்கைகளை நிறுத்த வேண்டும். அப்படி நீங்கள் நிறுத்தவில்லையெனில் ஏதாவது குற்றத்திற்காக நீங்கள் கைது செய்யப்படும் போது, உங்களைச் சிறையில் வைத்திருக்க என்னென்ன செய்ய வேண்டுமோ அவையனைத்தையும் செய்வோம். அது எவ்வளவு சிறிய தவறாக இருந்தாலும் சரி அதைப் பற்றி எனக்குக் கவலையில்லை. உங்களைச் சுற்றி எல்லா இடங்களிலும் நாங்கள் இருப்போம்' என்று கூறியிருக்கிறார்.

அந்தத் திட்டம் ஜெ ரிப் என்ற இளநிலை கொள்ளைத் தடுப்புத் திட்டம் (J - RIP, Juvenile Robbery Intervention Program) என அழைக்கப்பட்டது. மேலோட்டமாகப் பார்த்தால் இதில் எதுவும் சிக்கல் இருப்பதாகத் தெரியவில்லை. ஜெரிப் என்பது அதிகத் தீவிரத்துடன் கூடிய ஒரு நவீன காவல்துறை கண்காணிப்பு ஆகும். அவர் தனது பிரத்யேகக் குழுவை வீட்டுவசதி திட்டம் அமலில் உள்ள பகுதியின் அருகில் நிறுத்தப்பட்டுள்ள வாகனங்களின் பின் இணைந்த ஊர்தி ஒன்றில் இருக்க வைத்தார். கண்காணிப்பு சம்பந்தமான அனைத்துக் கருவிகளும் அவர்களுக்குக் கிடைக்குமாறு செய்தார். அவர்கள் ஒவ்வொரு ஜெரிப்பரின் கூட்டாளிகள் அதாவது யாரை கைது செய்தார்களோ அவர்களுடைய நண்பர்கள் குறித்தும் பட்டியல் தயாரிக்கப்பட்டது. அவர்கள் முகநூலுக்குச் சென்று அதிலிருந்த அவர்களுடைய நண்பர்களின் புகைப்படங்களைத் தரவிறக்கம் செய்து, அவர்களுக்கு ஏதாவது ஒரு அமைப்புடன்

தொடர்பு இருக்கிறதா என ஆராய்ந்தனர். சென்ற வருடம் கைது செய்யப்பட்டவர்களின் சகோதரர்கள், சகோதரிகள், அம்மாக்கள் ஆகியோருடனும் பேசினர். அதன் பின் ஒரு பெரிய போஸ்டரில் ஒவ்வொருவருடைய நட்பு வட்டாரம், அவர் சார்ந்திருக்கும் அமைப்புகள் என அனைத்துத் தகவல்களையும் பதிவு செய்தனர் சந்தேகத்திற்குள்ளான தீவிரவாதிகளின் செயல்பாடுகள் எப்படி கண்கானிப்போமோ அது போல இவர்கள் குறித்தும் செய்யப்பட்டது.

'24 மணி நேரமும் எனது குழுவைச் சேர்ந்தவர்கள் அங்கே இருந்தார்கள். எனவே அவர்கள் எப்போதாவது ஜெரிப்பர் ஒருவரை கைது செய்யப் போகும்போது தேவைப்படும் பட்சத்தில் எனது அணியை விரும்பி அனுப்பி வைப்பேன். அது நகரத்தின் எந்த மூளை முடுக்கில் இருந்தாலும் சரி அல்லது நள்ளிரவு நேரமானாலும் சரி அதைப் பற்றி நான் கவலைப்படுவதில்லை. மிகவும் மோசமான விளைவுகள் இருக்க வேண்டும், என்ன நடக்கப் போகிறது என்பது அவர்களுக்குத் தெரிய வேண்டும். அதோடு வேகமாகவும் நடவடிக்கை இருக்க வேண்டும். நீங்கள் கைது செய்யப்பட்டால் என்னைச் சந்தித்துதான் ஆக வேண்டும்' என்றும் கூறினார்.

மேலும் அவர் பேசும் போது, "நான் அவர்களிடம், 'நான் உங்கள் வீட்டிற்கு வரும்போது நீங்கள் கதவை அடித்து மூடலாம். இருந்தாலும் நான் உங்களைத் தெருவில் பார்த்து

'ஹலோ' சொல்வேன். உங்களைப் பற்றி அனைத்தையும் தெரிந்து கொள்வேன். நீங்கள் ப்ரூக்ளினிலிருந்து ப்ரான்க்ஸுக்கு எந்த ரயிலில் போகிறீர்கள் என்பது கூட எனக்குத் தெரியவரும்.' நாங்கள் யாரையாவது ஒருவரைப் பார்த்து 'ஜானி நாளைக்கு ஜெ ரிப் அலுவலகத்துக்கு வா' என்று சொல்வோம். அவன் மறுநாள் வரும் போது நாங்கள், 'நேற்றிரவு உன்னை ப்ரான்க்ஸில் தடுத்தி நிறுத்தி சம்மன் கொடுக்கப்பட்டது' இல்லையா? என்றோம். அவன் உடனே, என்ன? எனக் கேட்க நாங்கள், 'நீ ரேமன்ட் ரிவெரா, மேரி ஜோன்ஸுடன் தானே இருந்தாய்' என்று சொன்னவுடன் அவன் 'எப்படி உங்களுக்கு அது தெரியும்?" எனக் கேட்டான். இதிலிருந்து நாங்கள் எங்கும் வியாபித்திருக்கிறோம் என்று அவர்கள் நினைக்க ஆரம்பித்தார்கள். நாங்கள் ஒவ்வொருவர் பற்றியும் ஒரு கோப்புத் தயாரித்திருந்தோம். அவர்களைப் பற்றிய விஷயங்கள் என்னவெல்லாம் அதில் இருக்கிறது என்பதை அவர்களிடம் காட்டினோம். 'இவர்கள் எல்லாம் உங்கள் நண்பர்கள், அவர்களைப் பற்றிய அனைத்து விஷயங்களும் இதில் இருக்கிறது. உங்களுடைய புகைப்படங்களும் இதில் இருக்கின்றன. இந்த வளர்ச்சியில் நீங்களும் பங்கெடுத்துக் கொள்கிறீர்கள் என்று எங்களுக்குத் தெரியும். நீங்களும் அந்தக் குழுவில் ஒரு அங்கமாக இருக்கக்கூடும் என்று தெரியும். உங்களுடைய உலகத்தைப் பற்றி எங்களுக்குத் தெரியும்". அவர்கள் பள்ளிக்கூடத்துக்கு எங்கே செல்கிறார்கள், பள்ளிக்கூடத்தில் யாருடன் எல்லாம் சுற்றிக் கொண்டிருக்கிறார்கள் போன்றவை பற்றியும் தெரிந்து கொள்ள ஆரம்பித்தோம். அவர்கள் பள்ளிக்கூடத்தில் இல்லையென்றால் எங்களுக்கு அழைப்பு வந்தது. ஜெரிப் குழு அவர்கள் இருக்குமிடத்திற்குச் சென்று தூக்கத்திலிருந்த அவர்களை எழுப்பி விட்டார்கள்.

ஜேஃபேயின் செயல் திட்டத்தில் இது ஒரு பகுதிதான். காவல்துறை கண்காணிப்பு செயல் திட்டத்தில் இல்லாத வேறு சில விஷயங்களையும் அவர் செய்து கொண்டிருந்தார். உதாரணமாக, அந்தப் பிரத்யேகக் குழுவில பணிபுரிவதற்குச் சரியான ஒரு அதிகாரியை தேடுவதில் அவர் அதிக நேரத்தை செலவிட்டார். "யாரை வேண்டுமானாலும் அந்த இடத்திற்கு நியமிக்க என்னால் முடியாது' என்று காவல்துறை அதிகாரியைப் போல் இல்லாமல் ஒரு சமூக ஆர்வலர் போலப் பேசினார். "குழந்தைகளை விரும்புகிற ஒரு அதிகாரியாக அவர் இருக்க வேண்டும். குழந்தைகளைப் பற்றி எந்த ஒரு எதிர்மறைக் கருத்துக்களையும் அவர் கொண்டிருக்கக்கூடாது. குழந்தைகளுக்கு உதவி செய்பவராக இருப்பதுடன் அவர்களுக்குச் சரியான வழியைக் காட்டுபவராகவும் இருக்க வேண்டும்' என்றார்.

இறுதியாக, அந்தக் குழுவிற்குத் தலைமை அதிகாரியாக டேவிட் க்ளாஸ்பெர்க்கை நியமித்தார். அவர், குழந்தைகளுடன் கூடி வாழும் போதைப் பொருள் தடுப்பு துறையின் முன்னாள் அதிகாரியாவார்.

ஆரம்பத்திலிருந்தே ஜெரிப்பர்களின் குடும்பத்தினரைச் சந்திப்பதில் மிகவும் பிடிப்புடன் இருந்தார். அவர்களைப் பற்றி அவர் தெரிந்து கொள்ள விரும்பினார். ஆனால் ஆச்சரியப்படும் அளவிற்கு அது மிகவும் சிரமமாக இருந்தது. அவர் அனைத்து குடும்பத்தினருக்கும் அனுப்பிய முதல் கடிதத்தில் அவர்களனைவரையும் குழு சந்திப்பிற்காகத் தேவாலயத்திற்கு வருமாறு கூறியிருந்தார். ஆனால் யாரும் வரவில்லை. அதற்குப் பிறகு ஜாஃபேயும் அவரது குழுவினரும் ஒவ்வொரு வீடாகச் சென்றனர். அதுவும் அவ்வளவு வெற்றிகரமாக அமையவில்லை. “106 சிறுவர்களின் குடும்பங்களுக்கும் போக வேண்டியதாக இருந்தது. ஆனால் அவர்கள், “தொலைந்து போ . . என்னுடைய வீட்டிற்கு போலீஸ் வரத்தேவையில்லை” என்று சொல்லக்கூடும்.

இந்தத் திட்டம் ஆரம்பித்துப் பல மாதங்களுக்குப் பிறகு ஒரு திருப்பு முனை ஏற்பட்டது. ‘இந்த ஒரு குழந்தை, அவனுக்கு ‘ஜானி ஜோன்ஸ்” என் ஜாஃபே பெயர் வைத்தார். அவன் ஒரு ‘கெட்ட’ குழந்தை. அப்போது அவனுக்கு வயது 14, 15 இருந்திருக்கும். அவன் 1718 வயதான தனது சகோதரியுடன் வசித்து வந்தான். அவனுடைய அம்மா குயின்ஸில் இருந்தார்கள். அவரும் எங்களை வெறுத்தார். எங்களால் யாரையும் அணுக முடியவில்லை. 2007 ஆம் ஆண்டு நவம்பர் மாதம் ‘தாங்க்ஸ் கிவ்விங்’கிற்கு முன்பாகப்

புதன்கிழமை என் அலுவலகத்துக்கு டேவ் க்ளாஸ்பர்க் வந்தார்.

அவர், 'நமது குழுவில் உள்ள அனைவரும் சேர்ந்து ஜானி ஜோன்ஸூக்கும் அவனுடைய குடும்பத்தினருக்கு 'தாங்க்ஸ் கிவ்விங்' நாளன்று இரவு சாப்பாடு வாங்கிக் கொடுத்தோம்" என்றார்.

நான், ' விளையாடாதீர்கள்" என்று சொல்லிவிட்டு அவன் ஒரு கெட்ட பையன் ஆச்சே, என்றேன்.

அவர் மேலும், 'நாங்கள் ஏன் அப்படிச் செய்தோம் என்று உங்களுக்குத் தெரியுமா? இந்தச் சிறுவனை நாம் இழக்க நேரிடலாம். ஆனால் அவனுடைய குடும்பத்தில் இன்னும் 7 குழந்தைகள் இருக்கிறார்கள். அவர்களுக்கு நாம் ஏதாவது செய்ய வேண்டும்' என்றார்.

"என் கண்களில் கண்ணீர். அவர் மேலும், 'இது தவிர இன்னும் மற்ற குடும்பங்கள் இருக்கின்றன. நாம் என்ன செய்யப் போகிறோம்? இப்போது 10 மணியாகிறது நாளைக்குத் தாங்க்ஸ் கிவ்விங் நாள் என்றார். அதற்கு நான், ' டேவ், நான் போலீஸ் கமிஷனரிடம் சென்று முடிந்தால் இரண்டாயிரம் டாலர் வாங்கி வருகிறேன். அதைக் கொண்டு ஒவ்வொரு குடும்பத்திற்கும் 'வான்கோழி' வாங்கிக் கொடுக்க முடியுமா என்று பார்க்கலாம்' நம்மால் முடியுமா? என்றேன்.

அவர் காவல் துறையில் உயர் அதிகாரிகள் இருக்கும் தலைமையகத்திற்குச் சென்று கமிஷனரை சந்திப்பதற்கு இரண்டு நிமிடங்கள் அவகாசம் கேட்டார். 'டேவ் க்ளாஸ்பெர்க் தனது குழுவுடன் இப்படிச் செய்திருக்கிறார். நான் 125 வான்கோழிகள் வாங்கலாமென்று நினைக்கிறேன். அதற்கான பணம் எனக்கு எங்கிருந்தாவது கிடைக்குமா?" என்றேன். அவர் சம்மதித்தார். க்ளாஸ்பெர்க் தனது குழுவைச் சேர்ந்தவர்களை மேலதிக வேலையில் ஈடுபடுத்தினார். அவர்கள் குளிர்சாதன பெட்டியில் வைத்துப் பராமரிக்கப்பட்ட வான்கோழிகளை வாங்கிப் பிரெளன்ஸ்விலே திட்டத்தில் பங்கு பெற்றிருந்த அனைத்துக் குடும்பத்தினருக்கும் அன்று இரவே வீடுவீடாகச் சென்று அதைக் கொடுத்தனர். அதை ஒரு பையில் வைத்து அதோடு, 'எங்களுடைய குடும்பத்திலிருந்து உங்களுடைய குடும்பத்திற்கு, மகிழ்ச்சிகரமான தாங்க்ஸ்கிவ்விங் நாள்" எனக் குறிப்பிடப்பட்ட செய்தியுடன் அது கொடுக்கப்பட்டது.

மன்ஹாட்டனில் உள்ள நியூயார் காவல்துறையின் தலைமையகத்தில் தனது அறையில் சீருடையுடன் ஜாஃபே உட்கார்ந்திருந்தார் நல்ல உயரத்துடனும், வல்லமையுடனும்,

அடர்த்தியான கருப்பு முடியுடனும், புரூக்ளினுக்கே உரிய உச்சரிப்புக் கொஞ்சம் அதிகமாகவே அவருடைய குரலில் தெரிந்தது.

'நாம் கதவைத் தட்டும் போது, அம்மாவோ அல்லது பாட்டியோ கதவைத் திறந்து 'ஜானி, இதோ போலீஸ் வந்திருக்கிறது' என்று ஏனோ, தானோவென்று சொல்வார். அதற்கு நான், 'ஹாய், மிஸஸ் ஸ்மித், நான் மேலதிகாரி ஜாஃபே. நான் 'தாங்க்ஸ் கிவ்விங்' க்காக உங்களுக்கு ஒன்று வைத்திருக்கிறேன். சந்தோஷமான 'தாங்க்ஸ் கிவ்விங்' வாழ்த்துகள்" என்பேன். அதற்கு அவர், 'என்ன இது?" உள்ளே வாருங்கள், உள்ளே வாருங்கள்" என்று சொல்லிக் கொண்டே என்னை உள்ளே இழுத்துச் செல்வார். அப்பார்ட்மெண்ட்டுக்குள் உஷ்ணம் அதிகமாக இருக்கும். அதற்குப் பிறகு, ஜானி, இங்கே வா, போலீஸிலிருந்து வந்திருக்கிறார்கள்!" என்றவுடன் அவர்கள் எல்லோரும் இங்கும் அங்கும் ஓடிக் கொண்டும், ஒருவரையொருவர் கட்டிப்பிடித்துக் கொண்டும், அழுது கொண்டும் இருப்பார்கள். நான் சந்தித்த ஐந்து குடும்பங்களிலும் இதே நிலைதான். நான் வழக்கமாகச் சொல்வதையே அவர்களிடம் சொன்னேன் 'நீங்கள் சில நேரங்களில் போலீஸ்காரர்களை வெறுப்பீர்கள் என்று எனக்குத் தெரியும். எனக்கு அதெல்லாம் புரிந்துதான் இருக்கிறது. நாங்கள் உங்களது வீட்டுக் கதவைத் தட்டி தொந்தரவு செய்வது போலத் தோன்றினாலும் நாங்கள் உங்கள் மேல் அக்கறை கொண்டிருக்கிறோம். நீங்கள் 'தாங்க்ஸ் கிவ்விங்' தினத்தை மிகவும் மகிழ்ச்சியுடன் கொண்டாட வேண்டும் என்பது தான் எங்கள்

விருப்பமும் என்பதை நீங்கள் தெரிந்து கொள்ள வேண்டும்" என்றார்.

ஜெரிப்பர்களின் குடும்பங்களைச் சந்திக்க வேண்டுமென்பதில் ஜாஃபே பிடிவாதமாக இருக்கக் காரணம் என்ன? ஏனென்றால் ப்ரெளன்ஸ்விலேயில் உள்ள போலீஸ்காரர்களை அங்குள்ள மக்கள் அதிகாரப்பூர்வமானவர்களாகக் கருதவில்லை என அவர் நினைத்தார். அமெரிக்காவில் வசிக்கும் கருப்பினத்தவர்களில் ஆச்சரியப்படும் அளவிலானவர்கள் சிறிது நாட்களாவது சிறையில் இருந்திருக்கிறார்கள் (உதாரணத்திற்கு ஒரு புள்ளிவிவரம் எழுபதாம் ஆண்டுகளின் பின் பகுதியில் பிறந்த கருப்பின ஆண்களில் 69 சதவிகிதமானோர் உயர்நிலைப் பள்ளிக் கல்வியைப் பாதியோடு கைவிட்டு விட்டவர்கள். இவர்கள் வாழ்க்கையில் கொஞ்ச நேரமாவது சிறைச்சாலையில் கழித்திருக்கிறார்கள்). ப்ரெளன்ஸ்விலேயைச் சுற்றிலும் உயர்நிலைப் பள்ளிக் கல்வியைப் பாதியில் கைவிட்ட கருப்பினத்தைச் சேர்ந்த ஆண்கள் அதிகமாக இருந்தனர். அதாவது ஜாஃபேயின் பட்டியலில் இருந்த இளங் குற்றவாளிகளின் சகோதரனோ அல்லது அப்பாவோ அல்லது ஒன்றுவிட்ட சகோதரனோ சிறைச்சாலையில் இருந்திருக்கிறார்கள். உங்கள் வாழ்நாளில் சிறையிலிருந்திருக்கும் இவ்வளவு பேரைப் பற்றிக் கேள்விப்பட நேர்ந்தால் அங்குச் சட்டம் நியாயமானதாக இருந்திருக்க முடியுமா?* இது கணிக்கக்கூடியது போலத் தோன்றுகிறதா? நீங்கள் பேசினால் அதைக் கேட்பார்களா?

***இனம், கல்வித் தகுதி அடிப்படையிலான அமெரிக்க சிறைக் கைதிகள் பற்றிய புள்ளிவிவரம்**

வெள்ளையினத்தவர்	1945-49	1960-64	1975 - 79
உயர்நிலைப் பள்ளிக் கல்வியை பாதியில் நிறுத்தியவர்கள்	4.2	8.0	15.3
உயர்நிலைப் பள்ளிக் கல்வி மட்டும் படித்தவர்கள்	0.7	2.5	4.1
ஏதோ சில காலம் கல்லூரி படிப்பு படித்தவர்கள்	0.7	0.8	1.2
கருப்பினத்தவர்			
உயர்நிலைப் பள்ளிக் கல்வியை பாதியில் நிறுத்தியவர்கள்	14.7	41.6	69.0
உயர்நிலைப் பள்ளிக் கல்வி மட்டும் படித்தவர்கள்	10.2	12.4	18.0
ஏதோ சில காலம் கல்லூரி படிப்பு படித்தவர்கள்	4.9	5.5	7.6

முக்கியமான புள்ளிவிபரம் 'ஹைலைட்' செய்யப்பட்டிருக்கிறது. சிறையில் அடைக்கப்பட்டிருந்த, 1975,1979க்கு இடையே பிறந்த கருப்பினத்தவர்களில் 69 சதவிகிதம் பேர் உயர்நிலைப் பள்ளிப்படிப்பை பாதியிலேயே நிறுத்தியவர்கள். சுருக்கமாகச் சொன்னால், இதுதான் ப்ரெளன்ஸ்விலேயின் நிலைமை.

ப்ரௌன்ஸ்விலே மக்கள் போலீசாரை ஒரு எதிரி போல நினைத்தார்கள் என்பதை ஜாஃபே அங்கு முதன் முதலில் சென்ற போது புரிந்து கொண்டார். போலீசாரை எதிரி போல நினைக்கும் போது அவர் எப்படி ஏற்கனவே வழிப்பறி மற்றும் திருட்டுக் குற்றங்கள் செய்த 15 அல்லது 16 வயதில் இருப்பவர்களைப் புதிய வழிக்குக் கொண்டு செல்ல முடியும்? அவர்கள் இன்னும் அதிகமாகக் குற்றம் செய்தால் கடுமையான விளைவுகளைச் சந்திக்க வேண்டிவரும் என்று அவர் அவர்களைப் பயமுறுத்த முடியும், எச்சரிக்க முடியும். ஆனால் பிடிவாத குணமும், இணக்கமும் இல்லாத, ஏற்கனவே வழிதப்பிக் குற்றங்கள் செய்து கொண்டிருக்கும் அவர்கள் ஜாஃபே சொல்வதைக் கேட்பார்களா? அவர் பிரதிநிதித்துவப்படுத்தும் துறையோ அவர்களுடைய அப்பாக்களையும், சகோதரர்களையும் ஜெயிலில் அடைத்திருக்கிறது. அவர் மீண்டும் சமூகத்தினுடைய மரியாதையைப் பெறவேண்டும் அதற்கு அவருக்கு ஜெரிப்பர் குடும்பங்களின் ஆதரவு தேவைப்பட்டது. இது குறித்த அவரது சிறிய பேச்சுதான் 'தாங்க்ஸ் கிவ்விங்' 'நீங்கள் சில நேரங்களில் போலீஸ்காரர்களை வெறுப்பீர்கள் என்று எனக்குத் தெரியும். எனக்கு அதெல்லாம் புரிந்துதான் இருக்கிறது. நாங்கள் உங்களது வீட்டுக் கதவைத் தட்டி தொந்தரவு செய்வது போலத் தோன்றினாலும் நாங்கள் உங்கள் மேல் அக்கறை கொண்டிருக்கிறோம். நீங்கள் 'தாங்க்ஸ் கிவ்விங்' தினத்தை மிகவும் மகிழ்ச்சியுடன் கொண்டாட வேண்டும் என்பது தான் எங்கள் விருப்பமும் என்பதை நீங்கள் தெரிந்து கொள்ள வேண்டும்"

இது அவர்கள் காவல்துறையை முறையான ஒன்றாகக் கருதவேண்டுமென்பதற்கான விண்ணப்பம் ஆகும். சட்டத்தின் தவறான பக்கத்தில் இருக்கும் அந்தக் குடும்பங்களை சிலர் தலை தலைமுறையாக சரியான பக்கத்திற்குக் கொண்டுவர அவர் முயற்சித்துக் கொண்டிருந்தார்.

தாங்க்ஸ் கிவ்விங் வெற்றிக்குப் பிறகு, ஜெஃபே கிறிஸ்துமஸின் போது அவர்களுக்குப் பரிசுகள் கொடுக்க ஆரம்பித்தார். ஜெரிப் டாஸ்க் ஃபோர்ஸைச் சேர்ந்தவர்கள் ஜெரிப்பர் குழுவைச் சேர்ந்த பதின்ம வயதினருடன் கூடைப்பந்தாட்டம் விளையாடினார்கள். அவர்களுக்குக் கோடை கால வேலை வாங்கித்தர முயற்சித்தார்கள். மருத்துவர்களிடம் அழைத்துச் சென்றார்கள். அதன் பின் ஜெஃபே கிறிஸ்துமஸ் டின்னர் கொடுக்க ஆரம்பித்தார். ஒவ்வொரு ஜெரிப்பரும் அவருடைய குடும்பத்தினருடன் அதற்கு அழைக்கப்பட்டிருந்தனர். ‘ஜெரிப் குழந்தைகளுடன் நான் என்ன செய்வேனென்று உங்களுக்குத் தெரியுமா? என்று கேட்ட ஜெஃபே, ‘அவர்கள் தங்கள் நண்பர்களுக்கு முன்பு மிகவும் முரட்டுத்தனமாக இருப்பது போலக் காட்டிக் கொண்டார்கள். எனவே நான் ஒவ்வொருவரையும் இறுக்கமாகக் கட்டிக் கொண்டேன். எப்போதுமே, ‘வாருங்கள், நாம் கட்டிக் கொள்வோம்’ என்பதுதான். ஜேஃபே சிறிய உருவம் கொண்ட பெண்மணியில்லை. அவர் மிகவும் வலுவானவராகவும், திடமானவாராகவும் இருந்தார். அவர் கைகளை அகலமாக வைத்துக் கொண்டு மெலிந்த உருவம் கொண்ட பதின்ம பருவத்தைச் சேர்ந்த ஒருவரை அணுகினால் எப்படியிருக்கும் என்பதைக் கற்பனை செய்து பார்த்துக் கொள்ளுங்கள். அவருடைய கட்டிப்பிடிப்பு அவனை விழுங்கிவிடுவது போல இருக்கும்.

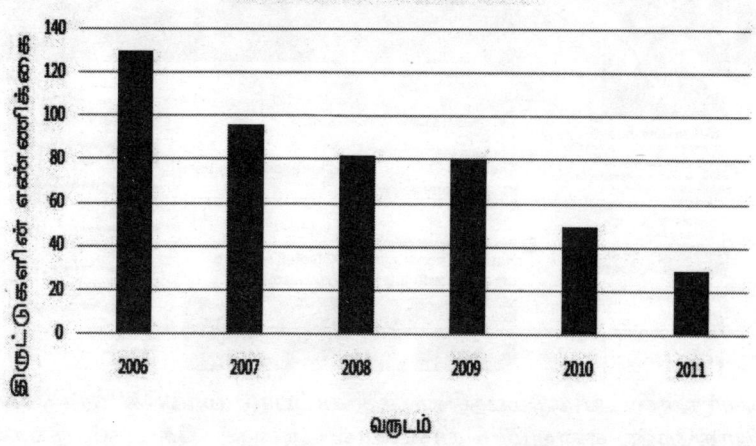

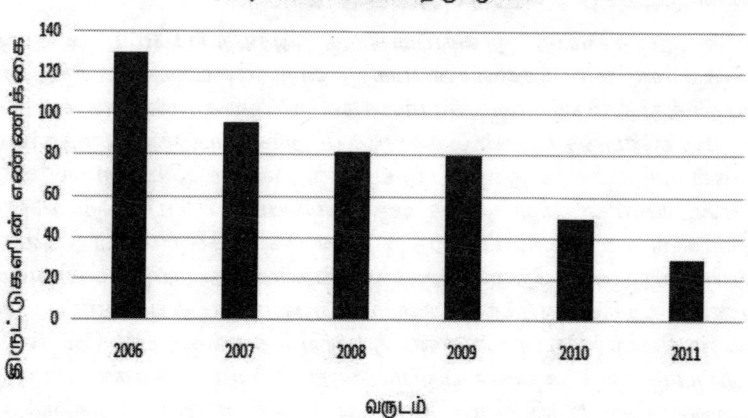

இது ஏதோவொரு மோசமான ஹாலிவுட் படம் போல இருக்கிறது, அப்படித்தானே? 'தாங்க்ஸ் கிவ்விங்' கிற்கு வான்கோழி! கட்டிப்பிடித்தலும், அழுதலும்!! உலகமெங்கும் உள்ள காவல்துறைகள் ஜெஃபே செய்ததைப் பின் தொடரவில்லை. ஏனெனில் அவர் செய்தது அவர்களுக்கெல்லாம் சரியென்று தோன்றவில்லை. ஜானி ஜோன்ஸ் ஒரு மோசமான பையன். அவனைப் போன்றவர்களுக்குச் சாப்பாடும், பொம்மையும் வாங்குவது என்பது தாராளவாத நுகர்வின் மோசமான வடிவமாகும். உங்கள் நகரத்தினுடைய காவல்துறை உயர் அதிகாரி குற்றங்கள் அதிகமாக நடக்கும் நேரத்தில் தெருவில் சுற்றிக் கொண்டிருக்கும் குற்றவாளிகளைக் கட்டிப் பிடிப்பேன் என்றும்,

அவர்களுடைய குடும்பத்தினருக்கு சாப்பாடு வாங்கிக் கொடுக்கப் போகிறேன் என்றும் சொன்னால் அதைக் கேட்கும் நீங்கள் பேச்சற்று போய்விடுவீர்கள் சரியா? இதோ ப்ரௌன்ஸ்விலேயில் என்ன நடந்தது என்று பாருங்கள்.

“நடத்தையைத் தூண்டுவதற்கு அனுதாபமோ அல்லது மறைஞானமோ தேவையில்லை’ என்று லேட்ஸூம், உல்ஃபும் எழுதியிருந்தார்கள். ஆட்சியாளர்களின் அதிகாரத்திற்கு எல்லை யில்லை என்பதைத் தான் இதன் மூலம் அர்த்தப்படுத்தியிருந்தார்கள். நீங்கள் ஆணை எதுவும் பிறப்பிக்க வேண்டுமென்றால் அது என்ன, யாரின் மீது அந்த ஆணையைப் பிரப்பிக்கிறீர்களோ, அவர்களை உங்களைப் பற்றி என்ன நினைக்கிறார்கள் என்பது பற்றிய சிந்தனை தேவையில்லை. நீங்கள் அதற்கும் மேலானவர். ஆனால் அதிகாரமிக்கவர்களும் மற்றவர்கள் தங்களைப் பற்றி என்ன நினைக்கிறார்கள் என்பது பற்றிக் கவலைப்பட வேண்டும் குறிப்பாக யார் ஆணை பிறப்பிக்கிறார்களோ அவர்கள் யாருக்கு ஆணை பிறப்பிக்கிறார்களோ அவர்களின் கருத்துக்களுக்கு என்பதை ஜெஃபே நிரூபித்தார்.

இந்தத் தவறைத்தான் லோயர் ஃபால்ஸீல் ஜெனரல் ஃப்ரீலாண்டும் செய்தார். அவர் ரோஸ்மேரி லாலர் போன்ற மக்களுடைய கண்களின் ஊடாக என்ன நடக்கிறதென்று பார்க்கவில்லை. பிரிட்டிஷ் அரசு புலியை வேட்டையாடியது போல அவரும் லோயர் ஃபால்ஸில் ஏற்பட்ட கிளர்ச்சியைச் சந்தடியற்றத் தெருக்களில் சுற்றுவதன் மூலம் முடிவுக்குக் கொண்டு வரலாம் என நினைத்தார். காரியட் கார்ஸன் இரண்டு பானை மூடிகளைத் தட்டிக் கொண்டு ‘வாருங்கள், வெளியே வாருங்கள், வெளியே வாருங்கள்’ லோயர் ஃபால்ஸில் மக்கள் கொல்லப்படுகிறார்கள்” என்று சொன்னபோது பாலிமர்ஃபியில்

உள்ள அந்தத் தெருவுக்குச் செல்ல வேண்டுமென்பது குறித்து ஃப்ரீலாண்ட் அக்கறை கொண்டிருந்தாரேயானால் அந்தக் கிளர்ச்சி ஒரு ஆரம்பம் தான் என்பதை அவர் உணர்ந்திருக்க வேண்டும்.

5

அது நாட்டில் மைனாரிட்டிகளாக இருக்கும் கத்தோலிக்கர்களை எதிர்த்துப் பல ஆண்டுகளுக்கு முன்னால் வெற்றி பெற்றதின் நினைவாக ஜூலை மாதம் வட அயர்லாந்தில் 'ப்ரொட்டஸ்டண்ட் லாயலிஸ்ட்ஸ்" களினுடைய 'அணிவகுப்பு கால'த்தின் உச்சமாகும். 'தேவாலய அணிவகுப்புகள், "ஆர்ச், பேனர், ஹால்' அணிவகுப்புகள், போர் நினைவு நாள் இசைக் குழுவின் அணிவகுப்புகள், "ப்ளட் அண்ட் தன்டர்" அணிவகுப்புகள் மற்றும் "கிக் தி போப்' புல்லாங்குழல் அணிவகுப்புகளும் நடைபெற்றன. இது போல, ஃபுல் சில்வர் இசைக்குழு, பேக்பைப் வாத்தியக்கருவிகள் கொண்ட அணிவகுப்புகள், அக்கார்டியன் அணிவகுப்புகள், இடைக்கச்சை, கருமை நிற சூட்டுகள், தொப்பிகள் அணிந்தவர்களின் அணிவகுப்பு என நூற்றுக்கணக்கான அணிவகுப்புகளில் ஆயிரக்கணக்கானவர்கள் கலந்து கொண்டனர். இதற்கெல்லாம் முத்தாய்ப்பாக 1690 ஆம் ஆண்டு 'பேட்டில் ஆஃ பாய்ன்' னில் 'வில்லியம் ஆஃப் ஆரஞ்ச்' பெற்ற வெற்றியின் நினைவாக ஒவ்வொரு வருடமும் ஜூலை மாதம் 12 ஆம் தேதி ஒரு மிகப் பெரிய வெற்றி அணிவகுப்பு நடைபெற்று அதோடு அந்த ஆண்டுக்கான 'அணிவகுப்புகளின் காலம்' முடியும். அந்த வெற்றியின்

***ட்வெல்த்ஸ் என அறியப்படுகிற பனிரெண்டாம் தேதி பேரணி நகரைக் கடந்து 'மைதான'த்தில் முடிந்தது. பொதுகூட்டத்திற்கென அந்தப் பெரிய மைதானத்தில் மக்கள் கூடுவது வழக்கம். 1995 ஆம் ஆண்டு நடைபெற்ற கூட்டத்தில் பேசிய திலிருந்து ஒரு பகுதி கீழே தரப்பட்டுள்ளது. டௌனிங் ஸ்ட்ரீட் டிக்ளரேஷனுக்குப் பிறகு அதிகாரப்பூர்வமாக வடக்கு அயர்லாந்தில் அமைதிக்கான செயல்முறை ஆரம்பிக்கப்பட்டதற்குப் பிறகு பேசப்பட்டது என்பதை நினைவில் வைத்துக் கொள்ளுங்கள்.**

இருநூறு வருடங்களுக்கு முன்பிருந்தே வரலாற்றுப் புத்தகங்களைப் படித்து வருகிறோம். உங்களாலும், என்னாலும் ப்ராட்டஸ்டெண்ட் என அழைக்கப்படுகிற மதங்களுக்கு எதிரான கொள்கையில் பற்றுடையவர்களை களையெடுப்பதற்காக ரோமன் கத்தோலிக்கர்கள் 'டிஃபெண்டர்ஸ்" என்கிற குழுவை ஆரம்பித்தார்கள். 1975 ஆம் ஆண்டுக்கும் இன்றைக்கு வித்தியாசம் ஒன்றும் இல்லை. போப் அப்போது அரியணையில் இருந்தார். போலந்து நாட்டைச் சேர்ந்த அவர் ஹிட்லர் காலத்தில் ஏற்படுத்தப்பட்ட ஔவிட்ஷ் சித்ரவதை முகாமிற்கு ஆயிரக்கணக்கானவர்கள் அனுப்பப்பட்டபோது அதை எதிர்த்து ஒரு சொல் கூட பேசாமல் இருந்தார்.

மூலம் வட அயர்லாந்து இறுதியாக ப்ரொட்டஸ்டண்டுகளின் கட்டுப்பாட்டுக்குள் வந்தது.

பனிரெண்டாம் தேதிக்கு முன்பாக நாடு முழுவதும் இருக்கக்கூடிய ஆர்ப்பாட்டக்காரர்கள் அனைவரும் தெருக்களில் விருந்துடன் பிரமாண்டமான சொக்கப்பனைகளைக் கொளுத்தி கொண்டாடினர்.* தீ மிகவும் உயரமாக எரியவும் அதில் போட்டு எரிப்பதற்காக ஒரு ‘சின்னத்தை’ தேர்ந்தெடுத்தனர். முந்தைய ஆண்டுகளில் பெரும்பாலும் போப்பாண்டவர் அல்லது வெறுப்பிற்குள்ளான கத்தோலிக்க அதிகாரிகளின் கொடும்பாவியாகத்தான் இருந்தது. “க்ளமெண்டைன்’ பாடல் இசைக்கு ஏற்றாற்போலக் கீழே உள்ள பாடல் பனிரெண்டாம் தேதி இரவு பாடப்பட்டது.

”Build a bonfire, build a bonfire
Stick a Catholic on the top,
Put the Pope right in the middle

And burn the fucking lot” *
*(கத்தோலிக்கரை மேலே வைத்து
சொக்கப்பனையை உருவாக்குங்கள்
சொக்கப்பனையை
உருவாக்குங்கள்
போப்பை நடுவில் வைத்து
அனைவரையும் கொளுத்துங்கள்)*

Build a bonfire, build a bonfire
Put the scousers on the top,
Put the city in the middle
And burn the fucking lot”
**(லிவர்பூல் பேச்சு வழக்குக் கொண்டவர்கள்
பீட்டில்ஸை மேலே வைத்து
சொக்கப்பனையை உருவாக்குங்கள்
சொக்கப்பனையை உருவாக்குங்கள்
நகரத்தை நடுவில் வைத்து
மோசமானவர்களைக் கொளுத்துங்கள்)**

வட அயர்லாந்து பெரிய நாடு இல்லை. அங்குள்ள நகரங்கள் நெருக்கமாகவும், கச்சிதமாகவும் இருக்கும். ஒவ்வொரு கோடைகாலத்திலும் லாயலிஸ்ட்டுகள் இடைக்கச்சையும், தொப்பியும் அணிந்து கொண்டு புல்லாங்குழலோடு அணிவகுத்து யாருடைய தோல்வியைக் கொண்டாடுகிறார்களோ அவர்கள்

---

*குழந்தைகளின் இந்தப் பாடலுக்கு பலவிதமான பதிப்புகள் இருக்கின்றன. அவற்றில் அதிகமான மனதை புண்படுத்தாத ஒன்றை தங்களது எதிரி அணியான லிவர்பூலுக்கு எதிராக மான்செஸ்டர் யுனைட்டெட் அணியைச் சேர்ந்தவர்கள் பாடினார்கள். (Scouser என்பது லிவர்பூலை சேர்ந்த யாரையாவது ஒருவரை குறிப்பிட்டிருக்கலாம் அல்லது லிவர்புடியன் பேச்சு முறையைக் குறிப்பிட்டிருக்கலாம். பீட்டில்ஸ் Scouser ஆக இருந்தது)

வசித்து வரும் பகுதியை கடந்து சென்றார்கள். நகரின் உயிர்நாடி தெருவான 'கத்தோலிக்க வெஸ்ட் பெல்ஃபாஸ்ட்', 'ப்ரொட்டஸ்டண்ட்களின் வெஸ்ட் பெல்ஃபாஸ்ட்' தெருவிலிருந்து சில நிமிடங்களில் நடந்து சென்றடையக் கூடிய தூரத்தில் தான் இருந்தது. பெல்ஃபாஸ்ட்டின் சில பகுதிகளில் கத்தோலிக்கர்களின் வீடுகள் ப்ரொட்டஸ்டண்ட்டுகள் வசிக்கும் வீடுகளுக்குப் பின்பக்கத்தில் இருந்தன. இந்த அளவுக்கு நெருக்கத்தில் வசித்து வந்த அவர்கள் தங்கள் ஒவ்வொருவரின் வீட்டிற்குப் பின்புறமும் சுற்றியிருப்பவர்கள் எறியும் இடிபாடுகள் அல்லது பெட்ரோல் குண்டுகளிலிருந்து பாதுகாத்துக் கொள்ளும் பொருட்டு உலோகத்தால் ஆன பெரிய தட்டி ஒன்றைப் போட்டிருந்தார்கள். பனிரெண்டாம் தேதிக்கு முந்தைய நாள் இரவில் நகரமெங்கும் லாயலிஸ்டுகள் சொக்கப்பனைகளை எரித்துக் கொண்டிருக்கும்போது அக்கம் பக்கத்தில் இருந்த கத்தோலிக்கர்கள் அதிலிருந்து எழக்கூடிய புகையை நுகர்ந்து கொண்டும், ஆரவாரத்தைக் கேட்டுக் கொண்டும், அவர்களுடைய கொடி எரிவதைப் பார்த்துக் கொண்டும் இருந்தனர்.

பல வகைகளில் இந்தப் பாடலை உற்சாகத்துடன் பாடுவது நீங்கள் எதிர்பார்த்தது போல் யூடியூபில் கிடைக்கிறது.

இந்த அணிவகுப்புக் காலத்தில் எப்போதும் வட அயர்லாந்தில் வன்முறை வெடிக்கும். 1969 ஆம் ஆண்டுக் கத்தோலிக்கர்கள் வசித்து வந்த இடங்களின் வழியே அணிவகுப்பு கடந்து சென்ற போது கலவரம் ஏற்பட்டது. அந்தக் கலவரத்தின் இரண்டாவது

நாள் ஏற்பட்ட சம்பவங்களில் ஒன்றுதான் 'ட்ரப்ள்ஸ்" (Troubles) அயர்லாந்தில் இன தேசியவாத மோதலைக் குறிக்கும் பொதுவான ஒரு சொல்) ஆரம்பமாவதற்குக் காரணமாக இருந்தது. அணிவகுப்பில் ஈடுபட்டவர்கள் மேற்கு பெல்ஃபாஸ்ட்டில் உள்ள தெருக்களின் ஊடாகத் தங்கள் வீட்டுக்கு வெறியாட்டத்துடன் செல்லும் போது அவர்கள் வழியிலிருந்த பெரும்பாலான வீடுகளுக்குத் தீவைத்துக் கொண்டே சென்றிருக்கிறார்கள்.*

இதைத் தொடர்ந்து வந்த கோடை காலத்திலும், ப்ரொட்டஸ்டன்ட் அணிவகுப்பின் போதும் ஏற்பட்ட துப்பாக்கிச் சண்டைகள் ஃப்ரீலாண்டின் பொறுமைக்கு ஒரு சோதனையாக அமைந்தது. வட மாநிலங்களைச் சேர்ந்த அமெரிக்க ராணுவ வீரர்கள் அமெரிக்க உள்நாட்டு யுத்தத்தில் எப்போதோ பெற்ற வெற்றியை நினைவு கூறும் வகையில் அட்லாண்டா, ரிச்மான்ட் தெருக்களில் ஒவ்வொரு கோடைகாலத்தின் போதும் அணிவகுப்பு நடத்துவதைக் கற்பனை செய்து பாருங்கள். வட அயர்லாந்தின் இருண்ட காலகட்டத்தில் கத்தோலிக்கர்களும்,

---

***அடுத்த நாள் லாயலிஸ்ட் கூட்டம் பாம்பே தெருவோடு சேர்ந்திருக்கும் கத்தோலிக்கர்களின் வீடுகளை எரித்துத் தரைமட்டம் ஆக்கிவிட்டு கீழே தரப்பட்டுள்ள தங்களுக்குப் பிடித்தமான பாடலைப் பாடினார்கள் ஆகஸ்ட் 15 அன்று பம்பாய் தெருவின் வழியாக நாங்கள் சிறிய பயணம் மேற்கொண்டு அனைத்தையும் எரித்தோம்.**
கொஞ்சம் பெட்ரோலையும், சிறிய துப்பாக்கியையும் வைத்துக் கொண்டு ஃபெனியன்ஸ்களுடன் சண்டையிட்டு அவர்கள் ஓடும் வரை விரட்டினோம்.*

On the 15th of August, we took a little trip
Up along Bombay Street and burned out all the shit
We took a liitle petrol, and we tooka little gun
And we fought the bloddy Fenians till we had them on the run.

ப்ரொட்டஸ்டண்டுகளும் ஒருவருக்கு மற்றவர் கழுத்தை நெருக்கிகொண்டிருக்கையில் அணிவகுப்பு நடந்தால் எப்படி இருந்திருக்கும் என்பதை இதன் மூலம் நன்கு உணரமுடியும்.

ஒரு நாள் மதியம் லோயர் ஃபால்ஸில் வசித்து வருபவர்கள் பிரிட்டிஷ் ராணுவம் வருவதைப் பார்த்துவிட்டுப் பெல்ஃபாஸ்டில் சட்டம் மற்றும் ஒழுங்கு செயல்படுத்தப்படுகிறதா என்பதைப் பார்ப்பதில் மற்றவர்களைப் போலத் தீவிரமாக இருந்தார்கள். அதே நேரத்தில் எப்படி அது செயல்படுத்தப்படுகிறது என்பதைப் பார்ப்பதிலும் ஆர்வத்துடன் இருந்தார்கள். அவர்களுக்கு எதுவும் நியாயமாகத் தெரியவில்லை. அவர்களது கொடி அல்லது போப்பாண்டவரின் கொடும்பாவியை எரிக்கும் நாளான பனிரெண்டாம் தேதிக்கு இன்னும் ஒரு சில தினங்களே இருந்தன. இரு தரப்பினரையும் தனித்தனியாக வைத்திருப்பதற்கான பொறுப்பை RUC என அழைக்கப்படும் "ராயல் அல்ஸ்டர் காண்ஸ்டாபியூலரியிடம் (Royal Ulster Constabulary) (ஊர்காவல் படை) ஒப்படைக்கப்பட்டது. ஆனால் RUC யில் இருந்தவர்களில் கிட்டத்தட்ட அனைவரும் ப்ரொட்டஸ்டன்டுகள். இது எதிர் தரப்பினரைச் சேர்ந்தது. முந்தைய கோடைகாலத்தில் கலவரத்தை நிறுத்துவதற்கு அவர்கள் எந்த முயற்சியும் எடுக்கவில்லை.

இது குறித்துப் பிரிட்டிஷ் அரசால் ஒரு ட்ரிபியூனல் கூட்டப்பட்டது (ப்ரொட்டஸ்டண்டு லாயலிஸ்ட்கள் மற்றவர்களின் வீடுகளையெல்லாம் கொழுத்திய பிறகு) அவர்கள், 'RUC அதிகாரிகள் தீவிர நடவடிக்கை எடுக்கத் தவறிவிட்டார்கள்" எனக் கூறினார்கள். லாயலிஸ்ட்கள், காவல்துறை அதிகாரிகளிடம் சென்று அவர்களது ஆயுதங்களைக் கடனாகத் தரமுடியுமா என்று கேட்டதாக அந்த நேரத்தில் அங்கிருந்து அதைப் பார்த்த பத்திரிகையாளர்கள் தகவல் பதிவு செய்திருந்தார்கள். கத்தோலிக்கர்களுக்கும், ப்ரொட்டஸ்டண்டுகளுக்கும் இடையே நடுவர் போலப் பாரபட்சமில்லாமல் நடந்து கொள்வார்கள் என்கிற காரணத்தினால் தான் வட அயர்லாந்துக்குப் பிரிட்டிஷ் ராணுவம் வரவழைக்கப்பட்டது. ஆனால் இங்கிலாந்தோ ப்ரொட்டஸ்டன்டுகள் அதிகமுள்ள நாடு. எனவே ராணுவ வீரர்கள் ப்ரொட்டஸ்டண்டுகள் மீதுதான் அனுதாபம் காட்டுவார்கள் என்பது இயற்கையானதுதான். ஊரடங்குச் சட்டம் அமல் செய்வதற்கு முன்பாக ஈஸ்டரின் போது லாயலிஸ்ட்கள் பாலிமர்ஃபியில் ஒரு பெரிய அணிவகுப்பை நடத்தினார்கள். அப்போது அணிவகுப்பில் பங்கெடுத்துக் கொண்டவர்களுக்கும், அந்நகர மக்களுக்கும் இடையே வெறுமனே பகட்டுக்காகப் பிரிட்டிஷ் ராணுவ வீரர்கள் நின்று கொண்டார்கள். அவர்கள் லாயலிஸ்டுகளுக்கு முதுகைக் காட்டிக் கொண்டும்

நடைபாதைகளில் நின்று கொண்டிருந்த கத்தோலிக்கர்களைப் பார்த்தபடியும் நின்று கொண்டிருந்தார்கள் இதிலிருந்து அவர்கள் வேலை லாயலிஸ்ட்களைக் கத்தோலிக்கர்களிடம் பாதுகாப்பது போல இருந்ததே ஒழிய லாயலிஸ்ட்களிடமிருந்து கத்தோலிக்கர்களைப் பாதுகாப்பது போலத் தெரியவில்லை.

ஜெனரல் ஃப்ரீலாண்ட் பெல்ஃபாஸ்டில் சட்டத்தைச் செயல்படுத்த முயற்சித்தார். ஆனால் அதை அமல்படுத்துவதற்கான அதிகாரம் அவருக்கு இருக்கிறதா என்பதை அவர் தன்னைத்தானே கேட்டுக் கொள்ள வேண்டியதாக இருந்தது அவருக்கு அதிகாரம் இல்லை என்பது தான் உண்மை. அவர் பொறுப்பேற்றிருந்த அமைப்பானது சென்ற கோடைகாலத்தில் வீட்டைக் கொலுத்தியவர்களின் பக்கமே அனுதாபம் காட்டுகிறது என்று வடக்கு அயர்லாந்தில் இருந்த கத்தோலிக்கர்கள் அனைவரும் நம்பினார்கள். சட்டரீதியான முறையில் இல்லாமல் சட்டத்தைச் செயல்படுத்தினால் அதனால் கீழ்ப்படிதலை கொண்டுவரமுடியாது. அப்படிச் செயல்படுத்தும் போது அது எதிர்மறையான விளைவைத்தான் உண்டு பண்ணும்.*

வட அயர்லாந்து குறித்த பெரிய புதிர் என்னவென்றால் பிரச்சனையைப் புரிந்து கொள்ளப் பிரிட்டிஷ் அரசாங்கத்துக்கு ஏன் நீண்ட காலம் ஆனது என்பதுதான். *1969* ஆம் ஆண்டு 'ட்ரப்ள்ஸ்' ஸினால் *13* சாவுகளும், *73* துப்பாக்கிச் சூடுகளும், *8* வெடிகுண்டு சம்பவங்களும் நிகழ்ந்தன. *1970* ஆம்

***சில வருடங்களுக்குப் பிறகு ஊரடங்குச் சட்டத்தின் விளைவு பற்றி சின் ஃபெயின் தலைவர் ஜெர்ரி ஆடம்ஸ், 'உடல் வலிமைக்கு ஒருபோதும் நேரமில்லை என்ற ஆயிரக்கணக்கான மக்கள் இப்போது அது நடைமுறைக்கு அவசியமான ஒன்று என்பதை ஏற்றுக் கொண்டார்கள்'' என்றார்.**

ஆண்டு, ஃப்ரீலான்ட் குண்டர்களிடமும், துப்பாக்கி ஏந்தி திரிவோர்களிடமும் கடுமையாக நடந்து கொள்ள வேண்டுமென முடிவெடுத்தார். அதன்படி, யாராவது பெட்ரோல் வெடிகுண்டு தூக்கியெறியும் போது பிடிபட்டால் அவர்கள் 'சுடப்படுவார்கள்" என எச்சரிக்கை விடுத்தார். அதற்குப் பிறகு என்ன நடந்தது:

அயர்லாந்தைச் சேர்ந்தவர்கள் சுடப்பட்டால் ராணுவ வீரர்களை ஐஆர்ஏ (IRA), சுட்டுத் தள்ளும் எனப் பதிலடி கொடுத்தது. தி ப்ரொட்டஸ்டன்ட் அல்ஸ்டர் வாலண்டீர் ஃபோர்ஸ் (The Protestant Ulster Volunteer Force) - சட்டவிரோதமான தீவிரவாத துணை ராணுவப் பிரிவு இந்த எதிர்ப்பில் வேகமாகச் சேர்ந்து கொண்டது. அவர்கள், ஐஆர்ஏ ஒரு ராணுவ வீரரைச் சுட்டால் பதிலுக்கு ஒரு கத்தோலிக்கரை சுடுவோம் என்று கூறினார்கள். பெல்ஃபாஸ்ட்டைச் சேர்ந்த ஒருவர், "குழப்பமடையாத யாரும் இங்கு என்ன நடக்கிறது என்பதை உண்மையிலேயே புரிந்து கொண்டவராக இருக்க முடியாது" என்று கூறியதாக டைம்ஸ் செய்தி வெளியிட்டிருந்தது.

என்று டெஸ்மான்ட் ஹாமில் என்கிற வரலாற்றறிஞர் எழுதியிருந்தார்.

அந்த வருடம் 25 சாவுகளும், 213 துப்பாக்கிச் சூடுகளும், 155 வெடிகுண்டு சம்பவங்களும் நிகழ்ந்தன. பிரிட்டிஷ் ராணுவத்தினர் மிகவும் உறுதியுடன் இருந்தனர். 1971 ஆம் வருடம் 184 சாவுகளும், 1020 வெடிகுண்டு சம்பவங்களும் 1756 துப்பாக்கிச் சூடுகளும் நிகழ்ந்தன. இதைத் தொடர்ந்து பிரிட்டிஷ் அரசு செயற்கையாக ஒரு எல்லையை வரையறுத்தது. ராணுவம் 'கடுஞ்சிறை' என்கிற ஒரு கொள்கையைக் கொண்டுவந்தது. வட அயர்லாந்தில் சிவில் உரிமைகள் அனைத்தும் இடைநீக்கம் செய்யப்பட்டது. நாடு முழுவதும் ராணுவமயமாக இருந்தது. சந்தேகப்படும்படி யாராவது தீவிரவாத நடவடிக்கைகளில் ஈடுபட்டிருந்தால் அவர்கள் கைது செய்யப்பட்டுக் குற்றம் எதுவும் சுமத்தாமல் அல்லது விசாரணை இல்லாமல் சிறையில் காலவரையறையின்றி வைக்க முடியும் என ராணுவம் அறிவிப்பு செய்தது. இதன் தொடர்ச்சியாகப் பாலிமர்ஃபியில் பல கத்தோலிக்க இளைஞர்கள் சுற்றி வளைக்கப்பட்டனர். ஒவ்வொருவருடைய சகோதரர் அல்லது அப்பா அல்லது கஸின் என யாராவது ஒருவர் சிறையில் இருந்தனர். உங்கள் வாழ்க்கையில் சம்பந்தப்பட்ட இத்தனை பேர் சிறைச்சாலையில் இருந்தால் சட்டம் நியாயமனதென்று தோன்றுகிறதா? சட்டரீதியாக என்ன நடக்கும் எனக் கணிக்க முடியுமா? நீங்கள் இது குறித்து ஏதேனும் பேச முடியுமா, பேசினாலும் அவர்கள் கேட்பார்களா? நிலைமை இன்னும் கூட

மோசமாகக் கூடும். 1972 ஆம் ஆண்டு, 1495 துப்பாக்கிச் சூடுகளும், 531 ஆயுதம் தாங்கிய கொள்ளைகளும், 1931 வெடிகுண்டு சம்பவங்களும், 497 சாவுகளும் நிகழ்ந்தன. இறந்த 497 பேரில் ஒருவன் எமான் (Eamon) என்கிற 17 வயது பையனும் அடக்கம். இவன் ரோஸ்மேரி லாலரின் சிறிய சகோதரன்.*

எமான் என் கதவருகில் வந்து நின்று கொண்டு என்னிடம், நான் இங்கே ஒரிரு நாள் தங்க விரும்புகிறேன்' என்றான். அதற்கு நான், 'ஓ தாராளமாக?" என்றேன். அதற்கு அவன்"அம்மாவுக்கு வலிப்பு வந்துவிடும். அவள் எல்லோரையும் பொறிந்துதள்ள ஆரம்பித்துவிடுவாள்" என்றான். அவன் என்னிடமும், என் கணவரிடமும் பிரிட்டிஷ் ராணுவம் அவனை மிகவும் தொந்தரவு செய்வதாக இரகசியமாகக் கூறினான். ஒவ்வொரு முறை அவன் வெளியே செல்லும் போதும், அவன் திரும்பும் ஒவ்வொரு மூலையிலும், அவன் எங்கே சென்றாலும், அவன் தடுத்து நிறுத்தப்பட்டுப் பயமுறுத்தப்பட்டான்" என்றார்.

அவன் உண்மையிலேயே ஐ ஆர் ஏல் வேலை செய்து கொண்டிருந்தானா? என்று ரோஸ்மேரிக்குத் தெரியாது. ஆனால் அது ஒரு விஷயமே இல்லை. 'நாங்கள் எல்லோரும் அவர்களுடைய கண்களில் சந்தேகத்துக்குரியவர்கள் தான். அப்போது அப்படித்தான் இருந்தது. எமான் பிரிட்டிஷ் ராணுவ வீரனால் சுட்டுக் கொல்லப்பட்டான். அவனும், இன்னொருவனும் சிகரெட் பிடித்துக் கொண்டிருக்கும் போது பாய்ந்து வந்த ஒரு துப்பாக்கிக் 'குண்டை' அவன் பெற்றுக் கொண்டான். அதற்குப் பிறகு அவன் பதினொரு வாரங்கள் வாழ்ந்து ஜனவரி 16 ஆம் தேதி தனது பதினேழு வயது ஆறு மாதங்களில் இறந்தான்" என்று சொல்லும் போது அவர் கண்களிலிருந்து கண்ணீர் வந்தது. 'என்னுடைய அப்பா அதற்குப் பிறகு ஒரு போதும் கப்பல்துறையில் வேலை பார்க்கவில்லை. அம்மா அந்த வருத்தத்திலேயே மனமுடைந்து போய்விட்டார்கள். அது இந்த வருடத்திலிருந்து 40 வருடங்களுக்கு முன்பு நடந்தது. ஆனால் அதை நினைத்தால் இன்னும் கஷ்டமாகத்தான் இருக்கிறது' என்றார்.

லாலர் இளம் மனைவியும், தாயுமாக இருந்தார். அவர் நவீன பெல்ஃபாஸ்ட் நகரத்தில் வாழ்க்கை வழக்கமாகத்தான் இருக்கும்

---

* இருந்தாலும் 1973ல் நிலைமை ஒன்றும் மேம்பட்டிருக்கவில்லை. அந்த ஆண்டும் பிரிட்டிஷ் ராணுவம் கடுமையாகத் தாக்கியது. அதனால் 171 பொதுமக்கள் கொல்லப்பட்டனர், 5018 துப்பாக்கிச் சூடுகள், 1007 வெடிவிபத்துகள், 1317 ஆயுதந்தாங்கிய கொள்ளைகள் நடந்ததோடு 17.2 டன் வெடிமருந்துகளும் ராணுவத்தால் கைப்பற்றப்பட்டது.

என எதிர்பார்த்தார். ஆனால் அவர் தனது வீட்டை இழந்தார். பயமுறுத்தப்பட்டார், தொந்தரவு செய்யப்பட்டார். மலையின் அடிவாரத்தில் இருந்த அவருடைய உறவினர்கள் அவரவர் வீடுகளிலேயே சிறைவைக்கப்பட்டனர். அவருடைய சகோதரர் சுட்டுக் கொல்லப்பட்டார். அவர் ஒரு போதும் இதை விரும்பவோ அல்லது எதிர்பார்க்கவோ இல்லை, ஏன் என்ன நடக்கிறது என்று புரிந்து கொள்ளக்கூட முடியவில்லை. "என்னுடைய வாழ்க்கை, என்னுடைய புதிய வாழ்க்கை, இப்படித்தான் இருந்தது. "சொல்லப் போனால் இது என் மேல் திணிக்கப்பட்டது. இது சரியல்ல. உங்களுக்குத் தெரியுமா? என்னுடன் வளர்ந்த மக்கள் இருக்குமிடம் இது. அவர்களுடைய வீடுகள் எல்லாம் கொளுத்தப்பட்டன. எங்களைப் பாதுகாப்பதற்கென்று வந்த பிரிட்டிஷ் ராணுவம் எங்களுக்கு எதிராகத் திரும்பி எங்களைச் சீரழித்தது. நான் அடிமை போல ஆகிவிட்டேன். இதை நான் வெறும் பேச்சுக்காகச் சொல்லவில்லை. நான் அந்த மாதிரி ஆகிவிட்டேன். ஏனெனில் இந்த மாதிரி நிகழ்வுகள் நடந்து கொண்டிருக்கும் போது என்னால் வீட்டில் உட்கார்ந்திருக்க முடியாது. என்னால் 9 to 5 அம்மாவாக இருக்க முடியாது.

'மக்கள் இதை ட்ரபிள்ஸ் என அழைத்தனர், ஆனால் அது ஒரு யுத்தம். பிரிட்டிஷ் ராணுவம் ஆயுதம் தாங்கிய வண்டிகளில் இருந்தார்கள். நீங்கள் நினைக்கக்கூடிய ஆயுதங்கள் எல்லாம் அவர்களிடம் இருந்தன. நாங்கள் யுத்த பிராந்தியத்தில் தான் வசித்து வந்தோம். பிரிட்டிஷ் ராணுவம் எதிலெல்லாம் வர முடியுமோ அதிலெல்லாம் வந்து எங்களைக் கீழேயே வைத்திருந்தார்கள். நாங்கள் அவர்கள் கையில் ரப்பர் பொம்மை போல இருந்தோம். நான் சொல்வதைத் தவறாகப் புரிந்து கொள்ளாதீர்கள். பெரும்பாலான மக்களுக்கு இருதயவலியே வந்துவிட்டது. கோபத்தினால் நான் நீண்ட நாட்கள் சிரமப்பட்டேன். அதற்காக என் குழந்தைகளிடம் மன்னிப்புக் கேட்டுக் கொண்டேன். ஆனால் சூழ்நிலை அதை வலியுறுத்தியது. நான் எப்படி யிருந்தேனோ அப்படியில்லை. நான் அந்த மாதிரி பிறக்கவில்லை. இது என்மேல் திணிக்கப்பட்டது" என்றார்.

6

ஜெனரல் ஃப்ரீலாண்டினுடைய ஆட்கள் லோயர் ஃபால்ஸில் வந்திறங்கியவுடன் அக்கம் பக்கம் இருந்தவர்கள் எல்லாம் செய்த முதல் வேலை சில ப்ளாக்குகள் தள்ளியிருந்த உள்ளூர் கத்தோலிக்கத் தேவாலயமான செயிண்ட் பீட்டர்ஸ் கதீட்ரலை நோக்கி ஓடியதுதான். வெஸ்ட் பெல்ஃபாஸ்ட்டில் உள்ள மற்ற கத்தோலிக்க வசிப்பிடங்களைப் போல லோயர் ஃபால்ஸில் குறிப்பிடும்படியான அம்சம் அங்கிருப்பவர்களுடைய அபரிதமான மதப்பற்றுதான். செயிண்ட் பீட்டர்ஸ் அந்தப் பகுதியின் மத்தியில் இருந்தது. சாதரணமான வாரநாளில் கிட்டத்தட்ட 400 பேர் வழிபாட்டில் கலந்து கொள்வார்கள். சமூகத்தில் மிகவும் முக்கியமானவர் பாதிரியார் ஆவார். அவர் வேகமாக ஓடிவந்து ராணுவ வீரர்களிடம் சென்றார். சோதனையை வேகமாக ஆரம்பிக்க வேண்டும் இல்லையென்றால் சிக்கலாகிவிடும் என்று அவர்களை எச்சரித்தார்.

நாற்பத்தைந்து நிமிடங்கள் கடந்தன. ராணுவ வீரர்கள் தாங்கள் கைப்பற்றியதுடன் 15 கைத்துப்பாக்கிகள், துப்பாக்கி, ஷ்மைசர் (Schmeisser) இயந்திரத் துப்பாக்கி, வெடிமருந்துகள் வெளியே வந்தார்கள். ரோந்து வந்தவர்கள் எல்லோரும் இன்னொரு வீதியின் வழியாக லோயர் ஃபால்ஸை விட்டு வெளியேறினார்கள். இதற்கிடையில் சிறிய கூட்டம் ஒன்று

சேர்ந்திருந்தது. ஆயுதம் தாங்கிய கார்கள் தெரு முனையில் திரும்பும் போது சில இளைஞர்கள் அதன் பின்னால் வேகமாக ஓடிச் சென்று ராணுவ வீரர்கள் மேல் கற்களை எறிய ஆரம்பித்தனர். ரோந்து நிறுத்தப்பட்டது. கூட்டத்தினர் கோபமடைந்தனர். அதற்கு எதிர்வினையாக ராணுவத்தினர் கண்ணீர் புகையைப் பிரயோகித்தனர். கூட்டத்தினர் இன்னும் அதிகமாகக் கோபமடைந்தனர். கற்கள் பெட்ரோல் குண்டானது, பெட்ரோல் குண்டு துப்பாக்கிக் குண்டுகளானது. யாரோ ஒருவன் பால்கன் தெருவை நோக்கி இயந்திரத் துப்பாக்கியைத் தூக்கிக் கொண்டு ஓடியதைப் பார்த்ததாக ஒரு டாக்ஸி டிரைவர் கூறினார். ராணுவத்தினர் முன்னேறிச் செல்வதைத் தடுப்பதற்காகக் கலவரக்காரர்கள் ஆங்காங்கே தடுப்புகளை ஏற்படுத்தியிருந்தனர். ஒரு ட்ரக் தீக்கிரையாக்கப்பட்டதால் அது தெருவின் கடைக்கோடியை அடைத்துக் கொண்டு நின்றது. ராணுவ வீரர்கள் இன்னும் அதிகமான அளவில் கண்ணீர் புகைக் குண்டுகளை வீச அது லோயர் ஃபால்ஸ் முழுவதும் பரவக் கூட்டத்தினரின் கோபமும் அதிகமானது.

ரோந்து செய்வது ஏன் நிறுத்தப்பட்டது? அவர்கள் அதைத் தொடர்ந்து செய்திருக்கலாம் தானே? அக்கம்பக்கத்திலேயே நீடித்துக் கொண்டிருக்க வேண்டாமென்றுதான் அவர்களிடம் பாதிரியார் கூறியிருக்கிறார். மீண்டும் அவர்களிடம் சென்று மன்றாடியிருக்கிறார். அவர்கள் கண்ணீர்ப் புகைக் குண்டு வீசுவதை நிறுத்தினால் கூட்டத்தினர் கல்லெறிவதை தான் நிறுத்தச் சொல்வதாகக் கூறினார். ஆனால் ராணுவ வீரர்கள் கேட்கவில்லை. அவர்களுக்குக் கொடுக்கப்பட்ட வழிமுறைகள் என்னவெனில் குண்டர்களிடம், துப்பாக்கி ஏந்தியவர்களிடம் கடினமாக நடந்து கொள்ள வேண்டுமென்பதும், நடந்து கொள்வது போலக் காட்டிக் கொள்ள வேண்டும் என்பதும் தான். பாதிரியார் கூட்டத்தினர் பக்கம் திரும்பி வந்தார். அப்படி வரும் போது, ராணுவ வீரர்கள் மீண்டும் ஒரு சுற்றுக் கண்ணீர்ப்புகைக் குண்டுகளை வீசினார்கள். அந்தக் குப்பிப் பாதிரியாரின் காலடியில் விழுந்தது, அவர் காற்றுக்காக ஜன்னலில் சாய்ந்து கொண்டு நின்றார். சாதரண வார நாளில் அதற்குப் பக்கத்தில் உள்ள இடத்துக்கு வழிப்பாட்டுக்கென்று சுமார் நானூறு பேர்கள் வரக்கூடிய பக்திமயமான இடத்தில், பிரிட்டிஷ் ராணுவம் பாதிரியாரை விஷவாயுக்கு உள்ளாக்கியது.

அப்போதுதான் கலவரம் ஆரம்பமானது. ஃப்ரீலாண்ட் கூடுதல் படையை வரவழைத்தார். எட்டாயிரம் பேர்கள் கொண்ட சமூகத்தை குறுகலான தெருக்களில் குச்சு வீடுகளில்

அடைப்பட்டுக் கிடப்பவர்களை அடிபணிய வைக்க மூவா யிரம் துருப்புகள் வந்தன. வந்தது சாதாரணத் துருப்புகள் இல்லை. கத்தோலிக்கர்களைச் சமாளிக்க அவர் அழைத்தது கடுமையாகச் செயல்படும் ராயல் ஸ்காட்ஸை ராணுவத்தில் இருக்கக்கூடிய படைப்பிரிவுகளில் வெளிப்படையாகவும் சுய உணர்வுடையதும் கொண்ட ப்ரொட்டஸ்டன்ட் படைப்பி ரிவாகும். தலைக்கு மேல் ராணுவ ஹெலிகாப்டர்கள் சுற்றின. அங்கிருந்த மக்களை வீட்டுக்குள்ளேயே இருக்கும்படி ஒலி பெருக்கியில் அறிவிப்பு செய்தனர். வெளியேறக்கூடிய ஒவ்வொரு வழியிலும் தடுப்புகள் வைக்கப்பட்டிருந்தன. ஊரடங்குச் சட்டம் அமல்படுத்தப்பட்டது, முறையாக வீட்டுக்கு வீடு சோதனை ஆரம்பமானது. இருபது, இருபத்தோரு வயது ஆன ராணுவ வீரர்கள் தங்கள் மீது கல் எறிவதையும், பெட்ரோல் குண்டுகள் வீசுவதையும் பொருட்படுத்தாது வீட்டுக்கு வீடு சோதனையை மேற்கொண்டு சுவற்றிலும், மேல் கூரையிலும் ஓட்டை போட்டுக் கொண்டு, படுக்கையறைகளைத் துவம்சம் செய்து கொண்டு சென்று கொண்டிருந்தனர். அந்தக் குறிப்பிட்ட நாளன்று இரவு வேளையில் என்ன நடந்தது என்பதைப் பிரிட்டிஷ் ராணுவீரர்களில் ஒருவர் நினைவு கூறும்போது,

‘பைஜாமாவில் இருந்த ஒருவன் திட்டிக் கொண்டே, விளக்கோடு வெளியே வந்து ஸ்டானை தலையில் குறுக்காக அடித்தான். அடுத்த முறை ஸ்டான் அதைத் தவிர்த்து, தனது துப்பாக்கியின் பின்பக்கத்தைக் கொண்டு அவனை அடித்தான். முன்னால் நடந்த நிகழ்வுகளின் மேல் தங்களது கோபத்தைக்

காண்பிக்கப் பெரும்பாலான இளைஞர்கள் இதை ஒரு வாய்ப்பாகப் பயன்படுத்திக் கொண்டனர் என்பது எனக்கு நன்றாகத் தெரியும். வீடுகள் தலைகீழாகத் துவம்சம் செய்யப்பட்டன. வீட்டிலிருந்த அனைத்தும் இடிபாடுகளுக்கிடையே மங்கிய நிலையில் கிடந்தாலும் சில நுண்ணிய விஷயங்கள் வெளிப்படையாகத் தெரியவந்தன பள்ளிக்கூடப் புகைப்படங்கள், புன்னகையுடன் எடுக்கப்பட்ட குடும்பப் புகைப்படங்கள் (உடைந்திருந்தன), அணிகலன்களும், சிலுவைகளும் துண்டிக்கப்பட்டிருந்தன; குழந்தைகள் அழுது கொண்டிருந்தார்கள்; உடைந்திருந்த போப்பாண்டவரின் படம்; அரைகுறையாகச் சாப்பிடப்பட்டிருந்த சாப்பாடு; மோசமாகியிருந்த வால்பேப்பர்கள்; வண்ண பொம்மைகள்; தொலைக்காட்சியின் சப்தம்; படபடவென்ற ரேடியோ ஒலி; வண்ணம் தீட்டப்பட்டிருந்த தட்டுகள்; ஷூக்கள்; ஹாலில் ஒரு உடம்பு சுவருக்கு எதிராகத் தட்டையாக இருந்ததுஞ்.. அப்போது நாம் அத்துமீறி ஒரு வீட்டினுள் நுழைந்துள்ளோம் என்பது விளங்கியது..

அந்த இரவு மட்டும் 337 பேர் கைது செய்யப்பட்டனர். 60 பேர் காயமடைந்தார்கள். சார்லஸ் ஓ நீல், விமானப்படையில் பணிபுரிந்த மூத்தவர், உடல் ஊனமுற்றவர், இவர் பிரிட்டிஷ் ராணுவத்தின் ஆயுதம் தரித்த கார் ஏத்திக் கொல்லப்பட்டு அவருடைய உடம்பு தரையில் கிடந்தபோது அங்கு நின்று கொண்டிருந்தவர்களில் ஒருவரைப் பார்த்து ராணுவ வீரர் ஒருவர் தனது கையிலிருந்த கம்பைக் கொண்டு குத்தி, 'ஐரீஷ் வேசி மகனே இங்கிருந்து நகரு இன்னும் போதுமான அளவு நீங்கள் சாகவில்லை' என்றார். தாமஸ்பர்ன்ஸ் என்பவர் ஃபால்ஸ் தெருவில் இரவு எட்டு மணிக்கு தனது நண்பர் அவருடைய கடை ஜன்னலை தூக்கிவிடும் போது அவரோடு நின்று கொண்டிருந்த நேரத்தில் ராணுவ வீரர் ஒருவரால் சுடப்பட்டார். அவருடைய உடலை எடுத்துச் செல்ல அவருடைய சகோதரி வந்தபோது அவரிடம் அந்த நேரத்தில் தெருவில் அவரது சகோதரனுக்கு வேலையெதுவுமில்லை என்று கூறப்பட்டது. எல்லாம் முடிந்து விட்டது என்று நினைத்துப் படுக்கை அறையில் உபயோகப்படுத்தும் செருப்புடன் படுப்பதற்கு முன் செல்லும் நடைக்காக இரவு பதினோரு மணிக்கு பாட்ரிக் எலிமென் வீட்டை விட்டு வெளியே வந்தார். அப்போது ராணுவத்தினர் நிகழ்த்திய துப்பாக்கிச் சூட்டில் அவர் உயிரிழந்தார். ஊரடங்குச் சட்டத்திற்கு உட்பட்டப் பகுதியைச் சேர்ந்த ஒருவர் எலிமென் மரணம் பற்றிக் குறிப்பிடும்போது:

சம்பவம் நடந்த அன்றே பிரிட்டிஷ் துருப்புகள் சுடப்பட்ட வரின் வீட்டிற்குள் நுழைந்தது. கலக்கமடைந்திருந்த அவருடைய

சகோதரி அதே தெருவில் உள்ள இன்னொரு சகோதரரின் வீட்டிற்கு அனுப்பி வைக்கப்பட்டார். விரும்பத்தகாத ஊடுருவலால் கைவிடப்பட்ட நிலையிலிருந்த அந்த வீட்டை மறுநாள் மதியம் ஊரடங்குச் சட்ட இடைவேளையின் போது சகோதரரும், அவருடைய மகள் மற்றும் மருமகனும் சென்று பார்க்கையில் கதவுகளும், ஜன்னல்களும் உடைக்கப்பட்டிருந்தன, மூட்டை முடிச்சுகள் தரையிலும், மரத்துண்டுகள் ஷோபாவிலும், உபயோகப்படுத்தப்பட்ட குவளைகள் வீட்டிற்குப் பின்னால் அடுக்களைப் போல இருந்த அறையிலும் கிடந்தன. ராணுவ வீரர்கள் மாடியிலிருந்த அறைகளில் தூங்கினார்கள் என்றும் அக்கம்பக்கத்திலிருந்தவர்கள் கூறினார்கள்.

கதவும், ஜன்னல்களும் உடைக்கப்பட்டிருந்தன. உபயோகப் படுத்தப்பட்ட பொருட்கள் பாத்திரங்கள் கழுவும் தொட்டிக்குள் கிடந்தன. இவையெல்லாம் விதிகள் மற்றும் கொள்கைகளுக்குள் அடங்கும் என லேட்ஸும், உல்ஃபும் நம்பினர். அதிகாரம் உள்ளவர்கள் சட்டரீதியான தன்மையை நிறுவுவதற்குச் செய்வதும் அல்லது செய்யாததும் ஆன நூற்றுக்கணக்கான சிறிய விஷயங்கள், அதாவது தற்போது உங்களால் கொல்லப்பட்ட ஒருவருடைய படுக்கையில் படுப்பது, உங்களுடைய பொருட்களை வீடு முழுவதும் சிதறவிட்டிருப்பது போன்றவை முக்கியமானதாகும்.

ஞாயிற்றுக் கிழமை காலைக்குள் லோயர் ஃபால்ஸில் சூழ்நிலை மிகவும் தீவிரமானது. லோயர் ஃபால்ஸ் ஒன்றும் பணக்காரர்களைக் கொண்ட இடம் இல்லை. வயது முதிர்ந்தவர்களில் பெரும்பாலானோர் வேலையில்லாமல் இருந்தார்கள் அல்லது ஏதாவது எடுபிடி வேலை செய்து கொண்டிருந்தார்கள். தெருக்களில் கூட்டம் அதிகம் இருந்தது, வீடுகள் எல்லாம் மிகவும் குறுகியதாக இருந்தன பத்தொன்பதாம் நூற்றாண்டில் மிகவும் மலிவான சிவப்புச் செங்கற்களைக் கொண்டு வரிசையாகக் கட்டப்பட்ட வீடுகள் ஒரு தளத்தில் ஒரு அறைதான் இருந்தது, பாத்ரூம்கள் வீட்டிற்குப் பின்னால் இருந்தது. சில வீடுகளில் தான் குளிர்சாதனப் பெட்டி இருந்தது. அவையெல்லாம் கருப்பாகவும், ஈரமாகவும் இருந்தன. அங்கிருந்த மக்கள் தினமும் பிரெட் வாங்கினார்கள். அப்படியில்லையென்றால் அதில் பூஞ்சை வளர்ந்தது. ஆனால் ஊரடங்குச் சட்டம் முப்பத்தாறு மணி நேரம் நீடித்தது பிரெட் எதுவும் இருப்பில் இல்லை. வெஸ்ட் பெல்ஃபாஸ்டில் இருக்கும் கத்தோலிக்கர்கள் ஒருவருக்கொருவர் மிகவும் நெருக்கமானவர்கள். திருமணத்தினாலும், ரத்த உறவுகளினாலும் நல்ல தொடர்பு வைத்திருந்தார்கள். இதனால் லோயர் ஃபால்ஸின் அவல நிலைமை குறித்த செய்தி மிகவும் வேகமாகப் பரவியது. ஹாரியட் கார்ஸன் பாலிமர்ஃபி வழியாகப் பானைகளின் மூடியை கொண்டு பேரொலி எழுப்பியவாரே நடந்து சென்றார். அதற்குப் பிறகு மேர் ட்ரம் (Maire Drumm) என்கிற பெண், 'காளைமாட்டின் கொம்பை வைத்திருந்தாள்.*அவள் தெருக்களில் நடந்து செல்லும் போது மற்ற பெண்களைப்

பார்த்து, 'வெளியே வாருங்கள்! உங்களுடைய தள்ளுவண்டியில் தேவையான அளவிற்குப் பிரெட்டையும், பாலையும் சேகரித்துக் கொள்ளுங்கள்! குழந்தைகளுக்கு இன்னும் உணவு எதுவும் கிடைக்கவில்லை" என்று கத்தி கொண்டே சென்றாள்.

பெண்கள் இரண்டு, நான்கு, பத்து, இருபது என ஆயிரக்கணக்கில் குழும ஆரம்பித்தனர். 'சிலருக்கு அவர்களின் தலைமுடி சுருளாக வருவதற்கான ரோலர்களை வைத்திருந்தார்கள். அதற்கு மேல் ஸ்கார்ஃ போட்டிருந்தார்கள். "நாங்கள் அனைவரும் கைகோர்த்துக் கொண்டு "நாம் வெற்றி பெறுவோம்; ஒருநாள் நாமும் வெற்றி பெறுவோம்" என்று பாடினோம்' என்று லாலர் நினைவு கூர்ந்தார்.

மேலும் அவர், 'நாங்கள் மலையின் அடிவாரத்திற்குச் சென்றோம், அங்கே சூழ்நிலை மிகவும் உணர்ச்சிகரமிக்கதாக இருந்தது. பிரிட்டிஷ் ராணுவத்தினர் தலைக் கவசத்துடனும், துப்பாக்கிகளுடனும் தயாராக நின்றிருந்தனர். அவர்களிடம் தடிக்கம்புகளும் தயாராக இருந்தன. நாங்கள் திரும்பி க்ரோஸ்வெனார் சாலையில் பாடிக் கொண்டும், கத்திக் கொண்டும் சென்றோம். பிரிட்டிஷ் ராணுவத்தினர் பிரமித்து நின்றனர். தள்ளுவண்டியுடன் வரும் பெண்கள் தங்களை நோக்கித்தான் வருகிறார்கள் என்பதை அவர்களால் நம்ப முடியவில்லை. அங்கு நின்றுகொண்டிருந்தவர்களில் ஒருவன், தலையைச் சொறிந்து கொண்டே, இந்தப் பெண்களையெல்லாம் என்ன செய்வது? இங்கேயும் கலவரமான சூழ்நிலை ஏற்படுமா?

---

*ஆறு ஆண்டுகளுக்குப் பிறகு, பெல்ஃபாஸ்ட்டில் உள்ள மாட்டர் மருத்துவமனையில் ட்ரம் சிகிச்சைக்காக அனுமதிக்கப்பட்டிருந்த போது ப்ராட்டஸ்டெண்ட் தீவிரவாதிகளினால் சுட்டுக் கொல்லப்பட்டார்.

என்று கேட்டதை நான் பார்த்தேன். அதற்குப் பின் நாங்கள் பள்ளிக்கூடம் நான் படித்த பள்ளிக்கூடம் இருந்த ஸ்லேட் தெருப் பக்கம் திரும்பினோம். அங்கேயும் பிரிட்டிஷ் ராணுவத்தினர் இருந்தனர். பள்ளிக்கூடத்திலிருந்து வெளியே வந்தவர்களுடன் கைகலப்பு ஏற்பட்டது. எங்களின் தலை முடி இழுக்கப்பட்டது. எங்களை இறுக்கமாக பற்றிச் சுவரை நோக்கி தள்ளிவிட்டனர். ஓஞ் அவர்கள் எங்களை அடித்தனர். நீங்கள் காலில் மிதிபடாமல் இருக்க வேண்டுமெனில் கீழே விழுந்தவுடன் உடனே எழுந்துவிட வேண்டும். அவர்கள் மிருகத்தனமாக நடந்து கொண்டார்கள். காரின் மேல் ஏறி நின்று கொண்டு முன்னால் என்ன நடக்கிறது என்பதைப் பார்த்துக்கொண்டிருந்தது எனக்கு இப்போது நினைவுக்கு வருகிறது. அதன் பின் தனது முகத்தில் ஷேவிங் க்ரீமோடு வரும் ஒருவரைப் பார்த்தேன், அவர் தனது இடுப்புக் காலுறை தளைப்பட்டையை (braces) சரி செய்து கொண்டார் திடீரென்று ராணுவ வீரர்கள் எங்களை அடிப்பதை நிறுத்தினர்" என்று கூறினார்.

தனது பிரேசை போட்டுக் கொண்டு வந்தவர் ஸ்லேட் தெருச் சோதனை மையத்தின் கமாண்டிங் அதிகாரியாவார். அந்த நாளில் வெளிப்பட்டுக் கொண்டிருந்த பேராபத்தின் அனைத்துப் பரிமாணங்களையும் புரிந்து கொண்டு நல்லறிவோடு இருந்தவர் இவர். லோயர் ஃபால்ஸில் உள்ள தங்கள் குழந்தைகளுக்குச் சாப்பாடு கொடுப்பதற்காகத் தள்ளுவண்டியைத் தள்ளிக் கொண்டு வந்த பெண்களை அதிகமாக ஆயுதம் தரித்த ராணுவ வீரர்கள் அடித்துக் கொண்டிருந்தனர். அவர் தனது வீரர்களிடம் அடிப்பதை நிறுத்துமாறு கூறினார்.*

'இன்னும் அணிவகுப்பு கீழே வந்து கொண்டிருந்தது, அதில் பின்னால் நடந்து வந்தவர்களுக்கு முன்னால் என்ன நடந்து கொண்டிருக்கிறது என்பது பற்றி எதுவும் தெரிந்திருக்கவில்லை. அது தெரியாமல் அவர்கள் தொடர்ந்து வந்து கொண்டிருந்தார்கள். பெண்கள் அழுது கொண்டிருந்தார்கள். மக்கள் வீட்டிற்கு வெளியே வந்து அடிப்பட்டிருந்தவர்களை உள்ளே இழுத்துச் சென்றார்கள். வீட்டை விட்டு எல்லோரும் வெளியே வந்துவிட்டிருந்த நேரத்தில் அவர்களைப் பிரிட்டிஷாரால் கட்டுப்படுத்த முடியவில்லை. நூற்றுக்கணக்கான மக்கள் வெளியே

*லோயர் ஃபால்ஸ் அமல்படுத்தப்பட்ட ஊரடங்குச் சட்டம் பற்றி பல கதைகள் இருக்கின்றன. அந்த நேரத்தில் தள்ளுவண்டியை தள்ளியதற்கு இரண்டு நோக்கங்கள் இருந்திருக்கின்றன. முதலாவதாக, லோயர் ஃபால்ஸுக்கு விரைவாகவே பாலையும், பிரட்டையும் கொண்டுவருவதும், இரண்டாவது பிரிட்டிஷ் ராணுவத்தினரின் சந்தேகக் கண்களில் படாமல் துப்பாக்கியையும், வெடிமருந்துகளையும் வெளியே கொண்டுவருவதும் ஆகும்.

வந்திருந்தனர். அது ஒரு டோமினோ விளைவு போல நடந்து கொண்டிருந்தது. ஒரு தெருவில் உள்ளவர்கள் தங்களின் வீட்டுக் கதவை திறந்து வெளியே வர, அதைத் தொடர்ந்து அடுத்தத் தெருவிலும் அதே மாதிரி நடந்தது. பிரிட்டிஷார்கள் தங்களது முயற்சியைக் கைவிட்டுவிட்டு தங்களால் முடியாது எனக் கையை உயர்த்தி விட்டனர். பெண்கள் கட்டாயப்படுத்தினர் நாங்கள் கட்டாயப்படுத்தினோம், நாங்கள் கட்டாயப்படுத்தினோம் நாங்கள் முன்னேறிச் சென்று ஊரடங்குச் சட்டத்தை மீறினோம். நான் இதைப் பற்றி அடிக்கடி நினைத்துப் பார்ப்பதுண்டு. கடவுளே, அனைவரும் ஆரவாரமாயிருந்தனர். நாங்கள் அதைச் செய்து விட்டோம் என்கிற ஒரு உணர்வு ஏற்பட்டது.

"வீட்டிற்குத் திரும்பிவரும் போது இந்த நிகழ்வு குறித்துத் திடீரென்று ஒரு நடுக்கமும், பதட்டமும் ஏற்பட்டது என்பது உங்களுக்குத் தெரியுமா? அது குறித்து என் அப்பாவிடம், 'அப்பா, உங்களுடைய வார்த்தைகள் உண்மையாகிவிட்டது. அவர்கள் எங்கள் மீது திரும்பினார்கள்' என்றேன். அதற்கு அவர், 'பிரிட்டிஷ் ராணுவத்தினர் அப்படித்தான் செய்வார்கள், அதுதான் உண்மை' அவர் கூறியது சரிதான். அவர்கள் எங்கள் பக்கம் திரும்பினார்கள். அதுதான் ஆரம்பமாக இருந்தது' என்று லாலர் கூறினார்.

அத்தியாயம் 8

வில்மா டெர்க்சென்

“நாம் நமது வாழ்க்கையில் அச்சமூட்டுகிற மாதிரி ஏதாவது செய்திருப்போம் அல்லது அதற்கான உந்துதலையாவது உணர்ந்திருப்போம்”

1

1992 ஆம் ஆண்டு ஜூன் மாதத்தின் ஒரு வார இறுதியில் மைக் ரேனால்ட்ஸின் மகள் ஒரு திருமணத்திற்குச் செல்வதற்காகக் கல்லூரியிலிருந்து வந்திருந்தாள். பொன்னிற முடி கொண்ட அவளுக்குப் பதினெட்டு வயது. அவளுடைய பெயர் கிம்பர். அவள் லாஸ் ஏஞ்சல்ஸில் உள்ள "ஃபேஷன் இன்ஸ்டியூட் ஆஃப் டிசைன் அண்ட் மெர்ச்சண்டைசிங்"கில் மாணவி. அவளுடைய வீடு ஃப்ரஸ்னோவில், கலிஃபோர்னியா மத்திய பள்ளத்தாக்கின் (Central Valley) வடக்கே பல மணிநேரம் பயணத் தூரத்தில் இருந்தது. திருமணம் முடிந்த பிறகு அவள் தனது பழைய நண்பன் கிரெக் கால்டெரானுடன் (Greg Calderon) சேர்ந்து இரவு சாப்பாடு சாப்பிடுவதற்காகத் தங்கினாள். குட்டையான உடையும், பூட்ஸும் அணிந்திருந்த அவள் அதோடு அவளது அப்பாவுடைய சிவப்புக் கறுப்புக் கட்டம் போட்ட ஸ்போர்ட்ஸ் கோட்டையும் போட்டிருந்தாள்.

ரேனால்டும் கால்டெரானும் ஃப்ரஸ்னோ டவர் டிஸ்டிரிக்ட்டில் உள்ள டெய்லி ப்ளானட் ரெஸ்டாரென்டில் சாப்பிட்டார்கள். அதன் பின் காஃபி குடித்துவிட்டு அவளுடைய இசுசூ வண்டியை நோக்கிச் சென்றனர். அப்போது இரவு மணி *10.41*. ரேனால்ட்ஸ் பயணிகள் உட்காரக்கூடிய பக்கமுள்ள கதவை கால்டெரானுக்காகத் திறந்துவிட்ட பிறகு டிரைவர் உட்காரகூடிய பக்கமுள்ள கதவை நோக்கி நடந்து சென்று கொண்டிருந்த அந்தத் தருணத்தில் திருடப்பட்ட கவாசாகி பைக்கை, வண்டிகள் நிறுத்துமிடத்திலிருந்து மெதுவாக இரண்டு இளைஞர்கள் நகர்த்திக் கொண்டிருந்தனர். அவர்கள் வர்ணம் பூசப்பட்ட முன்பகுதிகொண்ட தலைக்கவசம் அணிந்திருந்தனர். அதை ஓட்டியவன் பெயர் ஜோ டேவிஸ். அவன் பெயரில் போதைப் பொருள் மற்றும் துப்பாக்கி சம்பந்தப்பட்ட குற்றங்கள் புரிந்ததற்கான நீண்ட பட்டியலே இருந்தது. ஆட்டோவை திருடிய குற்றம் ஒன்றில் வாஸ்கோ ஸ்டேட் சிறைச்சாலையில் இருந்த அவன் அப்போதுதான் பரோலில் வெளியே வந்திருந்தான். பைக்கில் பின்னால் உட்கார்ந்திருந்தவன் பெயர் டக்ளஸ் வாக்கர். இவனுக்குச் சிறைச்சாலைக்குப் போவதும், வெளியே வருவதும் வழக்கமான ஒன்றாகும். இதுவரை *7* முறை சிறைச்சாலைக்குச் சென்று வந்திருக்கிறான். இருவரும் மெத்தாடோன் (Crystal-Meth / Methadone) என்கிற போதை மருந்துக்கு அடிமையானவர்கள். அன்றைக்கு மாலையில் அவர்கள் ஃபிரஸ்னோவின் பிரதான சாலையான ஷா அவென்யூவில் கார் ஒன்றை திருட முயற்சித்திருக்கிறார்கள். அந்தக் குறிப்பிட்ட நாளன்று

அவர்களுக்கிருந்த மனநிலை குறித்துப் பல மாதங்களுக்குப் பிறகு வாக்கர் நினைவு கூர்கையில், “அதிகமாக எதையும் நினைத்துக் கொண்டிருக்கவில்லை’ என்று கூறினான். “அது நடக்கும்போது, நடக்கும். அது திடீரென்று நடந்தது. நாங்கள் என்ன செய்து கொண்டிருக்க வேண்டுமோ அதைச் செய்து கொண்டிருந்தோம். இதைத்தான் என்னால் சொல்ல முடியும்’ என்றான்.

வாக்கரும் டேவிஸூம் இசுசூ இருந்த பக்கம் தங்களது பைக்கைக் கொண்டு சென்று ரேனால்ட்ஸை நெருங்கினர். பயணி பக்கம் உட்கார்ந்திருந்த கால்டெரன் தான் உட்கார்ந்திருந்த சீட்டிலிருந்து வேகமாக எழுந்து காரின் பின்புறத்தைச் சுற்றிச் சென்றான். வாக்கர் அவனைத் தடுத்து நிறுத்த, டேவிஸ் ரேனால்ட்ஸின் பர்சை அபகரித்துக் கொண்டான். அவன் .357 மாக்னம் என்கிற கைத்துப்பாக்கியை எடுத்து ரேனால்ட்ஸின் வலது காதில் வைத்தான். அவள் அதை எதிர்க்க அவன் சுட்டுவிட்டான். டேவிட்டும் வாக்கரும் தங்கள் பைக்கில் குதித்து ஏறி உட்கார்ந்து கொண்டு சாலை போக்குவரத்து சிவப்பு விளக்கு இருப்பதையும் கவனிக்காமல் வேகமாகச் சென்றனர். இதைப் பார்த்துக் கொண்டிருந்த மக்கள் டெய்லி ப்ளானட்டை விட்டு வெளியே ஓடி வந்தனர். சிலர் ரத்தப்போக்கை நிறுத்த முயற்சித்தனர். கால்டெரான் ரேனால்ட்ஸின் பெற்றோர் இருக்கும் வீட்டிற்குக் காரை ஓட்டிச் சென்றான். ஆனால் அவர்களை எழுப்ப முடியவில்லை. அவர்களைத் தொலைபேசியில் தொடர்பு கொண்டு பதில்சொல்லும் கருவியில் தகவலை பதிவு செய்தான். இறுதியாக, காலை 2.30 மணிக்கு அவனுக்கு அவர்களின் தொடர்பு கிடைத்தது. ‘அவளைத் தலையில் சுட்டுவிட்டார்கள்!” என்று தனது மனைவி அழுது கொண்டே சொல்வதை மைக் ரேனால்ட்ஸ் கேட்டார். கிம்பர் மறுநாள் இறந்து போனாள்.

அந்த மோசமான இரவை நினைத்து மைக் ரேனால்ட்ஸ், 'அப்பாமகள் உறவு முறை என்பது மிகவும் பிரத்யேகமானது' என்று கூறினார். அவருக்கு இப்போது வயதாகிவிட்டது. நொண்டி நொண்டி நடக்கும் அவருக்குத் தலைமுடி கொட்டிவிட்டிருந்தது. அவருடைய மகள் சுடப்பட்ட ஃப்ரென்ஸ்கோ தெருவிலிருந்து ஐந்து நிமிட தூரத்திற்கும் குறைவான தூரத்திலிருந்த தனது வீட்டின் படிப்பறையில் உட்கார்ந்திருந்தார். அவருக்குப் பின்னால் இருந்த சுவரில் கிம்பரின் புகைப்படம் மாட்டப்பட்டிருந்தது. அடுத்திருந்த சமையலறையில் தேவதையின் இறக்கையுடன் கிம்பர் வானத்தை நோக்கி போவது போன்ற ஒரு ஓவியம் மாட்டப்பட்டிருந்தது. 'நீங்கள் உங்கள் மனைவியுடன் சண்டை போடலாம். ஆனால் உங்கள் மகள் ஒரு இளவரசி போல அவள் தப்பாக எதுவும் செய்யமாட்டாள். அவளுடைய அப்பா அவளுக்காக உடைந்த பொம்மையிலிருந்து உடைந்த இதயம் வரை எதைவேண்டுமானாலும் ஒட்ட வைக்கக்கூடியவராக இருப்பார். அப்பாவினால் எல்லாவற்றையும் சரி செய்ய முடியும். ஆனால் இந்த நிகழ்வு நடந்தபோது என்னால் அதை சரிசெய்ய முடியவில்லை. அவள் இறக்கும் போது அவளுடைய கைகளைப் பிடித்துக் கொண்டிருந்தேன். அது ஒரு ஆதரவற்ற உணர்வு" என்று அவர் மிகவும் உணர்ச்சிப்பூர்வமாக நினைவு கூர்ந்தார். அந்தத் தருணத்தில் அவர் ஒரு சபதம் எடுத்துக் கொண்டார்.

"அப்போதிருந்து நான் என்னவெல்லாம் செய்தேனோ அதெல்லாம் நான் கிம்பர் சாகும் நிலையில் இருக்கும் போது செய்து கொடுத்த சத்தியம். அது என்னவெனில், ' என்னால் உன்னை சாவிலிருந்து மீட்க முடியவில்லை ஆனால் என் சக்திக்குட்பட்டு யாருக்கும் இதுபோல் நடக்காதபடி நான் முயற்சி செய்து தடுப்பேன்" என்பதுதான் அது.

2

ரேனால்ட்ஸ் ஆஸ்பத்திரியிலிருந்து வீட்டிற்கு வந்ததும், அவருக்கு ஃப்ரெஸ்னோவில் பிரபலமான டாக்ஷோ நடத்திக் கொண்டிருந்த ரே ஆப்பிள்டனிடமிருந்து தொலைபேசி அழைப்பு வந்தது. 'நகரம் வெறித்தனத்தை நோக்கிப் போய்க் கொண்டிருந்தது. அந்த நேரத்தில் நாட்டிலேயே ஃப்ரென்ஸ்கோவில்தான் கொலைகள் அதிகம் (அதாவது மொத்த மக்கள் தொகையுடன் கொலைகளின் எண்ணிக்கையை ஒப்பிடும்போது). ஆனால் பல லட்சம் மக்களுக்கு முன்பாக, பிரபலான ரெஸ்டாரெண்டுக்கு முன்பாக நடத்தப்பட்ட இந்தக் கொலை மிகவும் அப்பட்டமானது.

கிம்பர் கொல்லப்பட்டுவிட்டாள் என்று எனக்கு அந்த நாளின் பின் இரவில் தான் தெரியவந்தது. உடனே நான் மைக்கை தொடர்பு கொண்டு, 'நீங்கள் எப்போது வரத் தயாராக இருக்கிறீர்களோ அப்போது சொல்லுங்கள்" என்று கூறினேன். அதற்கு அவர், 'இன்றைக்குப் பரவாயில்லையா?" என்று கேட்டார். அது தான் இந்த முழு நிகழ்வு ஆரம்பமாவதற்குக் காரணமாக இருந்தது. அதாவது அவருடைய மகள் இறந்த பதினான்கு மணி நேரத்திற்குப் பிறகு' என்று ஆப்பிள்டன் அன்றைய நிகழ்வை நினைவு கூர்ந்தார்.

ஆப்பிள்டன் நிகழ்ச்சியில் கழித்த 2 மணிநேரம் தான் தனது வாழ்க்கையிலேயே மிகவும் சிரமமான நேரம் என்று அந்த நிகழ்வு பற்றி விவரிக்கையில் கூறினார். அவர் கண்ணீரோடு இருந்தார். "இந்த மாதிரியான ஒரு பேரழிவை நான் ஒருபோதும் பார்த்ததில்லை' என்று ஆப்பிள்டன் நினைவு கூர்ந்தார். ஆரம்பத்தில் ரேனால்ட்ஸைத் தெரிந்தவர்களிடம் அல்லது தங்களது அனுதாபத்தைத் தெரிவிப்பதற்கென்று பிறரிடமிருந்து வந்த தொலைபேசி அழைப்புகளை இருவரும் ஏற்றார்கள். அதன் பின் இவரும் ரேனால்ட்ஸூம் கலிஃபோர்னியாவின் நீதி முறை இந்தக் கொலை குறித்து என்ன சொல்கிறது என்பது குறித்துப் பேச ஆரம்பித்தார்கள். அப்போது மாநிலமெங்கும் இருந்து தொலைபேசி அழைப்புகள் வர ஆரம்பித்தன.

ரேனால்ட்ஸ் வீட்டிற்குச் சென்ற பின் ஒரு சந்திப்பிற்கு அழைப்பு விடுத்தார். யாரால் எல்லாம் மாற்றத்தைக் கொண்டுவர முடியும் என அவர் நினைத்தாரோ அவர்கள் எல்லோரையும் அழைத்திருந்தார். அவர்கள் எல்லோரும் ரேனால்ட்ஸ் வீட்டின் பின்புறம் பார்பேக்யூக்கு அடுத்தாற் போல் இருந்த நீளமான மர பெஞ்சில் உட்கார்ந்திருந்தனர். "மூன்று நீதிபதிகள், காவல் துறை பிரதிநிதிகள், வழக்கறிஞர்கள், ஷெரீஃப், மாவட்ட

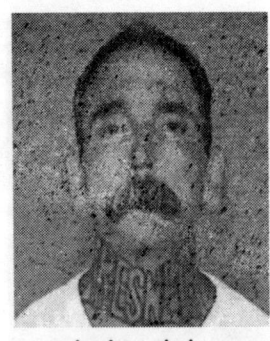

▲ டக்ளஸ் வாக்கர்

அட்டர்னி அலுவலகப் பிரதிநிதிகள், பள்ளிக்கூடம் மற்றும் சமூக நல பிரதி நிதிகளும் அங்கிருந்தனர். அவர்களைப் பார்த்து, 'ஏன் இது நடைபெறுகிறது? இதற்கான காரணங்கள் என்ன?" என்ற கேள்வியை எழுப்பினார்.

கலிஃபோர்னியாவில் சட்டத்தை மீறுபவர்களுக்கு விதிக்கப்படும் அபராதம் மிகவும் குறைவு. குற்றம் செய்தவர்களுக்குப் பரோல் எளிதாகவும், விரைவாகவும் கொடுக்கப்படுகிறது. முதல் முறையாகக் குற்றம் செய்பவரையும் தொடர்ந்து குற்றங்கள் செய்பவரையும் நடத்தும் முறையில் வித்தியாசம் எதுவும் இருப்பதில்லை ஆகியவைதான் இந்தக் கூட்டத்தின் முடிவாக இருந்தது. பைக்கில் பின்னால் உட்கார்ந்திருந்த டக்ளஸ் வாக்கர் ஹெராயின் என்கிற போதைமருந்து கடத்தியதற்காக முதன் முதலாகச் சட்டத்தின் பிடியில் வந்த போது வயது 13. அவன் தனது கருத்தரித்திருக்கும் மனைவியைப் பார்ப்பதற்காகச் சமீபத்தில் பரோலில் வெளியே விடப்பட்டிருந்தான். ஆனால் அதற்குப் பிறகு அவன் சிறைச்சாலைக்குத் திரும்பிச் செல்லவில்லை. இதில் ஏதாவது அர்த்தம் இருக்கிறதா?

இந்தக் கூட்டத்தில் கலந்து கொண்டவர்கள் எல்லாம் ஒரு கருத்தை முன் வைத்தனர். ரேனால்ட்ஸ் கட்டாயப்படுத்தியதின் பேரில் அனைவருக்கும் புரியும்படி எளிமையாக எழுதப்பட்டது. இது 'த்ரீ ஸ்ட்ரைக்ஸ் லா (Three Strikes Law)' என அழைக்கப்பட்டது. யாராவது ஒருவர் தீவிரமான இரண்டாவது குற்றத்திற்காகவோ அல்லது கிரிமினல் குற்றத்திற்காகவோ கலிஃபோர்னியாவில் தண்டிக்கப்பட்டால் தற்போது இருப்பதை விட இரண்டு மடங்கு தண்டனையை அனுபவிக்க வேண்டும்.* மூன்றாவது குற்றத்திற்காகத் தண்டிக்கப்பட்டால் மூன்றாவது குற்றத்தின் வரைமுறையில் நம்மால் கற்பனை செய்து பார்க்கக்கூடிய அனைத்துக் குற்றங்களும் அடங்கும் அவர்கள் கண்டிப்பாக

*நடைமுறையில் 'த்ரீ ஸ்ட்ரைக்ஸ் சட்டம்' இந்த மாதிரியாக இருந்தது: முதல் குற்றம் (கொள்ளை) முன்பு; 2 வருடங்கள், இப்போது: 2 வருடங்கள். இரண்டாவது குற்றம் (கொள்ளை) முன்பு 4.5 வருடங்கள், இப்போது 9 வருடங்கள். மூன்றாவது குற்றம் (திருடு போனவற்றை திரும்பப் பெறுவது) முன்பு 2 வருடங்கள், இப்போது 25 வருடத்திலிருந்து ஆயுள் தண்டனை. மற்ற மாநிலங்களும், அரசாங்கங்களும் தங்களுக்கேற்றபடி 'த்ரீ ஸ்ட்ரைக்ஸ் சட்ட'த்தை அமல்படுத்தினர். ஆனால் யாரும் கலிஃபோர்னியா 'மாடலை' அமல்படுத்தவில்லை.

25 வருடம் அல்லது உயிரோடு இருக்கும் வரை தண்டனையை அனுபவிக்க வேண்டும்" இதற்கு விதிவிலக்கோ அல்லது சட்டத்தில் உள்ள பலவீனத்தையோ உபயோகிக்கக்கூடாது.

ரேனால்ட்ஸூம் அவரது குழுவினரும் மாநிலம் முழுவதும் இது குறித்து வாக்கெடுப்பு (referendum) நடத்துவதற்குத் தகுதி பெற ஆயிரக்கணக்கானவர்களிடமிருந்து கையெழுத்துக்களைப் பெற்றனர். கலிஃபோர்னியாவில் ஒவ்வொரு தேர்தல் காலத்தின் போதும் வாக்கெடுப்புக்கென்று நிறைய யோசனைகள் விவாதிக்கப்படும். ஆனால் அவை ஒரு போதும் முடிவுக்கு

வந்ததில்லை. ஆனால் த்ரீ ஸ்ட்ரைக்ஸ் பிடிவாதமாக இருந்தது. வாக்கெடுப்பில் 72 சதவிகித வாக்காளர்கள் இந்தக் கருத்தை ஆதரித்து வாக்களிக்க, 1994 ஆம் ஆண்டு வசந்தகாலத்தில் ரேனால்ட்ஸ் வீட்டின் பின்புறம் உருவான அந்தக் கருத்து எப்படி எழுதப்பட்டிருந்ததோ அதே போல ஒரு வார்த்தை கூட மாறாமல் சட்டமாக்கப்பட்டது. குற்றவியலாளர் ஃப்ராங்களின் ஷிம்ரிங், "அமெரிக்க வரலாற்றிலே தண்டனைக்கென்று நடத்தப்பட்ட மிகப்பெரிய பரிசோதனை இதுதான்' என்றார். 1989 ஆம் ஆண்டு கலிஃபோர்னியா சிறைச்சாலைகளில் கிட்டத்தட்ட 80,000 மக்கள் அடைக்கப்பட்டிருந்தனர். பத்தாண்டுகளுக்குள் இந்த எண்ணிக்கை இரண்டு மடங்கு ஆகக் கூடும் அதே சமயம் குற்றங்களின் எண்ணிக்கையும் குறையலாம். 1994 ஆம் ஆண்டுக்கும் 1998 ஆம் ஆண்டுக்கும் இடையில் கலிஃபோர்னியாவில் கொலைகளின் எண்ணிக்கை 41.4 விழுக்காட்டிலிருந்து 10.9 விழுக்காட்டிற்குக் குறைந்தது, பலாத்காரம் 10.9 விழுக்காடாகக்

குறைந்தது, திருட்டு 38.7 விழுக்காடு குறைவானது, தாக்குதல்கள் 22.1 விழுக்காடு குறைவானது, கொள்ளை 29.9 விழுக்காடு குறைவானது, வாகனத் திருட்டு 36.6 விழுக்காடு குறைவானது. மைக் ரேனால்ட்ஸ் தனது மகள் சாகும் தறுவாயில் இருக்கும் போது "கிம்பருக்கு நிகழ்ந்தது போல வேறு யாருக்கும் ஒரு போதும் நிகழக் கூடாது' என்று தான் வருந்தக்கூடிய நேரத்தில் எடுத்துக் கொண்ட உறுதிமொழி ஒரு புரட்சியை உருவாக்கியது.

'அன்று நாளொன்றுக்கு 12 கொலைகள் நடந்த கலிஃபோர்னியாவில் இன்றைக்கு ஆறாகக் குறைந்திருக்கிறது. ஒவ்வொரு நாளும் கடந்து செல்லும் போது முந்தைய நிலவரப்படி இருக்கக்கூடியதைவிட ஆறு பேர் உயிரோடு இருக்கிறார்கள்' என்று நினைத்துக் கொள்வதுண்டு" என்று கூறினார். ஃப்ரெஸ்னோவில் அவருடைய வீட்டிலிருந்த அலுவலக அறையில் அவர் பல பிரபலங்களுடன் எடுத்துக் கொண்ட படங்களும், பதக்கவில்லைகளும், கையெழுத் திட்ட சான்றிதழ்களும், சட்டம் போட்ட கடிதங்களும் இருந்தன இதெல்லாம் அவர் அமெரிக்காவின் மிகப் பெரிய மாநிலத்தின் அரசியலில் ஆற்றி வந்த அசாதரணமான பங்கு பற்றிப் பறை சாற்றுவதாக இருந்தது. "உங்கள் வாழ்க்கையில் அவ்வப்போது யாருடைய வாழ்க்கையையாவது பாதுகாப்பதற்கான வாய்ப்பு எரிந்து கொண்டிருக்கும் கட்டிடத்திலிருந்து ஒருவரைக் காப்பாற்றுவது, மூழ்கிக் கொண்டிருக்கிற ஒருவரைக் காப்பாற்றுவது அல்லது வேறெதாவது ஒரு ஆபத்திலிருப்பவரைக் காப்பாற்றுவது என எப்படியாவது ஒருவரைக் காப்பற்றலாம். ஆனால் ஒவ்வொரு நாளும் ஆறு பேரைக் காப்பாற்றக்கூடிய வாய்ப்பு எத்தனை பேருக்கு கிடைக்கும்? அதைப் பொருத்தவரை நான் அதிர்ஷ்டக்காரன் என்றே நினைக்கிறேன்" என்றார் மைக்.

இருபது வருடங்கள் முன்னால் கிம்பரிடம் செய்து கொடுத்த சத்தியத்தை நினைத்து இருபது வருடங்கள் பின்னோக்கி செல்வது போல அவர் பேசுவதை இடையில் நிறுத்தினார். அவர் சொல்ல வேண்டியதை தெளிவாகவும், கேட்பவர்களை வசியப்படுத்துவது போலப் பேசக் கூடியவர். மிகவும் வருத்தத்தில்

இருந்த போது கூட ரே ஆப்பிள்டன் நிகழ்ச்சியில் கலந்து கொண்டதே இதற்குச் சான்றாகும். அவர் மீண்டும் பேசும் போது, "பாதுகாப்புப் பெல்ட்டைக் கண்டுபிடித்தவரைப் பற்றி நினைத்துப் பாருங்கள். அவருடைய பெயர் உங்களில் யாருக்காவது தெரியுமா? ஆனால் எனக்குத் தெரியாது. எனக்கு அது பற்றி ஒரு ஊகம் கூட இல்லை. ஆனால் இந்தப் பாதுகாப்புப் பெல்ட் அல்லது ஏர் பேக் அல்லது சேதப்படுத்த முடியாத மருந்து கொள்கலன்கள் போன்றவற்றின் மூலம் எவ்வளவு பேர் பாதுகாப்பாக இருக்கிறார்கள் என்பதை நினைத்துப் பாருங்கள். ஜோ ஆவரேஜ் கண்டுபிடித்த சிறுகருவிகள், நான் செய்த காரியம் போல, எத்தனை உயிர்களைக் காப்பற்றப் போகிறது எனப் பாருங்கள். ஆனால் நாங்கள் எந்தப் பாராட்டுகளையும், முதுகுக்குப் பின்னால் தட்டிக் கொடுத்து உற்சாகப்படுத்துவதையும் எதிர்பார்க்கவில்லை. நாங்கள் எதிர்பார்ப்பதெல்லாம் பலன்கள் தான். அந்தப் பலன்கள் தான் என்னுடைய மிகப் பெரிய பரிசாகும்" என்று கூறினார்.

முப்பது வருட ரத்தக்களரி யையும், குழப்பத்தையும் தீர்க்கும் நல்லெண்ணத்துடன் பிரிட்டிஷ் ராணுவம் வட அயர்லாந்துக்கு வந்தது. ஆனால் அவர்கள் என்ன நினைத்தார்களோ அது கிடைக்கவில்லை. ஏனென்றால், அதிகாரத்திற்கும் ஒரு வரைவெல்லை இருக்கிறது என்பதை அவர்கள் புரிந்து கொள்ளவில்லை. எதையும் சட்டப்பூர்வமானதாகப் பார்க்க வேண்டும், இல்லையென்றால் எதிர்பார்த்த விளைவுக்கு எதிரானதாக அமைந்து விடும். தனது மாநிலத்தில் அசாதரணமான செல்வாக்கை பிரயோகிப்பவராக மைக் ரேனால்ட்ஸ் விளங்கினார். அவருடைய தலைமுறையைச் சேர்ந்த இன்னும் சில கலிஃபோர்னியர்களின் நடவடிக்கைகளும், யோசனைகளும் பலருக்கும் பலனளித்தது. ஆனால் இவரைப் பொருத்தமட்டில் அதிகாரம் அதற்கான நோக்கத்தைச் சாதித்தது என்றுதான் சொல்ல வேண்டும். அவர் நினைத்ததை அடைந்து விட்டார் என்பதைக் கலிஃபோர்னியாவில் குற்றங்கள் குறித்த புள்ளிவிபரங்களைப் பார்த்தாலே தெரியும், இல்லையா?

உண்மைக்கு இதைவிட அருகாமையில் போக எதுவும் முடியாது.

3

வகுப்பினுடைய அளவு குறித்து மூன்றாவது அத்தியாயத்தில் நாம் படித்த தலைகீழான ஹி (யூ) வளைவு பற்றிய கோட்பாட்டுக்கு மீண்டும் செல்வோம். தலைகீழான 'யூ' வளைவு என்பது 'எல்லைகள் (limits)' பற்றியதாகும். 'அதிகம்' என்பது என்றைக்கும் சிறப்பான ஒன்றாக இருக்காது என்பதை இவை விளக்கின; சக்திமிக்கவர்கள் அவர்களுக்கு மிகப் பெரிய சாதகமாக அமையும் என நினைக்கும் கூடுதல் ஆதாரங்கள் உண்மையிலேயே விஷயங்களை மோசமானதாகவே ஆக்கும். தலைகீழான 'யூ' வடிவம் வகுப்பு அளவின் விளைவை தெளிவாக விவரிப்பதுடன் குழந்தைகள் வளர்ப்பு முறைக்கும் சொத்துக்கும் இடையேயான இணைப்புக்கும் தெளிவாகப் பொருந்தும். ஆனால் சில ஆண்டுகளுக்குப் முன்பு, சில அறிஞர்கள் இது குறித்து ஆர்வம் நிரம்பிய வாதங்களை முன் வைத்தனர். அது மைக் ரேனால்ட்ஸையும் 'த்ரீ ஸ்டிரைக்ஸ்'

சம்பந்தப்பட்ட அவரது கூற்றுகளையும் இருபதாண்டு காலச் சர்ச்சையின் மையத்திற்கு இட்டுச் சென்றது. தண்டனைக்கும், குற்றத்திற்கும் இடையேயான உறவு கூடத் தலைகீழ் 'யூ' வாக இருந்தால் என்ன செய்வது? வேறு மாதிரி சொல்ல வேண்டுமென்றால் ஒரு காலகட்டத்தில் குற்றங்களின் மேல் நடவடிக்கை எடுப்பது நிறுத்தப்படும் போது அது குற்றவாளிகளிடையே ஏதேனும் பாதிப்பை ஏற்படுத்திக் குற்றங்களின் நிலைமையை இன்னும் கூட மோசமாக ஆக்கினால் என்ன ஆகும்?

'த்ரீ ஸ்டிரைக்ஸ்' இயற்றப்பட்ட போது யாரும் இந்தச் சாத்தியத்தை ஆலோசிக்கவில்லை. மைக் ரேனால்ட்ஸும், அவரது ஆதரவாளர்களும் அதிகப்படியாக ஒவ்வொரு குற்றவாளி லாக்அப்பில் அடைபடும் போதும், குற்றவாளிகளின் சராசரி தண்டனை காலத்துடன் சேர்க்கப்படும் ஒவ்வொரு ஆண்டுக்கும் அதே விகிதத்தில் குற்றத்தின் எண்ணிக்கை குறையக்கூடும் என்கிற அனுமானத்தில் இருந்தனர்.

"அப்போதெல்லாம் திட்டமிட்டு கொலை செய்தவருக்குக் கூட வெறும் பதினாறு ஆண்டுகள் தான் இருந்தாலும் அதில் பாதிக்

காலம் தான் தண்டனையை அனுபவிக்க வேண்டிவரும் என்று மைக் ரேனால்ட்ஸ் அவருடைய 'த்ரீ ஸ்டிரைக்ஸ்" புரட்சிக்கு முன்பு கலிஃபோர்னியாவில் இருந்த நிலைமையை விளக்கினார். "குற்றத்தை வணிகமாக்குதல் சாத்தியமான ஒரு வழியாக இருந்தது. குறைந்த எதிர்ப்பு இருக்கும் நடவடிக்கையைத் தான் மனித ஆன்மா பின்பற்றும். குறைந்த எதிர்ப்புக் கொண்ட நடவடிக்கை என்பது மிகவும் எளிதாக ஒரு காரியத்தை ஆற்றுவது ஆகும். வாரத்துக்கு நாற்பது மணி நேரம் முதுகு வலிக்க அலுவலகத்தில் உட்கார்ந்து வேலை பார்த்து வாடிக்கையாளர்களின் வசைபாடுகளை வாங்கிக் கட்டிக் கொள்வதைக் காட்டிலும் திருடுவது, கொள்ளை அடிப்பது, போதை மருந்து எடுத்துக் கொள்வது போன்றவை மிகவும் எளிதானதாகும். இது யாருக்குத் தேவை? நான் வெளியே சென்று துப்பாக்கியைக் காட்டி எவ்வளவு வேண்டுமோ அதை வேகமாகவே சம்பாதித்துக் கொள்ள முடியும். அப்படியே பிடிபட்டாலும் முறையீடு செய்வதன் மூலம் தண்டனைக் குறைப்பு பெற முடியும். ஒரு குறிப்பிட்ட குற்றத்தின் கீழ் என்னை அவர்கள் குற்றம் சாட்ட அதை நான் ஒத்துக் கொள்ள வேண்டும். இப்படியாக இருவருக்குள்ளும் ஒரு ஒப்பந்தம் செய்து கொள்வார்கள். மூன்றாவதாக, நான் பாதிகாலம் தான் தண்டனையை அனுபவிப்பேன். இந்த மூன்றையும் சீர்தூக்கிப் பார்த்தால், ஒருவர் பிடிபட்டுத் தண்டனை அனுபவிப்பதற்கு முன் அவர் பல குற்றங்களைச் செய்வதற்கான சாத்தியக்கூறுகள் அதிகமாக இருந்தது" என்றார். குற்றங்களைத் தடுப்பது குறித்துத் தங்களது முக்கியமான ஆய்வில் லேட்ஸூம், உல்ஃபும் குறிப்பிட்டிருந்ததை ரேனால்ட்ஸூம் அதைத் தனது பாணியில் ஒரு வாதமாக வைத்தார்:

தனிநபர்களோ அல்லது குழுக்களோ 'அறிவுப்பூர்வமாக' நடந்து கொள்வார்கள் என்கிற அனுமானம் தான் எங்கள் பகுப்பாய்வுக்கு அடிப்படையாகும். வெவ்வெறு வகையான செயல்களுக்கான இழப்பு மற்றும் பலனை கணக்கிட்டு அதற்கேற்றாற்போலத் தேர்வு செய்து கொள்வது. ரேனால்டின் பார்வையில், கலிஃபோர்னியாவில் குற்றம் செய்தால் ஆபத்து சாத்தியக் கூறுகளைவிட (risk) அதிகமாகப் பயன்கள்தான் இருக்கின்றன என்று குற்றம் செய்பவர்கள் தெரிந்து வைத்திருப்பதாக நினைத்தார். நேர்மையாக வேலை செய்வதை விடத் திருட்டு, கொள்ளை போன்ற செயல்கள் மூலம் வாழ்வது இனிமேலும் எளிதானதாக இருக்கக்கூடாது. அதற்கு அதிக விலை கொடுக்க வேண்டும் என்பதை உணரச் செய்வது தான் இதற்குச் சரியான பதிலாக இருக்கும் என அவர் உணர்ந்தார். தொடர்ந்து சட்டத்தை மீறுபவர்களை மாற்று முரண்பாடுகளுக்கு

மத்தியிலும் கூட அவர்களுடைய மீதி வாழ்நாள் பூராவும் சிறையில் வைத்தால் அவர்களால் இன்னொரு முறை குற்றம் எதுவும் செய்வதற்கான வாய்ப்பு எதுவும் இருக்காது என்று 'த்ரீ ஸ்டிரைக்ஸ்' கூறியது. சட்டம், ஒழுங்கு என்று வந்த போது ரேனால்ட்ஸூம், கலிஃபோர்னியா வாக்காளர்களும் 'அதிகம்' என்பதே எப்போதும் சிறந்தது என நம்பினர்.

ஆனால் அது அப்படித்தானா? இங்குதான் தலைகீழ் 'யூ' கோட்பாடு உள்ளே நுழைகிறது. நாம் முதல் அனுமானமான தண்டனை, அதை முன்னிட்ட செலவு அதிகமானால் குற்றவாளிகள் குறைவான குற்றங்களே செய்வார்கள் என்பதில் ஆரம்பிப்போம். சட்டத்தை மீறும் போது விதிக்கப்படும் தண்டனை குறைவாக இருக்கும் பட்சத்தில் இது முற்றிலும் உண்மையாக இருக்கும். குற்றவியல் துறையின் பல வழக்கு ஆய்வுகளில் மிகவும் பிரபலமான ஒன்று 1969 ஆம் ஆண்டு இலையுதிர் காலத்தில் மாண்ட்ரீல் காவல்துறையினரின் 16 மணி நேர வேலை நிறுத்த நிகழ்வுதான். மாண்ட்ரீல்

உலகளவில் சட்டத்துக்குக் கட்டுப்பட்ட நாடு என்று கருதப்பட்ட, இன்னும் கருதப்பட்டு வருகிற நாட்டில் உள்ள நகரம். அப்படிப்பட்ட நகரத்தில் இந்த நிகழ்வின் போது என்ன நடந்தது? ஒரே குழப்பம். அன்றைக்கு மட்டும் பட்டப்பகலில் பல வங்கிகள் கொள்ளையடிக்கப்பட்டன சொல்லப் போனால் அனைத்து வங்கிகளும் அன்றைய தினம் மூடப்பட்டன. கொள்ளையடிப்பவர்கள் மாண்ட்ரீலுக்குள் நுழைந்து ஜன்னல்களை உடைத்துத் தள்ளினர். விமான நிலையத்திலிருந்து பயணிகளை யார் ஏற்றிச் செல்வது என்பது சம்பந்தமாக நகர டாக்சி டிரைவர்களுக்கும், முர்ரே ஹில் லிமோஷின் சர்வீஸூக்கு நீண்ட நாட்களாக இருந்து வந்த விவாதம் வன்முறையாக வெடித்ததுதான் அன்றைய தினம் நிகழ்வுகளில் எல்லாம் அதிர்ச்சி தரக்கூடியதாக அமைந்தது. மத்திய கால ஐரோப்பாவில் கடுமையாக மோதிக் கொள்ளும் இரண்டு பிரிவுகள் போல அது இருந்தது. முர்ரே ஹில்லுக்குப் பெட்ரோல் வெடிகுண்டோடு டாக்ஸி டிரைவர்கள் சென்றார்கள். முர்ரே ஹில்லில் பாதுகாப்புக்கு இருந்த காவலாளிகள் இவர்களைப் பார்த்து துப்பாக்கியால் சுட ஆரம்பித்தனர். அதற்குப் பதிலடியாக டாக்ஸி டிரைவர்கள் பஸ் ஒன்றை கொலுத்தி அதை முர்ரே ஹில்லில் மூடிக் கிடந்த கராஜின் மேல் மோதச் செய்தனர். காவல்துறையினர் வேலைக்கு வர ஆரம்பித்தவுடன் சட்டம் ஒழுங்கு பழைய நிலைக்குத் திரும்பியது. கைது செய்தல், தண்டனை போன்ற பயமுறுத்தல்கள் இதற்குக் கை கொடுத்தன.

சட்டத்தை மீறினால் அபராதம் எதுவும் இல்லை என்பதற்கும் அதிகப்படியான அபராதம் என்பதற்கும் இடையே வித்தியாசம் அதாவது நாற்பது மாணவர்களைக் கொண்ட வகுப்புக்கும், இருபத்தைந்து மாணவர்களைக் கொண்ட வகுப்பிற்குமிடையே இருந்த வித்தியாசத்தைப் போலத் தெளிவாக இருந்தது. தலையீடுகள் தலைகீழ் 'யூ (ஹி)' வின் இடது பக்கத்தில் வித்தியாசத்தை ஏற்படுத்தும்.

தலைகீழ் 'யூ'வின் வாதமான, முதலில் நன்றாக வேலை செய்த உத்திகள் ஒரு குறிப்பிட்ட கட்டத்திற்கு மேல் வேலை செய்வது இல்லை என்பதை நினைவில் வைத்துக் கொள்ள வேண்டும். தண்டனையைப் பொருத்தவரையிலும் இதுதான் நடக்கிறது எனப் பல குற்றவியல் வல்லுநர்களும் விவாதம் செய்தனர்.

சில ஆண்டுகளுக்கு முன்பு குற்றவியல் நிபுணர்கள் ரிச்சர்ட் ரைட்டும், ஸ்காட் டெக்கரும் தண்டிக்கப்பட்ட, ஆயுதம் தாங்கிய 86 கொள்ளைக்காரர்களைப் பேட்டி கண்டார்கள். அவர்கள் பெரும்பாலும் கேட்ட கருத்துக்கள் கீழே கொடுக்கப்பட்டுள்ளது:

கவனத்தைச் சிதற விடுவது குறித்த விஷயங்களை (அதாவது, பிடிபடுவது.) நினைக்கக்கூடாது என நான் முயற்சிப்பது உண்டு. இந்த மாதிரி விஷயங்களைப் பற்றி நினைத்தால் நாம் எதைச் செய்வதிலும் கவனம் செலுத்த முடியாது. 'அது சரியாக முடியவில்லை யென்றால் என்ன ஆகும்?" காலம் செல்ல செல்ல, நான் கொள்ளையடிக்க வேண்டுமென்று நினைத்தால் அதில் தான் முழுக் கவனத்தையும் செலுத்த வேண்டும் மற்ற விஷயங்களில் இல்லை என்பதை முடிவு செய்து கொண்டேன்.

அல்லது இந்த மாதிரியான கருத்துக்கள்:

எனது கூட்டாளிகளுக்கும் எனக்கும் இதனால் தலைக்கேறி விடும். தலைக்கேறியவுடன் நாங்கள் முட்டாள் தனமாக ஏதாவது செய்வோம் (பிடிபட்டுவிடுவோமோ என்கிற பயத்தில்). என்ன

நடக்க வேண்டுமோ அது நடக்கும்ஞ்.. அந்த நேரத்தில் நீங்கள் அதைப் பற்றியெல்லாம் கவலைப்படக் கூடாது.

டெக்கரும், ரைட்டும் பேட்டி கண்ட குற்றவாளிகளை வற்புறுத்திக் கேட்டாலும் அவர்கள் 'அச்சுறுத்தலுக்கு உள்ளான தடைகள் குறித்து அலட்சியமாகவே இருந்தார்கள்". அவர்கள் அது குறித்து அதிகம் சிந்தித்தது போலவும் தெரியவில்லை.

கலிஃபோர்னியாவில் இனி குற்றம் செய்யப் போகிறவர்களின் மனதில் குற்றம் செய்வதற்கு முன்பு இரண்டு முறையாவது சிந்திக்க வைக்கும் 'கடவுள் என்கிற ஒரு பயத்தை' உருவாக்க தன்னுடைய மகளின் மரணம் ரேனால்ட்ஸை தூண்டியது. ஆனால் குற்றவாளிகள் அந்த மாதிரி நினைக்கவில்லையெனில் இந்த உத்தி வேலை செய்யாது. டெய்லி ப்ளானெட்டுக்கு வெளியே கிம்பர்

ரேனால்ட்ஸை சுற்றி வளைத்த ஜோ டேவிஸும், டக்ளஸ் வாக்கரும் போதைப் பொருளுக்கு அடிமையானவர்கள். அவர்கள் கொலை செய்வதற்கு முன்பாகப் பட்டப்பகலில் கார் ஒன்றை கடத்த முயற்சித்திருக்கிறார்கள். வாக்கர் என்ன

சொன்னான் என்பதை நினைத்துப் பார்க்கலாமா? நான் எதைப்பற்றியும் நினைக்கவில்லை. அது நடந்தது என்றால், நடந்து விட்டது. அது எதிர்பாராமல் உடனடியாக நடந்துவிட்டது. நாங்கள் என்ன செய்ய வேண்டுமோ அதைத்தான் செய்தோம். என்ன சொல்கிறேன் என்றால், இதைத் தான் என்னால் சொல்ல முடியும். இந்த மாதிரியான ஒருவனா தவறு செய்வதற்கு முன்னால் இரண்டு முறை யோசிக்கப் போகிறான்?

ரேனால்ட்ஸ் அந்தத் துக்ககரமான மாலை நேரத்தை நினைத்துப் பேசுகையில், 'நான் ஜோவையும் அவனது சகோதரனையும் நன்கு தெரிந்த குடும்ப நண்பர்களிடம் அவன் ஏன் கிம்பரைச் சுட்டான் என்று கேட்டேன். 'பணப்பையை திருடியாகிவிட்டதால் அவனிடம் ஏற்கனவே பணம் இருந்தது எனவே அது ஒரு பிரச்சனையாக இல்லை. இருந்தாலும் அவன் அவளைச் சுட்டிருக்கிறான். ஏனெனில் அவள் அவனைப் 'பார்த்த' விதம் சரியில்லை. அவள் அவனைக் கண்டு மிரளாததாலும் , மதிப்பு கொடுக்கவில்லை என்பதாலும் சுட்டிருக்கிறான்" என

அவர்கள் கூறியதாக அவர் நினைவு கூர்ந்தார். ரேனால்ட்ஸின் இந்தச் சொற்களே 'த்ரீ ஸ்டிரைக்ஸ்" தர்க்கத்திற்கு முரணாக இருந்தது. ஜோ டேவிஸ் தன் தகுதிக்கு கிடைக்க வேண்டிய மரியாதையைக் கிம்பர் ரேனால்ட்ஸ் கொடுக்காததால் அவளுடைய தலையில் துப்பாக்கியை வைத்து பர்ஸைப் பறித்துக் கொண்ட பின்பும் அவளைக் கொன்றான் . ஒருவனின் மூளை இப்படி வேலை பார்க்கும் போது தண்டனையின் தீவிரத்தை மாற்றினால் மட்டும் அவனைக் குற்றம் செய்வதிலிருந்து அது பின்வாங்க வைக்குமா? தண்டனை அதிகரிப்பு என்பது நமக்கு மிகவும் ஒரு கூர் உணர்வாகத் தென்படுகிறது. ஏனென்றால் உங்களுக்கும் எனக்கும் சமூகத்தில் ஒரு பங்கு இருக்கிறது. ஆனால் கிரிமினல்களுக்கு அந்த மாதிரி இல்லை. குற்றவியல் நிபுணர் டேவிட் கென்னடி, "மிகவும் கடுமையான தண்டனை இருக்கிறது என்று தெரிந்திருந்தும் இன்றைக்கு உணர்ச்சி வேகத்தினாலோ அல்லது பலவீனத்தினாலோ சந்தர்ப்பத்தைப் பயன்படுத்திக் கொள்பவர்கள் நாளை தண்டனை இன்னும் கொஞ்சம் அதிகம் என்கிற போதும் கிடைக்கும் சந்தர்ப்பத்தைப் பயன்படுத்திக் கொள்ளத்தான் செய்வார்கள்' என்று எழுதினார்.*

'த்ரீ ஸ்டிரைக்ஸி'ன் இரண்டாவது வாதமான சிறையிலிருக்கும் ஒவ்வொரு குற்றவாளியின் தண்டனை காலத்தை ஒரு வருடம் அதிகரித்தால் அவனால் இன்னொரு வருடத்திற்கு எந்தவொரு குற்றமும் செய்யமுடியாது என்பதும் பிரச்சனைக்குரியது தான். இந்தக் கணக்கும் சரியாகக் கூடி வரவில்லை. 2011 ஆம் ஆண்டுக்

---

*உண்மையிலேயே குற்றம் செய்வதற்கான தூண்டுதல் என்னவென்று ஆராயும் பட்சத்தில் அதனால் ஏற்படக்கூடிய பேரிடர்களும், ஆதாயங்களும் 'தீவிரமான தன்னிலை/அகநிலை' சம்பந்தப்பட்ட செயல்முறையாகும் என்பது தெரியவரும் என்று கென்னடி தொடர்ந்து விவாதம் செய்து கொண்டிருந்தார். குற்றங்களைத் தடுத்துநிறுத்துவதில் உள்ள விஷயம் என்னவெனில் குற்றவாளிக்கு எது அவசியம், குற்றம் செய்யப் போகிறவர்களுக்கு எது அவசியம் என்பதைப் பொறுத்தது. அவர்கள் புரிந்து கொண்டு வரையறுத்து இருப்பதுதான் இதனால் ஏற்படக்கூடிய லாபமும், நஷ்டமும் ஆகும். ஒவ்வொரு பெரிய தண்டனை குறித்து குற்றவியலாளர்கள் அந்தோணி டூப், சிரில் மாரியும் செய்த பகுப்பாய்வின் படி, 'இதுவரை செய்யப்பட்டிருக்கிற ஆய்வின் படி கடந்த தசாப்தத்தில் குறிப்பிட்டு கவனம் செலுத்தப்பட்ட ஆய்வுகள் தண்டனையின் கடுமை சமூகத்தில் நடக்கக்கூடிய குற்றங்களின் மீது எந்தவித விளைவையும் ஏற்படுத்தவில்லை.. கடந்த 25 அல்லது 30 ஆண்டுகளில் கடுமையான தண்டனை குற்றங்கள் செய்வதைத் தடுக்கும் என்பது குறித்து முறைப்படியாக எந்தவிதமான குறிப்புகளும் உருவாக்கப்படவில்லை'. பெரும்பாலான வளர்ந்த நாடுகள் இந்த வளைகோட்டின் மையப்பகுதியில் தான் இருக்கின்றன. இளங்குற்றவாளிகளை அச்சுறுத்தும் பொருட்டு குற்றங்கள் செய்வதில் உச்சநிலையை தாண்டிய குற்றவாளிகளை சிறைச்சாலையில் அடைத்து வைத்தாலும் இளங் குற்றவாளிகள் அதைப் பொருட்படுத்துவதில்லை.

கலிஃபோர்னியாவைச் சேர்ந்த குற்றவாளி 'தேர்ட் ஸ்டிரைக்' குற்றத்திற்காகத் தண்டிக்கப்பட்ட போது அவர்களின் சராசரி வயது 43 ஆண்டுகள்.

'த்ரீ ஸ்டிரைக்' அமலுக்கு வருவதற்கு முன்பாக வன்முறையுடன் கூடிய குற்றம் செய்த ஒருவர் ஏற்கனவே 5 வருடங்கள் ஜெ யிலிலிருந்து தனது 48 ஆவது வயதில் விடுதலையாகி இருக்கக்கூடும். ஆனால் 'த்ரீ ஸ்டிரைக்'ஸ் விதிகளின் படி அவர் குறைந்தபட்சம் 25 ஆண்டுகள் தண்டனையை அனுபவிக்க வேண்டும் அதாவது குற்றவாளிக்கு 68 வயதாகும் வரை. தர்க்கரீதியாகப் பார்த்தால், 48 வயதிலிருந்து 68 வயது வரை ஒரு குற்றவாளி எவ்வளவு குற்றங்கள் செய்யக் கூடும்? என்று எழுகிற கேள்விக்குப் பதில் 'அதிகமாக ஒன்றும் இருக்காது' என்பதுதான். கீழே கொடுக்கப்பட்டுள்ள வரைபடம் மூலம் வயதுக்கும், தாக்குதல், கொலை மற்றும் திருட்டு, கொள்ளைக்குமான தொடர்பு விளக்கப்பட்டுள்ளது.

குறைந்த வயது கொண்ட குற்றவாளிகளின் மத்தியில் வேண்டுமானால் இந்த அதிகபட்சத் தண்டனை வேலை செய்யும். ஆனால் இருபதுகளின் மத்திய பகுதியை ஒருவர் தாண்டிவிட்ட நிலையில், அந்தத் தருணத்தில் மிகவும் அபாயகரமான குற்றவாளிகளிடமிருந்து நம்மைப் பாதுகாப்பதற்காகக் கூறி தண்டனையை நீட்டிக்கும் போது காலப்போக்கில் அவர்கள் ஏற்கனவே அபாயமற்றவர்களாகியிருப்பார்கள். மிகவும் நம்பிக்கையாக ஆரம்பத்தில் தோன்றுகிற இந்த உத்தி அவ்வளவாகச் செயல்படவில்லை.

இப்போது மிகவும் முக்கியமான கேள்விக்கு வருவோம்: உண்மையிலேயே நிலைமை மோசம் ஆவதற்கான ஆரம்பப்புள்ளி,

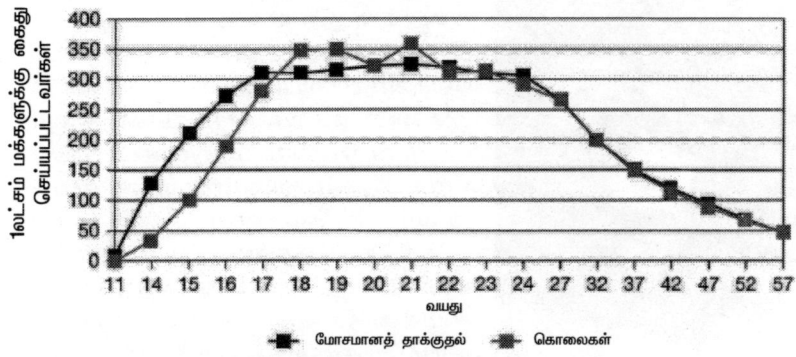

மோசமான தாக்குதலும் கொலைகளும் - 1985 ஆம் ஆண்டு

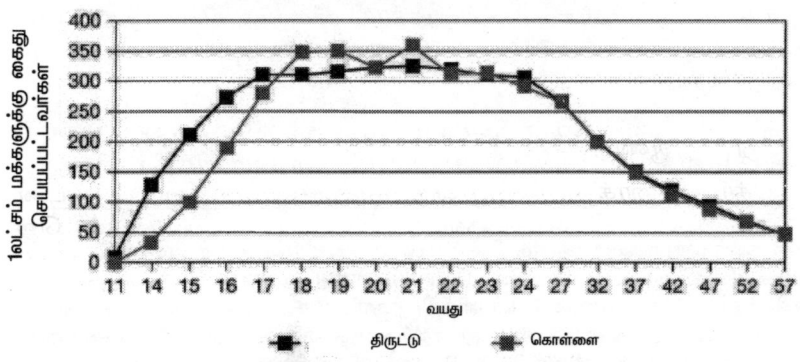

திருட்டும் கொள்ளையும் – 1985ம் ஆண்டு

திருட்டும் கொள்ளையும் – 1985ம் ஆண்டு

குற்றத்திற்கும் தண்டனைக்குமான வரைபடத்தில் வலது பகுதியா? இந்த விவாதத்தை மிகவும் நம்பிக்கையூட்டுவதாக ஆக்கியவர் குற்றவியல் நிபுணர் டாட் க்ளியர் (Todd Clear). இது குறித்த அவர் விளக்கம்:

குற்றத்தின் மீது சிறைச்சாலையின் நேரடி விளைவு இருக்கிறது. குற்றம் செய்தவன் சிறையிலிருந்தால் அங்கே அவனால் யாருக்கும் பாதிப்பை ஏற்படுத்த முடியாது. ஆனால் சிறைவாசம் குற்றம் தொடர்பான மறைமுகமான விளைவையும் ஏற்படுத்தும். யாருடன் எல்லாம் அந்தக் குற்றவாளி தொடர்பு கொள்கிறானோ அவர்கள் எல்லோரும் இதனால் பாதிப்புக்கு உள்ளாவார்கள். சிறைக்குச் செல்பவர்களில் பெரும்பாலானவர்கள் தந்தைகள் (தண்டிக்கப்படும் இளம் பருவத்தினரில் 25 சதவிகிதமானவர்களுக்குக் குழந்தைகள் உண்டு). சிறைக்கு இவர்கள் அனுப்பப்படுவது அந்தக் குழந்தைகளிடம் மோசமான விளைவை ஏற்படுத்தும். சில குற்றவாளிகள் மோசமான தந்தைகளாக தூற்றிக்

கொண்டும், நிலையாக இல்லாமலும், கவனமற்றவர்களாகவும் இருந்தார்கள். ஆனால் பெரும்பாலோனார் அப்படிப்பட்டவர்களாக இல்லை. குற்றம் செய்வதன் மூலம் வரும் வருமானம் மற்றும் சட்டப்படி சம்பாதிக்கும் வருமானத்தின் மூலம் அவர்கள் தங்களது குடும்பத்தை ஆதரித்து வந்தனர். அப்பா சிறையிலிருப்பது என்பது எந்தவொரு குழந்தைக்கும் விரும்பத்தகாத சிரமம் தான். பெற்றோர் சிறையிலடைக்கப்படுவதால் சிறுவர்கள் இளங் குற்றவாளிகள் ஆவது 300 லிருந்து 400 சதவிகிதம் அதிகரிக்கத் தொடங்கியது; அதோடு மனநோயும் 250 சதவிகிதம் அதிகரித்தது.

தனது தண்டனை காலம் முடிந்ததும் தான் முன்பு வசித்து வந்த பகுதிக்குத் திரும்பும் குற்றவாளிக்குச் சிறைக்

---

*சில ஆண்டுகளுக்கு முன்பாக பேக்ஃபைர்: இன்கார்சிரேஷன் இன்க்ரீஸ்டு க்ரைம் ("Backfire: When Incarceration Increased Crime") என்கிற தனது ஆய்வுக் கட்டுரையில் க்ளியர் தனது யோசனைகளை விவரித்திருந்தார். 'மிகவும் அதிகமான ஆட்களைச் சிறைச்சாலையில் அடைத்தால் அது எதிர்பார்த்த விளைவுக்கு எதிர் விளைவை ஏற்படுத்தும் என்பதை விளக்கி 10 விவாதங்கள் குறிப்பிடப்பட்டிருந்தன. ஆனால் க்ளியரின் அந்தக் கட்டுரையை வெளியிட யாரும் முன் வரவில்லை. அவருடைய துறையைச் சேர்ந்த அனைத்து பிரபலமான பத்திரிகைகளிலும் முயற்சி செய்து தோல்வியடைந்தார். தவறைத் திருத்திக்கொள்ளும் குழுவினரைத்தவிர ('Corrections Community') தவிர யாரும் அவரை நம்பவில்லை. மேலும் க்ளியர் , தவறைத் திருத்திக்கொள்ளும் தொழில்வல்லுநர்கள் ('corrections professionals') தாங்கள் செய்து கொண்டிருக்கும் காரியங்கள் விஷயங்களை இன்னும் சிறப்பாக்கும் என்பதை அறிந்திருக்கவில்லை. அவர்கள் முடிந்தமட்டும் மனிதாபிமானத்துடன் சிறைச்சாலையை நடத்த முயற்சித்தார்கள். ஆனால் என்ன நடக்கிறது என்பதை அது நடக்கும் இடத்திலேயே பாத்தார்கள். 'எனது காவலாளிகள் மக்களை சரியாக நடத்துவதில்லை அல்லது நன்றாக இருக்க வேண்டுமென்பதற்காக அவர்கள் சிறைச்சாலைவிட்டு செல்லவில்லை என்பார்கள் அல்லது அவர்களுக்கு என்ன தேவையோ அதை நாங்கள் கொடுக்கவில்லை" என்பார்கள். இவையெல்லாம் அவர்களின் உண்மையான மனக்கசப்பு ஆகும். எனது ஆய்வுக்கட்டுரை ஒருவரிடமிருந்து இன்னொருவருக்கு என சுற்று முறையில் சென்று கொண்டிருந்தபோது ஒக்லோஹோமா குற்றவியல் நீதி ஆய்வுக்குழுவைச் (Oklahoma Criminal Justice Research Consortium) சேர்ந்த சிலர் அந்தக் கட்டுரையை அவர்கள் வெளியிட முடியுமா எனக் கேட்டதற்கு நான் சரியென்று ஒப்புதல் அளித்தேன். அப்படியாக, அந்தக் கட்டுரை வெளியானது. என் பெயரை கூகுள் செய்து பார்த்தால் முதலாவதாக இந்தக் கட்டுரையைத் தான் நீண்ட நாட்களாகக் காட்டிக் கொண்டிருந்தது.

கம்பிகளுக்குப் பின்னால் இருந்த சமயத்திலேயே மனரீதியில் பாதிக்கப்பட்டிருப்பதற்கான வாய்ப்புகள் இருக்கிறது. அவனுடைய வேலைக்கான வாய்ப்புகள் பாதாளாத்தைத் தொட்டிருக்கும். சிறையிலிருக்கும் போது, குற்றம் செய்யாமல் வெளியிலிருக்கும் அவனது நண்பர்களின் இடத்தைச் சிறைச்சாலையில் அவனுடன் இருக்கும் சக குற்றவாளிகள் பிடித்திருப்பார்கள். இதோ இப்போது அவன் வீடுதிரும்புகையில் அவன் வீட்டை விட்டுச் சென்றபோதே சிதைந்து போயிருந்த குடும்ப வாழ்க்கை உணர்வுப்பூர்வமாகவும், பொருளாதார ரீதியிலும் இன்னும் நெருக்கடிக்கு உள்ளாகியிருக்கும். சிறைவைப்பு ஈடு இணையில்லா சேதத்தை உருவாக்கும். பெரும்பாலான வழக்குகளில், சிறைவைப்பு ஏற்படுத்தும் தீங்குகள் அதானால் அடையக்கூடிய ஆதாயத்தை விடக் குறைவுதான். இருந்தாலும் மனிதர்களைச் சிறையில் வைப்பது நல்ல நன்மையைத்தான் நமக்குக் கொடுக்கிறது. ஆனால், நீங்கள் அதிகமானவர்களை அதிக நாட்கள் லாக் அப்பில் அடைத்து வைத்தால் அதனால் பெறும் ஆதாயத்தை விட பிணையச் சேதம்தான் அதிகமாக இருக்கும்' என்பது க்ளியர் கருத்தாக இருந்தது.

க்ளியரின் சக பணியாளரான டீனா ரோஸ் (Dina Rose) அவருடைய அனுமானத்தை ஃப்ளோரிடாவின் டாலஹாஸியில் பரிசோதித்துப் பார்த்தார். அவர்கள் நகரமெங்கிலும் சென்று குறிப்பிட்ட சில பகுதிகளில் கடந்த ஓராண்டில் சிறைக்குச் சென்றவர்களின் எண்ணிக் கையையும், குற்றங்களின் எண் ணிக்கையையும் அதற்கு அடுத்த ஆண்டு எண்ணிக்கைகளுடன் ஒப்பிட்டு எந்த ஒரு கட்டத்தில் தலைகீழ் யூ வளைவு ஆரம்பமாகிறது என்பதைக் கணித ரீதியில் மதிப்பீடு செய்ய முயற்சித்து அதைக் கண்டறிந்தனர். 'ஒரு குறிப்பிட்ட பகுதியில் 2 சதவிகிதத்திற்கும் அதிகமானவர்கள் சிறைக்குச் சென்றால், குற்றம் தொடர்பான விளைவு தலைகீழ் ஆக ஆரம்பிக்கிறது' என்று க்ளியர் முடிவுக்கு வந்தார்.

இதைப் பற்றித்தான் ஜாஃபேயும் பிரெளன்ஸ்விலேயில் பேசிக் கொண்டிருந்தார். தனது கொள்கைப் பிடிப்பாலும் வான்கோழிவகை விருந்தாலும் சேதத்தைச் சரி செய்ய அவர் முயற்சித்ததற்குச் சட்டம் மற்றும் ஒழுங்கு இல்லாதது காரணமில்லை. மாறாக, சட்டம், ஒழுங்கு அதிகமாக இருந்தது

---

*'சுழற்சியாக ஒரு குறிப்பிட்ட இடத்தைச் சேர்ந்த இளைஞர் களை சிறைப்படுத்தி அவர்களை மீண்டும் அவர்கள் வசித்து வந்த பகுதிக்கே திரும்பி அனுப்புவது அங்கு வாழ்ந்து வரும் மக்களுக்கு ஆரோக்கியமாக இருக்காது' என்பதுதான் க்ளியர் ஆய்வின் சுருக்கம் ஆகும்.

தான் காரணம்: அப்பா மற்றும் சகோதரர்களில் பலர் சிறைச்சாலையில் இருந்ததால் அந்தப் பகுதி மக்கள் சட்டத்தை ஒரு எதிரியாகப் பார்க்க ஆரம்பித்தனர். பிரெளன்ஸ்விலே நிகழ்வு தலைகீழ் 'யூ' வில் வலது பக்கத்தில் இருக்கிறது. 1989 ஆம் ஆண்டுக் கலிஃபோர்னியாவில் 76,000 பேர் சிறைக்கம்பிகளுக்குப் பின்னால் இருந்தனர். பத்தாண்டுகளுக்குப் பிறகு, த்ரீ ஸ்டிரைக்ஸ் விதியின் காரணமாக இந்த எண்ணிக்கை இரண்டு மடங்கை விட அதிகமானது. 'எத்தனை பேருக்கு ஒருவர்' சிறையில் இருக்கிறார் என்கிற அடிப்படையில் (on a per capita basis) பார்க்கும் போது 21 ஆம் நூற்றாண்டின் ஆரம்பத்தில் கனடா அல்லது மேற்கு ஐரோப்பிய நாடுகளில் சிறையில் இருப்பவர்களை விட கலிஃபோர்னிய சிறையில் இருப்பவர்களின் எண்ணிக்கை ஐந்திலிருந்து எட்டு (58)மடங்கு அதிகமாக இருந்தது. கலிஃபோர்னியாவில் சில பகுதிகளில் வசித்து வந்தவர்களைப் பிரெளன்ஸ்விலேயில் வசித்து வந்தவர்களுக்குச் சமமாக 'த்ரீ ஸ்டிரைக்ஸ்" ஆக்கியிருக்கக் கூடிய சாத்தியம் இருந்திருக்கும் என நீங்கள் நினைக்கவில்லையா?

'த்ரீ ஸ்டிரைக்ஸ்" விதி அமலாக்கப் பட்டவுடன் கலிஃபோர்னியாவில் தனது போராட்டத்தினால் ஒரு நாளைக்கு ஆறு உயிர்கள் காப்பாற்றப்படுவதாகவும், குற்றங்களின் எண்ணிக்கை குறைந்து வருவதாகவும் நினைத்து ஆறுதலடைந்தார். ஆனால் இந்த மாற்றத்தை மிகவும் கவனத்துடன் ஆராய்ந்தபோது 'த்ரீ ஸ்டிரைக்ஸ்" அமலாக்கப்படுவதற்கு முன்பே குற்றங்களின் எண்ணிக்கை குறைய ஆரம்பித்திருப்பது தெரியவந்தது. 1990களில் கலிஃபோர்னியாவில் குற்றங்களின் எண்ணிக்கை குறைய ஆரம்பித்த நேரத்தில், குற்றக் குறைப்புச் சம்பந்தமாக எந்த நடவடிக்கையும் எடுக்காத அமெரிக்க ஐக்கிய நாட்டின் மற்ற பகுதிகளிலும் குற்ற எண்ணிக்கை குறைய ஆரம்பித்தது. த்ரீ ஸ்டிரைக்ஸ் பற்றி அதிகமாக ஆய்வு செய்யச் செய்ய அதனால் ஏற்படக்கூடிய விளைவுகள் மிகவும் மழுப்பலாகவே இருந்தன. இதனால் குற்றங்கள் குறைந்திருப்பதாக சில குற்றவியல்

நிபுணர்கள் முடிவுக்கு வந்தார்கள். இன்னும் சிலர் குற்றவாளிகளை அடைத்துப் போடுவதற்குச் செலவான தொகையை வேறு எதற்காவது செலவழித்திருக்கலாம் என்றனர். குற்றங்களை த்ரீ ஸ்டிரைக்ஸ் குறைத்திருந்தாலும் வன்முறையிலான குற்றங்களின் எண்ணிக்கையை அது அதிகரித்திருக்கிறது என்று சமீபத்திய ஆய்வு ஒன்று தெரியப்படுத்தியது. 'த்ரீ ஸ்டிரைக்ஸினால்' எந்தவொரு பலனும் இல்லை எனப் பெரிய ஆய்வுகள் மூலம் தெரியவந்ததுடன், சில ஆய்வுகள் அதனால் குற்றங்களின் எண்ணிக்கையும் அதிகரிப்பதாகக் கூறியது. அமெரிக்க வரலாற்றில், கலிஃபோர்னியா மாநிலம் மிகப்பெரிய அளவில் பல பில்லியன் டாலர்கள் செலவிலும், இருபதாண்டு காலத்திற்கு மேலும் நடத்திய குற்றவியல் பரிசோதனையினால் ஏற்பட்ட பயன் என்ன என்பதை யாராலும் அறிந்து கொள்ள முடியவில்லை. 2012 ஆம் ஆண்டு நவம்பர் மாதம் இந்தப் பரிசோதனையைக் கலிஃபோர்னியா கைவிட்டது. வாக்கெடுப்பின் மூலம் இந்தச் சட்டம் முற்றிலுமாகச் சீரமைக்கப்பட்டது.

---

*உதாரணமாக, சட்டத்தின் கீழ் குற்றவாளிகளை தண்டிக்க த்ரீ ஸ்டிரைக்ஸின் கீழ் வரையறுக்கப்பட்டத் தண்டனையைக் கொடுக்க வேண்டும் என கேட்பது வழக்குத் தொடுப்பவரின் (prosecutor) விருப்பமாகும். சான் ஃப்ரான்சிஸ்கோ போன்ற நகரங்களில் இது அரிதாக உபயோகத்திலிருக்கிறது. கலிஃபோர்னியாவில் உள்ள சில கவுண்டிகளில் மைக் ரேனால்ட்ஸ் எங்கிருந்து வந்தாரோ அங்கு உள்ள ப்ராஸிகியூட்டர்கள் இருபத்தைந்து தடவைக்கு அதிகமாகவே இதை உபயோகித்தார்கள். த்ரீ ஸ்டிரைக்ஸ் உண்மையிலேயே குற்றங்களைத் தடுப்பதாக இருந்தால் அது உபயோகிக்கப்படுவதற்கும் குற்றங்களின் எண்ணிக்கைக் குறைவதற்கும் ஒரு தொடர்பு இருக்க வேண்டும். ஆனால் அப்படியெதுவுமில்லை. குற்றங்களைத் தடுப்பதற்கு த்ரீ ஸ்டிரைக்ஸ் உண்மையிலேயே உதவினால் அந்தச் சட்டத்தின் மூலம் தண்டிக்கப்பட்ட குற்றங்கள் அதன் மூலம் தண்டிக்கப்பட்டாத குற்றங்களை விட குறைந்திருக்க வேண்டும் சரியா? அப்படிக் குறைந்ததா? இல்லை, அப்படி குறையவில்லை.

**1980களில் கலிஃபோர்னியா நிர்வாகம் தனது பட்ஜட்டில் 10 சதவிகிதத்தை உயர்கல்விக்கும், 3 சதவிகிதத்தை சிறைச்சாலைக்கும் செலவழித்தது. த்ரீ ஸ்டிரைக்ஸ் அமல்படுத்தப்பட்டு 20 ஆண்டுகள் ஆன பின், அந்த மாநில அரசு பத்து சதவிகிதத்துக்கும் மேலான தொகையை செலவழித்தது சிறையிலிருக்கும் ஒரு ஆண் அல்லது பெண்ணுக்கு வருடத்திற்கு 50,000 டாலர்கள் செலவழிக்கப்பட்டது. ஆனால் கல்விக்கான செலவு 8 சதவிகிதமாக குறைந்து விட்டது.

2012 ஆம் ஆண்டு நவம்பர் மாதம் ப்ரப்பொஷிசன் 36 ஒருவர் 25 ஆண்டுகால ஆயுள் தண்டனை பெற வேண்டுமெனில் அவர் செய்யக்கூடிய மூன்றாவது குற்றம் 'மிகவும் தீவிரமானதாகவோ அல்லது கொடூரமானதாகவோ' இருக்க வேண்டும் க்கு ஆதரவாக 68.6 சதவிகித மக்கள் வாக்களித்திருந்தனர். த்ரீ ஸ்டிரைக்ஸ் மூலம் ஆயுள் தண்டனை பெற்று சிறையில் இருப்பவர்கள் தாங்கள் செய்த தண்டனை கொடூரமானது இல்லை என முறையிட்டு மறுதண்டனைக்கு வழிவகுத்துக் கொள்ளவும் இந்த ப்ரப்பொஷிசன் 36 அனுமதிக்கிறது.

4

வில்மா டெர்க்செென்னின் (Wilma Derksen) மகள் கேண்டெஸ் (Candace) அவரைக் கூப்பிடும் போது அவர் வீட்டின் கீழ் தளத்தில் உள்ள அறையைச் சுத்தம் செய்ய முயற்சி செய்து கொண்டிருந்தார். கடைசியாகக் கிம்பர் ரேனால்ட்ஸ் தனது பெற்றோரின் வீட்டை விட்டு வெளியேறுவதற்குப் பத்து வருடங்களுக்கு முன்பாக ஒரு நவம்பர் மாத வெள்ளிக்கிழமை மதியம் இது நடந்தது. மத்திய கனடாவில் சதுப்பு நிலவெளிகளுக்கு மத்தியில் மனிடோபாவில் உள்ள வின்னிபெக்கில் டெர்க்சென் குடும்பத்தினர் வசித்து வந்தனர். அப்போது பனிக் காலம். கேடன்ஸுக்கு வயது 13. அவள் தனது பள்ளிக்கூடத்தைச் சேர்ந்த ஒரு சக மாணவனோடு சிரித்துப் பேசிக் கொண்டும், சுற்றிக் கொண்டும் இருந்தாள். அவளுடைய அம்மா வந்து அவளைக் கூட்டிக் கொண்டு செல்ல வேண்டுமென்று விரும்பினாள். வில்மா தனது மனதிற்குள் பலவிதமான கணக்குகளைப் போட்டுக் கொண்டார். டெர்க்சென் குடும்பத்தினரிடம் ஒரு கார் இருந்தது. வில்மா தனது கணவர் க்ளிஃப்ஃபை அவர் வேலை பார்க்கும் இடத்திலிருந்து அழைத்து வர வேண்டும். ஆனால் அவருக்கு அடுத்த ஒரு மணி நேரத்தில் வேலை முடிவடையாது. அவர்களுக்கு இரண்டு வயதிலும், ஒன்பது வயதிலும் இரண்டு குழந்தைகள் வேறு இருந்தனர். அவர்கள் தங்களுக்குள் சண்டையிட்டுக் கொள்வதை வில்மாவால் கேட்க முடிந்தது. அவர் அவர்களை முதலில் சமாதானப்படுத்திக் காருக்குள் அடைக்க வேண்டும், அதன் பின் கேன்டஸை கூப்பிடச் செல்ல வேண்டும், அப்புறம் அவரது கணவரை கூப்பிடச் செல்ல வேண்டும். ஒரு மணி நேரம் காரில் பசியோடு இருக்கும் மூன்று குழந்தைகளுடன் இருக்க வேண்டும். பஸ் வசதியும் இருந்தது. கேன்டஸ் ஒன்றும் சிறிய குழந்தையில்லை. வீட்டில் ஒரே குழப்பமாக இருந்தது.

'கேன்டஸ் உன்னிடம் பஸ்ஸில் வருவதற்கான பணம் இருக்கிறதா?'

'ஆமாம்"

'உன்னை அழைப்பதற்கு என்னால் வர முடியாது" என்று கூறினார்.

டெர்க்சென் தூசிதட்டுவது, லாண்டரி வேலை அனைத்தையும் பரபரப்புடன் செய்து முடித்து விட்டு நிறுத்தும் போது அவருக்கு ஏதோவொன்று தப்பாக இருப்பது போலத் தோன்றியது. கடிகாரத்தைப் பார்த்தார். இந்நேரம் கேண்டஸ் வீட்டிற்கு

வந்திருக்க வேண்டும். வெளியே சீதோஷண நிலையிலும் மாற்றம் ஏற்பட்டு முன்பிருந்ததை விட அதிகக் குளிராக இருந்ததோடு பனிமழை பெய்து கொண்டிருந்தது. அப்போதுதான் கேண்டஸ் வெதுவெதுப்பாக இருப்பதற்கான உடையெதுவும் அணிந்து செல்லாதது நினைவுக்கு வந்தது. அவர் வீட்டின் முன்பகுதியில் உள்ள ஜன்னலுக்கும் சமையலறையில் பின்பக்கத்தில் நடைபாதையைப் பார்த்தாற்போல் உள்ள ஜன்னலுக்கும் இடையே மேலும் கீழுமாக நடந்து கொண்டிருந்தார். கேண்ட்ஸ் இரண்டு பக்கத்தில் ஏதாவது ஒரு பக்கத்திலிருந்து வரக்கூடும். நேரம் கடந்து கொண்டிருந்தது. அவருடைய கணவரை அழைத்து வருவதற்கான நேரம் நெருங்கிக் கொண்டிருந்தது. அவர் தனது இரண்டு குழந்தைகளையும் தயார்படுத்தி, காரில் அமர்ந்து அதைத் தனது வீட்டையும், கேண்டஸ் பள்ளிக்கூடத்தையும் இணைக்கும் சாலையான தல்போட் அவென்யூ வழியாக மெதுவாக ஓட்டிச் சென்றார். அப்படிச் செல்லும் போது செவன் லெவன் கடை ஜன்னல்கள் வழியாகப் பார்த்தார். சில நேரங்களில் கேண்டஸ் இங்கு வருவதுண்டு. அதன் பின் அவர் கேண்டஸ் பள்ளிக்கூடத்திற்குச் சென்றார். கதவுகள் மூடியிருந்தன. "அம்மா, அவள் எங்கே?" என்று அவருடைய ஒன்பது வயது மகள் கேட்டாள். அவர்கள் க்ளிஃப்பின் அலுவலகம் நோக்கிச் செல்ல ஆரம்பித்தனர்.

'என்னால் கேண்டஸை கண்டுபிடிக்க முடியவில்லை. எனக்குப் பயமாக இருக்கிறது' என்று அவர் தனது கணவரிடம் கூறினார்.

▲ வில்மா டெர்க்சென்

நால்வரும் வீட்டிற்குத் திரும்பும் வழியெங்கும் சாலையின் இரு பக்கமும் பார்த்துக் கொண்டே வந்தனர். அவர்கள் தங்கள் நண்பர்கள் அனைவரையும் ஒருவருக்குப் பின் ஒருவராக ஃபோனில் தொடர்பு கொண்டனர். பிற்பகலுக்குப் பின் யாருமே அவளைப் பார்க்கவில்லை என்று கூறினர். வீட்டிற்கு ஃபோன் செய்வதற்கு முன்பு கேண்டஸுடன் இருந்த பையனின் வீட்டிற்கு வில்மா டெர்க்சென் காரை ஓட்டிச் சென்றார். தல்போட் அவென்யூவில் அவள் நடந்து சென்றதைப் பார்த்ததாக அவன் கூறினான். டெர்க்சென்ஸ் காவல்துறையினரை அழைத்தனர். அன்றிரவு 11 மணிக்கு காவல் துறையைச் சேர்ந்தவர்கள் இரண்டு பேர் அவர்களுடைய கதவைத் தட்டினர். அவர்களிருவரும் டைனிங் ஹாலில் உட்கார்ந்து கொண்டு கேண்டஸ் வீட்டில் மகிழ்ச்சியாக இருந்தாளா, இல்லையா என்று டெர்க்சென் குடும்பத்தினரிடம் கேள்வி மேல் கேள்வி கேட்டனர்.

டெர்க்சென் குடும்பத்தினர் தேடல் குழு ஒன்றை அமைத்தனர். தேவாலயத்திலிருந்தும், கேண்டஸின் பள்ளிக்கூடத்திலிருந்தும், வேறு யாரெல்லாம் அவர்கள் நினைவுக்கு வந்தார்களோ அவர்களையெல்லாம் கொண்ட குழுவாக இது அமைந்தது. வினிபிக் முழுவதும் "கேண்டஸை நீங்கள் பார்த்தீர்களா?" என்று அச்சடிக்கப்பட்ட போஸ்டர்கள் ஒட்டப்பட்டன. அந்த நகர வரலாற்றைப் பொருத்தவரை ஒரு குடிமகனைத் தேடும் மிகப் பெரிய தேடலாக இது அமைந்திருந்தது. அவர்கள் ஜெபித்தார்கள்; அழுதார்கள்; இரவெல்லாம் தூங்கவில்லை; இப்படியாக ஒரு மாதம் கழிந்தது. இதிலிருந்து மாற்றம் வேண்டும் என்பதற்காக மற்ற இரண்டு குழந்தைகளையும் அழைத்துக் கொண்டு பீனாக்கியோ (Pinocchio) படம் பார்க்கச் சென்றார்கள் அதுவும் காணாமல் போன தன் மகனைத் தேடி மனமுடைந்த ஜிப்பெட்டோ (Geppetto) சுற்றி திரிவது வரை.

கேண்டஸ் காணாமல் போய் ஏழு வாரங்களுக்குப் பிறகு டெர்க்சென் குடும்பத்தினர் உள்ளூர் காவல் நிலையத்துக் சென்றபோது இந்த வழக்கை விசாரிப்பதற்கென்று நியமிக்கப்பட்ட இரண்டு சார்ஜெண்டுகள் க்ளிஃப்பிடம் மட்டும் தனியாகப் பேச முடியுமா எனக் கேட்டனர். அதற்குச் சில நிமிடங்களுக்குப் பிறகு, வில்மாவை அவருடைய கணவர் காத்திருந்த அறைக்கு அழைத்துச் சென்று கதவை மூடினர். காத்திருந்த அவர் பேச ஆரம்பித்தார்.

"வில்மா, இவர்கள் கேண்டஸை கண்டுபிடித்து விட்டார்கள்"

அவளுடைய உடல், டெர்க்சென் குடும்பத்தினர் தங்கியிருந்த இடத்திலிருந்து கால் மைல் தொலைவிலிருந்த ஷெட் ஒன்றில் கிடந்தது. கால்களும், கைகளும் கட்டப்பட்டிருந்த அவள் உறைந்து போயிருந்தாள்.

5

மைக் ரேனால்ட்ஸ் பாதிக்கப்பட்டது போலவே டெர்க்சென்னின் குடும்பமும் பாதிப்புக்கு உள்ளானது. கிம்பர் ரேனால்ட்ஸின் கொலைக்கு ஃப்ரெஸ்னோ மறுவினை ஆற்றியது போலவே வின்னிபெக் நகரமும் கேண்டஸ் காணாமல் போனதற்கு மறுவினை ஆற்றியது. மைக் ரேனால்ட்ஸ் கவலைப்பட்டது போலவே டெர்க்சென் குடும்பமும் கவலைப்பட்டது. ஆனால் அதிலிருந்து இந்த இரண்டு சோக நிகழ்வுகளும் வேறுபடத் தொடங்கியது.

டெர்க்சன்ஸ் குடும்பத்தினர் காவல் நிலையத்திலிருந்து திரும்பும் போது அவர்கள் வீடு நண்பர்களாலும், உறவினர்களாலும் நிரம்பி வழிய ஆரம்பித்தது. அவர்கள் நாள் முழுவதும் அங்கேயே இருந்தனர். இரவு பத்து மணியளவில் டெர்க்சன் குடும்பத்தினருடன் ஒரு சில நெருங்கிய நண்பர்கள் மட்டுமே இருந்தனர். அவர்கள் அனைவரும் சமையலறையில் உட்கார்ந்து செர்ரி பை சாப்பிட்டுக் கொண்டிருந்தபோது காலிங்பெல் அடித்தது.

"யாராவது ஒருவர் கையுறையையோ அல்லது வேறு எதையாவதையோ விட்டுச் சென்றிருக்கக்கூடும் என நான் அந்த நேரத்தில் நினைத்துக் கொண்டிருந்தேன்" என்று டெர்க்சென் கூறினார். நாங்கள் அவருடன் பேசிக்கொண்டிருந்த போது வின்னிபெக்கில் உள்ள அவரது வீட்டின் பின்புறம் அவர் உட்கார்ந்திருந்தார். அவர் விட்டு விட்டு, மெதுவாக தன் வாழ்நாளின் மிகுந்த நீண்ட தினத்தன்று நடந்ததை நினைவு படுத்திப் பேசிக் கொண்டிருந்தார். கதவு மணி அடித்த சத்தம் கேட்டு அவர் கதவைத் திறக்க, இதுவரையிலும் சந்திக்காத ஒருவர் நின்று கொண்டிருந்திருக்கிறார். "கொலை செய்யப்பட்ட ஒரு குழந்தைக்கு நானும் கூடப் பெற்றோர்தான்' என்று அவர் கூறினார்.

அந்த மனிதருக்கு வயது 50களில் இருக்கும், டெர்க்சன்ஸை விட ஒரு தலைமுறை மூத்தவராகத் தோற்றமளித்தார். அவருடைய மகளும் சில ஆண்டுகளுக்கு முன்பு டோநட் விற்கும்

321

கடையில் வைத்துக் கொல்லப்பட்டார். அது வின்னிபெக்கைப் பொருத்தவரை மிகவும் பிரபலமான வழக்காக இருந்தது. தாமஸ் சோஃபோனோ (Thomas Sophonow) என்பவன் சந்தேகத்தின் பேரில் கைது செய்யப்பட்டான். மேல் முறையீட்டு நீதிமன்றத்தால் விடுவிக்கப்படுவதற்கு முன்பு நான்கு ஆண்டுகள் சிறைத் தண்டனை அனுபவித்தான். வந்த மனிதரும் அவர்களோடு சமையலறையில் உட்கார்ந்தார். அவர்கள் அவருக்கும் செர்ரியைக் கொடுத்தபின் பேச ஆரம்பித்தனர்.

▲ கேண்டஸ்

'நாங்கள் எல்லோரும் மேசையைச் சுற்றி அமர்ந்து கொண்டு அவரையே பார்த்துக் கொண்டிருந்தோம்' என்று வில்மா டெர்க்சென் கூறினார். மேலும், "அவர் மூன்று வழக்குகளின் நீதிமன்ற விசாரணை அனைத்தைப் பற்றியும் சொன்னதாக நினைவு. ரிப்போர்ட்டர்கள் வைத்திருப்பது போல அவரிடமும் ஒரு சிறிய கருப்புப் புத்தகம் இருந்தது. அவர் ஒவ்வொரு விஷயத்தையும் விவரித்தோடு அவர் பணம் கட்டிய ரசீதுகளையும் அதில் வரிசைக்கிரமமாக வைத்திருந்தார். அவர் சோஃபோனோ பற்றியும், நீதிமன்ற வழக்கு விசாரணையின் சாதகமற்ற தன்மை குறித்தும், நீதியற்ற தன்மையின் மீதான கோபத்தையும், யார் குற்றம் செய்தார்கள் என்று குறிப்பிட்டுச் சொல்லும் படி இல்லாத சட்டத்தின் கையாலாகத நிலைமை பற்றியும் பேசினார். அவர் விஷயங்கள் தெளிவாக இருக்க வேண்டுமென்று விரும்பினார். ஆனால் நடைமுறையில் இருந்த செயல்பாடுகள் அனைத்தும் அவரை மட்டுமல்லாது அவருடைய குடும்பத்தையும் சீரழித்தது. அதற்குப் பிறகு அவரால் வேலை எதுவும் செய்ய முடியவில்லை. அவர் மருந்தும், மாத்திரையும் சாப்பிட்டுக் கொண்டிருந்தார் அந்த இடத்திலேயே இருதயவலி வந்துவிடுமோ என்று நான் நினைத்தேன். அவர் தனது மனைவியை விவாகரத்துச் செய்ததாகத் தெரியவில்லை. ஆனால் அவர் பேசியதைப் பார்த்தால் எல்லாம் முடிந்து விட்ட மாதிரி தான் தோன்றியது. அவர் தனது மகள் பற்றி அதிகமாக ஒன்றும் பேசவில்லை. ஆனால் நீதி கிடைக்க வேண்டுமென்பதில் முடிவுடன் இருந்தார் என்பதை அவர் சொல்லாவிட்டாலும் எங்களால் 'பார்க்க' முடிந்தது, உணர முடிந்தது'. அவர் தொடர்ந்து சொல்லிக் கொண்டிருந்தது என்னவென்றால், இதற்குப் பிறகு என்ன நடக்கவிருக்கிறது என்பது உங்களுக்குத் தெரிய வேண்டுமென்பதால் தான் இதைச் சொல்லிக் கொண்டிருக்கிறேன், என்பதுதான். இறுதியாக,

நள்ளிரவுக்குப் பின் அவர் பேசுவதை நிறுத்திவிட்டு வாட்சைப் பார்த்தார். அவர் தனது கதையை அத்தோடு முடித்துக் கொண்டு கிளம்ப ஆரம்பித்தார்.

“அது மிகவும் கொடூரமான ஒரு நாள். நாங்கள் மனநிலை சரியில்லாதவர்கள் போல இருந்தோம் என்பதை நீங்கள் கற்பனை செய்து கொள்ள முடியும். எப்படிச் சொல்வதென்று தெரியவில்லை. நாங்கள் இருந்த உணர்வற்ற நிலையை ஊடுருவும் அளவுக்கு உயிர்ப்புடன் இருந்ததால் இந்த சம்பவம் நினைவில் இருக்கிறது. இது மிகவும் முக்கியமென்கிற உணர்வு இருந்தது. ஆனால் எப்படி விளக்குவதென்று தெரியவில்லை. அவர் பேசிய தொனி கிட்டதட்ட உங்களுக்கு முக்கியமானது, குறிப்பெடுத்துக்கொள்ளுங்கள். நீங்கள் மிகவும் கடினமான காலகட்டத்தைக் கடந்து கொண்டிருந்தாலும் இங்கே கவனம் செலுத்துங்கள் என்பது போலத் தான் இருந்தது” என்றார் டெர்க்சென்.

▲ தாமஸ் சோக்போனோ

புதிதாக வந்தவர் தனது விதியையும் தவிர்க்க முடியாத ஒன்றென வாதிட்டு விட்டுச் சென்றார். இதற்குப் பிறகு என்ன நடவிருக்கிறது என்பது உங்களுக்குத் தெரிய வேண்டுமென்பதால் தான் இதைச் சொல்லிக் கொண்டிருக்கிறேன். ஆனால் டெர்க்சென்களுக்கு, அந்த மனிதர் கூறியது எச்சரிகையாக இருந்ததே தவிரக் கணிப்பாகத் தெரியவில்லை. இதுதான் உங்கள் முன்னே இருக்கக் கூடியது. அவர்களுடைய மகளின் மரணம் அவர்களை ஆட்கொள்ளும் பட்சத்தில் அவர்கள் உடல் ஆரோக்கியத்தையும் நிம்மதியையும் இழக்க வேண்டியிருக்கும்.

‘அவர் அந்த நேரத்தில் வரவில்லையென்றால் நிலைமை வேறுமாதிரி இருந்திருக்கும்’ என்ற டெர்க்சென், ’இன்னொரு கோணத்தில் பார்க்கும்படி அவரால் நாங்கள் நிர்பந்திக்கப்பட்டோம். இதிலிருந்து வெளியே வருவது எப்படி? என நாங்கள் ஒருவருக்கொருவர் சொல்லிக் கொண்டோம்’ என்றார்.

டெர்க்சென் குடும்பத்தினர் தூங்கச் சென்றனர் அல்லது தூங்க முயற்சித்தனர். அடுத்த நாள் கேண்டஸின் இறுதிச் சடங்கு நடைபெறுவதாக இருந்தது. அதன் பின் டெர்க்சென் குடும்பத்தினர் பத்திரிகையாளர்களிடம் பேசுவதற்கு ஒத்துக் கொண்டிருந்தார்கள். சொல்லப் போனால் அந்தப் பகுதியிலிருந்த அத்தனை பத்திரிகைகளும் அங்கிருந்தன. கேண்டஸ் காணாமல் போன சம்பவம் அந்த நகரத்தையே கட்டிப் போட்டிருந்தது.

'கேண்டஸுக்கு இந்த மாதிரி ஒரு நிலைமையை ஏற்படுத்தியவரைப் பற்றி நீங்கள் எப்படி உணருகிறீர்கள்?" என்று பத்திரிகையாளர் ஒருவர் டெர்க்சென்னைக் கேட்டார்.

'அவர் அல்லது அவர்கள் யாரென்று தெரிந்து கொள்ள ஆர்வமாயிருக்கிறோம். ஏனெனில், தங்கள் வாழ்க்கையில் அவர்கள் இழந்திருக்கும் 'அன்பை' நாங்கள் பகிர்ந்து கொள்ள விரும்புகிறோம்' என்று க்ளிஃப் கூறினார்.

அதற்கடுத்து வில்மா, "கேண்டஸை கண்டுபிடிப்பதுதான் எங்களது அக்கறையாக இருந்தது. அவளைக் கண்டுபிடித்து விட்டோம். அந்தக் குற்றத்தைச் செய்தவர்களை மன்னித்து விட்டேன் என்று இந்த நேரத்தில் என்னால் சொல்ல முடியாது" என்றார். 'இந்த நேரத்தில்' என்று அவர் அழுத்தமாகக் கூறினார். "வாழ்நாளில் நாம் எல்லோரும் அச்சமூட்டுகிற ஏதோவொன்றை செய்திருக்கிறோம் அல்லது செய்ய வேண்டும் என்கிற வேட்கையை உணர்ந்திருக்கிறோம்".

6

மைக் ரேனால்ட்ஸை விட வில்மா டெர்க்சென் ஏறக்குறைய ஒரு 'ஹீரோ' மாதிரியா? என்று கேள்வி கேட்கத் தூண்டும். ஆனால் அது சரியில்லை. ஏனெனில் ஒவ்வொருவரும் சிறந்த நோக்கத்துடன் செயல்பட்டு அவர்களுக்கேற்ற மாதிரி தைரியமான வழியைத் தேர்ந்தெடுந்திருந்தார்கள்.

இவர்களுக்கிடையே இருந்த வித்தியாசம் என்னவெனில் அதிகாரத்தை உபயோகிப்பதன் மூலம் எதை அடையமுடியும் என்பதுதான். டெர்க்சென் குடும்பத்தினர் தங்களுக்கு இயல்பாக ஏற்பட்ட ஒவ்வொரு உள்ளுணர்வுடனும் மனதளவில் போராடினர். ஏனெனில் அதனால் எதை சாதிக்க முடியும் என்று தீர்மானமாக அவர்களுக்குத் தெரிந்திருக்கவில்லை. அவர்களுக்குப் பேராற்றல் வாய்ந்தவர்களின் அதிகாரம் குறித்து பெரிய நம்பிக்கை –பற்றுதல் ஏதும் இல்லை. அவர்கள்

'மெனானைட்' (Mennonite) சமய பாரம்பரியத்தில் வளர்ந்தவர்கள். மெனானைட்டுகள் சமாதானவாதிகளும், வந்தேறுகுடியினரும் ஆவார்கள். வில்மாவினுடைய குடும்பம் ரஷ்யாவிலிருந்து குடிபெயர்ந்தவர்கள். 18 ஆம் நூற்றாண்டில் பல மெனானைட்டுகள் அங்கு வசித்து வந்தனர். ரஷ்ய புரட்சியின் போதும், ஸ்டாலின் ஆட்சியின் போதும் அவர்கள் தொடர்ந்து துன்புறுத்தப்பட்டனர். மெனானைட் கிராமங்கள் அனைத்தும் அழித்தொழிக்கப்பட்டது. நூற்றுக்கணக்கானவர்கள் சைபீரியாவிற்கு அனுப்பப்பட்டனர். அவர்களுடைய பண்ணைகள் கொள்ளையடிக்கப்பட்டு, தரையோடு தரையாக எரிக்கப்பட்டன. மொத்த சமூகமும் யு எஸ் மற்றும் கனடா போன்ற நாடுகளுக்குத் தப்பித்துச் செல்ல வற்புறுத்தப்பட்டனர். ரஷ்யாவில் பல ஆண்டுகளுக்கு

▲ ரிக் பிட்டினோ

முன்னால் எடுக்கப்பட்ட வயது முதிர்ந்த சின்னப் பாட்டியின் புகைப்படத்தை டெர்க்சென் காண்பித்தார். தன்னுடைய பாட்டி அதே படத்தில் இருந்த அவருடைய சகோதரியைப் பார்த்து அழுதது நினைவுக்கு வருவதாகக் கூறினார். சின்னப் பாட்டி ஞாயிறு பள்ளியில் ஆசிரியையாக இருந்தார் குழந்தைகள் அனைவரும் நாடிச் செல்லக்கூடியவராக இருந்தார். புரட்சியின் போது அவரையும், குழந்தைகளையும் தேடிவந்தவர்கள் அவர்கள் அனைவரையும் படுகொலை செய்தனர். வில்மாவின் தாத்தா ரஷ்யாவில் நடந்ததை நினைவுபடுத்தும் வகையில் கொடுங்கனவுகண்டு நடுராத்திரியில் திடீரென்று எழுவதும், அதன்

பின் காலையில் எழுந்து வேலைக்குப் போவதுமாக இருந்தார். வில்மாவின் அப்பாவிற்கு ஒருவர் அதிகக் கடன் பட்டிருந்தார். ஆனால் அவர் மேல் வழக்குப் போடாமால் அப்படியே விட்டு விட்டு வெளியேறினார். "இதைத்தான் நான் நம்புகிறேன், இப்படித்தான் வாழ்கிறோம்." என்று அவர் கூறக்கூடும்.

சில மதவாத இயக்கங்கள் சிறந்த வீரர்களையோ அல்லது தீர்க்கதரிசிகளையோ தங்களது ஆதர்ஸ நாயகர்களாகக் கொண்டிருக்கின்றன. 16 ஆம் நூற்றாண்டில் தனது மதவாத கருத்துக்களுக்காகச் சிறையிலடைக்கப்பட்ட டிர்க் வில்லெம்ஸ் மெனானைட்ஸின் நாயகனாக இருந்தார். கயிற்றின் உதவியுடன் ஜன்னலிலிருந்து கீழிறங்கி அந்தக் கோட்டையிலிருந்த பனி மூடிய அகழியைத் தாண்டி தப்பித்தார். காவலாளி ஒருவன் அவரை விரட்டினான். வில்லெம்ஸ் மிகவும் பாதுகாப்பாக எதிர்பக்கத்திற்குச் சென்றுவிட்டார். ஆனால் காவலாளியோ பாதியில் உறைய வைக்கக்கூடிய தண்ணீருக்குள் விழுந்தார். இதைப்பார்த்த வில்லெம்ஸ் நின்று, திரும்பிச்சென்று அவரைப் பாதுகாப்பாக வெளியே கொண்டுவந்தார். இந்த இரக்கமுள்ள செயலுக்காக, அவர் மீண்டும் சிறைச்சாலைக்குக் கொண்டு செல்லப்பட்டுச் சித்ரவதை செய்யப்பட்டார். அதன் பின் 'கடவுளே, கடவுளே' என எழுபதுமுறை அவர் சொல்ல, சொல்ல கொஞ்சங்கொஞ்சமாக எரிக்கப்பட்டார்.*

---

*அமீஷ் க்ரேஸ் என்கிற புத்தகம் அமீஷ் பாரம்பரியத்தைச் சேர்ந்த ஒரு தாயைப் பற்றியது. வேகமாக வந்த கார் ஒன்று அவருடைய ஐந்து வயது மகன் மேல் மோதியதில் அவன் அடிபட்டு மிகவும் மோசமான நிலையில் இருந்தான். மெனோனைட்ஸ் போலவே அமீஷ்களும் டிரெக் வில்லெம்ஸ் பாரம்பரியத்தின் வழித்தோன்றல்கள். இவர்கள் தங்களது சமயம்/பிரிவு ஆரம்பிக்கப்பட்ட போது மெனோனைட்ஸ் போலவே கஷ்டப்பட்டார்கள். மெனோனைட்ஸ், அமிஷ் பாரம்பரியத்தில் கீழே கொடுக்கப்பட்டது போல எண்ணற்ற கதைகள் உள்ளன.

ஆல்கஹால் டெஸ்ட்டுக்காக காரின் டிரைவரை புலன் விசாரணை அதிகாரி தனது வாகனத்திற்குக் கொண்டு செல்லும் போது அடிபட்ட சிறுவனின் அம்மா காவல்துறையைச் சேர்ந்த காரில் இருந்த அதிகாரியிடம் பேசுவதற்காக அவரை நோக்கிச் சென்றார். அவருடைய மகள் அவருடைய உடையைப் பிடித்துக் கொண்டு பின்னே தொடர அவர் அந்த அதிகாரியிடம் 'தயவுசெய்து பையனை நன்றாகப் பார்த்துக் கொள்ளுங்கள்" என்று கூறினார். இது அவர் தனது மகனை மனதில் நினைத்துக் கொண்டுதான் பேசுகிறார் என்றெண்ணிய அதிகாரி அவரிடம், 'ஆம்புலனிஸில் உள்ளவர்களும், மருத்துவர்களும் எவ்வளவு முடியுமோ அந்த அளவுக்கு நன்றாகப் பார்த்துக் கொள்வார்கள். மீதியை அந்த ஆண்டவன் பார்த்துக் கொள்வான்' என்று கூறினார். ஆனால் அந்தத் தாயோ, காவல்துறை வாகனத்தில் இருந்த குற்றவாளியை நோக்கி கையைக் காண்பித்து அதிகாரியிடம், 'நான் குறிப்பிட்டது டிரைவரை, அவரை மன்னித்து விடுங்கள்" என்று கூறினர்.

"அநீதியை எதிர் கொள்வதற்கு மாற்றுவழி ஒன்று எனக்குப் பள்ளிக்கூடத்தில் சொல்லிக் கொடுக்கப்பட்டது" என்றார் டெர்க்சென். எங்களுக்குத் துன்புறுத்தலின் வரலாறும் கற்றுக் கொடுக்கப்பட்டது. தியாகம் குறித்து எங்களிடையே இருந்து வந்த பிம்பத்தின் பாரம்பரியம் 16 ஆம் நூற்றாண்டிலிருந்து தொன்றுதொட்டு வருவதாகும் :'மன்னித்துவிட்டு தொடர்ந்து செல்வோம்' என்பதுதான் மெனோனைட்டுகளின் மதக் கட்டுப்பாடு என்று டெர்க்சென் மேலும் கூறினார். 'உங்களுக்கு எதிராக எல்லை மீறுபவர்களை மன்னியுங்கள்" மெனோனைட்டுகளைப் பொருத்தவரை மன்னிப்பு என்பது கட்டாயமான ஒன்றாகும். முறையான தண்டனை மூலம் அடையக் கூடியதிலும் ஆழமான வரையறைகள் இருக்கின்றன என்கிற நடைமுறை யுக்தியையும் இது அடிப்படையாகக் கொண்டிருக்கிறது. தலைகீழ் யூவில் மெனோனைட்டுகள் நம்பிக்கை வைத்திருந்தனர்.

வரையறை பற்றிய எந்தவிதமான புரிதலும் இல்லாமல் இருந்தவர் மைக் ரேனால்ட்ஸ். அரசினாலும், சட்டத்தினாலும் தனது மகளின் கொலைக்கு நீதி கிடைக்கும் என்கிற தனது கொள்கையின் மீது நம்பிக்கை வைத்திருந்தார். ஒரு சமயத்தில், லாஸ்ஏஞ்சலஸுக்குத் தெற்கில் உள்ள ரெடோண்டோ கப்பல்துறையில் நான்கு குழந்தைகளிடமிருந்து பீட்சா துண்டை தட்டிப் பறித்துச் சென்ற இளைஞன் ஜெர்ரி டிவென் வில்லியம்ஸ் சம்பந்தப்பட்ட இகழார்ந்த வழக்கு குறித்து அவர் பேசினார். வில்லியம்ஸ் இதற்கு முன்னால் திருட்டு முதல் போதை மருந்து வைத்திருந்தது வரையும், பரோல் நிபந்தனையைத்

துஷ்பிரயோகம் செய்தது போன்றவையுமான ஐந்து குற்றங்களுக்கு தண்டிக்கப்பட்டிருந்தான். இதில் பீட்சாவை தட்டிப் பறித்த வழக்கு மூன்றாவது ஆகும். அவனுக்கு 25 ஆண்டுகள் சிறைத்தண்டனை விதிக்கப்பட்டிருந்தது.* அவனோடு ஒரே செல்லில் இருந்த கொலைகாரனை விட இவனுக்குத் தண்டனை காலம் அதிகமாக இருந்தது.

பின்னோக்கிப் பார்த்தால், வில்லியம்ஸ் வழக்குதான் மைக் ரேனால்ட்ஸின் போராட்டத்தின் முடிவுக்கான ஆரம்பமாகும். த்ரீ ஸ்டிரைக்ஸில் உள்ள தவறுகளையெல்லாம் இது வெளிச்சம் போட்டுக் காட்டியது. பீட்சா திருடர்களையும், கொலைகாரர்களையும் சட்டத்தினால் வித்தியாசப்படுத்திப் பார்க்க முடியவில்லை. ஆனால் வில்லியம்ஸ் வழக்கு மக்களிடையே அதிகமான சீற்றத்தை ஏன் உண்டு பண்ணியது என்று ரேனால்ட்ஸால் புரிந்து கொள்ள முடியவில்லை. அவரைப் பொருத்தவரை வில்லியம்ஸ் ஒரு பிரஜையின் அடிப்படைக் கொள்கையைத் துஷ்பிரயோகம் செய்துவிட்டான் அதாவது சமூகத்தின் விதிகளைத் தொடர்ந்து மீறிக் கொண்டிருந்தான். எனவே அவனுக்கான சுதந்திரம் பறிமுதல் செய்யப்பட்டது. அவ்வளவுதான். ரேனால்ட்ஸ் என்னிடம், 'இங்கே பாருங்கள், 'மூன்றாவது முறை குற்றம் செய்பவர்களுக்குப் பழைய முறைப்படி என்ன தண்டனை கிடைக்க வேண்டுமோ அதுதான் கிடைத்திருக்கிறது' என்றார். சட்டத்திற்கு புறம்பான விஷயங்களை செய்பவர்களை 3 ஸ்ட்ரைக் சட்டம் பாரபட்சமின்றி அடிக்கோடிட்டுக் காட்டியது என்பதுதான் அவருக்கு முக்கியமாகப்பட்டது.

---

*நீதிபதி தண்டனையை குறைத்த சில ஆண்டுகளுக்குப் பிறகு வில்லியம்ஸ் விடுதலை செய்யப்பட்டான். 'த்ரீ ஸ்ட்ரைக்ஸ்' இயக்கத்துக்கு எதிராகக் குரல் கொடுத்தவர்கள் இதைத் தங்களுக்குச் சாதகமாக எடுத்துக் கொண்டனர்.

"ஒவ்வொருமுறை ஊடகங்கள் எவனோ ஒரு மடையன் மூன்றாவது குற்றமாக பீட்சா துண்டுகள் திருடியது போன்ற கதைகளை ஒலிபரப்பும்போதெல்லாம் அது அந்த மாநிலத்தில் நடக்கும் குற்றங்களைக் குறைக்க உதவுமே தவிர வேறு எந்த பாதிப்பும் ஏற்படுத்தாது." என்பது அவர் நம்பிக்கை.

ட்ரபள்களின் ஆரம்ப நாட்களில் பிரிட்டிஷாரும் இந்தக் கொள்கைப்படி தான் செயல்பட்டனர். வெடிகுண்டுகள் செய்வதற்கும், தானியங்கி ஆயுதங்களைப் பதுக்கி வைத்திருப்பதற்கும், பட்டப்பகலில் ஒருவரையொருவர் சுட்டுக் கொல்வதற்கும் பொதுமக்கள் யாரும் அனுமதிக்கப்படவில்லை. எந்தவொரு சமூகமும் இந்த மாதிரியான சூழலில் உயிர்வாழ முடியாது. குண்டர்களுடனும், துப்பாக்கியேந்தியவர்களிடமும் கடுமையாக நடந்து கொள்வதற்கான அனைத்து உரிமைகளும் ஜெனரல் ஃப்ரீலேண்டிடம் இருந்தன.

மைக் ரேனால்ட்ஸ் எதைப் புரிந்து கொள்ளவில்லையோ அதே விஷயத்தை ஃப்ரீலேண்டும் புரிந்து கொள்ளவில்லை. சிறந்த எண்ணத்துடன் கூடிய சக்தி மற்றும் அதிகாரப் பிரயோகம் ஒரு கட்டத்தில் அதற்கு எதிராக மக்களைத் திருப்ப ஆரம்பித்துவிடும். லோயர் ஃபால்ஸில் உள்ள முதல் வீட்டைச் சோதனை யிட்டதில் அர்த்தம் இருந்தது. ஆனால் அந்தப் பகுதியிலிருந்த எல்லா வீடுகளையும் சூறையாடியது நிலைமையை மிகவும் மோசமாக்கியது. 1970 களின் மத்திய காலகட்டத்தில் வட அயர்லாந்தில் உள்ள அனைத்து கத்தோலிக்க வீடுகளும் சராசரியாக இரண்டு முறையாவது சோதனைக்குள்ளானது. சில பகுதிகளில் இந்த எண்ணிக்கை பத்து அல்லது அதற்கும் அதிகமாக இருந்தது. 1972 ஆம் ஆண்டிற்கும் 1977 ஆம் ஆண்டிற்கும் இடையில் வட அயர்லாந்தில் 16 வயதிலிருந்து 40 வயது வரை உள்ள கத்தோலிக்கப் பிரிவைச் சேர்ந்த ஆண்களில் நான்கில் ஒருவர் ஒரு முறையாவது கைது செய்யப்பட்டிருந்தனர். அவர்கள் என்னதான் சட்ட விரோதமான காரியம் செய்திருந்தாலும், இந்த அளவுக்கான தீவிரம் வெற்றி பெறாது. *

---

*1990களின் மத்தியில், பெல்ஃபாஸ்ட் நகருக்கு வெளியில் அமைந்திருக்கும் சிறைச்சாலைக்கு செல்ல கேளிக்கைப் பார்க்குக்கு செல்வது போல தினமும் பேருந்து வசதியை ஐ ஆர் ஏ ஏற்பாடு செய்திருந்தது. இந்தப் பிரச்சனை உச்சகட்டத்தில் இருந்தபோது கத்தோலிக்கர்கள் வசித்து வந்த பகுதியில் ஒவ்வொருவரின் வீட்டிலும் அப்பா, சகோதரன், மாமா/சித்தப்பா அல்லது கஸின் என யாரோ ஒருவர் சிறைச்சலையில் அடைக்கப்பட்டிருந்தார்கள் என அரசியலறிஞர் ஜான் ஸோல் குறிப்பிட்டிருந்தார். 'இந்த சூழ்நிலையில் சிறைச்சாலையில் இருப்பதை இளைஞர்கள் அவமானமாகக் கருதாமல் பெருமையாகக் கருதினர்'.

அதிகாரத்தின் வரையறை குறித்த இந்தக் கடைசிப் படிப்பினையை அவ்வளவு எளிதாகக் கற்றுக் கொள்ள முடியாது. அது அதிகார நிலையில் உள்ளவர்கள் அவர்கள் எவ்வளவு வீடுகளை வேண்டுமானாலும் சோதனை போட முடியும், எவ்வளவு பேரை கைது செய்ய வேண்டுமென்று தோன்றுகிறதோ அவ்வளவு பேரை கைது செய்ய முடியும், அவர்களை எவ்வளவு காலம் சிறையில் வைத்திருக்க வேண்டுமென்று தோன்றுகிறதோ அவ்வளவு காலம் வைத்திருக்க முடியும் போன்றவற்றில் அவர்களுக்கு எது பெரிய சாதகமாக இருக்கும் என நினைக்கிறார்களோ அதற்கு உண்மையான வரம்புகள் உண்டு என்பதை ஒப்புக்கொள்ள வேண்டும். கரோலின் சாக்ஸூம் தனக்கு எது அனுகூலம் என நினைத்தாரோ அதுவே அவரை அனுகூலமற்ற ஒரு நிலைக்குத் தள்ளியது. சிறந்த பள்ளிக்கூடம், மிகச் சிறந்த பள்ளிக்கூடம் என்கிற தெரிவு உங்கள் முன்னால் இருக்கும் போது அந்த அனுகூலத்தில் உள்ள வரையறையையும் எதிர்கொள்ள வேண்டியிருக்கும் என்பதையும் ஒத்துக் கொள்ளத்தான் வேண்டும். ஆனால் அதுவே ஆஸ்பத்திரி படுக்கையில், இறக்கும் தருவாயிலிருக்கும் உங்கள் மகளின் கையைப் பற்றியிருக்கும்போது இது முற்றிலும் வேறாக இருக்கும். "அப்பாவால் எல்லாவற்றையும் சரி செய்யமுடியும், ஆனால் அதுவே என்னுடைய மகளுக்கு நடந்திருக்கிற போது என்னால் எதுவும் செய்ய முடியவில்லை' என்று ரேனால்ட்ஸ் கூறினார். அவர் தனது மகளிடம், 'அநீதியைத் தடுக்க நான் முழுமுயற்சி செய்வேன்' என்று உறுதி மொழி அளித்திருந்தார். அந்த உணர்வை குற்றம்கூற முடியாது.. ஆனால் இதில் சோகம் என்னவெனில், இந்த உறுதி மொழியை நிறைவேற்றும் பொருட்டு அவர் கலிஃபோர்னியாவின் சமூகச் சூழலை முன்னால் இருந்ததை விட மோசமான ஒரு சுழலில் சிக்கவைத்திருந்தார்.

கடந்த பல ஆண்டுகளாக த்ரீ ஸ்டிரைக்ஸ் பற்றி ரேனால்ட்ஸிடம் பேசுவதற்கு நிறையப் பேர் ஃப்ரெஸ்னோ வந்தார்கள். லாஸ்ஏஞ் சலஸிலிருந்து மத்தியத் தரைகடல் பகுதி நோக்கி நீண்ட தூரம் பயணிப்பது என்பது ஒரு தீர்த்தயாத்திரை போன்றதாகும். அப்படி வருபவர்களையெல்லாம் தனது மகள் கொல்லப்பட்ட இடத்திற்கு எதிரில் இருக்கும் டெய்லி ப்ளானட் ரெஸ்டாரென்டுக்குக் கூட்டிச் செல்வதை வழக்கமாகக் கொண்டிருந்தார். நான் இந்தப் பயணத்தை மேற்கொள்வதற்கு முன்பே அது பற்றிக் கேள்விப்பட்டிருந்தேன். ரேனால்ட்ஸ் ரெஸ்டாரெண்டு முதலாளியுடன் வாக்குவாதத்தில் ஈடுபட்டிருக்கிறார். இந்த மாதிரி உல்லாசப்பயணம் வருபவர்களையெல்லாம் தனது ரெஸ்டாரென்டுக்கு அழைத்து வருவதால் தனது வியாபாரம் பாதிப்பதாகவும் அதனால் அதை நிறுத்தும்படியும் முதலாளியாக இருந்த பெண்மணி கூறியிருக்கிறார். “இதெல்லாம் எப்போது முடியும்?” என அவரிடம் முதலாளியம்மா கேட்டிருக்கிறார். இது ரேனால்ட்ஸை முகம் வெளிரிப்போகச் செய்திருக்கிறது. “கண்டிப்பாக இது அவரது வியாபாரத்தைப் பாதிக்கத்தான் செய்யும். ஆனால் அந்த நிகழ்வினால் எங்களின் வாழ்க்கையையே சிதைத்து விட்டதே. என் மகள் எப்போது திரும்பி வருவாளோ அப்போதுதான் இது முடிவுக்கு வரும்’ என்று ரேனால்ட்ஸ் கூறி யிருக்கிறார்.

எங்களது பேட்டி முடியுந்தறுவாயில் ரேனால்ட்ஸ் தனது மகள் கொலை செய்யப்பட்ட இடத்தை எனக்குக் காண்பிக்க வேண்டுமென்று விரும்பினார். என்னால் சரி என்று சொல்ல முடியவில்லை. காரணம் எனக்கு அது தேவையற்றதாகத் தோன்றியது. எனவே ரேனால்ட்ஸ் தனது கைகளை மேசைக்குக் குறுக்காக நீட்டி எனது கையைப் பிடித்துக் கொண்டார்.

”நீங்கள் பர்ஸ் வைத்திருக்கிறீர்களா? என்று கேட்ட அவர், தனது மகளுடைய பாஸ்போர்ட் அளவு புகைப்படம் ஒன்றைக் கொடுத்தார். “இது கிம்பர் கொலை செய்யப்படுவதற்கு ஒரு மாதம் முன்பு எடுக்கப்பட்ட புகைப்படம். இதை உங்கள் பர்ஸில் வைத்துக் கொண்டு அதைத் திறக்கும் போது இந்நிகழ்வை நினைத்துக் கொள்ளுங்கள். சில சமயங்களில் இந்த மாதிரியான சம்பவங்களை நீங்கள் சந்திக்க வேண்டியிருக்கும்” என்றார். மைக் ரேனால்ட்ஸ் எப்போது வருத்தத்துடனேயே இருந்தார். ‘வாழ்வதற்கான அனைத்தும் அந்தக் குழந்தைக்கு இருந்தது. அது நடப்பதற்கு முன்பு யாரோ அவளைக் கொலை செய்துவிட்டார்கள் புல்ஷிட். இந்தமாதிரியான நிகழ்வுகள் நிறுத்தப்பட வேண்டும்’.

▲ ரேனால்ட்ஸ்   ▲ மகள் கிம்பர்

7

2007 ஆம் ஆண்டில் டெர்க்சென் குடும்பத்தினரை காவல்துறை யினர் அழைத்தனர். "ஆனால் இரண்டு மாதங்களுக்கு அவர்களை நான் அண்ட விடவில்லை' என்று வில்மா டெர்க்சென் கூறினார். எதைப்பற்றியதாக இந்த அழைப்பு இருக்க முடியும்? கேண்டஸ் காணாமல் போய் 20 வருடங்கள் ஆகிவிட்டன. அவர்கள் அதை மறந்து மேற்கொண்டு ஆக வேண்டியதைப் பார்க்க முயற்சித்தனர். பழைய காயத்தைக் கிளறுவதில் என்ன நன்மை இருக்க முடியும்? இறுதியாக அவர்கள் மறுமொழி கூறினார்கள். காவல்துறை யிலிருந்து வந்த அதிகாரிகள், 'கேன்டஸைக் கொன்றவனை நாங்கள் கண்டுபிடித்து விட்டோம்' என்றனர்.

கேண்டஸின் உடல் கண்டுபிடிக்கப்பட்ட கூடாரம் இத்தனை ஆண்டுக் காலம் காவல்துறையின் கிட்டங்கியில் பாதுகாப்பாக வைக்கப்பட்டு இருந்திருக்கிறது. சம்பவம் நடந்த இடத்தில் இருந்து சேகரிக்கப்பட்ட டி.என்.ஏ சம்பந்தப்பட்ட தடயங்கள் மார்க்ராண்ட் என்பவனுடைய டி.என்.ஏ வுடன் பொருந்தியிருப்பதாகத் தெரியவந்தது. டெர்க்சன்ஸ் வசித்து வந்த இடத்திலிருந்து அவன் வசித்து வந்த இடம் அதிகத் தூரமில்லை. அவன் ஏற்கனவே பாலியல் குற்றங்கள் பல புரிந்து தனது வாழ்நாளில் பாதியை சிறைக் கம்பிகளுக்குப் பின்னால் கழித்தவன். 2011 ஆம் ஆண்டு ஜனவரி மாதம், க்ராண்ட் வழக்கு விசாரணைக்கு அழைத்து வரப்பட்டான்.

இதற்கு எப்படி எதிர்வினையாற்றுவது என்று பயந்து போ யிருந்ததாக டெர்க்சென் கூறினார். அவருடைய மனதில் தனது மகள் பற்றிய நினைவுகள் ஓரளவுக்கு அடங்க ஆரம்பிக்கும் போது மீண்டும் அதையெல்லாம் கிளறச் செய்வது போல்

இந்த விசாரணை தலை தூக்கியது. அவர் நீதிமன்ற அறையில் உட்கார்ந்திருந்தார். க்ராண்ட்டின் முகம் சிறிது வீங்கியிருந்தது. தலைமுடி வெள்ளை நிறத்திலிருந்தது. பார்ப்பதற்கு உடல் நலம் சரியில்லாதவன் போல இருந்தான். டெர்க்சென், 'எங்களின் மீதான அவனது கோபமும், பகைமை உணர்வும் மிக விசித்திரமாக இருந்தது. நாங்கள் தான் அவன் மேல் கோபப்பட வேண்டுமே ஒழிய அவன் எங்கள் மீது ஏன் கோபமாக இருந்தான் என்று எனக்குத் தெரியவில்லை. ஆரம்ப விசாரணையின் இறுதி கட்டத்தின் போது நான் அவனைப் பார்த்தபோது நான் எனக்குள், 'நீ தான் கேண்டஸைக் கொன்றவன்' எனச் சொல்லிக் கொண்டேன். நாங்கள் ஒருவரையொருவர் மிரட்சியில் பார்த்துக் கொண்ட போது: 'நீ யார்? உன்னால் எப்படி இப்படிச் செய்ய முடிந்தது? உன்னால் எப்படி இந்த மாதிரி இருக்க முடிகிறது?" போன்ற கேள்விகள்தான் என்னுள் எதிரொளித்தன.

"எனது மோசமான தருணம் எப்போது என்றால் நான் அழப் போகும் நேரம் தான் நான்ஞ்." அவர் தான் பேசுவதை நிறுத்தி விட்டு அழுததற்காக மன்னிப்புக் கேட்டார். அவன் கேண்டஸின் கைகளையும் கால்களையும் சேர்த்து கட்டி போட்டிருந்தான் என்பதை உணர்ந்து கொண்டேன். இது எந்த ரக பாலியல் உணர்வாக இருக்கும் என்பது எனக்கு விளங்கவில்லை ஞ்.' அவர் மீண்டும் பேசுவதை நிறுத்தினார். "நான் ஒரு அப்பாவியான மெனொனைட்டாக இருந்திருக் கிறேன். கேண்டஸைக் கட்டிப் போட்டதின் மூலம் சந்தோஷமும் அவளைச் சித்திரவதை செய்ததின் மூலம் மகிழ்ச்சியும் அடைந்திருக்கிறான் என்பதை உணர்ந்து கொண்டேன்ஞ்.இப்படி செய்வதில் ஏதாவது அர்த்தம் இருக்கிறதா என்று தெரியவில்லை. என்னைப் பொருத்தவரை, இது சிற்றின்பம் அல்லது கற்பழிப்பை விட மோசமானதாகும், தெரியுமா? இது மனிதத் தன்மையற்றது. பாலியல் இச்சை அப்படி, இப்படி என இருக்கும் என்கிற புரிதல் என்னிடம் இருக்கிறது. ஆனால் இது ஹிட்லர் தனமானது ஆகும். கொடூரம். மோசம்" என்றார்.

பொத்தாம்பொதுவாக ஒருவரை மன்னிப்பது என்பது வேறு விஷயம். கேண்டஸ் கொல்லப்பட்ட போது அவர்களுக்குக் குற்றவாளி யார் என்று தெரிந்திருக்கவில்லை: முகமும், பெயரும் தெரியாத யாரோ ஒருவனாக அந்தக் கொலைகாரன் இருந்தான். ஆனால் இப்போது அவர்களுக்கு அவன் யாரென்று தெரிந்துவிட்டது.

'இப்படிப்பட்ட ஒருவனை எப்படி மன்னிக்க முடியும்?" என்று கேட்ட அவர் மேலும், 'எனது கதை இப்போது மிகவும் சிக்கலானது.

▲ க்ராண்ட்

ஓ, அவன் ஏன் அப்படியே செத்துப் போய்விடக்கூடாது? ஏன் அவனை யாராவது கொன்றுவிடக்கூடாது? போன்ற உணர்வுகளோடு முட்டி மோதி நான் ஊடுருவிச் செல்ல வேண்டியிருந்தது. இது ஆரோக்கியமானது இல்லை. இது ஒரு பழிவாங்கல். அவனது விதி எனது கையில் இருப்பதால் அது ஏதோ ஒரு வழியில் அவனைச் சித்ரவதை செய்தது' என்றார்.

'ஒரு நாள் தேவாலயத்தில் இருந்தபோது எனது நிதானத்தை இழக்க நேரிட்டது. நான் நண்பர்களோடு இருந்த போது பாலியல் பைத்தியக்காரதனத்திற்கு எதிராகச் சத்தம் போட வேண்டியதாயிற்று. மறுநாள் காலை, பெண் நண்பர்களில் ஒருவர் என்னை அழைத்து, 'நாம் சேர்ந்து காலை உணவு சாப்பிடலாம், வாருங்கள்" என்றார். அதன் பின் அவர், 'இல்லை இங்கே அது பற்றிப் பேச முடியாது, என்னுடைய அப்பார்ட்மெண்ட்டுக்குப் போகலாம் வாருங்கள்" என்றார். நானும் அவருடைய அப்பார்ட்மெண்ட்டுக்குப் போனேன். அங்குச் சென்ற பிறகு அவர் ஆபாச படங்கள் பார்ப்பது, பாலியல் அடிமைத்தனம், பிறரையும் தன்னையும் துன்புறுத்தி உடல் இன்பம் காண்பது போன்றவற்றிற்குத் தான் அடிமையாகி விட்டதாகக் கூறியதுடன் அந்த உலகத்திலேயே சஞ்சாரித்துக் கொண்டிருப்பதாகவும் கூறினார். அவருக்கு அது புரிந்திருக்கிறது. அவர் அதைப் பற்றி அனைத்தையும் கூறினார். அதுவரை அவர்மீது நான் நன்மதிப்பு கொண்டிருந்ததாக நினைவு. நாங்கள் இருவரும் ஒன்றாக வேலை பார்த்து வந்தாலும் இந்தப் பிறழ்சிகள் (dysfunction), அதாவது அவரைப் பற்றிய விபரம் முழுவதும் என்னிடமிருந்து மறைக்கப்பட்டிருந்தது" என்றார்.

டெர்க்சென் உணர்ச்சிவசப்பட்டு அதிக நேரமாகப் பேசிக் கொண்டிருந்ததின் விளைவை உணர ஆரம்பித்தவுடன் அமைதியாகவும், மெதுவாகவும் பேச ஆரம்பித்தார். "தோழி மிகவும் கவலையுடன் இருந்ததுடன் பயம் வேறு பற்றிக்

கொண்டது. அவர் எனது கோபத்தைப் பார்த்தவர். அதே கோபத்தை அவர் மேல் நான் இப்போது திருப்பிவிடுவேனோ? அவரை நிராகரித்துவிடுவேனோ?" என்ற பதட்டம் அவருக்கு. வில்மா தன் தோழியை மன்னிக்கவேண்டுமானால் அதற்குமுன் க்ராண்ட்டையும் மன்னிக்க வேண்டும் என்பதை உணர்ந்தார். அவருடைய தார்மீக வசதிக்காக யாரையும் விதிவிலக்காகக் கருதமுடியாது.

'நான் அதை எதிர்த்துச் சண்டை போட்டேன். எனக்குத் தயக்கமாக இருந்தது. நான் ஒன்றும் முனிவரில்லை. என்னால் எப்போதும் மன்னிப்பு வழங்க முடியாது. அப்படியே மன்னித்தாலும் அது கடைசியான செயலாகத்தான் இருக்கும். எனக்கு ஆதரவாக அதிகமானவர்கள் இருந்தால் எதுவும் சொல்வதற்கு எளிதுதான் பேசிக்கொண்டிருக்கும் போதே தனது முஷ்டியை மடக்கினார். இவ்வளவு காலத்திற்கு நான் ஒரு நல்ல வழக்குரைஞராக ஆகியிருப்பேன். அப்படியாகியிருந்தால் என் பின்னால் ஒரு பெரிய அமைப்பே நின்று கொண்டிருக்கும்" என்றார்.

வில்மா டெர்க்சென் மைக் ரேனால்ட்ஸாக ஆகி அவரது தரப்பிலிருந்து ஒரு த்ரீ ஸ்டிரைக்ஸை ஆரம்பித்திருக்க முடியும். ஆனால் அந்த மாதிரி எதுவும் செய்ய அவர் விரும்பவில்லை. "ஆரம்பத்தில் இது எளிதாக இருக்கும். ஆனால் போகப் போக மிகவும் கடினமான செயல்பாடாக மாறியிருக்கும் என்றார். நான் எனது க்ளிஃபையும், குழந்தைகளையும் இழக்க வேண்டியிருந்திருக்கும் என நினைத்தேன். அவன் கேண்டெஸுக்கு செய்ததை ஏதோ ஒரு விதத்தில் நானும் மற்றவர்களுக்குச் செய்து கொண்டிருக்கிறேன்' என்றார்.

ஒரு மனிதர் தனது துயரத்திற்காக மாநிலத்தின் மொத்த அதிகார வர்க்கத்தையும் பயன்படுத்தி அதிகப் பொருட் செலவில் பலனற்ற பரிசோதனையில் அந்த அரசாங்கத்தைத் தள்ளியிருக்கிறார். அதே நேரத்தில் ஒரு பெண்மணி வலுவான அதிகாரத்தின் பலனிலிருந்து விலகி, மன்னிக்கக்கூடிய அளவிற்கு வலுப்பெற்று தனது நட்பையும், திருமணத்தையும், குழந்தைகளையும், நல்லறிவையும் பாதுகாத்திருக்கிறார். உலகமே தலைகீழானது.

அத்தியாயம் 9

ஆண்ட்ரே ட்ராக்மி

"எங்களிடையே குறிப்பிட்ட எண்ணிக்கையில் யூதர்களும் இருக்கிறார்கள் என்பதை உங்களிடம் சொல்லக் கடமைப்பட்டவர்களாக நாங்கள் உணர்கிறோம்".

1

1940 ஆம் ஆண்டு ஜூன் மாதம் போரில் பிரான்சு வீழ்ந்த போது வீஷி (Vichy) நகரத்தில் அரசை அமைத்துக் கொள்ள அவர்களை ஜெர்மானிய படை அனுமதித்தது. இதற்குத் தலைமையேற்றவர் பிரான்ஸ் நாட்டைச் சேர்ந்த முதலாம் உலக யுத்தத்தின் கதாநாயகர் மார்ஷல் பிலிப் பெத்தன் (Marshal Philippe Petain). சர்வாதிகாரிக்கு என்னென்ன அதிகாரங்கள் தேவையோ அவையனைத்தும் இவருக்கு வழங்கப்பட்டிருந்தன. பெத்தன் ஜெர்மானியர்களுக்கு மிகவும் ஒத்துழைப்புக் கொடுத்தார். யூதர்களுக்கான உரிமைகளையெல்லாம் பறித்தார். அவர்கள் செய்து கொண்டிருந்த தொழில்களில் இருந்து அவர்களை வெளியேற்றினார். யூதர்களுக்கு எதிரான சட்டங்களையெல்லாம் திரும்ப அமலுக்குக் கொண்டுவந்தார். பிரான்சில் இருந்த யூதர்களையெல்லாம் சுற்றி வளைத்து அவர்களை முகாம்களுக்கு அனுப்பினார். இது தவிர டஜன் கணக்கான சிறிய, பெரிய சர்வாதிகார நடவடிக்கைகளையும் எடுத்தார். பிரெஞ்ச் பள்ளிக்கூட மாணவர்கள் தினமும் பள்ளிக்கூடத்தில் தங்களின் தேசிய கொடிக்கு 'பாசிஸ்ட்' சல்யூட் வலது கையின் உள்ளங்கை தரையைப் பார்த்து இருக்குமாறு கையை நீட்ட வேண்டும் செய்ய வேண்டுமென்பதை கடைபிடிக்குமாறு கண்டிப்புடன் கூறினார். ஜெர்மன் ஆக்ரமிப்பில் இருந்த நாட்டு மக்கள் தேவையான மாற்றங்களுக்குத் தங்களைத் தயார்படுத்திக் கொண்டிருந்த வேளையில் ஒவ்வொரு நாள் காலையிலும் கொடிக்குச் சல்யூட் அடிப்பது என்பது மிகவும் சிறிய விஷயமாகப் பெரும்பாலான மக்களுக்குத் தோன்றியது. அவர்களும் அதைத் தொடர்ந்து செய்து கொண்டிருந்தார்கள். ஆனால் லீ சேம்பன் சர் லிக்னான் (Le Chambon-sur-Lignon) நகர மக்கள் இதைக் கடைப்பிடிக்கவில்லை.

வீவரைஸ் (Vivarais) பீடபூமியிலிருந்த டஜன் கணக்கான கிராமங்களில் லெ ஷாம்போ என்கிற கிராமம் மலைகளடர்ந்த பகுதியில் இத்தாலி சுவிஸ் எல்லைக்குப் பக்கத்தில் பிரான்சின் தென் மத்திய பிராந்தியத்தில் இருந்தது. இங்குக் குளிர்காலம் மிகவும் கடுமையாகவும், பனி மிகுந்தும் காணப்படும். இந்தப் பகுதி மிகவும் ஒதுங்கி இருந்தது, மிகப் பெரிய நகரங்கள் மலையின் அடிவாரத்தில் பல மைல்களுக்கு அப்பால் இருந்தன. இந்தப் பிராந்தியம் விவசாயத்தை அதிகமாக நம்பியிருந்ததோடு பைன் காடுகளுக்குள் மறைந்து இருந்தது. லெ ஷாம்போ பகுதி பல நூற்றாண்டுகளாகவே ப்ரொட்டஸ்ட்ண்ட் பிரிவைச் சேர்ந்த அதிருப்தியாளர்களுக்கு வாழ்விடமாக இருந்து வந்தது. அந்தப் பிரிவுகளில் பிரதானமானது ஹியூகனட்ஸ் (Huguenots) ஆகும். இந்தப்

▲ ஹிட்லருடன்

பிரிவுக்கு உள்ளூரில் ஆயராக இருந்தவர் ஆண்ட்ரே ட்ராக்மி. அவர் ஒரு சமாதானவாதி ஆவார். பிரான்சு ஜெர்மானியர்களின் காலடியில் விழுந்ததற்குப் பிறகு வந்த ஞாயிறன்று ட்ராக்மி லெ ஷாம்போவில் உள்ள ப்ராட்டஸ்டண்ட் தேவாலயத்தில் பிரசங்கம் செய்தார். 'நமது பகைவர்களிடத்தில் அன்பு செய்வதும், அவர்களை மன்னிப்பதும், அவர்களுக்கு நல்லது செய்வதும் நமது கடமை ஆகும். இதை நாம் இடைவிடாமல் தொடர்ந்து, கோழைத்தனமில்லாமல் செய்ய வேண்டும். நற்செய்திக்கு முரணாக நாம் அவர்களுக்குக் கீழ்ப்படிய வேண்டும் என்று வற்புறுத்தினால் நீங்கள் எதிர்க்கலாம். எந்தவித பயமும் இன்றி இதைச் செய்வதோடு மட்டும் நில்லாமல் கர்வம் கொள்ளாமலும், வெறுப்பை உமிழாமலும் நடத்தல் அவசியம்" என்றார்.

வீஷியில் ஃபாசிஸ்ட் சல்யூட் செய்யுமாறு வற்புறுத்தியது 'நற்செய்தியில் சொல்லப்பட்டிருப்பதற்கு மாறான ஒரு கீழ்படிதல்'க்கு ஒரு நல்ல உதாரணமாக அமையுமென்று ட்ராக்மி கருதினார். அவரும், இன்னொரு ஆயருமான எட்வார் தைஸூம் (Edouard Theis) சேர்ந்து லெ ஷாம்போவில் நீண்ட ஆண்டுகளுக்கு முன்பாகவே College Cevenol என்கிற பெயரில் கல்லூரி ஒன்றை ஆரம்பித்து நடத்தி வந்தார்கள். அங்குக் கொடிக்கம்பமும், பாசிஸ்ட் சல்யூட்டும் தேவையில்லையென்று முடிவு செய்திருந்தனர்.

வீஷிசில் அடுத்ததாக அனைத்து பிரெஞ்ச் ஆசிரியர்களும் அரசுக்கு ஆதரவாக விசுவாச உறுதிமொழி எடுத்துக் கொள்ள வேண்டும் எனக் கூறப்பட்டது. ட்ராக்மி, தைஸ் மற்றும் செவினாவில் உள்ள மற்ற ஆசிரியர்களும் இந்த உறுதிமொழி எடுத்துக் கொள்ள மறுத்து விட்டார்கள். பெத்தன் தனது படம்

பிரெஞ்ச் பள்ளிக்கூடங்கள் அனைத்திலும் இருக்க வேண்டும் எனக் கேட்டுக் கொண்டார். ட்ராக்மியும், தைஸும் தங்களது கண்களை உருட்டிப் ஒருவரையொருவர் பார்த்தனர். வீஷி ஆட்சி ஒரு வருடம் முடிவுக்கு வந்ததைக் கொண்டாடும் பொருட்டு ஆகஸ்ட் மாதம் முதல் தேதி நண்பகல் நாடெங்கும் அனைத்து தேவாலயங்களிலும் மணிச்சத்தம் ஒலிக்க வேண்டும் எனப் பெத்தன் கட்டளையிட்டிருந்தார். தேவலாயப் பாதுகாப்பாளராக இருந்த அமிலி (Amelie) என்கிற பெண்ணிடம் ட்ராக்மி, அதைப் பற்றி ஒன்றும் கவலைப்பட வேண்டாம் எனக் கூறிவிட்டார். இரண்டு நகரவாசிகள் இது குறித்துப் புகார் அளிக்க அதற்கு அமிலி, 'இந்த மணி கடவுளுக்கானது, மார்ஷலுடையதில்லை. எனவே கடவுளுக்காக மட்டுமே இது ஒலிக்கும்' என முகத்தில் அடித்த மாதிரி சொல்லிவிட்டார்.

1940 ஆம் ஆண்டுக் குளிர்காலம் மற்றும் வசந்த காலம் முழுவதும் ஐரோப்பா நெடுக யூதர்களின் நிலைமை மிகவும் மோசமாகிக் கொண்டிருந்தது. ட்ராக்மி தங்கியிருந்த இடத்தில் கதவருகில் ஒரு பெண் பயத்தோடு குளிரில் நடுங்கியபடி வந்து நின்றாள். தான் யூத இனத்தைச் சேர்ந்தவர் என்றார் அந்தப் பெண்மணி . அவரது உயிருக்கு பாதுகாப்பு இல்லை. லெ ஷாபோ அனைவரையும் வரவேற்கக் கூடிய இடம் என அவளுக்குத் தெரிந்திருந்தது. 'உள்ளே வா என்று அவளைக் கூப்பிட்டதிலிருந்து அது ஆரம்பமானது' என்று அந்தச் சம்பவத்தைப் பல ஆண்டுகளுக்குப் பிறகு நினைவு கூர்ந்தார் ஆண்ட்ரே ட்ராக்மியின் மனைவி மாக்தா,.

▲ ட்ராக்மி

அதன் பின் மேலும் யூத அகதிகள் அங்கே வர ஆரம்பித்தனர். ட்ராக்மி ரயிலேறி மார்ஸைலுல்லிச் சென்று சொஸைட்டி ஆஃப் ஃபிரண்ட்ஸைச் சேர்ந்த பர்ன்ஸ் சால்மர்ஸைச் (Burns Chalmers) சந்தித்தார். அவர்கள் தெற்கு பிரான்ஸில் அமைக்கப்பட்டிருந்த முகாம்களுக்கு மனிதாபிமான அடிப்படையில் உதவிகள் செய்து வந்தார்கள். இந்த முகாம்கள் எல்லாம் மிகவும் மோசமான நிலையில் இருந்தன. எலிகள், பூச்சிகள் அதிகமாக இருந்ததுடன் நோயும் பரவலாக இருந்தது. இப்படி அமைக்கப்பட்டிருந்த முகாம் ஒன்றில் 1940 ஆம் ஆண்டுக்கும் 1944 ஆம் ஆண்டுக்கும் இடைப்பட்ட காலத்தில் கிட்டத்தட்ட 1100 யூதர்கள் இறந்து போ

யிருந்தனர். உயிரோடு இருந்தவர்களில் பலரும் கிழக்கிலிருந்த நாஜி சித்திரவதை முகாம்களுக்கு அனுப்பப்பட்டுக் கொல்லப்பட்டனர். சொஸைட்டி ஆஃப் ஃபிரண்ட்ஸ் அமைப்பைச் சேர்ந்தவர்களால் முகாம்களிலிருந்து குழந்தைகளை வெளியே கொண்டுவர முடிந்தது. ஆனால் அவர்களை அனுப்புவதற்கான இடம் எதுவும் இல்லை. ட்ராக்மி லெ ஷாபோவுக்கு அழைத்துச் செல்ல முன்வந்தார். இதனால் மலையை நோக்கி வெள்ளம் போல யூதர்கள் வர ஆரம்பித்தார்கள்.

1942 ஆம் ஆண்டு வீஷியில் இளைஞர் நலத்துறை மந்திரியாக இருந்த ஜார்ஜெஸ் லாமிராண்ட் (Georges Lamirand) லெ ஷாபோவுக்குச் சென்றார். ஜெர்மனியில் ஹிட்லர் இளைஞர்களுக்கென்று முகாம்கள் அமைத்தது போலப் பிரான்சு நெடுகிலும் லாமிராண்ட் இளைஞர்கள் முகாம் அமைக்க வேண்டுமென்று பெத்தன் விரும்பினார்.

லாமிராண்ட் தனது பரிவாரங்களுடன் ஜொலிக்கிற நீல நிற சீருடையில் மலைப்பகுதிக்குச் சென்றார். முதலில் அவர் விருந்தில் கலந்து கொண்டு அங்கிருந்து நகரத்தில் உள்ள விளையாட்டரங்கில் உள்ளூர் இளைஞர்களைச் சந்தித்த பிறகு முறையான வரவேற்பில் கலந்து கொள்வது என்பது தான் அவரது நிகழ்ச்சி நிரலாக இருந்தது. ஆனால் விருந்து சரியானபடி அமையவில்லை. ஏற்பாடு செய்யப்பட்டிருந்த உணவு போதவில்லை. ட்ராக்மியின் மகளின் கையிலிருந்த சூப் 'தெரியாமல்' லாமிராண்ட் சீருடையில் கொட்டிவிட்டது. அணிவகுப்பின் போது தெருக்கள் எல்லாம் வெறிச்சோடி கிடந்தன. விளையாட்டரங்கில் எந்த ஏற்பாடும் செய்திருக்கவில்லை. எங்குப் பார்த்தாலும் குழந்தைகள் ஒருவரையொருவர் முட்டி தள்ளிக் கொண்டிருந்தனர். வரவேற்பின் போது அந்த நகரத்தைச் சேராத ஒருவர் எழுந்து புதிய ஏற்பாட்டில் ரோமர்கள், அத்தியாயம் 13, வசனம் 8 ஐ படிக்க ஆரம்பித்தார்: "ஒருவரிடத்திலொருவர் அன்பு காட்டுவதைத்தவிர மற்றெதிலும் ஒருவனுக்குக் கடன்படாதிருங்கள்; பிறரிடத்தில் அன்பு கூறுகிறவன் நியாயப் பிரமாணத்தை நிறைவேற்றுகிறான்"

மாணவர்களடங்கிய குழுவொன்று லாமிராண்ட் இருக்கும் இடத்தை நோக்கிச் சென்று நகர மக்கள் அனைவரின் முன்னிலையிலும் ஒரு கடிதத்தைத் கொடுத்தார்கள். அந்தக் கடிதம் ட்ராக்மியின் உதவியுடன் எழுதப் பட்டிருந்தது. கோடைகாலத்திற்கு முன்பாக, நாஜிகளின் வேண்டுகோளுக்கு ஏற்ப கிட்டத்தட்ட 12000 யூதர்களைப் பாரிஸ் நகரத்தில் வளைத்துப் பிடித்தது. அப்படி வளைக்கப்படவர்களில் கைது

செய்யப்பட்டவர்கள் ஆஸ்விட்ஸ் (Auschwitz) ல் உள்ள சித்திரவதை முகாமிற்கு அனுப்பப்படுவதற்கு முன் மிகவும் பயங்கரமான நிலையில் பாரிஸுக்கு தெற்கே உள்ள வேலோட்ரோம் டி' ஹிவர் (Velodrome d' Hiver) ல் வைக்கப்பட்டனர். லெ ஷாம்போவில் உள்ள குழந்தைகள் இந்த மாதிரி எதுவும் நடக்கக்கூடாது என்பதைத் தெளிவாகக் கூறினார்கள். "மாண்புமிகு மந்திரி அவர்களுக்கு" என்று அந்தக் கடிதம் ஆரம்பித்தது.

மூன்று வாரங்களுக்கு முன்பு, பாரிஸில் அதிகாரத்தில் இருப்பவர்கள் பிறப்பித்த ஆணையின் பெயரில், பிரெஞ்ச் காவல்துறையினர் பாரிஸ் நகரத்து யூதக் குடும்பங்களை வேலோட்ரோம் டி' ஹிவர் (Vel d' Hiv) ல் காவலில் வைக்கும் பொருட்டு வீட்டுச்சிறைபிடித்து வைத்திருக்கும் கோர சம்பவத்தைப் பற்றி அண்மையில கேட்டறிந்தோம். தந்தைமார்கள் எல்லாம் அவர்களின் குடும்பத்திலிருந்து பிரிக்கப்பட்டு ஜெர்மனிக்கு அனுப்பப்பட்டிருக்கின்றனர். தாய்மார்களிடமிருந்து அவர்களது குழந்தைகள் பிரிக்கப்பட்டிருக்கிறார்கள், அது போலவே கணவன்மார்களும் பிரிக்கப்பட்டிருக்கின்றனர்ஞ். யூதர்களை நாடு கடத்தும் இந்த வேலை இனி தென் பிராந்தியத்திலும் நடைபெறக்கூடும் என நாங்கள் அஞ்சுகிறோம்.

எங்களிடையே சில யூதர்களும் இருக்கிறார்கள் என்பதை உங்களிடம் சொல்ல கடமைப்பட்டிருக்கிறோம். ஆனால், யூதர்களுக்கும் மற்றவர்களுக்கும் இடையே நாங்கள் வித்தியாசம் பார்ப்பதில்லை. அப்படிப் பார்த்தால் அது நற்செய்திக்கு முரணானது ஆகும்.

இன்னொரு மதத்தில் பிறந்துதான் எங்களது தோழர்கள் செய்த தவறு என்று நீங்கள் நினைத்து அதற்காக அவர்களை

நாடு கடத்தப் போவதாகக் கட்டளை போட்டாலோ அல்லது பரிசோதனைக்கு உட்படுத்தினாலோ கூட அவர்கள் அதற்குக் கீழ்ப்படிய மாட்டார்கள். நாங்களும் எங்களால் முடிந்த அளவு அவர்களை மறைத்து வைக்க முயற்சிப்போம்.

எங்களிடையே யூதர்கள் இருக்கிறார்கள். உங்களுக்கு அவர்கள் கிடைக்க மாட்டார்கள்.

2

அங்கு வசித்து வருபவர்களுக்கு ஒரு உதாரணமாகத் திகழ நாஜிகள் ஏன் லெ ஷாபோவிற்கு வரவில்லை? ட்ராக்மியும், தைஸூம் ஆரம்பித்த பள்ளியில் 18 மாணவர்களே இருந்தார்கள் ஆனால் 1944 ஆம் ஆண்டுப் போர் ஆரம்பிப்பதற்கு முன்பு மாணவர்களின் எண்ணிக்கை 350 ஐ தொட்டது. இந்த அதிகப்படியான 332 மாணவர்கள் யார் என்பதைக் கண்டுபிடிப்பதற்கு பெரிய ஊகிக்கக்கூடிய ஆற்றல் எதுவும் தேவையில்லை. அது போல அந்த நகரத்தில் என்ன நடந்து கொண்டிருக்கிறது என்பதை அங்குள்ளவர்கள் ரகசியமாக வைத்திருக்கவில்லை. எங்களிடையே சில யூதர்களும் இருக்கிறார்கள் என்பதை உங்களிடம் சொல்ல கடமைப்பட்டிருக்கிறோம் என்று வெளிப்படையாகவே கூறி யிருந்தார்கள். ஒரு நிவாரணப் பணியாளர் லியோனில் (லிஹ்ஷீஸீ) இருந்து மாதத்திற்குப் பல தடவைகள் பனிரெண்டு அல்லது அதற்கும் மேற்பட்ட யூதக் குழந்தைகளை சாரை சாரையாக அங்கு அழைத்து வந்ததை விவரித்தார். அந்தப் பெண் நிவாரணப் பணியாளர், ரயில் நிலையத்திற்கு அருகே இருந்த ஹோட்டல் மே யில் குழந்தைகளை இருக்கச் சொல்லிவிட்டு அவர்கள் அனைவருக்கும் தங்குவதற்கு வீடுகள் கிடைக்கும் வரை அந்தப் பகுதியைச் சுற்றி வருவார். பிரான்சில், வீஷி நகரச் சட்டத்தின் படி, யூத அகதிகளைக் கூட்டிக் கொண்டு செல்வதும், மறைத்து வைப்பதும் சட்ட விரோதமானதாகும். போரின் போது சில சமயங்களில் யூதர்கள் சம்பந்தப்பட்ட விஷயத்தில் எந்தச் சமரசத்திற்கும் தயாராக இல்லை என்பதை வலியுறுத்தி நாஜிகள் ஆர்ப்பாட்டம் செய்தனர். ஒரு சமயத்தில், வீஷியிலிருந்து காவல்துறை அதிகாரிகள் லெ ஷாம்போவிற்கு வந்து மூன்று வாரங்கள் 'டேரா' போட்டு யூதர்கள் யாராவது இருக்கிறார்களா என அந்தப் பகுதி முழுவதும் வலை போட்டுத் தேடினார்கள். இறுதியில் அவர்களால் இரண்டு பேரை மட்டுமே கைது செய்ய முடிந்தது அதிலும் ஒருவரை பிறகு விட்டு விட்டார்கள். அவர்கள் நகரத்தில் உள்ள அனைவரையும் வரிசையாக நிற்க வைத்துச் சோதனை செய்து Auschwitz க்கு ஏன் அனுப்பவில்லை?

▲ லியோனிஸ் குழந்தைகளுடன்

லெ ஷாபோ வரலாறு குறித்து எழுதிய ஃபிலிப் ஹேலி (Philip Hallie), அந்தப் பிராந்தியத்தில் கெஸ்ட்டோப்பாவின் (Gestapo) மூத்த அதிகாரியாக இருந்த மேஜர் ஜூலியஸ் ஷெமெலிங் (Major Julius Schmehling) கினால் இந்தப் பகுதி பாதுகாக்கப்பட்டு வந்தது என்று குறிப்பிட்டார். உள்ளூர் வீஷி காவல்துறையைச் சேர்ந்தவர்களில் பலரும் அனுதாபிகளாக இருந்தார்கள். அவர்கள் சில சமயம் நடுராத்திரியில் ஆண்ட்ரே ட்ராக்மிக்கு ஃபோன் செய்து மறுநாள் சோதனைக்கு ஆட்கள் வருவதாக முன்கூட்டியே எச்சரிக்கை செய்வதும் உண்டு. மற்ற சில சமயங்களில் அவர்களுக்கு யூத அகதிகள் தங்கியிருப்பது குறித்த துப்பு கிடைத்து சோதனைக்கு வருவார்கள். அப்படி வருபவர்கள் முதலில் உள்ளூர் கடைக்குச் சென்று காஃபி குடிப்பார்கள். இதற்கு ஆகும் நேரத்தில் அப்பகுதி மக்கள் எச்சரிக்கையுடன் செயல்பட்டு அடுத்து ஆக வேண்டிய காரியத்தைப் பார்க்கத் தொடங்கினார்கள். 1943 ஆம் ஆண்டு ஜெர்மானியர்களுக்கு போதும் போதும் என்ற அளவிற்கு பிரச்சனைகள் இருந்தன. குறிப்பாகக் கிழக்குப் பகுதியில் நடந்த நிகழ்வுகள் போரைப் புளிக்கச் செய்தது. இதனால்தானோ என்னவோ அவர்கள் வாதாடும் தன்மை உடைய மலைப்பகுதியில் வசித்து வந்த மக்களுடன் மல்லுக்கு நிற்கவில்லை.

ஆனால் இதற்குச் சிறந்த விடையை இந்தப் புத்தகம், வழி நெடுக சந்தர்ப்ப சாட்சியங்களுடன் அப்பட்டமாகிவிட்டது நகரத்தையோ அல்லது மக்களையோ அல்லது இயக்கத்தையோ முழுவதுமாக அழித்தொழிப்பது என்பது நாம் நினைப்பது

போல அவ்வளவு எளிதானது இல்லை. பலசாலி போலத் தோற்றமளிக்கும் எல்லோரும் பலசாலிகள் இல்லை அது போலப் பலவீனமானவர்கள் எனத் தோற்றமளிக்கும் எல்லோரும் பலவீனமானவர்கள் இல்லை. லெ ஷாபோனவைச் சேர்ந்த ஹியூகனட்ஸ் பிரான்ஸைச் சேர்ந்த ப்ரொட்டஸ்டண்டுகளின் வழித்தோன்றல்கள் தான். இதற்கு முன்னால் அவர்களை அழித்தொழிக்க முயற்சித்து பலர் தோற்றுப் போனார்கள் என்பதுதான் உண்மை. கத்தோலிக்கத் தேவாலயத்திலிருந்து சீர்திருத்தத்தின்போது பிரிந்து சென்றவர்கள் தான் ஹியூகனட்ஸ் பிரிவினர். இதனால் பிரான்சு அரசின் பார்வைக்கு இவர்கள் சட்ட விரோதமானவர்களாகத் தோன்றினார்கள். ஒவ்வொரு அரசரும் அவர்களை மீண்டும் கத்தோலிக்கத் தேவாலயத்துடன் இணைப்பதற்கு முயற்சி செய்தார்கள். ஹியூக்னாட்ஸ் (Huegen-ots) இயக்கம் தடை செய்யப்பட்டது. இப்பிரிவைச் சேர்ந்த மக்கள் சுற்றிவளைக்கப்பட்டுப் படுகொலை செய்யப்பட்டனர். ஆயிரக்கணக்கான ஹியூக்னாட்ஸ் பிரிவைச் சேர்ந்த ஆண்கள் தூக்கு மேடைக்கு அனுப்பப்பட்டனர். பெண்கள் ஆயுளுக்கும் சிறையில் அடைக்கப்பட்டனர். தங்களது மதப் பிரிவின் மீது குழந்தைகள் வைத்திருந்த நம்பிக்கையைக் களைந்தெடுக்கும் பொருட்டு அவர்கள் கத்தோலிக்க வளர்ப்பு வீடுகளில் வைக்கப்பட்டனர். இந்தப் பயம் மிகுந்த சூழ்நிலை கிட்டத்தட்ட நூறாண்டுகள் நீடித்தது. பதினேழாம் நூற்றாண்டின் பின் பகுதியில் இரண்டு லட்சத்துக்கும் அதிகமான ஹியூகனட்ஸ் பிரான்சை விட்டு மற்ற ஐரோப்பிய, அமெரிக்க நாடுகளுக்குத் தப்பி ஓடினார்கள். மிஞ்சியிருந்த சிலரும் தலை மறைவானார்கள். அவர்கள் ரகசியமாக, காட்டுக்குள் கடவுள் வழிப்பாட்டில் ஈடுபட்டனர். அதன் பின் அவர்கள் வீவரைஸ் பீடபூமியில் உள்ள மலைப்பகுதிகளுக்குச் சென்று குடியேறினார்கள். அவர்கள் சுவிட்சர்லாந்தில் ஒரு சமய போதனைக் கூடத்தை நிர்மாணித்தனர் அதற்குத் தேவைப்பட்ட மதகுருமார்களை எல்லைக்கு அப்பால் இருந்து நாடுகடத்திக் கூட்டிக் கொண்டு வந்தனர். அவர்கள் ஏய்ப்பது எப்படி, மறைந்து வாழ்வது எப்படி என்பன போன்ற கலைகளைக் கற்றுக் கொண்டார்கள். அவர்கள் பயப்படாமல் தங்குவதற்கு நாஜிகள் லண்டனை தாக்கிய போது எப்படி லண்டன்வாசிகள் தங்களைக் காத்துக் கொண்டார்களோ அது போல கற்றுக் கொண்டனர். அவர்கள் பயப்பட வேண்டுமென்பதற்காகப் பயந்தார்கள். *

’எங்களது கிராமத்தில் இருந்தவர்களுக்கு துன்புறுத்தல்கள் எப்பேற்பட்டவை என்று முன்பே தெரிந்து வைத்திருந்தார்கள். அவர்கள் தங்களது மூதாதையர்கள் பற்றி அடிக்கடி பேசிக்

கொண்டனர். பல ஆண்டுகள் கடந்து விட்டதால் அவர்கள் மறந்து விட்டிருந்தார்கள். ஆனால் ஜெர்மானியார்கள் வந்தவுடன் அவையெல்லாம் நினைவுக்கு வந்ததுடன் யூதர்கள் துன்புறுத்தப்பட்டதையும் மற்றவர்களை விடத் தெளிவாகப் புரிந்து கொள்ள இவர்களால் முடிந்தது. அதற்கேற்றாற் போலத் தங்களைத் தயார் செய்து கொண்டனர்” என்றார் மேக்தா ட்ராக்மி. முதன் முதலாக ஒரு அகதி அவருடைய கதவருகில் வந்து நின்ற போது அவரைப் பார்த்து இல்லை என்று சொல்ல அவருக்குத் தோன்றவில்லை. ‘அது அபாயகரமானது என்று எனக்குத் தெரியாது, யாரும் அது பற்றிச் சிந்திக்கவில்லை’. அது அபாயகரமானது என்று எனக்குத் தெரியாது? யாரும் அது பற்றிச் சிந்திக்கவில்லை? பிரான்சின் மற்ற பகுதிகளில் இருந்தவர்கள் வாழ்க்கை எவ்வளவு அபாயகரமாக இருக்கிறது என நினைத்துக் கொண்டிருந்தார்கள். ஆனால் லெ ஷாபோ மக்களுக்கு அப்படியான சிந்தனை எதுவும் இல்லை. முதன் முதலாக யூத அகதிகள் அங்கு வந்த போது அந்நகர மக்கள் அவர்களுக்காகப் போலியான ஆவணங்களைத் தயார் செய்தனர் அரசாங்கத்திடமிருந்து தங்களது உண்மையான மத நம்பிக்கையையே நூறாண்டுக்கும் மேலாக மறைத்தவர்களுக்கு இதைச் செய்வது சிரமமாகத் தெரியவில்லை. அகதிகளை மறைத்து வைத்த இடங்களில் யூதர்களை மறைத்து வைத்தார்கள். முந்நூறு ஆண்டுகளுக்கு முன்பு பயன்படுத்திய அதே சுவடுகளில் அவர்கள் யூதர்களைச் சுவிட்சர்லாந்துக்கு மறைமுகமாகக் கூட்டிச் சென்றனர். மேக்தா ட்ராக்மி, ‘சில சமயங்களில் மக்கள் என்னிடம், நீங்கள் எப்படி முடிவெடுக்கிறீர்கள்?” என்று

---

*கிறிஸ்டின் வான் டெர் என்கிற வரலாற்றாசிரியர் அந்தப் பகுதியை ‘ப்ளேட்டோ ஆஃப் ஹாஸ்பிட்டாலிட்டி’ என அழைப்பார். அந்தப் பிராந்தியம் அகதிகளை ஏற்றுக் கொள்வது குறித்து ஒரு வரலாறே இருந்தது. 1790 ஆம் ஆண்டு மத குருமார்களிடம் ஃப்ரென்ச் அசெம்பிளி, தேவாலயம் அரசுக்கு அடிபணிந்து நடக்கும் என உறுதிமொழி எடுத்துக் கொள்ளும்படி உத்தரவிட்டது. அப்படி எடுத்துக் கொள்ளவில்லையெனில் சிறைத்தண்டனை எனக் கூறப்பட்டது. அப்படிக் கூறியும் உறுதிமொழியில் கையெழுத்திட மறுத்தவர்கள் உயிருக்குப் பயந்து ஓடினார்கள். பெரும்பாலனவர்கள் எங்கே சென்றார்கள்? எதிர்ப்புக் கலையில் நன்கு பயிற்சிப் பெற்றிருந்த சமூகத்தினர் தங்கியிருந்த விவாரெஸ் ப்ளேட்டோவை நோக்கிச் சென்றார்கள். இதனால் எதிர்ப்பாளார்களின் எண்ணிக்கை அதிகமானது. முதலாம் உலகப் போரின் போது இந்த ப்ளேட்டோவைச் சேர்ந்தவர்கள் அகதிகளைச் சேர்த்துக் கொண்டார்கள். ஸ்பானிய உள்நாட்டு யுத்தத்தின் போது ஜெனரல் ஃப்ராங்கோவின் பாசிஸ்ட் ராணுவத்தை எதிர்த்து ஓடிவந்தவர்களை அகதிகளாக ஏற்றுக் கொண்டனர். நாஜிகளின் கொடுமை தாங்காமல் ஆரம்பகட்டத்தில் ஆஸ்திரியா, ஜெர்மனியிலிருந்து ஓடிவந்த சோஷலிஸ்ட்டுகளையும், கம்யூனிஸ்ட்களையும் தங்களோடு சேர்த்துக் கொண்டனர்.

கேட்பார்கள். இதில் முடிவெடுப்பதற்கு எதுவும் இல்லை. இதில் பிரச்சனை என்னவெனில், நாம் எல்லோரும் சகோதரர்கள் என்று நினைக்கிறீர்களா, இல்லையா? யூதர்களை ஆதரிப்பது அநியாயம் என்று நீங்கள் நினைக்கிறீர்களா, இல்லையா? பிறகென்ன, நாம் அவர்களுக்கு உதவ முயற்சிப்போம்!' என்றார்.

ஹியூகனட்ஸை துடைத்தெடுக்க முயற்சித்த பிரெஞ்ச் அரசு அவர்களுடைய நாட்டிலேயே ஒரு சிறிய பகுதியை உருவாக்கினார்களே தவிர அவர்களை அழிதொழிப்பது முடியாத ஒரு காரியமாக இருந்தது.

ஆண்ட்ரே ட்ராக்மி ஒரு முறை, 'நாஜிகள் எப்படி இந்த மக்களிடம் உள்ள வளங்களுக்கெல்லாம் முடிவு கட்ட முடியும்?" என்று கேட்டார்.

3

ஆண்ட்ரே ட்ராக்மி 1901 ஆம் ஆண்டு பிறந்தவர். நல்ல உயரமாகவும், உடல் கட்டமைப்பும், நீண்ட மூக்கையும், கூர்மையான நீல நிறக் கண்களையும் கொண்டிருந்தார். அவர் சோர்வில்லாமல் வேலை செய்து வந்தார். அவருடைய மகள் நெலி (Nelly), "கடமை உணர்வு என்பது அவருடைய உரோமத்துவாரங்களிலிருந்து கசியும்" என எழுதினார். அவர் தன்னை ஒரு சமாதானவாதி எனக் கூறிக் கொண்டாலும் அவர் சாந்த ஸ்வரூபமானவராக இல்லை. அவரும் அவருடைய மனைவி மேக்தாவும் சத்தமாகப் பேசுவதில் ஒருவொருக்கொருவர் சளைக்காதவர் என்று பெயர் எடுத்தவர்கள். 'கடவுளால் ஆட்கொள்ளப்பட்ட முரட்டு மனிதன் (un violent vaincu par Dieu) என்று அவரை சிலர் வர்ணிப்பது உண்டு. "சாந்தத்தில் தொடங்குகிறது அவன் மீதான சாபம்' என்றும் "அவன் மந்தத் தன்மையிலும், கோழைத்தனத்திலும் முடிந்து விடுவான், ஒருபோதும் கிறித்துவத்தின் மகத்தான விடுதலை போக்கில் கால் வைக்க மாட்டான்" என்று அவர் தன் நாளேட்டில் எழுதியிருந்தார்.

மந்திரி லாமிராண்டின் விஜயத்திற்குப் பிறகு ஆறு மாதத்தில் ட்ராக்மியும், எட்வார் தைஸூம் கைது செய்யப்பட்டு, முகாமில் வைக்கப்பட்டனர் (அங்கு அவர்களிடமிருந்த பொருட்கள் எல்லாவற்றையும் எடுத்துக் கொண்டனர். அதோடு அவர்கள் யூதர்களா, இல்லையா என்பதை உறுதி செய்யும் பொருட்டு அவர்களுடைய மூக்கின் நீளமும் அளவெடுக்கப்பட்டது என்று

ஹேலி குறிப்பிட்டிருந்தார்). இதற்குப் பிறகு ஒரு மாதம் கழித்து அவர்கள் இருவரையும் 'பிரான்சின் பாதுகாப்பு கருதியும், மார்ஷல் பெத்தனின் தேசிய புரட்சியின் நலம் கருதியும் அரசாங்கத்தினால் விடுக்கப்படும் உத்தரவுகளுக்கு மனப்பூர்வமாக கீழ்ப்படிவேன்' என்ற நிபந்தனையின் பேரில் மட்டுமே விடுதலை செய்வதாகக் கூறினார்கள். ட்ராக்மியும், தைஸூம் அதை மறுத்துவிட்டனர். அதை நம்ப முடியாமல் அந்த முகாமின் இயக்குநர் அவர்களைச் சந்திக்க வந்தார். முகாமில் இருப்பவர்களில் பெரும்பாலோரின் மரணம் அங்குள்ள எரிவாயு அறையிலேயே சம்பவித்தது. அந்த மாதிரியான சமயத்தில், துண்டுச் சீட்டில் அவர்கள் இருவரும் கையெழுத்து போடுவதன் மூலம் வீட்டிற்குச் செல்வதற்கான இலவச அனுமதிச் சீட்டுக் கொடுக்கப்படுவதாக இருந்தது.

"என்ன இது?' முகாமின் இயக்குநர் அவர்களைப் பார்த்துக் கத்தினார். 'இந்த உறுதிமொழி உங்கள் மனசாட்சிக்கு ஒன்றும் முரண்பட்டதாக இல்லையே! மார்ஷல் ஒரு நல்ல பிரான்சை உருவாக்கத்தானே விருப்பப்படுகிறார்!" என்றார்.

"குறைந்தபட்சம் ஒரு விஷயத்திலாவது நாங்கள் மார்ஷலுடன் முரண்படுகிறோம்' என்ற ட்ராக்மி மேலும் 'அவர் யூதர்களைப் பிடித்து ஜெர்மானியர்களிடம் கொடுக்கிறார்ஞ்.. நாங்கள் வீட்டிற்குத் திரும்பிப் போனாலும் கண்டிப்பாக இதைத் தொடர்ந்து எதிர்ப்போம், அரசாங்கத்தின் உத்தரவுகளுக்குக் கீழ்ப்படிய மாட்டோம். அப்படியிருக்கும் போது இதில் இப்போது எப்படிக் கையெழுத்து போட முடியும்?" என்று பதிலளித்தார்.

இறுதியாகச் சிறை அதிகாரிகள் தங்களது முயற்சியைக் கைவிட்டு விட்டு அவர்களை வீட்டிற்கு அனுப்பி வைத்தார்கள்.

போரின் அடுத்தக் கட்டத்தின் போது, கெஸ்டபோ தங்களது மீளாய்வை லெ ஷாபோவில் தீவிரமாக்கியபோது ட்ராக்மியும், தைஸூம் அந்தப் பகுதியை விட்டு ஓடும் படி நிர்ப்பந்திக்கப்பட்டார்கள். தைஸ் தலைமறைவாகி, போர் நடந்து கொண்டிருந்த மீதி காலத்தில் யூதர்களை ஆல்ப்ஸிலிருந்து சுவிட்சர்லாந்துக்கு பாதாளசுரங்கப்பாதை வழியாக அனுப்பும் வேலையைச் செய்து கொண்டிருந்தார் ('அது நியாயமானது இல்லை, ஆனால் பாருங்கள் நான் அந்த மாதிரி ஒரு முடிவை எடுக்க வேண்டியதாயிற்று' என்று தான் எடுத்த முடிவு குறித்து ஹேலியிடம் கூறியிருக்கிறார்). ட்ராக்மி ஒரு நகரத்திலிருந்து இன்னொரு நகரத்திற்குப் போலி ஆவணங்களுடன் பயணம் செய்து கொண்டிருந்தார். அவர் என்னதான் முன்னெச்சரிக்கையாக இருந்தாலும், லியோன் ரயில் நிலையத்தில் காவல் துறையினரால் கைது செய்யப்பட்டார். அவர் கொந்தளிப்புக்கு உள்ளானார் கண்டுபிடிக்கும் வாய்ப்பு மட்டுமல்லாமல் அவருடைய போலி ஆவணங்களை வைத்துக் கொண்டு என்ன செய்வது என்பதும் மிகவும் முக்கியமான ஒரு விஷயமாக இருந்தது. ஹேலி இது பற்றி:

அவருடைய அடையாள அட்டையின்படி அவருடைய பெயர் பிகெ (Beguet). இது உண்மைதானா என அவர்கள் கேட்கக்கூடும். அதை மறைப்பதற்கு அவர் பொய் சொல்லியாக வேண்டும். ஆனால் அவருக்குப் பொய் சொல்லக்கூடிய ஆற்றல் இல்லை. பொய் சொல்வது என்பது, குறிப்பாகத் தன்னைக் காப்பாற்றிக் கொள்ளவதற்கு, 'கடவுள் என்னிடம் சொல்லாத ஒரு சமரசத்தை நோக்கி செல்வது போன்றது' என அவர் இந்த நிகழ்வு குறித்துத் தனது சுயசரிதை குறிப்பில் எழுதியிருந்தார். போலியான அடையாள அட்டைகள் மூலம் அடுத்தவர்களின் வாழ்வை பாதுகாப்பது அவருடைய வாழ்க்கையைப் பாதுகாப்பதும் சேர்த்து ஒரு பக்கம் இருக்கையில் இன்னொரு மனிதனுக்கு முன்பு நின்று கொண்டு தன் சுய பாதுகாப்புக்காகப் பொய்சொல்வது என்பது முற்றிலும் வேறானது ஆகும்.

அடையாள அட்டையில் பொய்யாக ஒரு பெயரைக் குறிப்பிட்டிருப்பதற்கும், காவல்துறை அதிகாரியின் முன் பொய்யான பெயரைக் கூறுவதற்கும் இடையே தார்மீக வேறுபாடு ஏதேனும் உள்ளதா? அநேகமாக இல்லை. ட்ராக்மி அந்தக் காலகட்டத்தில் தனது மகன்களில் ஒருவனுடன் பயணம் செய்து கொண்டிருந்தார். அவர் அப்போதும் அகதிகளை மறைத்து வைக்கும் வேலையில் தீவிரமாக ஈடுபட்டிருந்தார். இந்த முழுப் பொய்யை மறைப்பதற்கு அவருக்கு ஏராளமான சாதகமான வாய்ப்புகள் இருந்தன.

ஆனால் இங்கு அதுவல்ல விஷயம். ஜே ஃப்ரீரைக், வாயட் வாக்கர், ஃப்ரெட் ஷட்ல்ஸ்வொர்த் போன்றவர்களிடமிருந்த அதே அற்புதமான உடன்படாமை உணர்வு இவரிடமும் இருந்தது. இந்த உடன்படாமையின் மகத்துவம் யாதெனில், அவர்கள் மற்றவர்களைப்போல் கணக்குப் போட்டு முடிவெடுப்பதில்லை . வாக்கருக்கும், ஷட்ல்ஸ்வொர்த்துக்கும் இழப்பதற்கு ஒன்றுமில்லை. உங்கள் வீட்டின் மேல் வெடிகுண்டு வீசப்பட்டாலோ அல்லது க்ளான் குழுவினர் உங்களது காரை சுற்றி வளைத்துக் கொண்டு சரமாரியாகக் குத்த ஆரம்பித்தாலோ, அதை விட நிலைமை மோசமாக முடியுமா? ஜே ஃப்ரீரைக் என்ன செய்து கொண்டிருந்தாரோ அதைத் தொடர்ந்து செய்தால் அவரது தொழில் பாதிக்கப்படும் என எச்சரிக்கை செய்யப்பட்டார். அவர் கேள்விகளால் துளைக்கப்பட்டதோடு சகாக்களாலும் கைவிடப்பட்டார். அவர் சாகும் நிலையிலிருந்த குழந்தைகளை வைத்துக் கொண்டு அவர்களின் தாடையில் கனமான ஊசியால் குத்திக் கொண்டிருந்தார். ஆனால் வாழ்க்கையில் இதைவிட மோசமான தருணங்களையெல்லாம் அவர் கடந்து வந்திருந்தார். ஹியூகனட்ஸில் தங்களது சுயவிருப்பத்தை முன்னால் வைத்திருந்தவர்கள் நீண்டகாலத்திற்கு முன்பே ஏதோ ஒரு நம்பிக்கைக்கு மாறியிருந்தனர் அல்லது நம்பிக்கையைக் கைவிட்டிருந்தனர் அல்லது அதிலிருந்து விலகியிருந்தனர். அவர்களில் மீதமிருந்தது பிடிவாத குணம் கொண்டவர்களும், எதிர்க்க திராணி இருந்தவர்களும்தான் .

ட்ராக்மியை கைது செய்யவிருந்த அதிகாரி அவரிடம் ஆவணம் எதையும் கேட்கவில்லை. ட்ராக்மி அந்த அதிகாரியிடம் தன்னை மீண்டும் ரயில் நிலையத்துக்கே கூட்டிச் செல்லுமாறும், அங்குப் பக்கவாட்டு கதவின் வழி வெளியேறிவிட்ட தனது மகனை சந்திக்கவேண்டும் என்றும் கூறினார். ஆனால் அதிகாரி அவரிடம்,

நீங்கள் தான் பிகெயா என்று ஒரு வேளை கேட்டிருந்தால். அதற்கு அவர், நான் மிஸ்டர் பிகெ இல்லை. நான் ஆயர் 'ஆண்ட்ரே ட்ராம்கி' என்று சொல்லிவிடலாமெனத் தீர்மானித்திருந்தார். அவர் அதைப் பற்றி அக்கறை கொண்டிருக்கவில்லை. நீங்கள் கோலியாத்தாக இருந்தால், அந்த மாதிரி நினைப்புள்ள ஒருவரை எப்படித் தோற்கடிக்க முடியும்? கண்டிப்பாக அவரை உங்களால் கொலை செய்ய முடியும். ஆனால் இந்த அணுகுமுறைதான் பிரிட்டிஷாரை வட அயர்லாந்திலும், த்ரீ ஸ்டிரைக்ஸ் பிரச்சாரத்தைக் கலிஃபோர்னியாவிலும் தோல்வியடையச் செய்தது. அதிகப்படியான படை, தளவாடங்களை உபயோகிப்பது சட்டப்பூர்வமான பிரச்சனையைக் கிளப்பும், சட்டப்பூர்வமற்ற படைபலம் பணியவைப்பதை விட எதிர்ப்பைக் கிளப்பும். உங்களால் ஆண்ட்ரே ட்ராக்மியைக் கொல்ல முடியும். ஆனால் அவருக்குப் பதிலாக அவரது இடத்திற்கு இன்னொரு ஆண்ட்ரே ட்ராக்மி உருவாகக்கூடும்.

ட்ராக்மி பத்து வயது சிறுவனாக இருக்கும் போது கிராமப்பகுதியிலிருந்த அவர்களுடைய வீட்டிற்குக் காரில் போய்க் கொண்டிருந்தார்கள். அவர் தனது இரண்டு சகோதரர்களுடனும், கஸினுடனும் பின் சீட்டில் உட்கார்ந்திருந்தார். அவருடைய பெற்றோர் முன்னால் உட்கார்ந்திருந்தனர். அவருடைய அப்பா தனக்கு முன்னால் செல்லும் கார் மிகவும் மெதுவாகச் சென்று கொண்டிருப்பதற்காகக் கோபப்பட்டு அதை முந்திச் செல்ல எத்தனித்தார். 'பால், பால், இவ்வளவு வேகம் வேண்டாம். விபத்து நடந்துவிடும்!" என்று அவனுடைய அம்மா கத்தினார். அது போலவே கார் தனது கட்டுப்பாட்டை இழந்தது. சிறுவன் ஆன்ட்ரே அந்த இடிபாடுகளிலிருந்து தன்னைத்தானே தள்ளிக் கொண்டு வந்தார். அவனுடைய அப்பா, சகோதரர்கள், கஸின் என எல்லோரும் நன்றாக இருந்தார்கள். ஆனால் அவருடைய அம்மா உயிரற்ற நிலையில் முப்பது அடி தள்ளி விழுந்து கிடந்ததை அவன் பார்த்தான். இறந்து கிடக்கும் அம்மாவின் உடலைப் பார்ப்பதை விட நாஜி அதிகாரியை எதிர்கொள்வது ஒரு பெரிய காரியமே இல்லை. பல ஆண்டுகளுக்குப் பின்னர் தனது இறந்து போன அம்மாவுக்கு எழுதிய கடிதத்தில் அவர்,

நான் பாவம் அதிகம் செய்திருந்ததால், அப்போதிருந்து தனிமை யிலிருக்கிறேன். எனது ஆத்மா பெரிய சுழற்சியையும் தனிமையான இயக்கத்தையும் கொண்டிருந்தால், நான் எல்லாவற்றையும் சந்தேகப்பட்டிருந்தால், விதியை நம்புகிறவனாக இருந்தால், ஒவ்வொரு நாளும் மரணத்தை எதிர் கொள்ளும் அவநம்பிக்கைக் கொண்ட குழந்தையாக இருந்திருந்தால், கிட்டத்தட்ட அதற்கு முற்படுபவனாக இருந்தபோதிலும், நான் தேடிக் கொண்டிருக்கும் மகிழ்ச்சியை நோக்கி என்னை வழிநடத்திக் கொண்டாலும், நான் இன்னும் முழுமனதுடன் சிரிக்க முடியாத நிலையில் துயரம் நிறைந்த மனிதனாக இருக்கிறேன். ஏனென்றால் ஜூன் 24 ஆம் தேதி ரோட்டோரத்தில் என்னை விட்டு விட்டு நீங்கள் சென்றுவிட்டீர்கள்.

ஆனால், நான் தனிமையிலிருப்பதால்தான் சாசுவதமான உண்மைகளை நான் நம்பவோ அல்லது அதை என்னுள் திணித்துக் கொள்ளவோ வேண்டியிருக்கிறது. ஏனென்றால் உங்கள் அபரிதமான, ஆதிக்கம் செலுத்தும் வாழ்க்கை என் இதயம் முழுவதும் நிரப்புவதற்கு நீங்கள் எனது கடவுளாக இங்கே இல்லை.

பிரான்ஸிற்குச் சிறப்புச் சலுகை அல்லது அதிர்ஷ்டம் நிறைந்த ஹியூகனட்டியர்தான் யூதர்களை ஆதரித்தார்கள் என்று அர்த்தமில்லை. அங்கிருந்தவர்கள் ஒதுக்கப்பட்டவர்களும், சேதமடைந்தவர்களும் தான். அதனால் அந்த சுவடுகள் எங்களுக்கு தீமையும், துரதிர்ஷ்டமும் உண்மையில் எந்த அளவிற்குச் சோதிக்கமுடியும் என்பதை நினைவுபடுத்துவதாக இருக்க வேண்டும். ‘படிப்பது’ என்கிற பரிசைப் பறித்துக் கொண்டால், ‘கவனித்தல்’ என்கிற பரிசை உருவாக்குகிராய். நகரத்தை குண்டு வீச்சுக்கு உள்ளாக்கினால் அங்கே மரணத்தையும், நாசவேலையையுமே மிஞ்சினாலும்‘ரிமோட் மிஸ்” என்கிற சமூகத்தை உருவாக்குகிறாய். அம்மாவோ அல்லது அப்பாவோ இல்லாத பட்சத்தில் பாதிப்பும், விரக்தியும் ஏற்படுகிறது. ஆனால் பத்தில் ஒரு முறை, அந்த விரக்தியிலிருந்து ஒரு வெல்ல முடியாத சக்தி உருவெடுக்கிறது. எலா பள்ளத்தாக்கில் மாபெரும் உருவம் கொண்டவனையும், ஆடு மேய்க்கும் இடையனையும் பார்த்திருந்தால் உங்கள் கண்கள் வாள், கேடயம், பிரகாசிக்கும் கவசம் அணிந்திருப்பவனை நோக்கி தான் சென்றிருக்கும். ஆனால் உலகத்தில் அழகானதும், விலைமதிப்பற்றதுமானவையெல்லாம் நாம் கற்பனை செய்து பார்க்க முடியாத பலமும், நோக்கமும் கொண்ட ஆடு மேய்க்கும் இடையனிடமிருந்துதான் வந்தது.

மேத்தா, ஆண்ட்ரே ட்ராக்மியின் மூத்த மகன் ழான் பியர் (Jean Pierre). அவன் மிகவும் உணர்வுப்பூர்வமான, வரம்

▲ ழான் பியர்

பெற்ற பதின்ம பருவத்தவனாகத் தோற்றமளித்தான். ஆண்ட்ரே ட்ராக்மி தன்னை அவனுக்காக அர்பணித்துக் கொண்டார். போர் முடியும் தருவாயில் ஒரு நாள் குடும்பத்துடன் மாலை வேளையில் வியானின் (Villon) 'தி பலாட் ஆஃப் தி ஹேங்ட் மேன்' (Villon's "the ballad of the hanged man") என்ற ஒரு கவிதை ஒப்புவிப்பைப் பார்க்கச் சென்றார்கள். மறுநாள் இரவு அவர்கள் இரவு சாப்பாட்டை முடித்துவிட்டு வீடு திரும்பும் போது ழான் பியர் வீட்டுக் குளியலறையில் தூக்கு மாட்டிக் கொண்டு இறந்திருந்தான். ட்ராக்மி தடுமாறி கீழே விழுந்து 'ழான் பியர்! ழான் பியர்!" என அழுதார். அதன் பின் அவர் இது குறித்து:

இன்றைக்கும் என் மகனின் மரணத்தை நான் என்னுள் தூக்கிச் செல்கிறேன், அவனுடைய மரணம் என்னை மேற்பகுதி சீவிய பைன் மரம் போல ஆக்கியிருக்கிறது. பைன் மரங்கள் தனது மேற்பகுதியை மீண்டும் உருவாக்கிக் கொள்ளாது. அவைகள் உருக்குலைந்த முடமாகத்தான் காட்சி தரும்.

என்று எழுதியிருந்தார்.

இந்த வரிகளை அவர் எழுதும் போது கண்டிப்பாக இடையில் நிறுத்தியிருக்க வேண்டும். ஏனென்றால், லெ ஷாபோவில் நடந்த அனைத்தும், அதற்கும் மேல் ஏதோ இருந்திருக்கிறது என்பதைச் சொல்லக்கூடியதாக இருந்தது.

அநேகமாக அவை இனி தடிமனாகத்தான் வளரும்*. அது போலதான் நானும்.

என அவர் எழுதியிருந்தார்.

(இது ஒரு உருவகம். பைன் மரம் வெட்டப்பட்டுவிட்டால் எப்படி வழமை போல அதனால் வளர முடியாதோ அது போல மகன் இறந்துவிட்டதால் அவருடைய வாழ்வும் வழமையாக இருக்காது)